ಜಯಶ್ರೀ ದೇಶಪಾಂಡೆ

ಶ್ರೀಮತಿ ಜಯಶ್ರೀ ದೇಶಪಾಂಡೆಯವರು ಸಾಹಿತ್ಯ ಲೋಕಕ್ಕೆ ಅಪರಿಚಿತರಲ್ಲ. ತೊಂಬತ್ತರ ದಶಕದಲ್ಲಿ ಬರವಣಿಗೆಯಲ್ಲಿ ತೊಡಗಿಕೊಂಡ ಇವರು ಕಥೆ, ಕಾದಂಬರಿ, ಕವಿತೆ, ಹಾಸ್ಯಲೇಖನ, ಪ್ರಬಂಧ, ಚಿಂತನ, ಪ್ರವಾಸ ಲೇಖನ, ಅನುವಾದ – ಹೀಗೆ ಹಲವಾರು ಸಾಹಿತ್ಯ ಪ್ರಾಕಾರಗಳಲ್ಲಿ ತಮ್ಮ ಛಾಪನ್ನು ಮೂಡಿಸಿದವರು. ಕಥಾ ಸಂಕಲನ, ಲಲಿತ ಪ್ರಬಂಧ ಸಂಕಲನ, ಕಾದಂಬರಿ, ಕವನ ಸಂಕಲನ, ಪ್ರವಾಸ ಕಥನ, ವಿಮರ್ಶೆ, ಇವೆಲ್ಲ ಸೇರಿದಂತೆ ಒಟ್ಟು ಹದಿನೆಂಟು ಪುಸ್ತಕಗಳನ್ನು ಇವರು ಪ್ರಕಟಿಸಿದ್ದಾರೆ.

ಇವರು ಬರೆದ ಏಳು ಕಾದಂಬರಿಗಳಲ್ಲಿ – 'ಕೆಂಪು ಹಳದಿ ಹಸಿರು', 'ದೂರ ದಾರಿಯ ತೀರ', 'ಕಾಲಿಂದಿ', 'ಚಕ್ರವಾತ', 'ಸರಸ್ವತಿ ಕಾಯದ ದಿನವಿಲ್ಲ', 'ಬೇವು' ಇವುಗಳು ಕನ್ನಡದ ಪ್ರಮುಖ ನಿಯತಕಾಲಿಕೆಗಳಲ್ಲಿ ಧಾರಾವಾಹಿಯಾಗಿ ಮೂಡಿಬಂದಿವೆ. ಇಂಗ್ಲಿಷ್ ಮತ್ತು ಮನಃಶಾಸ್ತ್ರದ ಓದಿನಲ್ಲಿ ಪದವಿ ಪಡೆದಿರುವ ಇವರ ಕಥೆಗಳು ಅಪಾರ ಓದುಗರ ಮೆಚ್ಚುಗೆ ಪಡೆದಿದ್ದು, ಅದರಲ್ಲಿ ಹಲವು ಕಥೆಗಳು ತೆಲುಗು, ಮರಾಠಿ, ಹಿಂದಿ ಭಾಷೆಗಳಿಗೆ ಅನುವಾದಗೊಂಡಿವೆ. 'ಪ್ರಥಮ್ ಬುಕ್ಸ್' ಸಂಸ್ಥೆಗಾಗಿ ಅವರ ಬಹುಭಾಷಾ ಮಕ್ಕಳ ಕಥಾಸರಣಿಯಲ್ಲಿ ಕೆಲವು ಸ್ವಂತ ಕಥೆಗಳನ್ನು ಬರೆದಿದ್ದಾರಲ್ಲದೆ ಮರಾಠಿ ಮತ್ತು ಇಂಗ್ಲಿಷ್ ಭಾಷೆಗಳಿಂದ ನಲವತ್ತು ಮಕ್ಕಳ ಪುಸ್ತಕಗಳನ್ನು ಕನ್ನಡಕ್ಕೆ ಭಾವಾನುವಾದ ಮಾಡಿಕೊಟ್ಟಿದ್ದಾರೆ. ಇವರ ಕಥೆಗಳು, ಕವಿತೆ ಮತ್ತು ಲಲಿತ ಪ್ರಬಂಧಗಳು ಕರ್ನಾಟಕ ಸಾಹಿತ್ಯ ಅಕಾಡೆಮಿ ಮತ್ತು ಸಾಹಿತ್ಯ ಪರಿಷತ್ತಿನ ಪ್ರಾತಿನಿಧಿಕ ಸಂಪುಟಗಳಲ್ಲಿ ಪ್ರಕಟಿಸಲ್ಪಟ್ಟಿವೆ. ಇವರ 'ಹೌದದ್ದು ಅಲ್ಲ, ಅಲ್ಲದ್ದು ಹೌದು' ಲಲಿತ ಪ್ರಬಂಧಗಳ ಸಂಕಲನ 66 ನೆಯ ಅಖಿಲ ಭಾರತ ಕನ್ನಡ ಸಾಹಿತ್ಯ ಸಮ್ಮೇಳನದ ಪುಸ್ತಕ ಪ್ರಕಟಣಾ ಕಾರ್ಯಕ್ರಮದ ಅಂಗವಾಗಿ ಪ್ರಸ್ತುತಗೊಂಡಿದ್ದಲ್ಲದೆ ಅತ್ತಿಮಬ್ಬೆ ಪ್ರಶಸ್ತಿ ಸಹ ಪಡೆಯಿತು.

ಕನ್ನಡ ಸಾಹಿತ್ಯ ಪರಿಷತ್ತಿನ ಕಾವ್ಯ ಪ್ರಶಸ್ತಿ, ಲೇಖಕಿಯರ ಸಂಘದ ಸುಧಾಮೂರ್ತಿ ತ್ರಿವೇಣಿ ಪ್ರಶಸ್ತಿ, ದಾನಚಿಂತಾಮಣಿ ಅತ್ತಿಮಬ್ಬೆ ಸಾಹಿತ್ಯ ಪ್ರಶಸ್ತಿ,ಗೊರೂರು ರಾಮಸ್ವಾಮಿ ಅಯ್ಯಂಗಾರ್ ಸಾಹಿತ್ಯ ಪ್ರಶಸ್ತಿ, ರಾಜ್ಯಮಟ್ಟದ ಕಾದಂಬರಿ ವಿಮರ್ಶಾ ಪ್ರಶಸ್ತಿ, ಡಾ.ಪಂಡಿತ್ ಪುಟ್ಟರಾಜ ಸಾಹಿತ್ಯ ಸಮಿತಿಯ 'ಶ್ರೇಷ್ಠ ಪುಸ್ತಕ ರತ್ನ' ಪುರಸ್ಕಾರ, ಕರ್ನಾಟಕ ಲೇಖಕಿಯರ ಸಂಘದ ಪ್ರವಾಸ ಲೇಖನ ಕೃತಿ ಪ್ರಶಸ್ತಿ, ನಿರುಪಮಾ ಪ್ರಶಸ್ತಿ ಹೀಗೆ ಹಲವು ಪ್ರಶಸ್ತಿ–ಗೌರವಗಳಿಗೆ ಭಾಜನರಾಗಿದ್ದಾರೆ. ಇವರು ಅಮೇರಿಕಾದ ಅಟ್ಲಾಂಟಾದಲ್ಲಿರುವ ನೃಪತುಂಗ ಕನ್ನಡ ಕೂಟದ ವಾರ್ಷಿಕೋತ್ಸವದಲ್ಲಿ ಅತಿಥಿಯಾಗಿ ಕನ್ನಡ ಭಾಷೆಯ ಬೆಳವಣಿಗೆಯ ಬಗ್ಗೆ ಭಾಷಣ ಮಾಡಿದ್ದರು.

ಬೆಂಗಳೂರಿನಲ್ಲಿ ಆಕಾಶವಾಣಿ, ದೂರದರ್ಶನ, ಉದಯ ಟಿವಿಯಲ್ಲಿ ಹಲವು ಕಾರ್ಯಕ್ರಮಗಳನ್ನು ನೀಡಿದ್ದಾರೆ. ಕವಿತೆಗಳ ಭಾವಾನುವಾದ, ವಿಮರ್ಶಾ ಲೇಖನ ಇತ್ಯಾದಿಗಳನ್ನು ಬರೆಯುವ ಜಯಶ್ರೀ ದೇಶಪಾಂಡೆ ಪ್ರವಾಸ ಪ್ರಿಯರೂ ಹೌದು. ಚರ್ಚಾ ಕೂಟಗಳಲ್ಲಿ ಭಾಗವಹಿಸುವುದು ಇವರ ಹವ್ಯಾಸ. ಪ್ರಪಂಚದ ಮೂರು ಭೂಖಂಡಗಳಲ್ಲಿ ಬಿಡಿಬಿಡಿಯಾಗಿ ಅನೇಕ ಬಾರಿ ಪ್ರಯಾಣ ಮಾಡಿ ಪ್ರವಾಸ ಕಥನಗಳನ್ನು ಬರೆದು ಸಂಗ್ರಹ ರೂಪದಲ್ಲಿ ಓದುಗರಿಗೆ ಕೊಟ್ಟಿದ್ದಾರೆ

ಬಿಂಬ (ಕತೆಗಳು)

ಜಯಶ್ರೀ ದೇಶಪಾಂಡೆ

ಪಂಚಮಿ ಮೀಡಿಯಾ ಪಬ್ಲಿಕೇಷನ್ಸ್
ಬೆಂಗಳೂರು

ಬಿಂಬ (ಕತೆಗಳು)

ಲೇಖಕರು: ಜಯಶ್ರೀ ದೇಶಪಾಂಡೆ
4303, ಕಾನ್ಸೆಪ್ಟ್, ನಂದಿ ಎನ್‌ಕ್ಲೇವ್ ಅಪಾರ್ಟ್‌ಮೆಂಟ್ಸ್
2ನೇ ಕ್ರಾಸ್, 5ನೇ ಬ್ಲಾಕ್, ಬನಶಂಕರಿ 3ನೇ ಹಂತ,
ಬೆಂಗಳೂರು–560085, ಮೊ: 9986379024

ಪ್ರಕಾಶಕರು :

ಪಂಚಮಿ ಮೀಡಿಯಾ ಪಬ್ಲಿಕೇಷನ್ಸ್
326, 'ಚೈತ್ರ', ಮೊದಲನೇ ಮಹಡಿ,
5ನೇ ತಿರುವು, 5ನೇ ಬ್ಲಾಕ್, ಬಿಎಸ್‌ಕೆ 3ನೇ ಹಂತ,
ಭುವನೇಶ್ವರಿ ನಗರ ಬೆಂಗಳೂರು–560085
Email: panchami.publications@gmail.com
ಮೊ: 9739561334

BIMBA (A Collection of short stories)

written By **Jayashree Deshpande**
4303, Koncept, Nandi Enclave Apartments.
2nd cross, 5Th Block. BSK 3rd stage.
BANGALURU- 560085, Mobile : 9986379024
Email : jayashree.deshpande@gmail.com

Publisher

PANCHAMI MEDIA PUBLICATIONS
No: 326, Chaitra, 1st floor, 5th Cross, 5th Block,
BSK 3rd Stage, Bhuvaneshwari Nagar, Bangalore-560085,
Mob: 9739561334 , Email: panchami.publications@gmail.com

ಪ್ರಥಮ ಮುದ್ರಣ : ೨೦೨೩
ಬೆಲೆ : ೧೬೦/-
ಪುಟಗಳು:೧೪೪
ಕಾಗದ ಬಳಕೆ: ೭೦ ಜಿಎಸ್‌ಎಂ ಮ್ಯಾಪ್ಲಿತೋ
ಪುಸ್ತಕದ ಅಳತೆ : ೧/೮ ಡೆಮಿ
ಮುಖಪುಟ ಕಲೆ: ವರ್ಷಾ ಶೂರ್ಪಾಲಿ
ಐಎಸ್‌ಬಿಎನ್ : ೯೭೮-೮೧-೯೬೭೦೫೬-೧-೯

First impression: 2023
Price: 160/-
Pages: 144
Paper used: 70 GSM Maplitho
Book size: 1/8 Demy
Cover Art : Varsha Shurpali
ISBN: 978-81-967056-1-9

Cover, Layout Design & Printing: Vestacraft, Bengaluru
ಮುಖಪುಟ, ಒಳಪುಟ ವಿನ್ಯಾಸ, ಮುದ್ರಣ: ವೆಸ್ತಾಕ್ರಾಫ್ಟ್, ಬೆಂಗಳೂರು

ಮುನ್ನುಡಿ

ಶ್ರೀಮತಿ ಜಯಶ್ರೀ ದೇಶಪಾಂಡೆಯವರು ಸಾಹಿತ್ಯ ಕ್ಷೇತ್ರದ ಹಳೆಯ ಹುಲಿ. ಎಷ್ಟೋ ವರ್ಷಗಳ ಹಿಂದೆಯೇ ತಮ್ಮ ಲೇಖಕಿ ಪಟ್ಟಕ್ಕೆ ಒಂದು ಸ್ಥಾಯೀ ಸ್ಥಾನ ಒದಗಿಸಿ ಕೊಟ್ಟವರು. ಅವರು ಕೈಯಾಡಿಸದ ಸಾಹಿತ್ಯ ಕ್ಷೇತ್ರವೇ ಇಲ್ಲವೆನ್ನಬಹುದು. ಕಾದಂಬರಿ, ಕವನ, ಕಥೆಗಳು, ಪ್ರವಾಸ ಕಥನಗಳು, ಲಘು ಹಾಸ್ಯದ ಬರಹಗಳು, ಕಾಕಾ–ಉವಾಚಗಳೆಂಬ ಮನೆತನದ ಹಿರಿಯರು ನಡೆದು ಬಂದ ಹಾದಿಯ ಹೆಗ್ಗುರುತುಗಳನ್ನು ಬಿಂಬಿಸುವ ಲಘು ಬರಹಗಳ ಸಂಗ್ರಹಗಳು... ಏನುಂಟು! ಏನಿಲ್ಲ!

ಪ್ರಸ್ತುತ 'ಬಿಂಬ' ಕಥಾಸಂಕಲನದ ಹತ್ತೂ ಕಥೆಗಳು ನಮ್ಮ ಅನುದಿನದ ಪ್ರಪಂಚಕ್ಕೆ ಹಿಡಿದ ಕನ್ನಡಿ. 'ಸೀಮಾಂತರ' ದಲ್ಲಿ ಬರುವ generation gap ನ ಸಮಸ್ಯೆಗಳು ಇರುವುದೆಲ್ಲವ ಬಿಟ್ಟು ಇರದಿರುವದರ ಕಡೆಗಿನ ತುಡಿತದ ಪಾರ್ಶ್ವ ಪರಿಣಾಮಗಳು. ಹಳೆಯದನ್ನು ಧಿಕ್ಕರಿಸಿ ಬೇಕೆಂದುದನ್ನು ಬೆನ್ನಟ್ಟಿ ಆಯ್ದ ದಾರಿಯಲ್ಲೇ ನಡೆದರೂ ಸಿಗದ ತೃಪ್ತಿ, ಪರಿಣಾಮವಾಗಿ ನಿರಂತರವಾದ 'ಹುಡುಕಾಟ' ಅಸಹಾಯಕತೆ, ಹೊಂದಾಣಿಕೆಯ ಕೊರತೆ. ಕಾಣದ, ದಕ್ಕಿಯೂ ದಕ್ಕದ ಪ್ರೀತಿಯ ಒರತೆ, ಗಳಿಗೆ ಗಳಿಗೆಗೂ ಸಡಿಲಾಗುವ 'ಬಂಧ' ಗಳೂ ಎಲ್ಲವೂ ಸೇರಿ ಬದುಕೇ 'ಪ್ರಪಂಚ ಪಾಣಿಪತ್' ಆಗುವ ದುರಂತ ಇಲ್ಲಿದೆ.

(ಒಟ್ಟಿನಲ್ಲಿ ಪುಟ್ಟ ಕೃಷ್ಣನ ತೆರೆದ ಬಾಯಲ್ಲಿ ಯಶೋದೆಗೆ ವಿಶ್ವದ ವಿರಾಟ ದರ್ಶನವಾದಂತೆ ಮೂರು– ನಾಲ್ಕು ಪುಟಗಳ 'ಸೀಮಾಂತರ' ಕಥೆ ಬಿಚ್ಚಿಟ್ಟ ಹರಹು ಮುಗಿಲಗಲ ಮನದಗಲ, ಜಗದಗಲವಾಗಿದೆ).

'ಬಿಂಬ'– ಪ್ರಚಲಿತ ಜಗತ್ತಿನ ಒಂದು ಕ್ಷ–ಕಿರಣ–X Ray ಕಥೆ. Things are not what they seem to be ಅಂತಾರಲ್ಲಾ ಹಾಗೆ. ಕೆಲವೊಮ್ಮೆ ಕನ್ನಡಿಯೂ ಇದ್ದುದನ್ನು ಇದ್ದಂತೆ ತೋರಿಸುವುದಿಲ್ಲ, ಅದೂ ಮನಸ್ಸನ್ನು ಭೇದಿಸಿ ಆಳದ ಗಾಯಗಳನ್ನೇ ವೈಭವೀಕರಿಸುತ್ತದೆ.

ಅವಳು ಭೂಮಿ, ಅವನು ಸಮೀರ. ದಾಂಪತ್ಯಕ್ಕೆ ತಮ್ಮದೇ ಅರ್ಥ ಕೊಟ್ಟುಕೊಂಡು. ಆಧುನಿಕ, ಯಾಂತ್ರೀಕೃತ ಒತ್ತಡಗಳ ಸಮಯದಲ್ಲಿಯೂ ಒಬ್ಬರನ್ನೊಬ್ಬರು ಅರ್ಥೈಸಿಕೊಂಡವರು. ಆದರೂ ಈ ಯಾಂತ್ರಿಕ ಬದುಕಿನಲ್ಲಿ, ಯಂತ್ರಗಳ ಜಗತ್ತಿನಲ್ಲಿ ಮಶಿನ್‌ಗಳಂತೆಯೇ ಕೂಡಬಲ್ಲರು.

ಮುರಿಯಬಲ್ಲರು. ಈಶಾಳ ಪಾತ್ರದ ಸತ್ಯ ಅರಿಯುವುದೊಂದು ವಿಸ್ಮಯ. ನಿತ್ಯದ ಕೀ ಬೋರ್ಡ್ ತಿಂಗಳಿನ ಕೊನೆಗಿನ ಚೆಕ್– ಇವುಗಳ ನಡುವಣ ನಿಲ್ದಾಣವೆಂದರೆ ವಿಸ್ಕಿಯ ಗ್ಲಾಸುಗಳೊಂದಿಗಿನ ಜನ್ಮಾಂತರದ ನೋವುಗಳ ಅನಾವರಣ... ಸಂಪೂರ್ಣವಾಗಿ drain out ಆದ ಸದಾ tension ಗಳಿಗೆ ಪಕ್ವವಾಗಿ ಇದ್ದ ಬದುಕನ್ನೂ ಆಸ್ವಾದಿಸಲಾಗದ, ಇಂಥ ನತದೃಷ್ಟ ಬದುಕಿಗೊಂದು ಸಾಂತ್ವನದ ರೂಪದಲ್ಲಿ ಒಂದು ಮಗುವನ್ನೂ ಮಡಿಲು ತುಂಬಿಕೊಳ್ಳಲಾಗದ ಅನಿವಾರ್ಯ ಬದುಕಿನಲ್ಲಿ ಸುಖದ ಭ್ರಮಾಧೀನತೆ ಮಾನಸಿಕ ಸಮತೋಲನ ಕಳೆದುಕೊಳ್ಳುವಂತಾಗುವ ದುರಂತವಿದೆ.

ಇವುಗಳನ್ನು ಕಂಡಾಗ ಕ್ಷಣಕಾಲ ಉಬ್ಬಿ ಬಣ್ಣಬಣ್ಣದ ಲೋಕದ ಭ್ರಮೆ ಹುಟ್ಟಿಸಿ, ಅದರಲ್ಲೇ ಮುಳುಗಿ ನಕ್ಕ ನಗೆ ಮಾಸುವ ಮೊದಲೇ ಕರಗಿ 'ಕಾಣದಾಗುವ ಸೋಪು ನೀರಿನ ಗುಳ್ಳೆಗಳಂತೆ' ಬದುಕು ಅನಿಸಿ ಬಿಡುತ್ತದೆ.

ದೇವರಂಥ ಹುಡುಗರು...

'ಜಿಂದಗಿ ಏಕ್ ಸಫರ ಹೈ ಸುಹಾನಾ, ಯಹಾ ಕಲ್ ಕ್ಯಾ ಹೋ ಕಿಸನೆ ಜಾನಾ' – ಎಂಬ ಹಾಡು ನೆನಪಿಸಿಕೊಳ್ಳುತ್ತಲೇ ಈ ಕತೆಯನ್ನು ಓದುತ್ತಾ ಹೋದೆ. ಒಮ್ಮೆ ಹೃದಯಾಘಾತವಾಗಿ, ಹದಗೆಟ್ಟ ಆರೋಗ್ಯದ ವಯಸ್ಕ ತಾಯಿಯ ಮಾನಸಿಕ ತುಮುಲವನ್ನು ಕಟ್ಟಿಕೊಡುವ ಮುಖ್ಯ ವಿಷಯ ವಸ್ತುವನ್ನು ಆಯ್ದುಕೊಂಡಾಗ ಸಹಜವಾಗಿಯೇ ಅವಳ ಗತ ಜೀವನ ಮಕ್ಕಳ ಬದುಕು ಜೀವನದಲ್ಲಿಯ ಸವಾಲುಗಳು ಅವುಗಳನ್ನು ಎದುರಿಸಲಾಗದ ಅಸಹಾಯಕತೆ ಅಷ್ಟಿಷ್ಟು ಇರಬಹುದಾದ ಆತ್ಮವಿಶ್ವಾಸವನ್ನೂ ಆಪೋಶನ ತೆಗೆದುಕೊಂಡು ಬಿಡುತ್ತವೆ ಎಂಬುದನ್ನು ಒಂದು ರೈಲಿನ ಕೂಪೆಯಲ್ಲಿ ಆರಂಭವಾಗಿ ಗಮ್ಯ ತಲುಪಿದೊಡನೇ ಮುಗಿಯುವ ಈ ಕಥೆ ಕಟ್ಟಿ ಕೊಟ್ಟ ರೀತಿ ಮಾತ್ರ ಮನಸ್ಸನ್ನು ಒದ್ದೆಯಾಗಿಸುತ್ತದೆ.

ಪಯಣದ ಉದ್ದಕ್ಕೂ ಜೊತೆಗಿದ್ದ ಇಬ್ಬರು ಯುವಕರ ಸಹಪಯಣದ ಜೊತೆಜೊತೆಗೇ ಸಮೀಕರಣಗೊಂಡ, ತಾನು ಈಗಾಗಲೇ ಕಳೆದುಕೊಂಡ ಒಬ್ಬ ಡ್ರಗ್ಸ್ ವ್ಯಸನಿ ಮಗನ ಬದುಕು ತಾಳೆಯಾಗುತ್ತ ಹೋಗಿ ಕೊನೆಯಲ್ಲಿ ಅದೇ ಡ್ರಗ್ಸ್ ಸಾಗಾಣಿಕೆಯ ಕಾರಣಕ್ಕೆ ಅವರಿಬ್ಬರ ಬಂಧನವಾದದ್ದು ನೂರಕ್ಕೆ ನೂರು ಅನಿರೀಕ್ಷಿತವಾದದ್ದು. ಕಲ್ಪನೆಗೂ ಮೀರಿದ್ದು. ಕಾರಣ, ಪ್ರಯಾಣ ಸಂದರ್ಭದಲ್ಲಿ, ಅನಿರೀಕ್ಷಿತವಾಗಿ ಅಸ್ವಸ್ಥಳಾದ ಆ ಮಹಿಳೆಗೆ, ಮಕ್ಕಳು ಜೊತೆಗಿದ್ದರೆ ತೆಗೆದುಕೊಳ್ಳಬಹುದಾದ ಕಾಳಜಿಯನ್ನು ಮೀರಿ ಕಾಳಜಿ ಮಾಡಿಬದುಕಿಸಿಕೊಂಡವರ ಇನ್ನೊಂದು ಮುಖ ಓದುಗರನ್ನೂ ದಂಗು ಬಡಿಸುತ್ತದೆ ಸಹಜವೇ...! ಒಬ್ಬ ವಯಸ್ಕ ಪ್ರತಿಭಾವಂತ ಮಗನನ್ನು ಅನ್ಯಾಯವಾಗಿ ಕಳೆದು ಕೊಂಡ ತಾಯಿಯ ದುಃಖ/ ದೀರ್ಘ ಪ್ರವಾಸದ

ಆಕಸ್ಮಿಕ ಆಗುಹೋಗುಗಳು ಮಕ್ಕಳ ಕುರಿತಾಗಿ ತಾಯಿಯ ಅಂತಃಕರಣ, ಮನುಷ್ಯನ ಸ್ವಭಾವದ ಆಳ, ವೈಚಿತ್ರ್ಯಗಳು, ಶೀಘ್ರ ಗತಿಯಲ್ಲಿ ಬದಲಾಗುತ್ತಿರುವ ಸಮಾಜದ ರೀತಿ ನೀತಿಗಳು, ಸರಿಯಾದ ಮಾರ್ಗದರ್ಶನವಿಲ್ಲದ ಇಂದಿನ ಯುವ ಪೀಳಿಗೆಯ ಹಾದಿಯ ತೊಡಕುಗಳು ಹೀಗೆ ಹತ್ತು ಹಲವು ಸಮಕಾಲೀನ ಸಮಸ್ಯೆಗಳಿಗೆ ಹಿಡಿದ ಕನ್ನಡಿ ಈ ಕತೆ ಅಂದರೆ ಹೆಚ್ಚು ಸಮಂಜಸವೇನೋ!

'ಕಥೆಯಲ್ಲದ ಕತೆ' ಬಡತನ, ಬೇಜವಾಬ್ದಾರಿ ಅಪ್ಪ, ಕಂಸನಂಥ ಸೋದರ ಮಾವ, ನಾಟಕೀಯತೆಯ ಪ್ರತಿಬಿಂಬದಂಥ ಅವನ ಪತ್ನಿ, ಇವರ ನಡುವೆ ಸಿಕ್ಕಿಕೊಂಡ ಹನ್ನೆರಡರ ಹುಡುಗನ ಬದುಕಿನ ಗೆರೆಗಳನ್ನು ಕೊಲ್ಲುವಷ್ಟು ಗಾಢವಸ್ತುವಿನ ಕಥೆ. ಹಲವು ಸವ್ಯ ಅಪಸವ್ಯಗಳ ದಶಕಗಳ ಅನಂತರ ಮರಳಿ ಮನೆಗೆ ಬಂದವನಿಗೆ ಮನಸ್ಸಿಗೆ ಖುಶಿಕೊಡುವ ಋಣಸಂದಾಯದಂಥ ಅವಕಾಶವೇ ತಿರುವಿನ ರೂಪದಲ್ಲಿ ಇಳಿಯುತ್ತದೆ.

ವಿಲೋಮ...

"ಹೂಗಳ ಪಕಳೆ ಉದುರಲು ಬಿಡಬಾರದು... ಹಾಗಾದರೆ ಹಾರ ಬೇಗನೇ ಒಣಗುತ್ತದೆ"– ಎಂದು ಗಾಢವಾಗಿ ನಂಬಿದವರು 'ದೊಡ್ಡಮನೆ'ಯ ಆಯಿ. ಆ ಕಾರಣಕ್ಕೇನೆ ಸ್ವತಃ ಮಾಲೆ ಕಟ್ಟುವಾಗ ಇನ್ನಿಲ್ಲದ ಮುತುವರ್ಜಿ... ಅವರ ಲೆಕ್ಕದಲ್ಲಿ ಕೂಡು ಕುಟುಂಬದ ಸಾರವೂ ಅದೇ. ಹಾಗೆಂತಲೇ ಇಳಿವಯಸ್ಸಿನವರೆಗೂ ತುಂಬಿದ ಮನೆಯ ಜವಾಬ್ದಾರಿ ಹೆಗಲಿಗೇರಿಸಿಕೊಂಡು ಹಣ್ಣಾದವರು. ಆದರೆ ಕಾಲಕ್ಕೆಲ್ಲಿಯ ಕರುಣೆ?! ಅದರ ಮುಂದೆ ಯಾವ ತರ್ಕಗಳೂ ಲೆಕ್ಕಕ್ಕಿಲ್ಲ. ಅದು ಬದುಕಿನ 'ಬಾಗಿನ' ಆಗಾಗ ಬದಲಿಸುತ್ತದೆ. ಅದನ್ನು ಅನುಸರಿಸಿಬಾಗಬೇಕೋ, ಎದುರಿಸಿ ನಿಂತು ಬಾಳಬೇಕೋ ಅವರವರಿಗೆ ಬಿಟ್ಟದ್ದು...

'ವಿಲೋಮ'– ಈ ಎರಡೂ ನಿಲುವುಗಳ, ಎರಡು ತಲೆಮಾರುಗಳ ಕಥೆ. ಕಾಲಮಾನ 1979 ಹಾಗೂ 2020 ರದು... ಅಂದರೆ ಸುಮಾರು ನಲವತ್ತು ವರ್ಷಗಳ ಅಂತರದ ವಿದ್ಯಮಾನಗಳದು... ಅಷ್ಟು ಅವಧಿಯವರೆಗೆ ತಾಳಿ ಬಾಳುವ 'ಮಾಲೆ ಕಟ್ಟುವುದು' ಯಾವ ಆಯಿಯಿಂದಲೂ ಆಗದ ಮಾತು. ಹೀಗಾಗಿ ಪಕಳೆಗಳು ಉದುರುವುದೇ ವಿಧಿನಿಯಮವಾಗುವ ಅನಿವಾರ್ಯವೇ ಕಥೆಯ ಸಾರ... ಆದದ್ದೂ ಅದೇ. ಮನೆಮಕ್ಕಳು ದೊಡ್ಡವರಾಗಿ, ಅವರ ನಿಲುವುಗಳು ಬದಲಾಗಿ ಆಗಬಹುದಾದ ಪರಿಣಾಮಗಳಿಗನುಗುಣವಾಗಿ ಘಟನೆಗಳು ಘಟಿಸುತ್ತ ಹೋಗುವುದಕ್ಕೆ ಮೂಕಸಾಕ್ಷಿಯಾಗುವದರ ಹೊರತು ಬೇರೆ ದಾರಿ ಇಲ್ಲದಿರುವುದು... ಮೀರಾಕಾಕೂಳ ಹೆರಿಗೆಯ ನಂತರದ 'ಬಾಣಂತಿ ಸನ್ನಿ'ಗೆ ಅಹಮದಾಬಾದಿಗೆ ನೌಕರಿಗೆ ಹೋದ ಗಂಡ ನಾನಿಕಾಕಾ ಹೇಗೋ ತಾರಾ ಸಂಬಂಧದ ಸುಳಿ ಕಾರಣವಾದರೆ, ಅವರ ಮಗಳು ಕೀರ್ತಿ ಆಯಿಯ ಆರೈಕೆಯಲ್ಲಿ ಮುದ್ದಿನಲ್ಲಿ ಬೆಳೆದು, ಸಾಧನೆ ಮಹತ್ವಾಕಾಂಕ್ಷೆಯ ಮಾಯಾಮೃಗದ

ಬೆನ್ನು ಹತ್ತಿ, ನ್ಯೂಯಾರ್ಕ್‌ನ ಅಪರಿಚಿತ ನೆಲದಲ್ಲಿ ತನ್ನವರಿಲ್ಲದೇ ಮಾನಸಿಕ ಏಕಾಂಗಿತನದಲ್ಲಿ ಚೆನ್ನಾಗಿ ಪರಕಿಸದ ಮೂರ್ಖತನದಿಂದಾಗಿ ದಿನೇಶನ ಅವಕಾಶವಾದಿತನಕ್ಕೆ ಬಲಿಯಾಗಿ ಅವನ ಪಿಂಡವನ್ನು ಹೊಟ್ಟೆಯಲ್ಲಿಟ್ಟುಕೊಂಡು ಭಾರತೀಪುರಕ್ಕೆ ಮರಳುವಲ್ಲಿಗೆ ಕಥೆ ಮುಗಿಯುತ್ತದೆ. ಬದುಕಿನಲ್ಲಿ ಸವ್ಯ ಅಪಸವ್ಯಗಳೆರಡೂ ಇರುವುದು ಸ್ವಾಭಾವಿಕ. ಅಂದಮೇಲೆ ಅನುಲೋಮ - ವಿಲೋಮಗಳೆರಡೂ ಇರುವದೂ ಅಚ್ಚರಿಯೇನೂ ಅಲ್ಲ.

'ಪನ್ನು ಎಂಬ ಹುಡುಗ... ಯಶೋದಾ ಎಂಬ ತಾಯಿ' ಒಂದು ವಿಭಿನ್ನ ರೀತಿಯ ಕಥೆ. ಎರಡೇ ಮುಖ್ಯ ಪಾತ್ರಗಳು. ಯಶೋದಾ ಅವಳ ಮಾನಸ ಪುತ್ರ ಪ್ರಣೀತ್... ಕಥಾವಸ್ತು ಜಟಿಲವಿಲ್ಲ, ಮೆದುಳಿಗೆ ಹೆಚ್ಚಿನ ಕೆಲಸವಿಲ್ಲ, ಹೃದಯ ಬಿಚ್ಚಿ ಹರಡಿದರೆ ಸಾಕು, ನೇರವಾಗಿ ತುಂಬಿಕೊಳ್ಳುತ್ತದೆ.

ಒಂದು ಕೌಟುಂಬಿಕ ಉಚಿತ ಸಲಹಾ ಕೇಂದ್ರ. ಕೌಟುಂಬಿಕ ಸ್ವಾಸ್ಥ್ಯ ಕಾಪಾಡುವುದೇ ಅದರ ಗುರಿ... ಹೀಗಾಗಿ ಯಾರೇ ಕರೆ ಮಾಡಿದರೂ ಹಾರ್ದಿಕ ಸ್ವಾಗತ... ಹೆಸರು ಕೂಡ ಬೇಕಿಲ್ಲ. ಸಮಸ್ಯೆ ಪರಿಹಾರಕ್ಕೆ ನೇರ ಸಂಬಂಧ. ಇಂಥದೇ ಒಂದು ಫೋನ್ ಕರೆ ಒಂದು ಮಗುವಿನಿಂದ ಬಂದಾಗ ಇತ್ತಕಡೆಯಿದ್ದ ಇದ್ದವಳಿಗೆ ಆನಂದ, ಆಶ್ಚರ್ಯ, ಕುತೂಹಲದಿಂದಾಗಿ ಮಾತು ಮುಂದುವರಿಯುತ್ತದೆ. ಸ್ವಂತ ಕುಟುಂಬದ ಆಸರೆಯಿಲ್ಲದ ಏಕಾಕಿ ಮಹಿಳೆ ಬಹುಶಃ ಸಂವಹನದ ದಾರಿಯಲ್ಲಿ ಮನೆಯಲ್ಲಿ ಯಾರೂ ಇಲ್ಲದೇ ಬೇಸತ್ತ ಎಂಟು ವರ್ಷಗಳ ಮಗುವೊಂದು ಅವರ ಸಂಸ್ಥೆಯ ನಂಬರಿಗೆ ಹುಡುಗಾಟದ ಕರೆ ಮಾಡುತ್ತಾನೆ.

ಆಗಾಗ ನಡೆದ ಕರೆಗಳಲ್ಲಿ ಅವನಿಗೆ ಸಿಕ್ಕ ಪ್ರೋತ್ಸಾಹ ಪ್ರೀತಿಗೆ ಮರುಳಾಗಿ ಅವರಿಬ್ಬರ ಮಧ್ಯೆ ಅವಿನಾಭಾವ ಸಂಬಂಧವೊಂದು ಬೆಳೆಯುತ್ತದೆ. ನಂತರ ಅವರ ಕುಟುಂಬ ವಿದೇಶಕ್ಕೆ ನೌಕರಿಗಾಗಿ ದೇಶ ಬಿಟ್ಟು ಹೋಗಿ ಮತ್ತೆ ಮರಳಿ ಬಂದಾಗ ಹನ್ನೆರಡು ವರ್ಷಗಳು ಉರುಳಿ ಇಪ್ಪತ್ತರ ಯುವಕನಾದ ಹುಡುಗನಿಗೆ ಎಲ್ಲವೂ ನೆನಪಿಗೆ ಬಂದು ಆ ಸಲಹಾ ಕೇಂದ್ರಕ್ಕೆ ಹೋದಾಗ ಅನಿರೀಕ್ಷಿತವೊಂದಕ್ಕೆ ಮುಖಾಮುಖಿಯಾಗುತ್ತಾನೆ.

ಸಂಬಂಧಗಳ ಕೊಡುಕೊಳ್ಳುವಿಕೆಗೆ ಸಂಬಂಧಿತ ಅತ್ಯಂತ ಸರಳ ಸೂತ್ರವನ್ನಾಧರಿಸಿದ, ಹೃದಯ ಹೃದಯಗಳ ಭಾಷೆ ಬಳಸಿದ ನಾವೂ ಸೇರಿದಂತೆ ಯಾರೂ ಕಥೆಯ ಪಾತ್ರಗಳಾಗಬಹುದಾದ ಪವಾಡರೂಪಿ ಕಥಾವಸ್ತುವಿದು... ತಾಯಿಯಲ್ಲದೆಯೂ ಒಬ್ಬ ತಾಯಿ ಕೊಡಬಹುದಾದ ವಾತ್ಸಲ್ಯವನ್ನು ಮೊಗೆ ಮೊಗೆದು ಕೊಟ್ಟ ಪಾತ್ರಕ್ಕೆ ಅನ್ವರ್ಥಕ ಹೆಸರು 'ಯಶೋದಾ'. ಮಗುವಿನ ಹೆಸರೂ 'ನಂದನ'-ಆಗಿದ್ದರೆ ಅಲ್ಲೊಂದು ಪುಟ್ಟ ಗೋಕುಲವೇ ಸೃಷ್ಟಿಯಾಗಬಹುದಿತ್ತು.

'ಮುತ್ತು' ಇಂದಿನ ರಾಜಕಾರಣದ ಒಂದು ಹೀನ ಪಾರ್ಶ್ವದ ಚಿತ್ರ. ಓಟು

ಎಂಬ ಸ್ವರ್ಗದ ಕೀಲಿಕೈಯ ಮೂಲಕ ದಕ್ಕುವ ಸುಖಗಳಿಗಾಗಿ ನಡೆಯುವ ಹಪಾಪಿಯ ಚೇಲಾಗಳು ಇಡುವ ಹೆಜ್ಜೆ ಮನಸ್ಸು ಕಲಕುವುದು ಸುಳ್ಳಲ್ಲ.

'ಸರಿಬೆಸಗಳ ನಡುವೆ' ಓದುಗರ ನಿರೀಕ್ಷೆಗೆ ನಿರ್ಣಯವನ್ನು ಸರಿಸುವಂತೆ ಕಂಡರೂ ಇಲ್ಲಿ ಬಿಸಿರಕ್ತದ ನಿಶೀತ, ದಾರುಣತೆಯಲ್ಲೂ ಖಚಿತ ಮನಸ್ಕತೆಯ ಪೂರ್ಣಿಮಾ ವೇಗದ ಹುಚ್ಚಿನ ಪರಿಣಾಮಗಳ ವಿಭಿನ್ನ ಬಿಂದುಗಳಾಗಿ ಪ್ರಶ್ನೆ ಚಿಹ್ನದಲ್ಲೇ ಉಳಿಯುವ ಸಂಕೇತವಿದೆ.

'ಮೂರ್ತಿ ಸಿಕ್ಕಿದ್ದ ಒಮ್ಮೆ' ಕಥೆ ಆರಂಭ ಮತ್ತು ಅಂತ್ಯಗಳ ನಡುವೆ ಇನ್ನೀಗ ಏನು ಘಟಿಸೀತೆಂಬುದರ ಸುಳಿವು ಬಿಟ್ಟು ಕೊಡದಂತೆ ಚಲಿಸುವ ಚುರುಕಿನ ಘಟನಾವಳಿ.

ಒಟ್ಟಾರೆ ಎಲ್ಲ ಸ್ತರದ ಓದುಗರನ್ನೂ ಸಂತುಷ್ಟಗೊಳಿಸುವ ತಾಕತ್ತು ಜಯಶ್ರೀ ಅವರ ಪೆನ್ನಿಗಿದೆ. ಒಂದೇ ಲೇಖನದಲ್ಲಿ ಹಲವು ದೇಶಗಳನ್ನು ವಿವಿಧ ಭಾಷೆಗಳನ್ನು ಬದುಕಿನ ವಿವಿಧ ಮಜಲುಗಳನ್ನು ಬದುಕಿನ ಹೊಸಹೊಸ ಬಣ್ಣಗಳನ್ನು ಚಿತ್ರಿಸಿ ಅದನ್ನು ಅದ್ಭುತವಾಗಿ ಅಂದಗೊಳಿಸುವ ಅವರ ಪರಿ ನನಗೊಂದು ತೀರದ ಅಚ್ಚರಿ. ಮನುಷ್ಯ ಪಾತ್ರಗಳನ್ನೂ ಮೀರಿ ನಿಲ್ಲುವ ಪ್ರಾಣಿ ಪ್ರಪಂಚ ಅವರ ಲೇಖನಿಗಳಲ್ಲಿ ಬಿಚ್ಚಿಕೊಳ್ಳುವ ಪವಾಡ ನೋಡಬೇಕು. ಪ್ರಪಂಚದ ಮೂಲೆ ಮೂಲೆಗಳು ಬಸ್ಸು, ರೇಲ್ವೆಗಳು, ಗದ್ದಲ- ಮೌನಗಳೂ ಒಟ್ಟಿನಲ್ಲಿ ಕಣ್ಣಿಗೆ ಕಾಣಿಸಿಕೊಳ್ಳುವ ಒಂದು ಕಡ್ಡಿ ಕೂಡ ಅವರ ಅಚ್ಚಿನಲ್ಲಿ ಹೊಕ್ಕು ಏನೋ ಹೊಸ ರೂಪದಲ್ಲಿ ಹೊಸ ವೇಷದಲ್ಲಿ ನಮ್ಮ ಮುಂದೆ ಬಂದು ನಿಲ್ಲುತ್ತದೆ.

ಕಥನ ಶೈಲಿ ಸಿದ್ಧಿಸಿರುವ ಜಯಶ್ರೀ ದೇಶಪಾಂಡೆ ಅವರ 'ಬಿಂಬ' ಕಥಾಸಂಕಲನದ ಈ ಹತ್ತು ಕಥೆಗಳು ಕೈಗೆತ್ತಿಕೊಂಡು ಓದಿದವರ ಮನಸ್ಸನ್ನು ನೂರಾರು ಬಗೆಯ ಚಿಂತನೆಗಳಿಗೆ ಪ್ರೇರೇಪಿಸುವುದು ನಿಶ್ಚಿತ.

ಜಯಶ್ರೀ ಅವರಿಗೆ ಶುಭವಾಗಲೆಂದು ಹಾರೈಸುತ್ತ ಕಥೆಗಳ ಬಗ್ಗೆ ನನ್ನ ಅನಿಸಿಕೆಗಳನ್ನು ತಿಳಿಸುತ್ತಿರುವ ಖುಶಿ ನನ್ನದು.

-ಕೃಷ್ಣಾ ಕೌಲಗಿ

ಬೆಂಗಳೂರು

ಅಕ್ಷರಲೋಕದ ಆಯಾಮಗಳನ್ನು ಮುಷ್ಠಿಯಲ್ಲಿ ಹಿಡಿಯುವಾಸೆ ಮೂಡಿದ ಒಂದು ಗಳಿಗೆಯಲ್ಲಿ ಒಮ್ಮೆ ಒಂದೇ ಕಥೆಯೊಡನೆ ನಾನು ಕನ್ನಡದ ಲೇಖಕರ ಭಾವಲೋಕಕ್ಕೆ ಕಾಲಿಟ್ಟಿದ್ದು ಮೂವತ್ತು ವರ್ಷಗಳ ಹಿಂದೆ. ಕಥೆಗಳು ಮೂಡುವ ಸಾಧ್ಯತೆಗಳ ಅಗಾಧ ಹರಹಿನ ಚಿತ್ರಗಳು ಒಂದೊಂದಾಗಿ ತೆರೆದುಕೊಂಡಂತೆ ನನ್ನ ಲೇಖನಿ ಅವನ್ನು ಕೈಗೆತ್ತಿಕೊಳ್ಳತೊಡಗಿತ್ತು. ಹಿಂದಿನದು ಇತಿಹಾಸ ಎಂದುಕೊಳ್ಳದೇ ಹೋದರೂ ಇಟ್ಟ ಹೆಜ್ಜೆಗಳ ರೂಪದಲ್ಲಿ ಏಳು ಕಥಾಸಂಕಲನಗಳು, ಮೂರು ಲಲಿತಪ್ರಬಂಧಗಳ ಗುಚ್ಛ, ಆರು ಕಾದಂಬರಿಗಳ ಬರಹ ಅಂದು ನನಗೆ ಗಳಿಸಿಕೊಟ್ಟದ್ದು ಓದುಗರ ಪ್ರೀತಿ ಮತ್ತು ಮೆಚ್ಚುಗೆ.

ಹೊಸತಿನ ಹೊಳಹುಗಳನ್ನು ಅರಸಿಕೊಂಡು ಹೋಗುತ್ತಿರುವಾಗ ಹಿಂದೆ ಉಳಿದ ಹೆಜ್ಜೆಗಳು ತಮ್ಮ ಗುರುತನ್ನೂ ಜೊತೆಗಿರಲು 'ಕೋ' ಎಂದು ಕರೆದಂತೆ ನನ್ನಿಂದ ಬರೆಯಿಸಿಕೊಂಡ ಕಥೆಗಳಲ್ಲಿ ಹಲವು ಈ ಸಂಕಲನದ ಪುಟಗಳನ್ನು ಸೇರಿಕೊಂಡಿವೆ. ಹಾಗೆ ಹಳತು ಹೊಸತಿನ ನಾಲ್ದೆಸೆಗಳು ಒಂದುಗೂಡುವ ವೃತ್ತವೊಂದರಲ್ಲಿ ಬದುಕನ್ನು ನಿರುಕಿಸುವ ನನ್ನ ಕಣ್ಣುಗಳು ಗ್ರಹಿಸಿದ್ದುದನ್ನು ನಿಮ್ಮೆದುರು ಈ ಕೆಲವು ಕಥೆಗಳ ಸಂಗ್ರಹ ರೂಪದಲ್ಲಿ ಇಡುತ್ತಿದ್ದೇನೆ, ನನ್ನನ್ನು ಹಲವು ವರ್ಷಗಳಿಂದ ಕಾಡುತ್ತಿದ್ದ ಪ್ರಶ್ನೆಗಳಿಗೆ ಉತ್ತರಗಳನ್ನು ಕಂಡುಕೊಳ್ಳುವ ತುಡಿತಗಳಲ್ಲಿ ಮನಸ್ಸು ಹಾದು ಹೋಗುತ್ತಿದ್ದ ಜಾಡುಗಳಲ್ಲಿ ನಾನು ಊಹಿಸದೇ ಇದ್ದಂಥ ಬದುಕಿನ ಅನೇಕ ಆಯಾಮಗಳು ಎದುರಾಗುತ್ತ ಬಂದಿದ್ದುವು.

ನಾನು ಏಕೆ ಬರೆಯುತ್ತೇನೆ ಎಂಬ ಪ್ರಶ್ನೆ ಲೇಖನಿಯನ್ನು ಹಿಡಿದವರೆಲ್ಲರನ್ನೂ ಒಂದಲ್ಲ ಒಂದು ಕ್ಷಣದಲ್ಲಿ ಕಾಡದೇ ಇರದು. ಹೌದು, ನಾನೂ ಅನುಭವಿಸಿದ, ಪ್ರಾಯಶಃ ಲೇಖಕರೇ ಸಂಪೂರ್ಣ ತೃಪ್ತಿಕರವಾದ ಉತ್ತರವನ್ನು ಕೊಟ್ಟುಕೊಳ್ಳಲು ಸಾಧ್ಯವಾಗಿಲ್ಲದ ಪ್ರಶ್ನೆ ಇದೆಂಬುದು ನನ್ನ ಅನಿಸಿಕೆ. ಯಾವುದೋ ಒಂದು ಅವ್ಯಕ್ತ ತುಡಿತ ನಮ್ಮಿಂದ ಬರೆಯಿಸುತ್ತದೆ ಎಂಬ ಸರಳ ಸಮಾಧಾನದೊಂದಿಗೆ ಆ ಬಗ್ಗೆ ಹೆಚ್ಚಿನ ಆಳಕ್ಕೆ ಇಳಿಯದೆ ನನ್ನ ಬರೆಹವದ ಕೆಲವಂಶವನ್ನು ಒಟ್ಟುಗೂಡಿಸಿ ನಿಮ್ಮೆದುರು ತಂದಿರುವೆ.

ಒಪ್ಪಿಸಿಕೊಳ್ಳಿ. ನಿಮ್ಮ ಅನಿಸಿಕೆಗಳ ಪ್ರತಿಸ್ಪಂದನವನ್ನು ಸವಿಯುವ ಅವಕಾಶ ನನ್ನ ಸುದೈವವಾಗಿ ಬರಲಿ.

ಹತ್ತು ಕತೆಗಳ ಈ ಗುಚ್ಛದಲ್ಲಿ ಕೆಲವಾದರೂ ಓದಿದವರನ್ನು ಚಿಂತನೆಗೆ ಇಳಿಸಿದರೆ, ಒಂದು ಕ್ಷಣವಾದರೂ ಕತೆಯ ಸಾಲುಗಳಲ್ಲಿ ನಿಂತು ಪದವೊಂದರ ಮೇಲೆ ಬೆರಳಿಟ್ಟು ತಟ್ಟಿದರೆ ಅದೇ ನನ್ನ ಬರಹಕ್ಕೆ ಸಂದ ಪ್ರೀತ್ಯಾಭಿಮಾನ.

ಈ ಕತೆಗಳಲ್ಲಿ ಹೆಚ್ಚಿನವು ಕನ್ನಡದ ಅಚ್ಚುಮೆಚ್ಚಿನ ದಿನಪತ್ರಿಕೆಗಳು, ವಾರದ ಪುರವಣಿಗಳು, ನಿಯತಕಾಲಿಕೆಗಳು, ಅಂತರ್ಜಾಲ ಪತ್ರಿಕೆಗಳು ಮತ್ತು ವಿಶೇಷಾಂಕಗಳಲ್ಲಿ ಮೂಡಿ ಬಂದಂಥವುಗಳು. ಇವನ್ನು ಪ್ರಕಟಿಸಿದ ಎಲ್ಲ ಬರಹ ಮಾಧ್ಯಮದ ಬಂಧುವರ್ಗಕ್ಕೆ ನನ್ನ ಗೌರವಾದರಗಳ ನೆನಕೆಗಳನ್ನು ಸಲ್ಲಿಸುತ್ತೇನೆ.

ಕನ್ನಡದ ಸೇವೆಯಲ್ಲಿ ತಮ್ಮ ಅಕ್ಷರನಮನ ಸಲ್ಲಿಸುತ್ತಿರುವ ಮೂವರು ಗೌರವಾನ್ವಿತ ಸ್ನೇಹಿಗಳು ನನ್ನ ಕೋರಿಕೆಯ ಮೇರೆಗೆ ನನ್ನ ಈ ಪುಸ್ತಕವನ್ನು ತಮ್ಮ ಮಹತ್ವಪೂರ್ಣ ಆಶಯ ನುಡಿಗಳೊಡನೆ ಅಲಂಕರಿಸಿದ್ದಾರೆ. ಅಭಿಮಾನಪೂರ್ವಕ ಸಾಲುಗಳನ್ನು ಬರೆದು ಹಾರೈಸಿರುವವರು ಹಿರಿಯ ಸ್ನೇಹಿತೆ ಶ್ರೀಮತಿ ಕೃಷ್ಣಾ ಕೌಲಗಿ, ಪ್ರಸಿದ್ಧ ಲೇಖಕ, ಅನುವಾದಕರಾದ ಶ್ರೀ. ಕೆ ನಲ್ಲತಂಬಿ ಸರ್ ಮತ್ತು ಉತ್ಸಾಹೀ ಪ್ರಕಾಂಡ ಪ್ರತಿಭೆ ಭವಾನಿ ಲೋಕೇಶ್ ಅವರಂಥ ನನ್ನ ಆತ್ಮೀಯರಿಗೆ ನನ್ನ ಮನದಾಳದ ಕೃತಜ್ಞತೆಗಳನ್ನು ತಿಳಿಸಬಯಸುತ್ತೇನೆ.

ನನ್ನ ಕಥೆಗಳು, ಇನ್ನಿತರ ಬರಹಗಳ ಬಗ್ಗೆ ಅಭಿಮಾನ ಹೊಂದಿರುವ 'ಪಂಚಮಿ ಮೀಡಿಯ ಪಬ್ಲಿಕೇಶನ್ಸ್'ನ ಶ್ರೀ. ಶ್ರೀಧರ ಬನವಾಸಿ ಅವರು ಈ ಸಂಕಲನವನ್ನು ಪ್ರಕಟಿಸುತ್ತಿರುವುದು ನನಗೆ ತುಂಬ ಸಂತೋಷ ತಂದಿದೆ. ಅವರಿಗೆ ನಾನು ಬಹು ಕೃತಜ್ಞಳು. ಈ ಕೃತಿಗೆ ಮುಖಪುಟವನ್ನು ಮಾಡಿಕೊಟ್ಟಿರುವ ಶ್ರೀ ಜಯಂತ್ ಅವರಿಗೂ ನನ್ನ ತುಂಬು ಧನ್ಯವಾದಗಳು.

ಈ ಕಥಾಸಂಕಲನವನ್ನು ಅತ್ಯಂತ ಸುಂದರವಾಗಿ ಮುದ್ರಿಸಿಕೊಟ್ಟಿರುವ ಟ್ರಿನಿಟಿ ಮುದ್ರಣಾಲಯದವರಿಗೆ ನನ್ನ ಕೃತಜ್ಞತೆಗಳು.

ಎಂದಿನಂತೆ ನನ್ನ ಬರಹಗಳಿಗೆ ಒತ್ತಾಸೆ, ಪ್ರೀತಿಗಳನ್ನು ಧಾರಾಳವಾಗಿ ಇತ್ತ ನನ್ನ ಮೂವರು ಮಕ್ಕಳಿಗೂ ನನ್ನ ಆಶೀಶಗಳು.

ಇವನ್ನು ಓದಿ ಮೆಚ್ಚಿ ನನ್ನನ್ನು ಹರಸಲಿರುವ ನಿಮಗೆಲ್ಲರಿಗೂ ನಾನು ಉಪಕೃತಳು.

ನಮಸ್ಕಾರಗಳೊಂದಿಗೆ,

– ಜಯಶ್ರೀ ದೇಶಪಾಂಡೆ

ಪ್ರಕಾಶಕರ ಮಾತುಗಳು

ಜಯಶ್ರೀ ದೇಶಪಾಂಡೆಯವರು ಈಗಾಗಲೇ ಸಾಹಿತ್ಯ ಕ್ಷೇತ್ರದಲ್ಲಿ ಕತೆ, ಕಾದಂಬರಿ, ಕವಿತೆ, ಪ್ರಬಂಧ, ಪ್ರವಾಸ ಕಥನಗಳ ಮೂಲಕ ಜನಪ್ರಿಯ ಲೇಖಕರಾಗಿ ಗುರುತಿಸಿಕೊಂಡಿರುವವರು. ನಾನು ಕಾಲೇಜು ದಿನಗಳಿಂದಲೇ ಅವರ ಬರವಣಿಗೆಗಳನ್ನು ಓದುತ್ತಾ ಬಂದಿದ್ದರಿಂದ ಅವರ ಈವರೆಗಿನ ಸಾಹಿತ್ಯಿಕ ಸಾಧನೆಯ ಕುರಿತು ಅಪಾರ ಗೌರವವನ್ನು ಇಟ್ಟುಕೊಂಡ ಬಹಳಷ್ಟು ಓದುಗರಲ್ಲಿ ನಾನು ಒಬ್ಬನಾಗಿರುವೆ ಎಂಬುದನ್ನು ವಿನಮ್ರನಾಗಿ ಹೇಳಿಕೊಳ್ಳುವೆ. ಆ ಒಂದು ಅಭಿಮಾನವೇ ಈಗ ಅವರ ಕತೆಗಳನ್ನು ಪ್ರಕಟಿಸಲು ಅವಕಾಶ ಮಾಡಿಕೊಟ್ಟಿದೆ ಎಂಬುದು ನನ್ನ ನಂಬಿಕೆ.

'ಬಿಂಬ' ಸಂಕಲನದ ಎಲ್ಲ ಕತೆಗಳನ್ನು ಓದಿದ ಮೇಲೆ ನನಗನಿಸಿದ್ದು. 'ನಮ್ಮ ಸಂಕೀರ್ಣ ಕೌಟುಂಬಿಕ ಜಗತ್ತಿನಲ್ಲಿನ ಥರಾವರಿ ಯೋಚನಾ ಲಹರಿಗಳು, ಆಪ್ತ ಸಂಬಂಧಗಳೊಂದಿಗೆ ಹೇಳಿಕೊಳ್ಳಲಾಗದ ತುಮುಲಗಳು, ಸಿಗಬೇಕಾದ ಪ್ರೀತಿಯನ್ನು ಇನ್ನೊಂದು ಬಂಧನದಲ್ಲಿ ಕಾಣುವುದು, ಬದುಕಿನ ವೈರುದ್ಧತೆಗಳೊಂದಿಗೆ ಹೋರಾಟ ಮಾಡುತ್ತಾ, ಸದಾಶೆಯೊಂದಿಗೆ ಮತ್ತೆ ಬದುಕನ್ನು ಕಟ್ಟಿಕೊಳ್ಳುತ್ತಾ ಹೋಗುವುದು, ಅಲ್ಲಿ ತೊಡಕಾಗುವ ಜಟಿಲತೆಗಳು, ಆಘಾತಗಳು, ಇದ್ದ ಕಂಪಾರ್ಟ್‌ಮೆಂಟ್‌ನೊಳಗೆ ಸಿಕ್ಕ ಜೀವನ ಪ್ರಯಾಣವು... ಅಲ್ಲಿ ಸಿಗುವ ಹೊಸ ಮುಖಗಳೊಂದಿಗೆ ನಮ್ಮ ಆತ್ಮ ಸ್ವಗತಗಳು...! ತಲೆಮಾರುಗಳು ಬೆಳೆದಂತೆ ನಾವು ಕಳೆದುಕೊಂಡಿದ್ದೆಷ್ಟು, ಪಡೆದುಕೊಂಡಿದ್ದೆಷ್ಟು? ಬದುಕಿನಲ್ಲಿ ಎಲ್ಲವೂ ಇದ್ದು ಇಲ್ಲದಂತೆ, ಇದ್ದ ಖಾಲಿತನದಲ್ಲಿ ಏನನ್ನೋ ಹುಡುಕುವ ಮನೋಭಾವ, ಪರಿಸ್ಥಿತಿ' – ಈ ಸಂಕಲನದ ಎಲ್ಲಾ ಕತೆಗಳು, ಏನೋ ಹೇಳಲು ಪ್ರಯತ್ನಿಸುತ್ತವೆ. ಅವು ಹೇಳಿಕೊಂಡಷ್ಟು ಅಲ್ಲಿ ಅಗಾಧವಾದ ವಿಸ್ತರಣೆಯ ವ್ಯಾಪ್ತಿ ಕಾಣುತ್ತದೆ. 'ಕಂಡಷ್ಟು ಕಾಣ್ಕೆ ಇದೆ' ಎಂಬ ಸತ್ಯಕಾಮರ ನುಡಿಯಂತೆ!

ಒಟ್ಟಾರೆಯಾಗಿ ವಿಭಿನ್ನ ಹಂದರಗಳನ್ನೊಳಗೊಂಡ ಜಯಶ್ರೀ ದೇಶಪಾಂಡೆ ಅವರ 'ಬಿಂಬ' ಕತೆಗಳು ಓದುಗರಿಗೆ ಇಷ್ಟವಾಗಲಿವೆ. ಅವರ ಮನೋಲ್ಲಾಸದ ಜಗತ್ತಿಗೆ ಹತ್ತಿರವಾಗಲಿವೆ. ಇಂತಹ ಸುಂದರ ಕೃತಿಯನ್ನು ಪ್ರಕಟಿಸಿದ ಖುಷಿ, ಹೆಮ್ಮೆ ನಮ್ಮದು. ಇದಕ್ಕಾಗಿ ಜಯಶ್ರೀ ದೇಶಪಾಂಡೆ ಅವರಿಗೆ ಕೃತಜ್ಞತೆಗಳನ್ನು ತಿಳಿಸುತ್ತಾ, ತನ್ಮೂಲಕ ಓದುಗರ ಸಂಪೂರ್ಣ ಸಹಕಾರ, ಪ್ರೋತ್ಸಾಹವನ್ನು ನಿರೀಕ್ಷಿಸುವೆ.

– ಶ್ರೀಧರ ಬನವಾಸಿ

ಕತೆಗಳು

ಸೀಮಾಂತರ

ಲಾವಣ್ಯ ಲತಿಕಾಳಿಗೆ ಪ್ರತಿದಿನ ತಪ್ಪದೆ ಸಿಗ್ತಿದ್ದ ಒನ್ ಥರ್ಟಿ ನೈನ್ ಈಸ್ಟ್ ಮೆಟ್ರೋ ತಪ್ಪಿ ಹೋದಾಗ ದಿಗಿಲಿಗಿಟ್ಟುಕೊಂಡಿತ್ತು. ಥಂಡಿಗೆ ಗ್ಲವ್ಸಿನೊಳಗೂ ಮುರುಟುತ್ತಿದ್ದ ಕೈಯ ಹತ್ತೂ ಬೆರಳುಗಳನ್ನು ಓವರ್ ಕೋಟಿನ ಮುಂಭಾಗದ ಜೋಬಿನೊಳಗೆ ಮುದ್ದೆ ಮಾಡಿ ತುರುಕುತ್ತ ಬಿಸಿಯ ಭಾಸವಾಯಿತೇ ಅಂತ ಚೆಕ್ ಮಾಡುತ್ತಿರುವಾಗ ಅಮೇರಿಕದ ಈ ಉತ್ತರಭಾಗ ಅಗಾಧ ಚಳಿಯ ತೂಗುತೊಟ್ಟಿಲು ಎಂದು ತಾನೇ ಅಲ್ಲಿಗೆ ಬಂದ ಹೊಸದರಲ್ಲಿ ಗಡಗಡ ನಡುಗುತ್ತಲೇ ತನ್ನ ಫೋನಿನಲ್ಲಿ ಬರೆದಿಟ್ಟುಕೊಂಡಿದ್ದು ನೆನಪಾಗಿ– ಎಲ್ಲಿ ಅದು? ಇಷ್ಟು ವರ್ಷಗಳಲ್ಲಿ ಅದೇ ಅಭ್ಯಾಸವಾಗಿ ಹೋತು... ತನಗೀಗ ಒನ್ ಥರ್ಟಿ ನೈನ್ ಈಸ್ಟ್ ತಪ್ಪಿದ್ದು ಒಳ್ಳೆಯದಾಯಿತೋ ಇಲ್ಲವೋ ಅನಿಸತೊಡಗಿತು. ಆಗೀಗ ಮಿಂಚುಹುಳ ಹಾದು ಹೋದ ಹಾಗೆ ಬ್ಲೂಲೈನಿನ ಮೆಟ್ರೋ ಹತ್ತು ಕ್ಷಣಗಳ ಅತಿಥಿಯಾಗಿ ನಿಂತು ಅರ್ಧ ಸೆಕೆಂಡಿಗೆ ಬಾಗಿಲು ತೆರೆದುಕೊಂಡು ಒಬ್ಬಿಬ್ಬರು ಸರಸರ ಇಳಿದೋ ಇನ್ನೊಂದಿಬ್ಬರು ಅಷ್ಟೇ ಅವಸರದಿಂದ ಏರಿ ಆದಾಕ್ಷಣ ಫುಳುಕ್ಕನೆ ಬಾಗಿಲು ಮುಚ್ಚಿಕೊಂಡು ಹೊರಟುಬಿಡ್ತಿತ್ತು... ಮತ್ತದೇ ವಿಚಿತ್ರ ಮೌನ ಮೈಲಿಗಟ್ಲೆ ಚಾಚಿಕೊಂಡ ಊರು ಪಿಟ್ಸ್‌ಬರ್ಗ್‌ನ ಆ ತಣ್ಣು ನೆಲಮುಗಿಲುಗಳ ಆಸುಪಾಸಿನಲ್ಲಿ ಹರಡಿಕೊಳ್ಳುತ್ತೆ. ಭೂಮಿಯಡಿಯ ಮೆಟ್ರೊ ಅಂದರೆ ಇಷ್ಟೇ.

ಇಳಿದೇರುವ ಹೊತ್ತಿನ ಹಲಗೆ. ನೀವು ಹೊರಬಿದ್ದಿರೋ... ಇಲ್ಲಿನ ಜಗತ್ತು ಇಲ್ಲೇ ಉಳಿದು ತನ್ನ ಸದ್ದುಗಳನ್ನೆಲ್ಲ ಡಬರಿಗೆ ಹಾಕಿ ಬೀಗ ಜಡಿಯುತ್ತೆ... ಅಲ್ಲಿಂದ ಮತ್ತೆ ಇನ್ನೊಂದು ಮಿಂಚುಹುಳ ತೇಲಿ ಬರುವವರೆಗೆ. ಆಲೋಚನೆಗಳು ನಗು ತರಿಸುವಾಗ ಪಾರ್ಥನ ಪ್ರಯಾಣ ನೆನಪಾಗಿ ಅವ ತಟ್ಟನೆ ಕಣ್ಣೆದುರಿದ್ದಂತೆ... ಪೂರ್ಣ ಲೌಕಿಕದ

ಅಂಗಳ ಈಗ ಬಂದಿಳಿಯಿತು.

ಸೆಬಾಟಿಕಲ್ ಯಾನೆ ವಿಶೇಷ ಕಲಿಕೆಯ ರಜೆ ತೊಗೊಂಡು ನಾಳೆ ಹೋಗುವವನಿದ್ದ ಪಾರ್ಥನ ಅಷ್ಟು ದೊಡ್ಡ ಕೆಲಸದ ಅರ್ಧ ಭಾಗದ ಹೊಣೆಯನ್ನಾದರೂ ತಾನು ಹೊರಬೇಕಾಗುತ್ತದೆ, ವರ್ಷಗಟ್ಲೆ ಇಬ್ಬರೂ ಒಂದೇ ಕಂಪನಿ, ಒಂದೇ ಸೆಕ್ಷನ್ ಎಷ್ಟು ಅಭ್ಯಾಸ ಆಗಿಹೋಗಿತ್ತು! ಇನ್ನು ಅವನಿಲ್ಲ, ಕೊಂಚ ತಪ್ಪಿದರೂ ಸೀನಿಯರ್ ಇಂಚಾರ್ಜ್- ಗುಳ್ಳೆಗಣ್ಣಿನ, ಕೆಂಚುಪುಡಿಗೂದಲಿನ, ಒರಟು ಮುಖದವಳಾದ ನ್ಯಾನ್ಸಿ ಫಿಲಿಪ್‌ಗೆ ಎಲ್ಲರಿಂದ ಹೇಗೆ ಕೆಲಸ ತೆಗೆಯುವುದೆಂದು ಚೆನ್ನಾಗಿ ಗೊತ್ತು.. ಅವಳ ನಡೆನುಡಿ, ಮುಖದಲ್ಲಿರುವ ಕೃತಕ ಸಾಫಿಸ್ಟಿಕೇಶನ್ ತಮ್ಮ ಟೀಮಿನಲ್ಲಿ ಬಹಳೇ ಚರ್ಚೆ ಆಗಿ ಆಗಿ ಬೇಸತ್ತು ಸುಮ್ಮನಾಗಿತ್ತು. ಹೋಗಲಿ ಬಿಡು ಆಗಲೇ ಅರವತ್ತು ದಾಟಿ ಹೋಗಿದ್ದಾಳೆ, ಹೆಚ್ಚೆಂದರೆ ಇನ್ನೆರಡು ವರ್ಷದಲ್ಲಿ ಮನೆ ದಾರಿ ಹಿಡಿಯದೆ ಇನ್ನೇನು ಮಾಡ್ತಾಳೆ ಅವಳು ಅನ್ನುವ ಪುಟ್ಟದೊಂದು ಸಮಾಧಾನ ಹೇಳಿಕೊಂಡಾಗಿತ್ತು.

ಹಾಗೂ ಎರಡೆರಡು ಬಾರಿ ಇದೆಲ್ಲ ಕಷ್ಟದ ಬಗ್ಗೆ ಪಾರ್ಥನ ಎದೆಯಲ್ಲಿ ಮುಖ ಇಟ್ಟೇ ಹೇಳಿದ್ದಳು ಲಾವಣ್ಯ ಲತಿಕಾ.. 'ನ್ಯಾನ್ಸಿ ಹಿಡಂಬಿಯಂತಾಡ್ತಾಳೆ ಕಣೋ. ಅವಳನ್ನು ಸುಧಾರಿಸೋದು ಕಷ್ಟ. ನೀನಿಲ್ಲ ಅಂದರೆ ನನ್ನ ಕೊಚ್ಚಿ ಹಾಕಿದರೂ ಸೈ ಅವಳು'

ಖೊಳ್ಳನೆ ನಕ್ಕಿದ್ದ ಅವನು ಇವಳ ಸೊಂಟದ ಪಕ್ಕಕ್ಕೆ ಕೈ ತೂರಿಸಿ ಕಚಗುಳಿಯಿಟ್ಟ, 'ಏನೂ ಮಾಡಲ್ಲ ಬಿಡು ಮುದುಕಿ. ಹೆದರೋದ್ಯಾಕೆ ಬ್ಯಾಕ್ ಎಂಡ್ ಸಪೋರ್ಟ್ ನಾನಿದ್ದೀನಲ್ಲ ಕಷ್ಟ ಅನಿಸೋ ಹಂತದಲ್ಲಿ ಒಂದು ಫೋನು ಮಾಡ್ಲಿಕ್ಕಾಲ್ಲವಾ ನಿನಗೆ?' ಅಂದು ಇವಳ ಮೈ ತುಂಬ ತನ್ನದೇ ಆಟದಲ್ಲಿ ಮುಳುಗಿದರೆ ಅಲ್ಲೇ ಮಂಚದಡಿ ನಿದ್ದೆ ಹೊಡೆದಿದ್ದ ತನ್ನ ಮಿಂಟಿ ಬೆಕ್ಕು ಪುತುಕ್ಕನೇ ರೂಮಿನಿಂದಾಚೆಗೆ ಹೋಗಿತ್ತು. ಸದಾ ತನ್ನ ಕಾಲಸಪ್ಪಳಕ್ಕೆ ಓಡಿ ಬಂದು ಮೈಮೇಲೇರಿ ಕತ್ತುಕತ್ತಿಗೆ ಮುತ್ತಿಡುವ ಮಿಂಟಿಗೆ ಪಾರ್ಥನ ಕಂಡರೆ ಇಷ್ಟವಿಲ್ಲ.

ಅನ್ಯಮನಸ್ಕತೆಯ ಆವರಣ ಸುತ್ತಿಳಿದಿತ್ತು.

"ಹೇಯ್ ಎಲ್ಲಿ ಹೋದೆ? ಆ ಬುಡ್ಡಿ ನ್ಯಾನ್ಸಿಯಾ? ಹಾಹಾ... ನೀನಿಷ್ಟು ಅಂಜುಬುರುಕಿ ಯಾವಾಗ ಆದೆ ಹಾಂ? ಅಂಥಾ ನಿನ್ನ ಹುಲಿಯಂಥ ಬಾಪ್ಪಾನೇ ಕೈ ಚೆಲ್ಲುವ ಹಾಂಗಾಡಿದ ಧೀರೆ ನೀ..."

ಪಾರ್ಥ ಕಿಚಾಯಿಸುತ್ತಾನಾ? ಅಲ್ಲ ಕುಹಕವೇ...

'ಅಷ್ಟು ಸುಲಭ ಹೇಳಿ ಜಾರಿಕೊಳ್ತಾ ಇದ್ದಾನಲ್ಲ ಇವನು? ಭಾರತಕ್ಕೂ

ಅಮೇರಿಕಕ್ಕೂ ನಡುವೆ ಹಗಲು ರಾತ್ರಿ ಬಿದ್ದುಕೊಂಡಿರೋದು ಮರೆತುಬಿಟ್ನಾ...' ಯಾಕೋ ಏನೋ ಸರಿಯಾಗ್ತಾ ಇಲ್ಲ ಅನ್ನುವ ಅನಿಸಿಕೆ ಅದೆಷ್ಟನೇ ಬಾರಿಯೊ ಇಳಿದಿಳಿದು ಬಂತು. ಮುಂದೆ ಎರಡೇ ಕ್ಷಣ, ಆ ಬಗ್ಗೆ ಮಾತಾಡಲಿಕ್ಕೂ ಪಾರ್ಥ ಬಿಡದೆ ಬಾಯಿ ತುಂಬ ತನ್ನ ತುಟಿಗಳನ್ನು ಹೇರಿದ್ದೇ ಬಂತು.

ಹದಿನೈದು ನಿಮಿಷಗಳಲ್ಲಿ ಇನ್ನೂರೆಂಬತ್ತು ಸೌತ್ ಈಸ್ಟ್ ಬಂತು. ಅಲ್ಲಿ ಹೋಗಿ ಪಾರ್ಕ್ ಅವೆನ್ಯೂ ಇಳಿದರೆ ಯಾವುದಾದರೂ ಬಸ್ ಸಿಕ್ಕೀತು ಮಿಡ್ ಟೌನ್‌ಗೆ. ಅಲ್ಲೇ ಆಫೀಸು...

ಮೆಟ್ರೋ ವೇಗ ಪಡೀತಿದ್ದಾಗ ನೆನಪು ಬಂತು, ಪಾರ್ಥ ಇಷ್ಟು ದೀರ್ಘ ಕಾಲಕ್ಕಂತ ಹೊರಟುಬಿಟ್ರೆ ಮತ್ತೆ ಬರ್ತಾನೋ ಇಲ್ಲವೋ? ಅರೆ ಏನಿದು ಹೀಗನಿಸ್ತಾ ಇದೆ, ಬರಲೇಬೇಕಲ್ಲ ತಾನು ಇಲ್ಲೇ ಇರುವಾಗ?

ಲಾವಣ್ಯ ಲತಿಕಾಳ ಸೀಟಿನ ಪಕ್ಕದ ಇನ್ನೊಂದರಲ್ಲಿ ಅಮ್ಮನ ತೊಡೆ ಮೇಲೆ ಕೂತು ಮೂರು ಬೆರಳನ್ನು ಬಾಯಿಗೆ ತುರುಕಿಕೊಂಡು ಇವಳತ್ತ ನೋಡಿ ಒಮ್ಮೆ ಬೆರಳು ಹೊರಗೆಳೆದು ಕುಸ್ ಅಂತ ನಕ್ಕ ಎಂಟೊಂಬತ್ತು ತಿಂಗಳಿನ, ಅರ್ಧ ಚಿನ್ನ ಅರ್ಧ ಬೆಳ್ಳಿಯಂಥ ಕೂದಲಿನ ಕೂಸು ಬಹಳ ಆಕರ್ಷಿಸಿ ತಾನೂ ನಕ್ಕಳು...ಕೂಸು ಮತ್ತೆ ನಕ್ಕಿತು. ಈ ನಗೆಯಾಟ ಮುಗಿಯುವಷ್ಟರಲ್ಲಿ ಇಳಿಯುವ ನಿಲ್ದಾಣ ಸಫೈರ್ ಕಾರ್ನರ್ ಕಣ್ಣ ಮುಂದಿನ ಎಲೆಕ್ಟ್ರಾನಿಕ್ ಫಲಕದಲ್ಲಿ ಮಿಂಚಿತು. ಇಳಿವಾಗ ಅದರ ಕೆನ್ನೆ ಮುಟ್ಟಿ ಒಂದು ಫ್ಲೈಯಿಂಗ್ ಕಿಸ್ ಚೆಲ್ಲಿ ಇಳಿಯುವಾಗ ಮೆಟ್ರೊ ಬಾಗಿಲು ಮುಚ್ಚಿಕೊಂಡಿತು.

ಇಂಥದೊಂದು ತನಗೂ ಹುಟ್ಟಿದರೆ?

ಲಿವ್ ಇನ್ ಸಂಬಂಧದಲ್ಲಿ ಮಗು ಹುಟ್ಟಿಸುವ ಸ್ವಾತಂತ್ರ್ಯ ಇರೋದೇನೋ ಖರೆ ಈ ದೇಶದಲ್ಲಿ...ಆದರೆ ಮುಂದೆ?

ಪಾರ್ಕ್ ಅವೆನ್ಯೂ ಬಸ್ ಏರಿ ಆಫೀಸ್ ಮುಟ್ಟಿ ಪಂಚಿಂಗ್ ಮಾಡಿ ಸಮಯ ನೋಡಿಕೊಂಡರೆ ಹನ್ನೆರಡೂವರೆ!

ಪಾರ್ಥನ ಫ್ಲೈಟ್ ಇದ್ದದ್ದು ನಾಳೆ ರಾತ್ರಿ ಒಂಬತ್ತು ಗಂಟೆಗೆ... ಆಗಲೇ ಆಫೀಸ್ ಬಿಟ್ಟು ಹೊರಟಿರಬಹುದಾ ಅವನು?

ಲಾಬಿ ದಾಟಿ ಒಳಗಿನ ನೂರು ಮೀಟರ್ ಕಾರಿಡಾರ್‌ನಲ್ಲಿ ದಾಪುಗಾಲಿಟ್ಟೇ ಹೋಗಬೇಕಾಯ್ತು, ತಡ ಆಗಿದೆ, ಕಸ್ಟಮರ್ ರಿವ್ಯೂ ಅನಲೈಸ್ ಮೀಟಿಂಗ್ ಮುಗಿಸದೇ ಇದ್ರೆ ಸಂಜೆಯಾಗೊವಷ್ಟರಲ್ಲಿ ಒಂಬತ್ತು ಮೇಲ್ ಗೀಚಿ ತುಂಬಿಸ್ತಾಳೆ ನ್ಯಾನ್ಸಿ.

ತನ್ನದೇ ಟೀಮಿನ ಅಕ್ಬರ್ ಎದುರಿನಲ್ಲಿ ಕಂಡ, ಎಂಪ್ಲಾಯಿ ಲರ್ನಿಂಗ್ ಕೇಪಬಿಲಿಟಿ ನೋಡಿಕೊಳ್ತಾನೆ. ತಂಡ ಆಯ್ಕೆ ಮಾಡೋದರಲ್ಲಿ ಕೆಲವು ಪಕ್ಷಪಾತ ಯಾನೆ ಫೇವರೆಟಿಸಮ್ ಮಾಡ್ತಾನೆ ಅಂತ ಕೇಳಿದ ಸುದ್ದಿ. ತನಗೇನು ಅದರಿಂದ? ನ್ಯಾನ್ಸಿಯನ್ನು ಇವನು ಕೊಂಚವಾದರೂ ಪಳಗಿಸಿರುವುದು ಒಂದು ಸಮಾಧಾನ ಅಷ್ಟೇ.

ಅಕ್ಬರ್‌ನತ್ತ ಗಡಿಬಿಡಿಯ ನಗುವೊಂದನ್ನು ತೂರುತ್ತಿರುವಾಗ ಅವನೇ ಅವಸರದಲ್ಲಿದ್ದಂತೆ 'ಹೇ ಪಾರ್ಥ ಹೊರಡ್ತಾ ಇದ್ದಾನೆ ಹೋಗು ಬೇಗ' ಅಂದು ಪಕ್ಕದ ರೆಸ್ಟ್ ರೂಮಿನ ಐಲ್ ಹೊಕ್ಕು ಮರೆಯಾದ.

******

"ನಿನ್ನ ಇಷ್ಟ ನನ್ನದೂ ಇಷ್ಟ ಆಗುವುದೇನೂ ಬೇಕಾಗಿಲ್ಲ, ಮತ್ತೆ ವೈಸ ವರ್ಸಾ...ಇಬ್ಬರು ಸ್ವತಂತ್ರ ಜೀವಿಗಳು ಅದೇ ಸ್ವಾತಂತ್ರ್ಯ ಇಟ್ಟುಕೊಂಡು ಬದುಕೋ ಹೊಸ ದಾರಿ ನಾವು ಹಾಕೋಣ" ಈ ಮಾತು ತಾನೇ ಹೇಳಿದ್ದಿತ್ತು ಪಾರ್ಥನಿಗೆ. ಏಳು ವರ್ಷಗಳ ಹಿಂದೆ, ಅವನ ಜೊತೆ ಕೊಂಡಿ ಕೂಡಿದ್ದು ಲಾವಣ್ಯ ಪಿಎಚ್‌ಡಿ ಮಾಡ್ತಾ ಇದ್ದಾಗ. ಮದುವೆ, ಮನೆ ಇವೆರಡರಿಂದಲೂ ದೂರ ಓಡಿ ಬಂದಿದ್ದವಳಿಗೆ ಬೇಸರದ ಕ್ಷಣಗಳಲ್ಲಿ, ಬೆಟ್ಟದಷ್ಟಿದ್ದ ಓದಿನ ಭಾರ ಇಳಿಸಲಿಕ್ಕೆ ಕೈ ಚಾಚಿದ್ದ ಪಾರ್ಥ ಯಾವ ಗಳಿಗೆಯಲ್ಲೋ ಹಾಸಿಗೆಗೂ ಬಂದುಬಿಟ್ಟಿದ್ದ.. ದೇಹ ಮನಸ್ಸು ಎರಡೂ ಬೇರೆ ಬೇರೆ ಎಂದು ಅರ್ಥವಾದ ಸಮಯ ಅದು. ಮದುವೆಯ ಮಾತೇ ಬರಲಿಲ್ಲ ತಮ್ಮಿಬ್ಬರಲ್ಲಿ. ಲಿವಿನ್ ರಿಲೇಶನ್ ತನ್ನ ಸರಳ ಸುಲಭ ಹಗಲು ರಾತ್ರಿಗಳನ್ನು ಧಾರಾಳ ಕೊಟ್ಟುಬಿಟ್ಟಿತ್ತು. ಹೇ ಬದುಕೇ ಎಲ್ಲೆಲ್ಲಿ ಕಕ್ಕೊರ್ಂಡು ಹೋಗ್ತೀಯೋ.

ಎಲ್ಲಾ ಖರೆ, ಆದರೆ ಮಗು! ಮೊದಮೊದಲು ಆ ಬಗ್ಗೆ ಯೋಚಿಸಿದ್ದಿಲ್ಲ. ಮಹತ್ವಾಕಾಂಕ್ಷೆಯ ಬೆನ್ನಟ್ಟುವ ಓಟದಲ್ಲಿ ಇನ್ನಾವುದೂ ಬೇಡ. ಅವನದೇ ಒತ್ತಡಕ್ಕೆ

ಎರಡು ಗರ್ಭಪಾತ– ಮೆಡಿಕಲ್ ಟರ್ಮಿನೇಶನ್ ಆಫ್ ಪ್ರೆಗ್ನೆನ್ಸಿ ಆದ ಮೇಲೆ ಪಾರ್ಥ ಹೇಳಿದ್ದ, "ನೀನು ಇಷ್ಟು ದೂರಕ್ಕೆ ಅದು ಬೆಳೆಯಲು ಯಾಕೆ ಬಿಡ್ತೀ? ಬೀ ಸ್ಪೋರ್ಟಿವ್, ಸಾಕಷ್ಟು ಬೇರೆ ದಾರಿ ಇಲ್ಲವೇನು?" ತನ್ನ ಕಪಾಳಕ್ಕೆ ಹೊಡೆದಂತನಿಸಿತು ಅವನು. ಬೇರೆ ದಾರಿ?

ಅವನನ್ನೇ ದಿಟ್ಟಿಸಿದ ಲಾವಣ್ಯ ಲತಿಕಾಳಿಗೆ ಆ ಕಣ್ಣುಗಳಲ್ಲಿ ಇದ್ದದ್ದು ಉಡಾಫೆಯಾ ಎಂಬ ಅನುಮಾನ ಕಾಡಿತ್ತು.

ದಾರಿ ಅಂದರೆ...ಇವೆಯಲ್ಲ ಯಾಕಿಲ್ಲ? ಆರು ಎಂಟು ಹತ್ತು ತಾಸಿನಲ್ಲೇ

ಗರ್ಭಕಟ್ಟೋದನ್ನು ತಡೆದೋ ಹೊರಗೆ ತಳ್ಳಿಯೋ ಎಲ್ಲ ಸ್ವಚ್ಛ ಮಾಡಿ ಇಡುವ ಹಾರ್ಮೋನು ಮಾತ್ರೆಗಳ ಕೊರತೆಯಾ? ಮೊದಮೊದಲು ಅದೂ ಮಾಡಿಯಾಗಿತ್ತು. ಮತ್ತೆ ಎರಡು ಸಲ ಕ್ಲಿನಿಕ್‌ನಲ್ಲಿ ಇವಳನ್ನು ಹಗುರಗೊಳಿಸಿಕೊಟ್ಟ ವೈದ್ಯೆ ಬೇರೆ ದಾರಿಗಳ ಬಗ್ಗೆ ಹೇಳಿಕೊಟ್ಟೂ ಆಗಿತ್ತು. ಆದರೆ ಮನಸ್ಸು?

ಎಂಟು ವರ್ಷಗಳ ಕಂಪ್ಯಾನಿಯನ್ ಶಿಪ್ ಅದನ್ನು ಹಾಗೆ ಕರೆಯುವುದಾದರೆ, ಗಾಜಿಗೆ ಕಲ್ಲು ಬಿದ್ದಾಗ ಠಳ್ ಅಂದಂತೆ... ಸಿದ್ಧ ನಂಬಿಕೆಗಳು ಒಮ್ಮೆ ತೋರಿಸಿದ ದಾರಿ ಬದಲಾಗುತ್ತಾ ಹೋಗುತ್ತವಾ? ಅಂದು ಭೇಟಿ ಆಗಿದ್ದ ಪಾರ್ಥ ಅವನೇ ಆಗಿ ಉಳಿಯಲಿಲ್ಲ ಅನ್ನೋದು ಈಗ ಹೊರಳಿ ಬಿದ್ದಿರುವ ಸತ್ಯ ಆಗ್ತಾ ಇದೆ, ಪಾರ್ಥನದು ಸ್ವಾರ್ಥ... ಅಷ್ಟೇ? ಸಂಬಂಧಗಳ ಮೇಲೆ ಮೋಡ ಕವಿಯಬಾರದು, ಆದರೆ ಅದರ ಅಸ್ಪಷ್ಟ ನೆರಳು ಆಗಲೇ ಇಣುಕಿದಂತೆ ಭಾಸ ಆಗುತ್ತಿದೆ... ಈಗೇನು ಮಾಡುವುದು.

"ನನ್ನ ಸೆಬಾಟಿಕಲ್ ಗ್ರಾಂಟ್ ಆಗಿದೆ" ಪಾರ್ಥ ತಣ್ಣಗೆ ಹೇಳಿದ್ದ. ಏಶಿಯಾ ಪೆಸಿಫಿಕ್ ದೇಶಗಳ ಒಂದು ಅಮಾಲ್ಗಮೇಟೆಡ್ ಸಂಸ್ಥೆ ಅವನಿಗೆ ಈ ಓದಿನ ಅನುಕೂಲ ಕಲ್ಪಿಸಿದಾಗ "ಭಾರತ ಯಾಕೆ? ಇನ್ನ್ಯಾವುದಾದರೂ ದೇಶ ಆರಿಸಿಕೊಳ್ಳಬಾರದೇ ಇನ್ನೂ ಮೂರಿವೆಯಲ್ಲ ಲಿಸ್ಟ್‌ನಲ್ಲಿ" ಅಂದಿದ್ದಳು.

"ಯಾಕೆ? ಅಲ್ಲಿಗೆ ಯಾಕೆ ಹೋಗಬಾರದು" ಅಂದಿದ್ದ ಅವನ ಈ ಪ್ರಶ್ನೆಗೆ ತನ್ನಲ್ಲಿ ಉತ್ತರಗಳು ಕಡಿಮೆ!

ಒಟ್ಟಿನಲ್ಲಿ ಪಾರ್ಥ ಅಂದುಕೊಂಡಿದ್ದೆಲ್ಲ ಆಗಿಯೇ ಆಗುತ್ತೆ ಅಂತ ಗೊತ್ತೇ ಇತ್ತು, ಭಾರತಕ್ಕೆ, ಬೆಂಗಳೂರಿಗೆ ಹೋಗಿ ಅವನದೇ ಫೀಲ್ಡಿನಲ್ಲಿ - ಬಿಸಿನೆಸ್ ಅನಾಲಿಟಿಕ್ಸ್‌ನ- ಹೆಚ್ಚಿನ ತರಬೇತಿಯ ಎರಡು ವರ್ಷಗಳ ವಿಶೇಷ ಕೋರ್ಸಿಗೆ ಸೇರಿ ಕಲಿಯುವ, ಅವನ ಆಸೆ ಕೈಗೂಡಿತ್ತು. ಆದರೆ ತಾನು?

*****

ಬಾಪ್ಪಾನ ಮಾತು ಕೇಳಬೇಕಾಗಿತ್ತಾ? ಸಾಯುವ ಹಿಂದಿನ ದಿನದವರೆಗೂ ಬಾಪ್ಪಾ ಹೇಳಿದ್ದು, ಹೇಳ್ತಾ ಇದ್ದದ್ದು ಒಂದೇ, "ಯೋಚನೆ ಮಾಡು ಭವಿಷ್ಯಕ್ಕೆ ಇಡೋ ಚೌಕಟ್ಟಿನ ಕಲ್ಲು ಗಟ್ಟಿಯಾಗಿ ನಿಲ್ಲದೆ ಹೋದರೆ ಮುಂದೆ ಇರೋದನ್ನು ಉಳಿಸಿಕೊಳ್ಳೋದರಲ್ಲೇ ಆಯುಷ್ಯ ಕರಗ್ತಾ ಹೋಗುತ್ತೆ. ಒಂದೇ ಕೈ ಜೊತೆ ಬದುಕ್ಬಾರದು" ಅಪ್ಪನ ಮಾತುಗಳು ಸದಾ ನೇರ ಸ್ಪಷ್ಟ. ಒಂದಿಷ್ಟು ಹಠವೂ ಸೇರಿತ್ತು! "ಅಸಾಧ್ಯ ಅಂತೀರಾ?" ಸವಾಲಿನಂತೆ ಪ್ರಶ್ನೆ ಎಸೆದಿದ್ದಳು.

ಅವರ ಮಗಳು ತಾನು... ಅವರ ನೆರಳಾ?

ಮಾತು ಮಾತಿಗೆ ಅಮ್ಮನ ಬಾಯಲ್ಲಿ.

ಒಂದು ವಿಷಯ ಇಳಿದು ಬರ್ತಿತ್ತು, ಅದು ಅವಳಣ್ಣನ ಮಗಳು ಸಂಗೀತಾ."ಅವಳ ಹಾಗಿರಲಿಕ್ಕೆ ನಿನಗೆ ಯಾಕೆ ಆಗ್ತಿಲ್ಲ ಲಾವೀ? ನೋಡ್ತೀಯಲ್ಲ ಎಷ್ಟು ಸುಖವಾಗಿದ್ದಾಳೆ?"

ಸಂಗೀತಾ ಕಣ್ಣೆದುರು ನಿಂತಂತೆನಿಸುತ್ತದೆ ಆಗೀಗ, ಹದಿನೆಂಟಕ್ಕೆ ಒಂದು ಡಿಗ್ರಿ, ಹತ್ತೊಂಬತ್ತಕ್ಕೆ ಮದುವೆ. ಇಪ್ಪತ್ತೈದರೊಳಗೆ ಎರಡು ಮಕ್ಳು... ಜೀವನ ತೃಪ್ತ, ಊರಲ್ಲಿ ಜಮೀನು, ಸಿಟಿಯಲ್ಲಿ ಮನೆ, ಬೆಳಿಗ್ಗೆ ಆಫೀಸಿಗೆ ಹೋಗುವ ಗಂಡನಿಗೆ ಡಬ್ಬಿ, ಮರಳಿ ಬಂದಾಗ ಬಿಸಿಯೂಟ, ಮಕ್ಕಳ ಶಾಲೆ, ಪುಸ್ತಕ, ಟ್ಯೂಷನ್, ಸುಖೀ ಜೀವನದ ಮೂಲಭೂತ ಅಗತ್ಯಗಳು, ತಪ್ಪೇನಿಲ್ಲ. ಸಾರ್ವತ್ರಿಕ, ಸಾರ್ವಕಾಲಿಕ ಸತ್ಯಗಳೇ ಇವೆಲ್ಲ. ಆದರೆ ತನಗೆ ಯಾಕೆ ಹೀಗನಿಸಲ್ಲ...

ಮದುವೆಗಾಗೇ ಹುಟ್ಟಿ ಬಂದಿರುವವರೇ ಎಲ್ಲ? ಅದನ್ನು ಹೊರತಾದ್ದು ಜೀವನವೇ ಅಲ್ಲವಾ?

"ಅಷ್ಟು ಸಾಕಾ, ಸಾರ್ಥಕಕ್ಕೆ?" ಅಮ್ಮ ಕೆರಳಿದ್ದಳು. "ನಾಲ್ಕು ಜನರ ಥರ ನಾರ್ಮಲ್ ಇರ್ಲಿಕ್ಕೇನು ನಿನಗೆ? ಯಾಕೆ ಯಾವ್ದೋ ಭೂಮಿಯಾಚೆಗಿನ ಲೋಕದವಳ ಹಾಗಾಡ್ತೀ...'

ಅಂದರೆ ಎಲ್ಲರೂ ಯೋಚಿಸಿದಂತೆ, ಎಲ್ಲರೂ ಮಾಡಿದಂತೆ, ಬದುಕಿದಂತೆ ಬದುಕೋದು ಸರಿ ಮತ್ತು ಸೇಫ್! ಮದುವೆ ಬೇಡ ಅನ್ನೋದು ಜಗವಿರುದ್ಧ... ಇದು ಅವಳ ನಂಬಿಕೆ, ಬಾಪ್ಪಾನದೂ ಹೆಚ್ಚು ಕಡಿಮೆ ಅದೇ. ಓದಲು ಅಡ್ಡಿಲ್ಲ. ಅದು ಮುಗಿದ ಮೇಲೆ ನಾ ಹೇಳಿದ್ದು ಮಾಡು!

"ಯಾಕೆ? ನಾನದನ್ನು ಮಾಡದಿದ್ದರೆ?" ಅಂದಿದ್ದಳು. ಅವಡುಗಚ್ಚಿದ್ದರು ಬಾಪ್ಪಾ.

ಎಂಎಸ್ ಮಾಡಲು ಅಮೇರಿಕದ ಪೆನ್ಸಿಲ್ವೇನಿಯಾ ವಿಶ್ವವಿದ್ಯಾಲಯದ ಪೂರ್ಣಪ್ರಮಾಣದ ಸ್ಕಾಲರ್ಶಿಪ್ ಸಿಕ್ಕು ತಾನು ಹೊರಟು ನಿಂತ ದಿನ. "ಕಲಿಯಲು ಬೇಡ ಅಂತಲ್ಲ ಅರ್ಥ. ನಿನ್ನ ಬುದ್ಧಿಮತ್ತೆ ಓದಿನ ಆಸಕ್ತಿ ಈ ಅವಕಾಶ ಕೊಡಿಸಿದ್ದಕ್ಕೆ ನನಗೆ ತಕರಾರಿಲ್ಲ. ಆದರೆ ಅಲ್ಲೇ ಇರ್ತೀನಿ ಮತ್ತೆ ಬರಲಿಕ್ಕಿಷ್ಟ ಇಲ್ಲ, ಮದುವೆ ಖಂಡಿತ ಇಷ್ಟ ಇಲ್ಲ ಅಂದ್ಯಲ್ಲ ಅದು... ಅದಕ್ಕೆ ನನ್ನ ತಕರಾರಿದೆ"

ಅವರ ದೃಷ್ಟಿಯಿಂದ ಅದು ಸರಿ, ಇಡೀ ಜನ್ಮ ಮದುವೆ ಬೇಡ ಅಂತ ತನ್ನ ನಿರ್ಧಾರ, ಕಾರಣ ಅಸ್ಪಷ್ಟ. ಒಟ್ಟಾರೆ ಆ ತಾಳಿ, ಆ ಚೌಕಟ್ಟು, ಆ ಬಂಧನದ ವಿರುದ್ಧ ಓಡ್ತಿತ್ತು ತನ್ನ ಮನಸ್ಸು. ಮದುವೆ ಬೇಡ ಅನ್ನಲಾರದವರು ಯಾರೂ ಇಲ್ಲವೇ ಜಗತ್ತಿನಲ್ಲಿ? ಇಲ್ಲಿ ತಾನು ಮಾತ್ರ ಜಗತ್ತಿನ ವಿರುದ್ಧಾಂತ ಯಾಕನಿಸ್ತಿದೆ

ಬಾಪ್ಪಾನಿಗೆ?

ಅಮ್ಮನ ಅಣ್ಣನ ಮಗ ಶಿರೀಷನಿಗೆ ತಾನು ಈ ವಿಷಯ ನೇರವಾಗಿ ಮುಖಕ್ಕೆ ಹೊಡೆದಂತೆ ಹೇಳಿದ್ದು ಬಹುಶಃ ಬಾಪ್ಪಾನ ಕೆರಳಿಸಿತ್ತು.

*****

"ಶಿರಿ, ನಿನ್ನನ್ನು ಮದುವೆ ಆಗೋ ಅಥವಾ ಮದುವೆ ಅನ್ನೋದರ ಆಲೋಚನೆಯೇ ನನಗಿಲ್ಲ... ಆ ಬಗ್ಗೆ ನೀನೂ ವಿಚಾರ ಮಾಡ್ಬೇಡ ನಿನ್ನಷ್ಟಕ್ಕೆ ನೀ ಮುಂದುವರಿ, ಬಳಗಲ್ಲೊಬ್ಬನ್ನೋ ಇನ್ನು ಯಾರನ್ನೋ ಆರಿಸಿಕೊಂಡು ಸುಖವಾಗಿರು" ಅಂತ ತನ್ನ ಬೆನ್ನು ಬಿದ್ದಿದ್ದ ಶಿರೀಷನಿಗೆ ತಾನು ನೇರ ಹೇಳಿದ್ದಕ್ಕೆ, ಅಮ್ಮ- ಆಗ ಇನ್ನೂ ಕ್ಯಾನ್ಸರ್ ಕಾಡಿರಲಿಲ್ಲ ಅವಳಿಗೆ. ಗಟ್ಟಿಮುಟ್ಟಾಗೇ ಬದುಕಿಕೊಂಡಿದ್ದವಳು - ಅಮ್ಮ ತನ್ನ ಮಾತಿಗೆ ಪ್ರತಿಭಟಿಸಿದ್ದು. ತನ್ನ ಅವಿವೇಕದ ಬಗ್ಗೆ ಬೈದು, ಅರ್ಧ ತಾಸು 'ತಿಳಿಸಿ' ಹೇಳಲು ಪ್ರಯತ್ನಿಸಿದ್ದು... "ಅಲ್ಲಿ ಸಮಾಜ ತುಂಬ ಸ್ವೇಚ್ಛೆ ಕೊಡುತ್ತೆ ಲಾವೀ... ಅರ್ಥ ಮಾಡ್ಕೋ. ಸೆರಗು ಕೊಳೆಯಾಗ್ಲಿಕ್ಕೆ ತಡವಾಗಲ್ಲ."

ಬಿದ್ದು ಬಿದ್ದು ನಕ್ಕಿದ್ದಳು ತಾನು.

"ಪ್ರಾಚೀನ... ಅಲ್ಲಲ್ಲ ಅರ್ವಾಚೀನ ಕಾಲಕ್ಕೆ ಹೋಗ್ಬೇಡ ಅಮ್ಮೀ... ಇಲ್ಲೇನು ನಡೀತಿದೆ? ಅಲ್ಲಿನ ಮಾತಾಡ್ತೀಯ, ಒಂದು ಹೆಜ್ಜೆ ಇಲ್ಲೇ ಜಾಸ್ತಿ ಗೊತ್ತಿಲ್ವಾ? ನಿನ್ನ ಮಗಳು ಇಪ್ಪತ್ತರ ಮೇಲೆ ನಾಲ್ಕನ್ನ ದಾಟ್ತಾ ಇದ್ದಾಳೀಗ, ಸ್ವಂತ ನಿರ್ಧಾರ ತೊಗೊಳ್ಳಿಕ್ಕೆ ನೀವು ಈಗಲೂ ಬಿಡಲ್ವಾ? ಮದುವೆ ಜೀವನದ ಪರಮ ಪದವಿ ಅಂತ ನಿಮಗೆ ಅನ್ನಿಸಬಹುದು ನನಗೆ ಅಲ್ಲ ಮಾ, ಅರ್ಥ ಮಾಡಿಕೋ"

'ನಿನ್ನನ್ನು ಇಷ್ಟು ಓದಿಸಿದ್ದೇ ತಪ್ಪಾಯಿತು ಆಗಲೇ ಒಂದೆರಡು ವರ್ಷದಲ್ಲಿ ಮದುವೆ ಮಾಡಬೇಕಿತ್ತು' ಎಂದು ಬಾಯಲ್ಲಿ ಅನ್ನಲೇ ಇಲ್ಲ ಅವರು. ಆದರೂ ಆ ಭಾವದ ಪ್ರತಿಬಿಂಬ ಅವಳ ಕಣ್ಣಿನಲ್ಲಿ ಅಚ್ಚೊತ್ತಿದೆ ಅನಿಸಿತ್ತು.

ಅಮ್ಮನ ನಿಟ್ಟುಸಿರು ಅವಳೆದುರಿನ ಕನ್ನಡಿಯಲ್ಲಿ ಕರಗಿದ್ದು ಕಾಣಿಸಿರಲಿಲ್ಲ. ಫ್ಲೈಟ್ ಹೊರಟಾಗ ಬೀಳ್ಕೊಡಲಿಕ್ಕೂ ಬಾರದ ಅವಳ ಮೇಲೆ ಸಿಟ್ಟು ಅದೇಕೋ ಬಂದಿರಲೇ ಇಲ್ಲ ವಿಚಿತ್ರ, ಅವಳ ನಂಬುಗೆಗಳಿಗೆ ಅವಳು ಅಧೀನಳು. ಆ ಹೊತ್ತಿಗೆ ಆಗಲಿ ಅಂತ ಒಪ್ಪಿ ತಲೆ ಆಡಿಸಿದ್ದರೆ ರಗಳೆ ತಪ್ಪಿತ್ತೋ ಏನೋ, ಬಹುಶಃ... ಆದರೆ ಮಾಡಿರಲಿಲ್ಲ. ಮುಂದೆ 'ನನ್ನಿಷ್ಟ ನನಗೆ ಸರಿ ಅನ್ನಿದ್ದು' ಮಾಡುವುದು ಅಸಾಧ್ಯವಿತ್ತೇ? ಖಂಡಿತ ಇಲ್ಲ. ಈಗ ಅಂಥದೇ ನಿಟ್ಟುಸಿರು ಚಾಚಿ ಬಂತು ಯಾಕೋ?

ಕೋರ್ಸ್ ಮುಗಿಸುವ ಹಪಾಹಪಿಯಲ್ಲಿ ಹಗಲಿರುಳೂ ನಿದ್ದೆ, ಊಟದ ಗಮನ ಇಲ್ಲದೆ ಕಷ್ಟಪಟ್ಟಿದ್ದು, ಅದಾದ ನಂತರ ಬೆನ್ನು ಹತ್ತಿ ಮುಗಿಸಿದ ಡಾಕ್ಟರೇಟ್ ಮತ್ತೆ ಅನಂತರ ಸಿಕ್ಕಿದ ದಪ್ಪಾನು ದಪ್ಪ ಸಂಬಳದ ಪ್ಯಾಕೇಜಿನ ರುಚಿಯ ಈ ಅಮೇರಿಕ ತನ್ನನ್ನು ಇಲ್ಲೇ ಕಟ್ಟಿ ಹಾಕಿತ್ತು.

ಮೂರು ವರ್ಷದ ಹಿಂದೆ ಅಲ್ಲಿಗೆ ಹೋಗಿ ಅಮ್ಮನ ವರ್ಷಾಂತಿಕ, ಅಪ್ಪನ ತಿಥಿ ಮುಗಿಸಿಕೊಂಡು ಬಂದದ್ದಷ್ಟೇ...ಹಿಂದೆಲ್ಲ ಗಂಡುಮಕ್ಕಳು ಒಮ್ಮೆ ವಿದೇಶಕ್ಕೆ ಹೋಗಿಬಿಟ್ರೆ ಅಪ್ಪ ಅಮ್ಮನ ಅಸ್ತಿತ್ವಕ್ಕೆ ಪರದೆ ಹಾಕಿ ಮುಚ್ಚಿಟ್ಟು ತಮ್ಮ ಜಗತ್ತಲ್ಲಿ ಗಮ್ಮತ್ತಾಗಿರುತ್ತಾರೆ ಎಂದು ಕತೆ ಕಾದಂಬರಿಗಳು ಹೇಳಿದ್ದನ್ನು ಓದಿ ನಕ್ಕಿದ್ದ ತಾನು ಮಾಡಿದ್ದು ಅದೇನಾ? ಬಾಪ್ಪಾನ ಪ್ರಕಾರ ಅದೇ!

ಬೇರುಗಳನ್ನು ಕಳಚಿಕೊಳ್ಳುವ ಪಿಡುಗು ಹೆಣ್ಣು ಗಂಡೆಂಬ ಭೇದ ಉಳಿಸಿಕೊಳ್ತಾ ಇಲ್ಲ ಅಂತಿದ್ರು ಯಾರೋ...ತಪ್ಪು, ಅದು ತಪ್ಪು ಅನ್ನುವುದಾದರೆ- ಇಷ್ಟ ಬಂದಲ್ಲಿ ಬದುಕು ಕಟ್ಟಿಕೊಳ್ಳುವ ಹಕ್ಕು ಗಂಡಿಗೆ ಮಾತ್ರವೇ? ಅದೇ ಬದುಕನ್ನು ಅಪ್ಪ ಅಮ್ಮ ಹೇಳಿದ ಹಾಗೆ ಅಲ್ಲೇ ಒಂದು ಗಂಡ, ಒಂದು ಕೆಲಸ, ಒಂದು ಮನೆ, ಒಂದು ಕಾರು, ಅವನ ಮಕ್ಕಳು, ಅವನ ಬಳಗ.. ಹಬ್ಬ ಹುಣ್ಣಿಮೆ, ತೇರು, ಜಾತ್ರೆ... ಅದು ತಪ್ಪಲ್ಲವಾದರೆ ಇದೇಕೆ ತಪ್ಪು? 'ಮದುವೆಯೇ ಬೇಡ' ಇದೊಂದೇ ಮಾತ, ವಾದ... ಅದೇ ತಪ್ಪಿತ್ತಾ? ಬಾಪ್ಪಾನಿಗೆ ಅಮ್ಮನಿಗೆ ಅದು ಹಠಮಾರಿತನ, ತನಗದು ಹಠ ಅನಿಸಿರಲಿಲ್ಲ ಮಹತ್ವಾಕಾಂಕ್ಷೆ, ಊಂ ಹುಂ, ಅದೂ ಅಲ್ಲ, ಮೇಲೇರುವ ಹಕ್ಕು, ನನ್ನ ಬದುಕಿನ ಆಯ್ಕೆಯ ಹಕ್ಕು. ನನ್ನದೇ ರೀತಿಯಲ್ಲಿ ಇಚ್ಛೆಗಳನ್ನು ಪೂರೈಸಿಕೊಳ್ಳೋ ಹಕ್ಕು.

ಇಲ್ಲ... ತಪ್ಪು ಅಂತನಿಸದ ಆ ಸಮಯ. ಹಾಗೆಂದು ತನಗವರ ಮೇಲೆ ಪ್ರೀತಿ ಇರಲಿಲ್ಲವೇ? ಇತ್ತು, ಸಾಗರದಷ್ಟಿತ್ತು.

ಬಾಪ್ಪಾನಿಗೂ ಅಮ್ಮನಿಗೂ ಸಾವಿರ ಸಲ ಹೇಳಿದ್ದಳು. ಅಲ್ಲಿ ಇರಬೇಡಿ, ನಿಮಗೆ ನಾನೊಬ್ಬಳೆ ಮಗಳು, ಇಲ್ಲೇ ನಂಜೊತೆ ಬಂದಿರಿ... ಇಲ್ಲ ಬೇಡ, ಬರಲ್ಲ ಅನ್ನೋ ಹಠ ನಿಮಗೆ ಯಾಕೆ?

ಅವರಿಬ್ಬರೂ ಒಪ್ಪಲಿಲ್ಲ... ಅದೇ... ಬೇರುಗಳು, ಸಂಸ್ಕಾರ, ಸಮಾಜ, ಊರು, ಮನೆ, ಗದ್ದೆ, ಶ್ರಾದ್ಧ, ಪಿತೃಪಕ್ಷ... ಹಬ್ಬ... ಆದರೇನು? ನಾನಿದಕ್ಕೆ ಬೇಡ ಅಂತೀನಾ? ಇಲ್ಲೂ ಅದೆಲ್ಲಾ ಉಂಟು ಬಂದಾದ್ರೂ ನೋಡಿ ಅಂತ ಇನ್ನಿಲ್ಲದ ಹಾಗೆ ಹೇಳಿ ಆಗಿತ್ತು! ಹಕ್ಕು ಮತ್ತು ಕರ್ತವ್ಯ ಎರಡೂ ಒಂದು ನಾಣ್ಯದ ಎರಡು ಮುಖ ಆಗಿರುವಾಗ ಮನೆಯ ಹೆಣ್ಮಗಳು ಅಪ್ಪನ ಆಸ್ತಿಯನ್ನು ಹಕ್ಕಿನಿಂದಾಗಿ ಪಡ್ಕೊಳ್ತಾ ಇರುವಾಗ. ಆ ಹಕ್ಕನ್ನೂ ಬಿಟ್ಟು ಮಗಳಾಗಿ ಸ್ವಂತ ದುಡಿದು ನಿಮ್ಮನ್ನು

ನೋಡಿಕೊಳ್ತೀನಿ ಬನ್ನಿ ಅಂದರೆ ಹಠ ಕಟ್ಟಿದ್ದು ಯಾರು?

ಅಮೇರಿಕಾ ಅಂದರೆ ಒಲ್ಲೆ ಅಂದರೆ ಏನರ್ಥ..ಇಲ್ಲಿ ಪಿಟ್ಸ್‌ಬರ್ಗ್‌ನಲ್ಲಿ ಏನಿಲ್ಲ? ಅವರಿಗೆ ಅಂತಲೇ ದೊಡ್ಡದಾದ ಮನೆ ಖರೀದಿಸಿ, ಅಕ್ಕಪಕ್ಕ ನಮ್ಮವರೇ, ನಮ್ಮದೇ ಭಾಷೆಯಲ್ಲೇ ಮಾತಾಡುವವರು, ಗುಡಿಗಳ ಸುತ್ತಿ ಬರುವವರು ಇದ್ದಂಥದೇ ಲೊಕ್ಯಾಲಿಟಿ ಆರಿಸಿ ಸೂಜಿಯಿಂದ ಹಿಡಿದು ತೂಗುಮಂಚದ ತನಕದ ಎಲ್ಲಾ ತಯಾರು ಮಾಡಿ ಅವರಿಬ್ಬರನ್ನು ತನ್ನ ಜೊತೆ ಕರ್ಕೊಂಡು ಬರಲು ಬೆಂಗಳೂರಿಗೆ ಬಂದಿಳಿದಿದ್ದಳು.

ಅಷ್ಟೆಲ್ಲಕ್ಕೂ ಸಿಕ್ಕ ಉತ್ತರ, "ಸತ್ತರೆ ಇಲ್ಲೇ ಸಾಯ್ತೀವಿ. ನಿನ್ನ ಆ ತಾಳಿ ಕಟ್ಟಿದ ಗಂಡನ ಮನೆ, ಅವನ ಸಹವಾಸ ಬ್ಯಾಡ ನಮಗೆ..." ಕಣ್ಣು ಬೆಳ್ಳಗಾಗಿತ್ತು, ತಾಳಿ ಕಟ್ಟಿದ ಗಂಡ!

"ಅವನು ಇಲ್ಲ ಈ ಮನೆಯಲ್ಲಿ, ನಿಮಗಾಗೇ ನಾನು ಮಾಡಿರೋದು ಇದೆಲ್ಲ" ಅಂತ ಚೀರಬೇಕನಿಸಿತು." ಎಲ್ಲರ ಬಾಪ್ಪ ಅಮ್ಮ ಹೀಗೇನಾ? ಇಲ್ಲ ತಾನೇ ನೋಡ್ತಿಲ್ಲವೇ ಮಗನೋ ಮಗಳೋ ಯಾರೂ ಸೈ ಎಷ್ಟು ಖುಶಿಯಲ್ಲಿ ಬಂದು ಹೋಗ್ತಾರೆ, ಇಲ್ಲೇ ಇರುವವರೂ ಸಾವಿರಾರು ಅಪ್ಪಮ್ಮ ಸುಳ್ಳಾ? ಅವರು ಕಾಲಕ್ಕೆ ತಕ್ಕಂತೆ ಬದಲಾಗಿಲ್ಲವೇ? ಹರಿಯುವ ನೀರನ್ನು ಒಪ್ಪಿಕೊಳ್ಳದವರು.

ಇವರು ನೋಡಿದರೆ! ಈಗ ಕರೆದು ತರಲಿಕ್ಕಾದರೂ ಯಾರಿದ್ದಾರೆ? ಅಮ್ಮ ಸತ್ತ ಒಂದೇ ವರ್ಷಕ್ಕೆ ಅಪ್ಪನೂ ಹೋಗಿ ಆಯ್ತು.

*****

ಕ್ಯಾಬಿನ್ ಬಾಗಿಲು ತಳ್ಳಿಕೊಂಡು ಪಾರ್ಥ ಒಳಬಂದ, ತುಂಬ ಖುಶಿಯಲ್ಲಿದ್ದ."ನೀನೂ ನಂಜೊತೆ ಬಂದಿದ್ರಾಗ್ತಿತ್ತು ಒಂದು ಬೆಂಗಳೂರು ಟ್ರಿಪ್ ಹೊಡೀಬಹುದಿತ್ತಲ್ಲ.. ಕಣ್ಣು ಮೀಟಿ ಹೇಳಿದ.

"ಯಾರಿದ್ದಾರೆ ಅಂತ ಬರ್ಲಿ? ನೀನೋ ಕ್ಯಾಂಪಸ್ಸಿಗೆ ತೂರಿಕೊಳ್ಳುವವ"

ನಡುವೆಯೇ ಕತ್ತರಿಸಿದ, "ಒಂದ್ವಾರ ಜೊತೆಯಲ್ಲಿ ಇದ್ದ ಹಾಗಾಗ್ತಿರಲಿಲ್ಲವಾ? ಮತ್ತೆ ತಿಂಗಳುಗಟ್ಲೆ ಏನೂ ಇಲ್ಲ...' ನಕ್ಕ. ಆ ನಗೆ ಮೊದಲೆಲ್ಲ ಇಡ್ತಿದ್ದ ಕಚಗುಳಿ ಈಗ ಮಾಯವಾಗಿತ್ತು.

"ನೀನು ಹೊರಡು, ನಾ ಬರಲ್ಲ"

"ನೀ ಬಹಳವೇ ಬದ್ಲಾಯ್ಸಿದೀಯ ಲಾವಿ..." ಆಕ್ಷೇಪಿಸಿದ. "ಬೇರೆ ಯಾರಾದರೂ...ಹಾಂ?" ಅವನ ಈ ಬಾರಿಯ ನಗೆಯೊಳಗೆ ಅಸೂಯೆಯ ಛಾಪು. ಉತ್ತರಿಸಬೇಕೆನಿಸಲಿಲ್ಲ.

ಹರಡಿಕೊಂಡ ಆ ಸೀಮಾಂತರದ ಮೌನದೊಳಗೆ ಸಂಬಂಧವೊಂದು ಮುರಿದು ಚೂರಾದ ಸದ್ದಿಲ್ಲದ ಒಡೆತದ ಶಬ್ದ!

ಮಿಂಟಿ ಬಟ್ಟೆಗಳನ್ನು ಪೇರಿಸಿಟ್ಟ ಕಪಾಟಿನಲ್ಲೇ ಮಲಗಿದ್ದನ್ನು ನೋಡಿ ಮೆಲ್ಲಗೆ ಅದರ ನಾಲ್ಕೂ ಕಾಲುಗಳಡಿ ಕೈ ಹಾಕಿ ಹೂವಿನ ಹಾಗೆ ಕೆಳಗಿಳಿಸಿದರೆ ನಿಡಿದಾಗಿ ಕಾಲು ಚಾಚು ಮತ್ತೆ ನೇರ ನಡುವಿನ ಭಾಗವನ್ನು ಉಬ್ಬಿಸಿ ನಿಂತಿತು. ಬಲು ಚಂದ ಕಾಣ್ತದೆ ಮಾಡಿ ಮಿಂಟ್ ಹೀಗೆಲ್ಲ ಮಾಡುವಾಗ. ಅರೇ...ಇದೇನು? ಮಿಂಟಿ ಮತ್ತೆ ಹೊಟ್ಟೆ ತುಂಬಿಸಿಕೊಂಡ್ತಾ? ಕಳೆದ ವರ್ಷವೇ ಮೂರು ಮರಿ- ಅಯ್ಯೋ ಎಷ್ಟು ಮುದ್ದು ಮುದ್ದೆಂದರೆ ಮುಟ್ಟಿದರೆ ಕೊಳೆ ಆದೀತೋ ಅನಿಸುವಷ್ಟು ಬೆಳ್ಳಿ ಬಿಳಿ...ಕಪ್ಪು ಗುಂಡು ಹೊಳಪು ಕಣ್ಣುಗಳು, ಗುಲಾಬಿ ಮೂಗು...ಕೊಡ್ತೀನಿ ಅಂದಾಕ್ಷಣ ತನ್ನದೇ ವಸತಿ ಕಟ್ಟಡದ ಸಿ ವಿಂಗಿನ ಕೇಟಿ ಜೀನ್- ಬೆಕ್ಕೆಂದರೆ ಪ್ರಾಣ ಅವಳಿಗೆ-ಮೂರೂ ಮರಿಗಳನ್ನು ಕೊಂಡು ಹೋಗಿ ಒಂದನ್ನು ತನ್ನಪ್ಪನಿಗೆ ಕೊಟ್ಟು ಎರಡನ್ನು ತಾನಿಟ್ಟುಕೊಂಡು ಅದೇ ಅವೀಗ ಬೆಳೆದು ದೊಡ್ಡವಾಗಿ...ಜಗತ್ತು ಮುಂದುವರಿಯುವುದೇ ಹೀಗೆ. ಹುಟ್ಟಿ ಬಂದ ಮೇಲೆ ತನ್ನದೆಂದು ಒಂದು ಛಾಪು, ಒಂದು ಪಡಿಯಚ್ಚು, ಒಂದು ಪ್ರತಿ ಬೇಡವೇ? ಮಿಂಟಿಗೂ ಇರುವಾಗ ತನಗೇಕಿಲ್ಲ?

ಗಮನವಿಟ್ಟು ನೋಡಿದರೆ ಮಿಂಟಿ ಮತ್ತೆ ಗಬ್ಬ ಕಟ್ಟಿ ದುಂಡುದುಂಡಗಾಗಿದೆ!

ಕೇಟಿಗೆ ಫೋನ್ ಮಾಡಿದಳು, "ಕೇಟ್ ಮರಿಗಳು ಬೇಕಾ?"

"ಹೇಯ್... ಮತ್ತೆ? ಯೆಸ್ ಯೆಸ್"

"ಇನ್ಮೇಲೆ ಮಿಂಟಿನೂ ನಿನಗೇ, ಆದೀತಾ?"

ಕೇಟ್ ಬಂದೇ ಬರ್ತಾಳೆ ಅಂತ ಗೊತ್ತು.

ಲ್ಯಾಪ್‌ಟಾಪ್ ತೆರೆದು ಏರ್‌ಲೈನ್ಸ್, ಕ್ರೂಸ್‌ಗಳ ವೆಬ್ಸೈಟ್‌ಗಳನ್ನು ಹುಡುಕಾಡಿ ಒಂದು ತಿಂಗಳಿನ ಸಮುದ್ರಯಾನದ ಪ್ಯಾಕೇಜ್ ಹುಡುಕಿ ಹಣ ಕಟ್ಟಿದಳು.

ಬದುಕಿಗೆ ಹೊಸ ಲಂಗರು ಹಾಕಿ ನಿಲ್ಲಿಸಿ ಬೀಸುವ ಗಾಳಿಗೆ ಮುಖ ತೆರೆದು ನಿಂತು ಆಸ್ವಾದಿಸಬೇಕು. ದ್ವೀಪ ದ್ವೀಪಗಳ ಸುತ್ತಾಡುತ್ತ

ಯಾವುದಾದರೂ ದ್ವೀಪದಲ್ಲಿ ಸೂರ್ಯ ಸಿಗ್ತಾನೋ ನೋಡಬೇಕು! ಇಲ್ಲಿ ಬರೀ ಕತ್ತಲು.

ಬಿಂಬ

ಬರೆಯುವುದು ಮುಗಿಸಿ ಮೊಬೈಲ್ ಕಿವಿ ಒತ್ತಿ ಮುಗುಚಿಡುವ ಮೊದಲೊಮ್ಮೆ ಓದಿದೆ, ಅದು ನನ್ನ ಅಭ್ಯಾಸ.

ಇದ್ದಿಲ್ಲಿ ಹೋಗುವುದು
ಎಂದಿಗಿದ್ದರೂ ಸತ್ಯ
ಇಂದಿರಲಿ ನಾಳಿರಲಿ ಬರುವುದೊಮ್ಮೆಯೆ ಮರಣ,
ಆ ವರೆಗೆ ಬದುಕಿನುತ್ತುಂಗದ
ಚಿತ್ತ ನಿತ್ಯ ಬದುಕು...
ಪೂರ್ಣದಲಿ ಅರಿಯೆ ಹೋಗುವುದೆಂದೀ ಹರಣ'

–ಸಮೀರ್

*****

ಮೊದಲು ಡೈರಿ ಬರೆಯುತ್ತಿದ್ದೆ, ಈಗ ಮೊಬೈಲ್, ಅಷ್ಟೇ ವ್ಯತ್ಯಾಸ. ಬೆಳಗು ಬೈಗುಗಳ ಅದಾವುದೋ ಕ್ಷಣಗಳಲ್ಲಿ ಚಿತ್ತಕ್ಕೆ ಹುತ್ತ ಕಟ್ಟುವಾಗ ಮನಸ್ಸು ಅಕ್ಷರಗಳ ಮೊರೆ ಹೊಕ್ಕು ಮೂಡುವ ಸಾಲುಗಳು.

"ನೀವು ಭಾವನಾಜೀವಿಗಳು ಸಾಫ್ಟ್‌ವೇರ್ ಹಾರ್ಡ್‌ವೇರ್ ಸ್ಕ್ರೀನ್‌ಗಳಲ್ಲಿ ಮುಳುಗಿದ್ರೂ ಕವಿತ್ವಕ್ಕೂ ಕೈ ಹಾಕ್ತೀರಿ, ಒಟ್ನಲ್ಲಿ ನಿಮ್ಮಿಂದ ಶುದ್ಧ ಸಾಹಿತಿಗಳ ಫೀಲ್ಡು ಬಡವಾಗುತ್ತೆ" ಭೂಮಿಕಾಳ ಕೆಣಕು ನನ್ನ ನಗೆಗೆ ಕಾರಣ ಆಗುತ್ತೆ ಅಷ್ಟೇ.

"ನನಗಿಂತ ಶುದ್ಧ ಸಾಹಿತಿ ನಿನಗೆ ಸಿಕ್ರೆ ಆಗ ಹೇಳು"

ಇದು ವ್ಯಥಾ ಕಾಲಹರಣ ಎಂದು ಇಬ್ಬರಿಗೂ ಗೊತ್ತು. ಮಕ್ಕಳಿಲ್ಲದ ಗಂಡ ಹೆಂಡತಿ ಇನ್ನು ಮಾಡುವುದಾದರೂ ಏನು?

ಮೊದಮೊದಲು ನಿಟ್ಟುಸಿರು ಬರ್ತಿತ್ತು. ಈಗಿಲ್ಲ!

ಕಾರಣಗಳು ಅಸಂಖ್ಯ. ನಾವು ಅತಿ ಎನಿಸುವಷ್ಟು ಉಪಾಯಗಳ ಬೆನ್ನಟ್ಟಿಲ್ಲದ್ದು ವಾಸ್ತವ. ಎಲ್ಲ ಸೋತ ಮೇಲೆ ಭೂಮಿ ಹೇಳಿದಂತೆ ಕೇಳಿದವ ನಾನು. "ನೀನೇ ನನ್ನ ಮಗು ಬೇರೆ ಯಾಕೆ?" ಎಂದು ಎದೆಗವಚಿಕೊಳ್ಳುತ್ತಾಳೆ ಭೂಮಿ. ಮನಸ್ಸು ವೈಚಿತ್ರ್ಯಗಳ ಸಾಗರ!

*****

'ಈಷಾ' ತನ್ನ ಹೆಸರು ಹೇಳ್ತಾ ನನ್ನ ಕಡೆ ಆಕೆ ಕೈ ಚಾಚಿದ್ದಳು. ಆಗಷ್ಟೇ ಬಿಚ್ಚಿ ಮಣ್ಣಲ್ಲಿ ಕೊಂಚ ಎಳೆದಾಡಿಕೊಂಡು ಹೋಗಿದ್ದ ಶೂ ಲೇಸ್ ಜಗ್ಗಿ ಕಟ್ಟಿಕೊಂಡಿದ್ದಕ್ಕೆ ನನ್ನ ಕೈಗಳು ಕೊಂಚ ಕೊಳೆಯಾಗಿದ್ದುವು. ನನ್ನ ಹಿಂಜರಿಕೆಗೆ ಅವಳದೊಂದು ಮುಗುಳ್ನಗೆ ಎದುರಾದದ್ದೇ ತಡ, 'ಸಮೀರ್ ಎನ್ನುತ್ತ ಕೈ ಕುಲುಕಿ.. ನೀವು ಯಾರು ಅಂತ ನನಗೆ ನೆನಪಾಗ್ತಿಲ್ಲ" ಅಂದೆ. ನಿಜಕ್ಕೂ ಆಕೆ ಯಾರೆಂದು ನನಗೆ ಗೊತ್ತಿರಲಿಲ್ಲ, ಹಾಗೇ ಹೇಳಿದೆ. ರಾತ್ರಿಯ ಹತ್ತು ಗಂಟೆಯ ಸಮಯ ಆ ಭಾವವನ್ನು ಗಟ್ಟಿ ಮಾಡಿತ್ತು .

"ಡರ್ ಗಯೇ ಕ್ಯಾ?" ನಕ್ಕಳವಳು.

"ಹೇ ವೈ ಶುಡ್ ಐ?" ಅಚಾನಕ್ ಹೊರಬಿತ್ತು ನನ್ನ ನಾಲಿಗೆಯಿಂದ ಅವಳಿಗೆ, ಆ ಅಪರಿಚಿತಳ ಒಂದು ಕಿರು ತಮಾಷೆಯನ್ನು ಈಸಿಯಾಗಿ ತೊಗೊಳ್ಳಬಹುದಿತ್ತೇನೋ?

"ನನ್ನನ್ನು ನೀನು ನೋಡಿಯೇ ಇಲ್ಲ, ನಿನ್ನದು ಸಹಜ ಬಿಡು, ಅಂದ ಹಾಗೆ ಸ್ನೇಹದಲ್ಲಿ ಈ ಬಹುವಚನಕ್ಕೆ ಜಾಗವೇ ಇಲ್ಲ" ಅವಳೆಂದಳು.

"ಸ್ನೇಹ..?"

"ನೀವ್ಯಾರು ಗೊತ್ತಿಲ್ಲ, ಈ... ಈಷಾ"

"ಬಟ್, ನನಗೆ ನಿನ್ನ ಬಗ್ಗೆ ಎಲ್ಲಾ ಗೊತ್ತು. ಅಷ್ಟು ಸಾಕಲ್ಲ ಸ್ನೇಹಕ್ಕೆ..." ಮೇಲಿನಿಂದ ಜುಗ್ ಅಂತ ಒಂದು ಕ್ಷಣ ಬಿದ್ದ ಸೋಲಾರ್ ದೀಪದ ಬೆಳಕಿನಲ್ಲಿ ಅವಳ ಕಣ್ಣುಗಳು ಛಕ್ಕನೆ ಹೊಳೆದುವು.

ಹೌದು, ಸ್ನೇಹಕ್ಕೆ ಒಂದು ಮುಗುಳ್ನಗೆ ಒಂದು ಹಿತನುಡಿ ಸಾಕೇನೋ?

ಸಾಫ್ಟ್‌ವೇರ್ ಪ್ರಾಣಿಗಳ ಜಗತ್ತಿನಲ್ಲಿ ಹಗಲು ರಾತ್ರಿಯ ಪರಿಮಾಣ, ವ್ಯತ್ಯಾಸಕ್ಕೆ ಬೇರೆಯದೇ ವ್ಯಾಖ್ಯೆಗಳಿರುತ್ತವೆ. ಯಾರೋ ಎಲ್ಲೋ, ಯಾವುದೋ

ಗಳಿಗೆಯಲ್ಲಿ ಸ್ನೇಹದ ಹಸ್ತ ಚಾಚುತ್ತಾರೆ. ಕೈಗಳು ಕೂಡಬಹುದು. ಹೆಜ್ಜೆಗಳನ್ನು ಒಟ್ಟಿಗೇ ಇಡುತ್ತ ನಡೆಯುವುದೂ ಸಹಜವೇ. ಅಷ್ಟೇ ವೇಗದಲ್ಲಿ ಮನಸ್ಸುಗಳು ಕೂಡುವುದೂ ಅಥವಾ ಮುರಿದು ಹೋಗುವುದೂ ಮಳೆ, ಗಾಳಿ, ಬೆಳಕಿನಷ್ಟೇ ಸಲೀಸು!

ಕರಗುತ್ತಿದ್ದ ಸಮಯದಲ್ಲಿ, ದೂರದ ಅಂತರದಲ್ಲಿ ಹೊಳೆದ ದೀಪಗಳ ಅಷ್ಟಿಷ್ಟು ಬೆಳಕನ್ನು ಮೀರಿ ಮೇಲಿಂದ ಮುಗಿಬಿದ್ದಿದ್ದ ಕತ್ತಲೆಯಲ್ಲಿ ನಾವಿಬ್ಬರೇ ನಡೆಯುತ್ತಿದ್ದೆವು. ಸಹಜ ಸಮಯದ ನಿದ್ರೆಗಳು ನಮ್ಮ ದೈನಂದಿನ ಬದುಕನ್ನು ಬಿಟ್ಟು ಹೋಗಿದ್ದುವು. ಯಾವಾಗ ಅದೊಂದು ಹೊತ್ತಿನಲ್ಲಿ ಕಂಪ್ಯೂಟರ್‌ನ ಕೀಬೋರ್ಡ್ ಬಿಟ್ಟು ಕೊಡುತ್ತೊ ಆಗ ರೆಪ್ಪೆಗಳನ್ನು ಕೂಡಿಸುವುದೂ ಸಾಹಸವೇ.

ಅಲ್ಲೇ ಎಡದ ತಿರುವಿನಲ್ಲಿ ಈಷಾ ಹೊರಳಿದಳು. ಬಹುಶಃ ಅವಳು ಇರುವ ಸೆಕ್ಷನ್ ನನ್ನದರಿಂದ ದೂರ ಇದ್ದೀತು. ಇಪ್ಪತ್ತೈದು ಸಾವಿರ ಎಂಪ್ಲಾಯಿಗಳು ಗಿಜಿಗಿಜಿ ತುಂಬಿ... ಒಂಬತ್ತು ಬ್ಲಾಕ್‌ಗಳು ಇರುವ ಎಂಎನ್‌ಸಿಗಳು ಈ ಜಗತ್ತಿನಲ್ಲೇ ಬೇರೊಂದು ಜಗತ್ತು. ಒಳಗಿರುವ ಪ್ರತೀ ಜೀವ ಮನುಷ್ಯನ ಥರ ಕಾಣಿಸುವ ಸಾಫ್ಟ್‌ವೇರ್ ಪ್ರಾಣಿಗಳು! ಇಲ್ಲಿ ಯಾರೊಬ್ಬರ ಬಗೆಗೆ ತಿಳಿದುಕೊಳ್ಳುವುದು ಅಸಾಧ್ಯವೇನಲ್ಲವಾದರೂ ಅದು ಅಗತ್ಯವಿದ್ದರೆ ಮಾತ್ರ. ಈಷಾ ನನ್ನ ಬಗ್ಗೆ ತಿಳಿದುಕೊಂಡಿದ್ದರೆ ಅಚ್ಚರಿಯಿಲ್ಲ. ಬಟ್ ವೈ? ಕೊಂಚ ನಗು ಬಂತು.

ಯಾಕೆ? ಅದೇ ಬಗೆಹರಿಯದೆ ಗೊಂದಲ ಕುಣಿಯುತ್ತಿದ್ದಂತೆ ಇನ್ನೊಂದು ಸೋಲಾರ್ ಲ್ಯಾಂಪಿನಡಿ ಹಾಯುವಾಗ ಅವಳ ಕಣ್ಣಿನ ಕಡೆ ಗಮನ ಹೋಗಿತ್ತು. ಅವಳು ಹೋಗಬೇಕಿದ್ದ ದಾರಿಯ ತಿರುವು ಸಹ ಬಂದಂತಿತ್ತು,

'ಓಕೆ... ಸೀ ಯೂ' ಅಂದಳು. ಆಶ್ಚರ್ಯ ಬುಗ್ಗನೆ ಹರಿದು ಬಂತು ಏಕೆಂದರೆ, ರಾತ್ರಿಯ ಕತ್ತಲಲ್ಲಿ ಕರಗಿ ಹೋದವಳ ಕಣ್ಣಿನಲ್ಲಿ ಕಂಡಿದ್ದ ದುಃಖದ ಆ ಪೊರೆ ಅಷ್ಟು ತೀಕ್ಷ್ಣ! ಇದೇನಿದು ಅಯೋಮಯದ ಅಕ್ಷ? ಅನಿಸುತ್ತ ಅದರಾಳದ ಅರ್ಥ ಅರಸುವ ಪ್ರಯತ್ನ ಮಾಡುತ್ತ ನಾ ಅಲ್ಲಿಯೇ ಉಳಿದು ಹೋದೆ. ನೊಂದ ಜೀವವೆ? ನಾನೇನು ಮಾಡಲಿ? ಯೋಚನೆಯನ್ನು ಕೊಡವಿ ಹಾಕಿದೆ. ಆದರೂ ತಲೆಯನ್ನು ಅವಳ ಮಾತುಕತೆ, ಮುಖ ಆವರಿಸಿಬಿಟ್ಟವು. ಹಾಂ... ಅವಳ ಕಣ್ಣುಗಳು ಮಾತನಾಡುತ್ತವೆ ಎನ್ನುವ ಅನಿಸಿಕೆಯೊಂದು ಇದೀಗ ಇಳಿಯಿತು. ಎಂಥ ಕಣ್ಣುಗಳು! ನಿಮೀಲಿತ ನೇತ್ರಗಳು!

ಯೆಸ್. ಕತೆಗಾರರು, ಕವಿಗಳು. ಭೂಮಿ ನನ್ನನ್ನು ಹಾಗೇ ಕರೆಯೋದು."ನೀ ಲಾಯಕ್ಕಿಲ್ಲ ಕಣೋ ಈ ಮೆಶಿನಿನ ಮೆಕ್ಯಾನಿಕಲ್ ಜಗತ್ತಿಗೆ. ಆರ್ಟಿಫಿಶಿಯಲ್ ಇಂಟೆಲಿಜೆನ್ಸಿನ ಭೂತಳಕ್ಕೆ. ಎಲ್ಲೋ ವರ್ಡ್ಸ್‌ವರ್ಥನ ವಂಶದ ಡಿಸೆಂಡೆಡ್ ಕುಡಿ

ನೀನು, ಸದಾ ಕನಸಲ್ಲೇ ಇರ್ತೀಯ. ಯಥಾರ್ಥ, ವಾಸ್ತವ ಅಂತ ಇರ್ತವೆ ಆ ಪ್ರಪಂಚಕ್ಕೆ ಬರ್ತಾ ಇರು ಆಗೀಗ" ಅಂತಾಳೆ. ಅಂದರೆ ಅವಳ ಮಾತಿನ ಅರ್ಥ ಇಷ್ಟೇ, ನಾನು ನಾರ್ಮಲ್ ಅಲ್ಲ! ಹುಚ್ಚಿ ಅಂದರೆ ಹುಚ್ಚಿ ಇವಳು. ಇನ್ನೇನು ಮತ್ತೆ?

ವಾಸ್ತವಿಕ ಜಗತ್ತು... ಹಾಂ... ಈಗ ನೆನಪಾಗ್ತಿದೆ ಈಷಾ ಮಿಂಚು ಚಕಮಕಿಸಿ ಹೋದ ಹಾಗೆ ನನ್ನ ಬಳಿ ಬಂದದ್ದೂ ಅನಿರೀಕ್ಷಿತವಾದ ಆ ಅನೌಪಚಾರಿಕ ಪರಿಚಯ, ಅವಳ ಆ ಸ್ವಚ್ಛ ನಗೆ, ಬಿಂದಾಸ್ ಬಿಹೇವಿಯರ್ ಎಲ್ಲ ಕಣ್ಣೆದುರು ನಡೆದಿದ್ದ ಸಂಭವಕ್ಕೆ ಸಾಕ್ಷೀಭೂತವಿದ್ದುವು.

ಅದೆಲ್ಲ ನಡೆದಿದ್ದು ಹೀಗೇ ಒಮ್ಮೆ ಕೆಲಸದ ಶಿಫ್ಟ್ ಮುಗಿಸಿಕೊಂಡು ಮನೆಗೆ ಹೊರಡಲು ಬಂದು ನಿಂತಿದ್ದ ಪಾರ್ಕಿಂಗ್ ಲಾಟ್‌ನ ಹತ್ತಿರ. ಕೆಲವೇ ಸಮಯದ ಆ ವಿಚಿತ್ರ ಮುಖಾಮುಖಿ ನನ್ನಲ್ಲಿ ಅಸ್ಪಷ್ಟ ಭಾವಗಳನ್ನು ಕೆರಳಿ ಎಬ್ಬಿಸಿತ್ತು. ಇದೆಲ್ಲ ನಿಜಕ್ಕೂ ನಿಜವೇ? ಕನಸೇ?

*****

"Today is the first Day of the Rest of Your Life" ಕುಹೂ ಕುಹೂ ಕುಹೂ...

ಎಲ್ಲಿ ಸಿಕ್ಕಿತ್ತೋ ನೆನಪಿಲ್ಲ, ಸರಳ ದನಿಯಲ್ಲಿ ನೇರವಾಗಿ ಹೇಳಿದ ವಾಕ್ಯದ ಜೊತೆಗೆ ಕೋಗಿಲೆಯ ಕುಹೂ ಹಿಂಬಾಲಿಸುವ ಈ ಅಲಾರ್ಮ್ ನನಗದೇಕೋ ಇಷ್ಟವಾಗಿ ಫೋನಿಗೆ ಇಳಿಸಿಕೊಂಡಿದ್ದೆ. ಪ್ರತಿನಿತ್ಯ ನನ್ನ ಅದು ಎಬ್ಬಿಸುತ್ತದಾದರೂ ಎತ್ತಲೂ ಕೈ ಮುಗಿಯುವವನಲ್ಲ ನಾನು, ನಾಸ್ತಿಕ ಅಂತ ನನಗೆ ನಾನೇ ಅಂದುಕೊಂಡಿರುವೆನೋ ಹುಟ್ಟಾ ಆ ಮನೋಭಾವ ನನ್ನೊಳಗಿದೆಯೋ. ತಲೆ ಕೆಡಸಿಕೊಳ್ಳಲು ಹೋಗಿಲ್ಲ.

ಹಾಂ, ಭೂಮಿ-ಭೂಮಿಕಾ ಎಂಟು ವರ್ಷಗಳ ಹಿಂದೆ ನನ್ನ ಕೈ ಹಿಡಿದವಳು... ನನ್ನಂತಲ್ಲ, ನಿತ್ಯ ಹತ್ತು ನಿಮಿಷ ದೇವರ ಕೋಣೆಯಿಂದ ಹೊರಬರುವುದಿಲ್ಲ. ಅದೇನೇನೋ ಸಲಕರಣೆಗಳು. ಮಂಟಪ, ನೂರೆಂಟು ಪೂಜಾಸಾಮಗ್ರಿಗಳು. ಹತ್ತಾರು ಬಗೆ ನೈವೇದ್ಯ. ಇರಲಿ ಅವಳ ಶ್ರದ್ಧೆಯ ಮೆಟ್ಟಿಲುಗಳಿಗೆ ನನ್ನ ನಾಸ್ತಿಕತೆಯ ಝಳ ಯಾಕೆ?

ಆದರೆ- 'ಟುಡೇ ಈಸ್ ದಿ ಫಸ್ಟ್ ಡೇ ಆಪ್ ದಿ ರೆಸ್ಟ್ ಆಫ್ ಯುವರ್ ಲೈಫ್!' ಇದೊಂದು ವಾಕ್ಯ ನನ್ನನ್ನು ಬದುಕಿನ ಮುಂದಿನ ಮಜಲುಗಳ ರೂಪ ರೇಷೆ ಮೂಡಿಸಿ ಮುಂದಿನ ಕ್ಷಣಕ್ಕೆ ಜಿಗಿಯಲು ಸ್ಫೂರ್ತಿ ಕೊಡುತ್ತದೆ.

ಲ್ಯಾಪ್ಟಾಪಿನ anti-glare ಪರದೆ ಎಷ್ಟು ಅಭ್ಯಾಸ ಆಗಿತ್ತೆಂದರೆ ನಾನು ಸಾಫ್ಟ್‌ವೇರ್ ಇಂಜಿನಿಯರ್ ಆಗಿ ಆಗಲೇ ಹನ್ನೆರಡು ವರ್ಷಗಳ ಕಾಲ ಇತಿಹಾಸಕ್ಕೆ ಸಂದು ಹೋಗಿತ್ತೆಂದು ನನ್ನಷ್ಟಕ್ಕೇ ಹೇಳಿಕೊಂಡು ಪ್ರತಿ ತಿಂಗಳು ಬ್ಯಾಂಕಿಗೆ ಆಟೋಮ್ಯಾಟಿಕ್ ಆಗಿ ಜಮೆ ಆಗುವ ಒಂದು ಪೇ ಚೆಕ್‌ನ ನೆಮ್ಮದಿ! ಇನ್ನೇನಾದರೂ ಬೇಕೆ ಸದ್ಯಕ್ಕೆ? ನಾನು ಭೂಮಿ ಗಂಡ ಹೆಂಡತಿಗಿಂತ ಗೆಳತಿ ಗೆಳೆಯ ಆಗಿದ್ದುದೇ ಹೆಚ್ಚು! ಮಕ್ಕಳಿಲ್ಲ ಆಗುವುದೂ ಇಲ್ಲ. ಅದೊಂದು ಕೆಂಡ ಭೂಮಿಯ ಕಣ್ಣಲ್ಲಿ ಕಂಡಾಗ ನನ್ನೊಳಗೊಂದು ತೀಕ್ಷ್ಣ ನೋವು.

ತಟ್ಟನೆ ಈಷಾ ಕಣ್ಣ ಮುಂದೆ ಇದ್ದಾಳೆ ಅನಿಸಿತು.ಉದ್ದದ ಕಪ್ಪು ಜೀನ್ಸ್, ಟೀ ಶರ್ಟ್‌ನಲ್ಲಿದ್ದ ಶರೀರದ ದುಂಡು ಮುಖದಲ್ಲಿ ಅವಳ ಎರಡು ಸಂಕೀರ್ಣ ಕಣ್ಣುಗಳು. ಅರ್ಥೈಸಿಕೊಳ್ಳಲಾಗದ ನೂರಾರು ಉತ್ತರಗಳನ್ನು–ಪ್ರಶ್ನೆಗಳಲ್ಲ ಉತ್ತರಗಳು... ಉತ್ತರಗಳನ್ನು ಹೊಂದಿದ್ದ ಕಣ್ಣುಗಳಲ್ಲಿ ಗಾಢವಾದ ದು:ಖದ ಛಾಯೆ. ಮನಸ್ಸನ್ನು ಅಸ್ವಸ್ಥತೆಗೆ ದೂಡುವ ನೋವು. ಇವೇ ಕಣ್ಣುಗಳು ನನ್ನನ್ನು ಸೆಳೆದದ್ದು ವಿಚಿತ್ರವೆ...

ತನ್ನ ಬಗ್ಗೆ ಏನೂ ಹೇಳದೆ ಹೋದವಳವಳು.

"ನಿನ್ನ ಬಗ್ಗೆ ಹೇಳು" ಅಂದೆ ಒಮ್ಮೆ. ಖೊಳ್ಳನೆ ನಕ್ಕುಬಿಟ್ಟಳು. ಯಾವ ಶತಮಾನದಲ್ಲಿರುವೆ ನೀ? ಕಂಡು ಹಿಡಿಯಲಾಗದಾ? ನಗು ಬಂತು. "ಹೋಗಲಿ ನೀನು ನನ್ನದೇ ಕಂಪೆನಿಯಲ್ಲಿ ಇದ್ದೀಯಾ ತಾನೇ? ನಿಂದು ಯಾವಾಗಲೂ ನೈಟ್ ಶಿಫ್ಟೇ ಏನು?"

"ಎಲ್ಲಾ ಚಾಲೇಂಜ್ ಅಂದ್ಕೋ..."

ಮತ್ತದೇ ನಗು. ಅವಳ ಕಾರು ಅಲ್ಲೇ ಸಪ್ಪಗೆ ಕೂತಿದ್ದ ಹಾಗೆ ಅನಿಸಿತ್ತು.

ಒಟ್ಟಾರೆ ಅವಳು ಹರಟೆ ಹೊಡೆದಳೇ ಹೊರತು ತನ್ನ ವಿವರ ಕೊಡಲಿಲ್ಲ... ಇರಲಿ ಸಿಕ್ಕೀತು. ಮನಸ್ಸು ಮಾಡಿದರೆ ಎಷ್ಟೊತ್ತು?

ಆಕೆ ಹೊರಳಿ ಹೋದಳು.

*****

"ಕೊಂಚ ಗಾಡಿಯ ಸ್ಪೀಡ್ ಕಡಿಮೆ ಮಾಡು, ಮುಂದಿನ ತಿರುವಿನಲ್ಲೇನಿದೆ ಎಂದು ನಿನಗೆ ಖಚಿತವಾಗಿ ಗೊತ್ತಿಲ್ಲ, ಮುಂದಿನ ಕ್ಷಣವೂ ನೀನು ಬದುಕೇ ಇರ್ತೀಯಾ ಎಂದು ಹೇಗೆ ಹೇಳುತ್ತೀ?" ಈಷಾ ಕೇಳಿದಳು. "ಅದ್ಯಾಕಿಷ್ಟು ಗಂಭೀರ ಮಾತಾಡಬೇಕು ನೀನು? ಮುಂದಿನ ತಿರುವಿನ ಬಗ್ಗೆ ಏನೂ ಗೊತ್ತಿಲ್ಲದಿದ್ದರೂ ತೊಂದರೆಯಿಲ್ಲ. ಈಗ ನಾನು ಹೋಗ್ತಾ ಇರೋ ದಾರಿ

ಸರಿಯಿದೆ ಅಂತ ಗೊತ್ತಿದ್ದರೆ ಸಾಕು" ನಕ್ಕೆ.

ನನ್ನ ಉತ್ತರಕ್ಕೆ ಮತ್ತೆ ಅವಳಲ್ಲಿ ಪ್ರಶ್ನೆ ಇರಲಿಲ್ಲ.

ನನ್ನ ಬೈಕಿನಲ್ಲಿ ಹಿಂದೆ ಕೂತಿದ್ದ ಅವಳನ್ನು ನಾನು ಆಶ್ರಮಕ್ಕೆ ಕರ್ಕೊಂಡು ಹೊರಟಿದ್ದೆ. ಊರಿಂದ ಇಪ್ಪತ್ತಾರು ಕಿಲೋ ಮೀಟರು ದೂರ, ಕೊಂಚ ಏರಿಳಿವಿನ ಘಟ್ಟದ ದಾರಿ... ಸುತ್ತಲೂ ಕಾಡು ಅದರ ಹೊಟ್ಟೆಯೊಳಗೆ ಮೂರ್ನಾಲ್ಕು ಅಥವಾ ಹೆಚ್ಚೇ ಹೇರ್‌ಪಿನ್ ಕರ್ವ್‌ಗಳು.

ಈಷಾ ಹೊರಟಿದ್ದು ಅವಳದೇ ಹಠಕ್ಕೆ, ಇಲ್ಲದಿದ್ದರೆ ಪ್ರತಿಬಾರಿ ನಾನು ಸುಭೀಯೊಟ್ಟಿಗೇ ಹೋಗುವವ. ಹತ್ತು ತಿಂಗಳಾಗಿದೆ ಭೂಮಿ ಐರ್ಲೆಂಡ್‌ಗೆ ಹೋಗಿ. ಅವಳದೊಂದು ಪ್ರಾಜೆಕ್ಟ್ ಮುಗಿಯದೆ ಸಮಯ ಹಿಡಿಸಿತ್ತು. ಮನೆ ಖಾಲಿ, ತಲೆ ದುಡಿದು ದುಡಿದು ಚಿಟ್ ಹಿಡಿದು ಯಾರಾದರೂ ಇರಬಾರದೇ ಮಾತಾಡಲು ಅನಿಸಿದ್ದು. ರಾತ್ರಿಗಳು ಗಭೀರೆನ್ನುತ್ತ ಇಡೀ ದಿನದ ದುಡಿತಕ್ಕೆ ಇನ್ನೂ ಹೆಚ್ಚು ಕ್ರೂರತನ ತುಂಬಿಸಿದ ಅನುಭವ. ಅನುದ್ದೇಶಿತ ಬದುಕಿನ ಅನಿವಾರ್ಯ ಅನಾಥ ಭಾವಗಳು...

*****

ದಲ್ಜಿತ್ ಸಿಂಗ್ ಆಗೀಗ ಎಳ್ಕೊಂಡು ಹೋಗ್ತಿದ್ದ, ಮಿಸ್ಟಿಕ್ ಅಪೆಕ್ಸ್‌ನ ಎಡಪಾರ್ಶ್ವದ ಎರಡೇ ಚೇರ್‌ಗಳ ನಮ್ಮ ಖಾಯಂ ಜಾಗದಲ್ಲಿ ಅವನ ಖಾಸ್ ಜಾನಿವಾಕರ್, ನನ್ನ ವಿಸ್ಕಿ ತುಂಬಿದ ಎರಡೂ ಗ್ಲಾಸುಗಳೆದುರು ನಮ್ಮ ಇದ್ದ ಬಿದ್ದ ಜನ್ಮ ಜನ್ಮಾಂತರದ ನೋವುಗಳ ಅನಾವರಣ!

ಕಾರ್ಪೊರೇಟ್ ಜಗತ್ತಿನ ಕ್ಷುದ್ರ ಮೂಲೆಗಳ ವಹಿವಾಟುಗಳಲ್ಲಿನ ಮಾತು ನಮ್ಮಲ್ಲಿ ಮುಖ್ಯವಾಗಿ ಇಳಿದು ಬರ್ತಾ ಇದ್ದದ್ದು ಕಂಪೆನಿಗಳು ಸಾಯಲಿಕ್ಕೆ ಉಸಿರೆಳೀತಾ ಬಿದ್ದ ಬಡ ಕಂಪನಿಗಳನ್ನು ತಿಮಿಂಗಲಗಳಾಗಿ ಭಕ್ಷಿಸುವ ಬಗ್ಗೆ. ಅದನ್ನು ಸಾಧ್ಯವಾಗಿಸಲಿಕ್ಕೆ ತಲೆಕೆಳಗಾಗಿ ಕೂಡ ನಿಲ್ಲುವ ನಮ್ಮ ಸಿಈಓ. ಆಶಿಷ್ ಪಾರ್ಕರ್ ಬಗ್ಗೆ.

"ಫನಾ" ಅಂದಿದ್ದ ದಲ್ಜಿತ್.

"ಗೊತ್ತಾಯಿತು" ಅಂದೆ.

"ಪಾಣ್ಯಾರೆ ಮಿನರಲ್ಸ್‌ನ ಎಂಟುನೂರು ಕೋಟಿಯ ಬಿಸಿನೆಸ್- ಚಿಟಿಕೆ ಹೊಡೆಯುವಷ್ಟರಲ್ಲಿ ನುಂಗಿದನಲ್ಲ... ಇಂಥ ಶಾರ್ಕ್ ನೋಡಿರಲಿಲ್ಲ ಬಿಡು."

"ಹಾಂ, ಪಾಣ್ಯಾರೆಯ ಆರ್ನೂರು ಜನ ಎಂಪ್ಲಾಯಿಗಳ ಅನ್ನ ಕಸಿದಾಯ್ತು..."

"ನೀ ಇದ್ದೆ ಅಲ್ವಾ ಟೇಕ್ ಓವರ್ ಫಾರ್ಮಾಲಿಟೀಸ್ ನಡೆದಾಗ?"

ಅವನ ಮಾತಿಗೆ ಉತ್ತರಿಸಲಿಲ್ಲ. ಇದಾವುದೂ ಅವನಿಗೂ ಹೊಸದಲ್ಲ, ನನಗೂ ಅಲ್ಲ. ಅದೇ, ದೊಡ್ಡ ಮೀನು ಚಿಕ್ಕದನ್ನು ನುಂಗುವ ಇಂದು ನಾಳೆಯ ಪ್ರಪಂಚ. ನಾವೆಲ್ಲ ಅದರೊಳಗೆ ದುಡಿವ ಪ್ಯಾದೆಗಳು.

"ಅವನನ್ನು ಸುವರ್ ಕಾ ಬಚ್ಚಾ ನನ್ನ ಜೀವನ, ಮನೆ ಎಲ್ಲ ನಾಶ ಮಾಡಿದೆ ಅಂತ ಬೈದು ಹೋದದ್ದಾರು ಗೊತ್ತಾ?"

"ಯಾರೊ ಹೆಣ್ಮಗಳು ಅಂತ ಕೇಳಿದ್ದೆ. ಯಾರು ಕ್ಲಿಯರ್ ಆಗಿ ಗೊತ್ತಿಲ್ಲ"

"ತಿಳಿದು ಏನ್ಮಾಡ್ತೀ ಬಿಡು... ಅವಳೊಬ್ಬಳದೇ ಏನಲ್ಲವಲ್ಲ ಪ್ರಪಂಚ ಮುಳುಗಿದ್ದು? ಮೊನ್ನೆ ಚೌಧರಿ ಅತ್ತುಬಿಟ್ಟಿದ್ದ, ಹನ್ನೆರಡು ಜನ ಅವನ ದುಡಿಮೆಯಲ್ಲಿ ಉಣ್ತಾ ಇದ್ದರು. ಇದ್ದಕ್ಕಿದ್ದಂತೆ ಈ ಪಿಂಕ್ ಸ್ಲಿಪ್ ಅಪ್ಪಳಿಸ್ತು... ಗ್ಲಾಸ್ ಡೋರ್ ಬ್ಲಾಗಿನಲ್ಲಿ ಶಾಪ ಹಾಕಿ ಹಾಕಿ ಬರ್ಕೊಳ್ತಾ ಇದ್ದಾನಂತೆ ಆಶಿಷ್ ಬಗ್ಗೆ."

"ನಿಲ್ಸು ದಲ್ಜಿ... ತಲೆ ತಿರುಗ್ತಾ ಇದೆ, ನಮ್ಮ ಎದುರಿಗೂ ಪಾತಾಳ ಯಾವಾಗ ತೆರೆದುಕೊಳ್ಳುತ್ತೆ ಗೊತ್ತಿಲ್ಲ..."

"ಭೂಮಿಕಾ ಯಾವಾಗ ಬರಬಹುದು?" ಮಾತು ತಿರುಗಿಸಿದ.

"ಇನ್ನೂ ಮೂರು ತಿಂಗಳು..."

"ಟೇಕ್ ಕೇರ್ ಸಮೀರ್... ಒಬ್ಬನೇ ಕೂತು ತಲೆ ಕೆಡಿಸಿಕೊಳ್ಳಕ್ಕಿಂತ ನನ್ನ ಮನೆಗೆ ಬರ್ತಾ ಇರು. ಮೋಹಿತ್ ಕೇಳ್ತಾ ಇರ್ತಾನೆ, ಮೈರಾ ಡೆಲ್ಲಿ ಸ್ಪೆಷಲ್ ಮಾಡಿದಾಗ್ಲೆಲ್ಲ ನಿನ್ನ ನೆನಪಿಸಿಕೊಳ್ತಾ ಇರ್ತಾಳೆ."

ದಲ್ಜಿತ್ ಖುರಾನಾ ನನ್ನ ಕೊಲೀಗ್ ಆಗಿ ನಾಲ್ಕೇ ವರ್ಷ ಆದರೂ ಹಾಗೆ..ನೇರ, ಸ್ಪಷ್ಟ ಮಾತಿನ ಅವನ ಧಾಟಿ ನನಗಿಷ್ಟ.

ಪಾರ್ಕಿಂಗ್ ಲಾಟ್ ದಾಟುವಾಗ ಈಷಾ ಬಗ್ಗೆ ಏನಾದರೂ ಗೊತ್ತಾ ಅಂತ ಇವನನ್ನು ಕೇಳಲೇ ಅನಿಸಿತು ಆದರೆ ಏನು ಪ್ರಯೋಜನ? ಅವಳು ಚಾಲೇಂಜ್ ಹಾಕಿರೋದು ನನಗೆ... ಆದರೂ ನಾನೇಕೆ ಕಂಡು ಹಿಡಿದಿಲ್ಲ? ಅವಳು ನನ್ನ ಆಟವಾಡಿಸ್ತಾ ಇದ್ದಾಳಾ ಅಥವಾ ನಾನವಳನ್ನು?

ಛೇ..

ಎರಡು ದಿನಗಳ ಹಿಂದೆ ಅವಳ ಜೊತೆ ಆಗಿದ್ದು ನನ್ನ ಬಹುಶಃ ಹತ್ತನೆಯ ಭೇಟಿ. ನಮ್ಮ ಕಂಪನಿಯ ಪಾರ್ಕಿಂಗ್ ಲಾಟ್‌ನ ಅದೇ ಹೊಳೆವ ದೀಪಗಳಡಿ. ಈ ಸಾಫ್ಟ್‌ವೇರ್ ಕೂಲಿಯ ಶಿಫ್ಟ್‌ಗಳ ಪ್ರಪಂಚದಲ್ಲಿ ನಮ್ಮ ಕಾಫಿ

ಕುಡಿಯುವ ಖುಶಿಯ ಒಂದಷ್ಟು ಕ್ಷಣಗಳು.

"ಕಾಫಿಗಿಂತ ಪೆಪ್ಸಿ ಇದ್ದಿದ್ದರೆ" ಅಂದಳು, ಅಚ್ಚರಿ ಚಿಮ್ಮಿತು "ಪೆಪ್ಸಿ? ಈ ಚಳಿಯಲ್ಲಿ"

"ಕುದಿಯೋ ಜೀವ ಥಣ್ಣಗಿರ್ತದೆ" ಖೊಳ್ಳನೆ ನಕ್ಕಳು. ವಿಚಿತ್ರ ಪ್ರಾಣಿ ಇದು!

ಆಶ್ರಮದಲ್ಲಿ ನಡೆದಿದ್ದು ನೆನಪಾಯ್ತು,

ಎರಡೂ ಕೈ ಇಲ್ಲದ ಹನ್ನೆರಡರ ಹುಡುಗಿ ಲಂಗ ಬಿಡಿಸಿ ಅದರಲ್ಲಿ ನಾನಿತ್ತ ಬ್ರೆಡ್ ಬಿಸ್ಕತ್ತು ಬಗ್ಗಿ ಬಾಯಿಗೇ ಎಳೆದುಕೊಂಡು ತಿನ್ನಲು ಶುರು ಮಾಡಿತ್ತು. ಅದನ್ನು ನಿಟ್ಟಿಸುತ್ತಿದ್ದಳು.

"ಈ ಮಕ್ಕಳನ್ನು ಅದು ಯಾವಾಗಿನಿಂದ ಕಾಣಲು ಬರ್ತಾ ಇದ್ದೀಯಾ"

"ಈ ಊರಿಗೆ ಬಂದಾಗಿನಿಂದ"

"ಛೀ, ಕೈಯಿಲ್ಲ ಕಾಲಿಲ್ಲ ಮಾತಿಲ್ಲದ ಘನಕಿವುಡಿನ ಈ ಮಕ್ಳು ಬದುಕುವುದಕ್ಕಿಂತ ಸಾಯುವುದೇ ಒಳ್ಳೆಯದು, ಇತರರಿಗೆ ಹೊರೆಯಾಗಿ, ಅನ್ನ ನೀರಿಗೆ ಭಾರವಾಗಿ ಕಷ್ಟಪಡುವುದಕ್ಕಿಂತ ಸಾವು ಒಳ್ಳೆಯದು."

ಬೆರಗಾದೆ... ಹೆಣ್ಮಕ್ಕಳು ಹೀಗೂ ಮಾತಾಡ್ತಾರಾ? ಕರುಣೆ ಇವರ ಸಹಜ ಗುಣ ಅಂತಾರಲ್ಲ ಬಟ್ ಇವಳು?!

ಈಷಾ ವಿಕ್ಷಿಪ್ತಳೆನಿಸಿದಳು ಆ ಕ್ಷಣಕ್ಕೆ. ನನ್ನ ಮನಸ್ಸಿನ ಭಾವನೆ, ಯೋಚನೆಗಳ ಒಂದು ತುಣುಕನ್ನು ಅವಳ ತಲೆಗೆ ತುಂಬುವ ಕಾಲ ಬಂದಿತ್ತು. ನನ್ನ ಭೂಮಿಗೆ ಮಕ್ಕಳಾಗುವುದಿಲ್ಲ ಎಂಬ ಸುದ್ದಿಯನ್ನು ಅವಳಿಗೆ ಹೇಳಲೇ? ಮಕ್ಕಳ ಆಸೆ ಬಿಟ್ಟವಳು ಅವಳೇ ಎಂದು ಹೇಳಲೇ? ಆ ಕೊರತೆಯನ್ನು ಇಲ್ಲಿರೋ ವಾತಾವರಣದಲ್ಲಿ ಮುಚ್ಚಿಕೊಂಡು ಖುಶಿ ಪಡ್ತೀವಿ ಅಂತ ಹೇಳಲೆ?

ನಾನು ಆಡಿದ್ದೇ ಬೇರೆ.

"ಜೀವನ ಇರೋದು ಬದುಕುವುದಕ್ಕೆ, ಪ್ರತಿಯೊಂದು ಸಂಗತಿಗೂ ಒಂದು ಉದ್ದೇಶವಿದೆ. ಯಾವುದೇ ಥರದ ವೈಕಲ್ಯ ಜೀವನದ ಒಂದು ಭಾಗ ಅಷ್ಟೇ. ಒಂದೇ ಒಂದು ಕಾರಣಕ್ಕಾಗಿ ಬದುಕಿಗೆ ವಿಮುಖರಾಗುವುದು ತಪ್ಪು. ನಿನ್ನ ಪ್ರಾಬ್ಲೆಮ್ ಏನೋ ನನಗೆ ಗೊತ್ತಿಲ್ಲ ಈಷಾ – ಈ ಬದುಕು ಸಿಗುವುದು ಒಮ್ಮೆ ಮಾತ್ರ– ಬದುಕಿನಲ್ಲಿ ನಮಗೆ ಎಷ್ಟೇ ಅನ್ಯಾಯವಾಗಿದ್ದರೂ ನಾವೇಕೆ ಬದುಕಿಗೆ ಅನ್ಯಾಯವೆಣಿಸಬೇಕು? ಇರುವಷ್ಟು ಕ್ಷಣ ಒಳ್ಳೆಯದಕ್ಕಾಗಿ ಬದುಕಬೇಕು. ಯಾರಿಗೆ ಗೊತ್ತು ನಿನ್ನ ಬದುಕಿನ ಧ್ಯೇಯ, ಉದ್ದೇಶ ಮುಂದಿನ

ತಿರುವಿನಲ್ಲಿ ನಿನಗಾಗಿ ಕಾದಿರಬಹುದು..."

"ಮಾರಲ್ ಲೆಕ್ಚರ್ ಹಾಹಾ ಅಷ್ಟೇ ಅಂದು ನಿಲ್ಲಿಸಿದಳವಳು.

"ಅವಳ ದೃಷ್ಟಿ ನನ್ನಲ್ಲಿ ನೆಟ್ಟಿತ್ತು. ಒಂದೊಂದು ಪದವನ್ನೂ ಪೂರ್ಣವಾಗಿ ಗ್ರಹಿಸುತ್ತಿದ್ದಳೇ? ನನ್ನ ಮಾತಿನ ಅರ್ಥ ತಿಳಿದಿದ್ದರೆ ಮತ್ತೊಮ್ಮೆ ಆ ರೀತಿ ಯೋಚಿಸಲಾರಳು... ಒಂದು ಆಸೆ ಅಷ್ಟೇ! ರಸ್ತೆ ಸುಯ್ಯನೇ ಮುರಿಗೆ ಹಾಕ್ಕೊಂಡು ಹೊರಳಿಕೊಂಡಿತು.

"ನೋಡಲ್ಲಿ ತಿರುವು... ಯಾಕೋ ಇದೊಂದೇ ಪದ ಅಂದು ಸುಮ್ಮನಾಗಿದ್ದಳು. ಗಾಢ ಯೋಚನೆಯಲ್ಲಿದ್ದಂತೆ...

*****

ನನ್ನ ಪ್ರತಿ ತಿಂಗಳಿನ ಸಾಕಷ್ಟು ಸಮಯ ಅನಾಥಾಶ್ರಮದಲ್ಲಿ, ಬಡ ವಿಕಲಚೇತನರ, ಬಡ ವಿದ್ಯಾರ್ಥಿಗಳ ಹಾಸ್ಟೆಲ್ ಗಳಲ್ಲಿ ಕಳೆಯುತ್ತಿತ್ತು. ದುಡ್ಡು, ಪುಸ್ತಕ, ಬಟ್ಟೆ ಬರೆ, ತಿಂಡಿಗಳು ಹೀಗೆ ಕಲೆಹಾಕಿ ನನ್ನಿಂದ ಸಾಧ್ಯವಾದಷ್ಟು ನಾನೂ ಸೇರಿಸಿ ಒಯ್ದು ಕೊಡ್ತಿದ್ದೆ. ಅದೊಂದು ಮಹಾನ್ ಕಾರ್ಯ ಎಂದು ನಾನೇನೂ ಭಾವಿಸಿರಲಿಲ್ಲ... ಕನಿಷ್ಟ ಪಕ್ಷ ಭೂಮಿ ಈ ವಿಷಯದಲ್ಲಿ ನನ್ನ ನಾರ್ಮಲ್ ಅಂತ ತಿಳಿದರೆ ಸಾಕು. ಹಾಂ ತಿಳಿದೂ ಇದ್ದಳು. ಅದಕ್ಕೇ ಅನಾಥಾಶ್ರಮಗಳ ಭೇಟಿಯ ಅನಂತರ ನಮ್ಮಿಬ್ಬರ ಮನಸ್ಸುಗಳು ತುಂಬ ಹೆಚ್ಚು ಹತ್ತಿರವಾಗ್ತಿದ್ದುವೋ...

ಈಷಾಗೆ ಸರಿಯಾಗಿ ಬುದ್ಧಿ ಹೇಳಬೇಕು ಅನಿಸಿ ಅಂದಿನ ಪಾರ್ಕಿಂಗ್ ಲಾಟ್ ಸಮಯಕ್ಕೆ ಕಾದೆ.

ಎರಡು ಬಾರಿ ಛೇಡಿಸಿದ್ದಳು ಅವಳು "ನನ್ನ ಪತ್ತೆಯ ಚಾಲೆಂಜ್ ಮರೆತೆ ಹಾಂ? ಲೇಝಿ ಬಗ್"

"ಮರ್ತಿಲ್ಲ, ಬೇಡ ಅನಿಸ್ತು"

"ಯಾಕೋ?"

ನಗೆಯಲ್ಲಿ ಇಬ್ಬರದೂ ಪ್ರಶ್ನೆ ಕಳೆದು ಹೋಯ್ತು. ಈಷಾ ಯಾಕಿಷ್ಟು ಹತ್ತಿರವಾಗ್ತಾ ಇದ್ದಾಳೆ... 'ಭೂಮೀ ಕಮ್ ಬ್ಯಾಕ್ ಸೂನ್ ನಿನಗೊಂದು ವಿಚಿತ್ರ ಹುಡುಗಿಯನ್ನ ಪರಿಚಯ ಮಾಡಿಸ್ತೀನಿ' ಎಂದು ಇವತ್ತು ಲೈವ್ ಚಾಟ್ ನಲ್ಲಿ ಹೇಳಿಬಿಡಬೇಕು...

ಈಷಾ ಬೆನ್ನು ತಿರುಗಿಸಿ ಹೊರಟಾಗ ನನ್ನ ಕಾರಿನ ಕೀ ತಿರುಗಿಸಿದೆ.

*****

ಭೂಮಿ ಯಾನೆ ಭೂಮಿಕಾ

"ವಾಟ್?" ಎದೆ ಧಸಕ್ಕೆಂದಿದ್ದನ್ನು ಮರೆ ಮಾಚಿ ಪ್ರಶಾಂತನತ್ತ ಹೊರಳಿ ಕೇಳಿದ್ದೆ. "ಖರೆನಾ ಇದು?" ಸಮೀರ್ ಒಬ್ಬನೇ ಮಾತಾಡ್ತಾ ಹೊರಟಿರ್ತಾನೆ... ಕಮಾನ್ ಪ್ರಶೂ, ಅವನು ಬಹಳ ಶಿಸ್ತಿನ ಮನುಷ್ಯ ನಿಂಗೆ ಗೊತ್ತಿಲ್ಲದ್ದೇನಿದೆ?"

"ಡೋಂಟ್ ಪ್ಯಾನಿಕ್. ಕೆಲವೊಮ್ಮೆ ಬ್ಲೂಟೂತ್ ಹಾಕ್ಕೊಂಡು ಮೊಬೈಲ್ ಜೇಬಲ್ಲಿಟ್ಕೊಂಡು ಹೊರಟವರೂ ಹೀಗೇ ಹುಚ್ಚರ ಥರ ಕಾಣ್ತಾರೆ. ಅಪರೂಪ ಏನಲ್ಲ, ಲೆಟ್ ಮಿ ಚೆಕ್ ಆನ್ ಹಿಮ್"

ನನ್ನ ಸಮಾಧಾನ ಮಾಡ್ಲಿಕ್ಕೆ ಆಡಿದ ಮಾತು ಅಂತ ಅವನಿಗೂ ನನಗೂ ಗೊತ್ತಿದ್ದ ಮಾತು. ಆದರೂ ಇಬ್ಬರೂ ಅಲ್ಲಿಗೇ ನಿಲ್ಲಿಸಿದೆವು.

ಅನುಮಾನದ ಹೊಗೆ ತೆಳುವಾಗಿ ಆವರಿಸಿದ್ದನ್ನು ನಾನು ಆ ಕ್ಷಣದಲ್ಲಿ ತಳ್ಳಿ ಹಾಕಿದ್ದೆ. ಪ್ರಶಾಂತ ನನ್ನ ತಮ್ಮ. ಮೆಡಿಕಲ್ ಸೇರಿ ಸೈಕಿಯಾಟ್ರಿ ಓದಿ ಮುಗಿಸಿ ಇಂಟರ್ನ್ ಮಾಡ್ತಿದ್ದಾನೆ. ರ್‍ಯಾಂಕ್ ಬರೋದು ಮೊದಲಿಂದಲೂ ಅವನ ಸ್ಪೆಶಾಲಿಟಿ ಅಂತ ಸದಾ ಏರಿಕೆ ತೋರುವ ಅವನ ಅಕಾಡೆಮಿಕ್ ಗ್ರಾಫ್ ಹೇಳುತ್ತದೆ.

ತನ್ನ ಸೀನಿಯರ್ ಸೈಕಿಯಾಟ್ರಿಸ್ಟ್ ಮೇಹುಲ್ ಶರ್ಮಾ ಬಗ್ಗೆ ಕೊಂಚ ಹೆಚ್ಚೇ ಅಭಿಮಾನ. ಮಾತಾಡಿದರೆ ಸಾಕು ಮೇಹುಲ್ ಶರ್ಮರು ಬರೆದ ಸೈಕಿಯಾಟ್ರಿ ಪುಸ್ತಕಗಳು, ಎಕ್ಸೆಪ್ಶನಲ್ ಕೇಸುಗಳು ಮತ್ತೆ ಅವರು ಅವನ್ನು ಗುಣಪಡಿಸಿದ ಉದ್ದುದ್ದ ವಿವರಗಳನ್ನು ಕೊಡದಿದ್ರೆ ಅಂದಿನ ಮಾತುಕತೆ ಮುಗಿತಾಯ ಆಗುತ್ತಲೇ ಇರಲಿಲ್ಲ. ಅವನನ್ನು ಕೆರಳಿಸಲಿಕ್ಕೆಂದೇ 'ಕ್ರೇಝಿ ವರ್ಲ್ಡ್ ಕುಮಾರರು ನೀವಿಬ್ಬರೂ' ಅನ್ನುವವಳು ನಾ, "ಜಗತ್ತೇ ಒಂದು ಹುಚ್ಚರ ಸಂತೆ ಅಂತಲೂ ಮುಂದುವರಿಸು" ಅನ್ನುವವ ಪ್ರಶಾಂತ.

ಸಮೀರನ ಸ್ವಗತ ಮಾತುಕತೆಗಳ ಬಗ್ಗೆ ಇನ್ನೊಂದಿಬ್ಬರು, ಒಬ್ಬಾತ ಪ್ರಜ್ವಲ್ ಮತ್ತೆ ನನ್ನ ಇಪ್ಪತ್ತು ವರ್ಷಗಳ ಖಾಸಾ ಗೆಳತಿ ಶಮಾ ಹೇಳಿದಾಗ ನಕಾರದ ಉತ್ತರ ಎಸೆದಿದ್ದೆ. ಇವರಿಗೇನು ಗೊತ್ತು ನನ್ನ ಸಮೀರ್ ಬಗ್ಗೆ? ಅವನಲ್ಲಿರೋ ಅಗಾಧ ಪಾಸಿಟಿವಿಟಿಯ ಬಗ್ಗೆ,

ಶಮಾ ನನ್ನನ್ನು ಕೇಳಿದ್ದಳು, "ಎಷ್ಟು ದಿನ ಐರ್ಲೆಂಡ್ ಹಿಡ್ಕೊಂಡು ಕೂತುಕೋತೀಯೇ ಬಾ ಇನ್ನು ಜಲ್ದಿ...ಇಲ್ಲಿ ಸಮಿ ಒಬ್ನೇ ನಿನ್ನ ಕಾದು ಕೂತು ಒಣಗಿ ಒಣಗಿ ಸಂಡಿಗೆ ಆಗ್ತಿದಾನೆ... ಹಾಹಾ."

"ಏನಾಯ್ತವನಿಗೆ? ನಾನಿಲ್ಲ ಅಂತ ಇನ್ನಷ್ಟು ಫ್ರೀಡಂ, ಮತ್ತಿನ್ನೇನು?"

"ನಿನ್ನ ತಲೆ, ಅವ ಏನೋ ಡಿಪ್ರೆಶನ್‌ನಲ್ಲಿದ್ದಾನೆಯಾ ವಿಚಾರಿಸು. ನನಗಂತೂ ಹಾಗೆ ಕಾಣ್ತಿದೆ."

"ಬಿಡ್ತು ಅನ್ನೇ ಶಮೀ... ಅಪಶಕುನ ಯಾಕೆ ನುಡೀತೀ" ಗುರ್ ಅಂದಿದ್ದೆ,

"ಭೂಮಿ ಈಷಾ ಯಾರು?"

"ಏನೆಂದೆ?"

"ನೀ ಮೊದಲು ಬಾ ಹೇಳ್ತೀನಿ" ಫೋನಿಟ್ಟಳು.

ಎದೆಬಡಿತ ಸ್ಕಿಪ್ ಆಗತೊಡಗಿದ್ದು ನಿಜ..

ಮೊದಲು ಪ್ರಾಜೆಕ್ಟ್ ಮುಗಿದರೆ ಸಾಕು ಈ ದೇಶ ಬಿಟ್ಟು ಹೊರಬೀಳಬೇಕು.. ಆಶ್ಚರ್ಯ ಅಂದರೆ ಸಮೀರನ ಹತ್ರ ವೀಡಿಯೋ ಚಾಟ್‌ನಲ್ಲಿ ಮಾತಾಡಿದಾಗ ಅವನ ಮಾತು ಎಂದಿನಂತೆ. ಸಹಜ, ಸರಳ! ಹಾಗಿದ್ರೆ ಏನಾಗ್ತಾ ಇದೆ?

"ಕೆಲಸದ ಸ್ಟ್ರೆಸ್ ಹುಚ್ಚು ಹಿಡಿಸ್ತಾ ಇದೆ ನೀನೂ ಇಲ್ಲ...ಅಂತೇನೋ ಗೊಣಗಾಡಿದ್ದ ಪ್ರತಿ ಸಲ. ಈ ಫೀಲ್ಡ್‌ನಲ್ಲಿ ಉಸಿರಾಟದಷ್ಟೇ ಅನಿವಾರ್ಯದ ಕತೆ. ಅನಿವಾರ್ಯದ ಅರ್ಥ ಅಪರಿಹಾರ್ಯ ಅಷ್ಟೇ. "ನಾನಿಲ್ಲ ಅಂತ ಸಿಕ್ಕ ಸಮಯ ಎಲ್ಲ ಹಾರರ್ ಮೂವಿಯಲ್ಲಿ ಕಳೀಬೇಡ..." ಅಂದೆ ಒಮ್ಮೆ, ಸಮಿಯ ಹಾರರ್ ಮೂವಿಗಳ ಹುಚ್ಚು ಗೊತ್ತಿದ್ದದ್ದೇ.

"ಹಾರರ್ ಆಗೋದು ನೀ ಬಂದ ಮೇಲೆ," ಅವ ಖೊಳ್ಳನೆ ನಕ್ಕಿದ್ದ.

"ಓ ಯಾ? ನಿನ್ನ ಮೊದಲು ಒಬ್ಬ ಸೈಕಿಯಾಟ್ರಿಸ್ಟ್‌ಗೆ ತೋರಿಸ್ತೀನಿ ಇರು, ಹೇಳ್ತೀನಿ ಪ್ರಶೂಗೆ" ಅಂದೆ...

ಯಾವ ಗಳಿಗೆಯಲ್ಲಿ ಅಂದೆನೋ?!

ಅವತ್ತು ತಳ್ಳಿ ಹಾಕಿದ್ದ ಅನುಮಾನಕ್ಕೆ ಸ್ಪಷ್ಟ ರೂಪ ಬಂದಿದ್ದು ಸಮೀರ್ ಕಂಪೆನಿಯ ಪಾರ್ಕಿಂಗ್ ಲಾಟಿನಲ್ಲೇ ಮಾಡಿದ ಸಂಗತಿಯಿಂದಾಗಿ.

ರಾತ್ರಿಯ ಹತ್ತೂವರೆಗೆ ದಲ್ಜಿತ್ – ಸಮೀರನ ಪಕ್ಕದ್ದೇ ಕ್ಯಾಬಿನ್ ಅವನದು– ಫೋನು ಕರೀತು. ಅವನು ಇವನಿಗೆ ಹೆಚ್ಚು ಖಾಸಾ ದೋಸ್ತ್ ಆಗಲು ಅದೂ ಕಾರಣ ಹೌದು.

"ಭೂಮಿಕಾ ಐ ಆಮ್ ಸರಪ್ರೈಸ್ಡ್... ಅನ್ ಬಿಲೀವಬಲ್... ಸಮೀರ್ ನಿಂಗೇನೂ ಹೇಳಿಲ್ವಾ?"

"ಏನು ಹೇಳಬೇಕಿತ್ತು? ಯಾವ..." ನಡುವೇ ತುಂಡರಿಸಿ. ಕಿಟಕಿಯ ಹೊರಗಿನ ಮಿಣುಕು ಹುಳದಿಂದ ದೃಷ್ಟಿ ಕಿತ್ತು ಕೇಳಿದೆ... ಅವನಿಗೆ ಏನು ಉತ್ತರ

ಕೊಡಬೇಕೋ ಗೊಂದಲದಲ್ಲೂ ಇದ್ದೆ.

"ಕಾರಿನ ಡಿಕ್ಕಿ ಹತ್ರ ನಿಂತು ಪೆಪ್ಸಿ ಕೋಲಾ ಹಿಡ್ಕೊಂಡು ಆಫರ್ ಮಾಡ್ತಿದ್ದ..."

"ಅದೇನು ದೊಡ್ಡ ಸಂಗತಿ ಅಂತ ಫೋನ್ ಮಾಡಿದೆ? ಪೆಪ್ಸಿ ಕುಡಿಯೋದು ತಪ್ಪಾ?"

"ನಾನೆಲ್ಲಿ ಹಾಗಂದೆ? ಗಾಳಿಗೆ ಆಫರ್ ಮಾಡ್ತಿದ್ದ... ಪೆಪ್ಸಿ"

ನಕ್ಕೆ ನಾನು "ನಿನಗೆ ವರ್ಕ್ ಪ್ರೆಶರ್ ಹೆಚ್ಚಾಗಿ ತಲೆ ಎತ್ಲೋ ಓಡ್ತಾ ಇದೆ. ಎರಡು ದಿನ ಲೀವ್ ಹಾಕಿ ನಿದ್ರೆ ಮಾಡು. ಸಮೀನೂ ಕೆಲ್ಸದ ಟೆನ್ಶನ್‌ಗೆ ಡ್ರೇನ್ ಔಟ್ ಆಗ್ತಾ ಇದ್ದಾನೆ ಮೊನ್ನೆ ಹೇಳ್ತಿದ್ದ ಹುಚ್ಚು ಹಿಡಿದ ಹಾಗಾಗ್ತಿದೆಯಂತೆ"

'ವರ್ಕ್ ಪ್ರೆಶರ್, ಟೆನ್ಶನ್ ಇವೆರಡೂ ನಮ್ಮ ಉದ್ಯೋಗ ಜಗತ್ತಿನ ಇನ್ನೊಂದು ಮುಖ.

ಫೋನಿನಲ್ಲಿ ಮಾತು ಮತ್ತೆ ತೂರಿ ಬಂತು,

"ಇಲ್ಕೇಳು ಭೂಮೀ ಸಮೀರ್ ಎದುರಲ್ಲಿ ಯಾರೂ ಇರ್ಲಿಲ್ಲ. ಯಾರೂ ಅಂದರೆ ಯಾರೂ ಅರ್ಥ ಆಗ್ತಾ ಇದೆಯಾ? ಮತ್ತೆ ಯಾರಿಗೆ ಅದನ್ನು ಕುಡಿಸ್ತಾ ಇದ್ದ?"

ತಲೆ ದಿಂ ಅಂದಿತು!

ದಲ್ಜಿತ್ ಧ್ವನಿಯ ಗಾಂಭಿರ್ಯ ನಖಶಿಖಾಂತ ನಡುಗಿಸಿತು.

ಎಮರ್ಜೆನ್ಸಿ ಕಾರಣ ಕೊಟ್ಟು ಮರುದಿನ ಫ್ಲೈಟ್ ಹಿಡಿದೆ ಬೆಂಗಳೂರಿಗೆ. ಕಾಲ್ ಮಾಡಿದೆ ಸಮಿಗೆ ಉತ್ತರವಿಲ್ಲ, ಸೈಲೆಂಟ್ ಮೋಡ್‌ನಲ್ಲಿದೆಯಾ ಅವನ ಫೋನು? ಅಂದರೆ?

******

"ಪ್ರಶೂ ನನಗೆ ಗಾಬರಿ ಆಗ್ತಿದೆ ಏನಾಗಿದೆಯೋ?" ಏರ್‌ಪೋರ್ಟಿಗೆ ಬಂದಿದ್ದ ಪ್ರಶಾಂತನ ಕಾರಲ್ಲಿ ಮನೆಗೆ,- ಅಲ್ಲ ನರ್ಸಿಂಗ್ ಹೋಮಿಗೆ ಹೊರಟಿದ್ದಾಗ- ಅವನ ತೋಳು ಹಿಡಿದು ಒರಗಿದರೆ ಕಣ್ಣಾಲಿ ತುಂಬಿ ಬಂದುವು. ಸಮೀರನ್ನ ನಿರೀಕ್ಷಿಸಿದ್ದೆ... ಪ್ರಶಾಂತ್ ಬಂದಿದ್ದ!

ಸಮೀರ್ ಮೂರು ದಿನಗಳಿಂದ ಹಾಸ್ಪಿಟಲ್‌ನಲ್ಲಿ ಇದ್ದ. ಕೆಂಡದಂಥ ಜ್ವರ, ಹಲವಾರು ತರದ ತಪಾಸಣೆಗಳು ನಡೆದಿವೆ. ಸಮೀ ಅರ್ಧಕ್ಕರ್ಧ ಇಳಿದು ಹೋಗಿದ್ದು ಎದೆಯನ್ನು ಝಲ್ಲೆನಿಸಿತ್ತು. ನಾನಾಗಲೀ ಅವನಾಗಲಿ ಹೀಗೆ

ಪ್ರಾಜೆಕ್ಟ್ ಮೇಲೆ ವಿದೇಶಕ್ಕೆ ಹೋಗೋದು ಸಾಮಾನ್ಯ. ಅವನೂ ಎರಡೆರಡು ವರ್ಷ ಹೋಗಿದ್ದಿತ್ತು, ನಾನೂ ಹೋಗ್ತಿದ್ದೆ, ಆದರೆ ಈ ಹಿಂದೆ ಇಂಥದೊಂದು ಪ್ರಸಂಗ ನಡೆದಿದ್ದೇ ನೆನಪಿಲ್ಲ.

"ಜ್ವರದಲ್ಲಿ ವಿಚಿತ್ರವಾಗಿ ಬಡಬಡಿಸ್ತಾನೆ.. ಒಂದು ಹೆಸರು ಹೇಳ್ತಾನೆ." ಪ್ರಶಾಂತನ ಪ್ರಥಮ ವರದಿ ಎದೆಯಿಡೀ ಸಂಕಟ ತುಂಬಿತ್ತು.

"ಈಷಾ?"

"ಹೌದು..."

ಎದೆ ಝಲ್ ಅಂದಿತ್ತು!

ಶಮಾ, ಪ್ರಜ್ವಲ್ ಹೇಳಿದ್ದನ್ನು ನಾ ಹಗುರವಾಗಿ ತೊಗೊಂಡೆನಾ?

*****

ಒಂದಿಡೀ ವಾರ ಮುಳ್ಳಿನ ಹಂದರವಾಗಿತ್ತು.

ಜ್ವರ ನಿಂತು ನಾರ್ಮಲ್‌ಗೆ ಬಂದರೂ ಹಾಸಿಗೆಯಲ್ಲಿ ಹಕ್ಕಿಯ ಥರ ಮುದ್ದೆಯಾಗಿ ಮಲಗ್ತಿದ್ದ ಸಮೀರ್ ಈ ಲೋಕದಲ್ಲಿಲ್ಲ ಅನಿಸ್ತಿತ್ತು. ಕಣ್ಣುಗಳು ಗುಳಿಬಿದ್ದು ಕಾಂತಿಹೀನವಾಗಿ ಹಣೆ ನೆರಿಗೆಗಟ್ಟಿ ಅಯ್ಯೋ ದೇವರೇ... ನನ್ನ ನೋಡಿ ಸೂಕ್ಷ್ಮವಾದ ಒಂದು ಕಿರುನಗೆ ಅವನ ಕಣ್ಣಲ್ಲಿ ಕಂಡದ್ದು ನಿಜವೇ? ಆದರೆ... ಆದರೆ ತುಟಿಗಳ ಮೇಲೆ ಕ್ಷೀಣದನಿಯ ಅದೊಂದೇ ಪದ..." ಈಷಾ!"

ಯಾರದು? ಯಾರು? ಕಾಲ ಕೆಳಗಿನ ನೆಲ ಕುಸೀತಾ ಇದೆ ಅನಿಸಿದ್ದು ಆ ಕ್ಷಣಗಳಲ್ಲಿ.

ಹೊಸಾ ಅಫೇರಾ?

ಕಣ್ಣುಗಳ ಸುತ್ತಲ ಕಪ್ಪಿಟ್ಟ ಉಂಗುರಗಳು. "ಗಾಳಿ ಶಕೆ ಬಡ್ಕೊಂಡ್ರೂ ಈ ಥರ ಆಗುತ್ತಂತೆ, ಮೊದಲು ನಿನ್ನ ಮನೆ ದೇವರಿಗೆ ಒಂದು ಹರಕೆ ಕಟ್ಟಿಡು ಭೂಮಿ..." ಶಮಾಳ ತುಂಬ ಕಳಕಳಿಯ ಸ್ವರ ನಾನು ನಂಬಬೇಕೇ ಬಿಡಬೇಕೇ? ಒಂದೂ ತಿಳಿಯಲಿಲ್ಲ.

ಮೆಹುಲ್ ಶರ್ಮಾ ಮತ್ತು ನ್ಯೂರೋಪಥಿ ಸ್ಪೆಶಲಿಸ್ಟ್ ಡಾ. ರಘು ಇಬ್ಬರೂ ಸಮೀರನ ಕೇಸ್ ಕೈಗೆತ್ತಿಕೊಂಡದ್ದು ಒಂದಿಷ್ಟು ಸಮಾಧಾನ ತಂದಿತ್ತು. ಅವರದೇ ಆದ ವಿಧಾನಗಳಲ್ಲಿ ಸಮೀರನ ಈ ಮನೋದೈಹಿಕ ಬದಲಾವಣೆಗಳನ್ನು ಅನಲೈಸ್ ಮಾಡಿ ಪರಿಹಾರದ ದಾರಿ ಹುಡುಕ್ತಾ ಇದ್ದರು.

"ಸಮೀರ್‌ಗೆ ಹ್ಯಾಲೂಸಿನೇಶನ್ ಆಗ್ತಾ ಇದೆ..." ಪ್ರಶಾಂತ ಹೇಳಿದ್ದ.

ಈಷಾ ಅನ್ನೋ ಹೆಣ್ಮಗಳನ್ನು ಭೇಟಿ ಆದೆ, ಆಗ್ತಾ ಇದ್ದೀನಿ ಅಂತ ತಿಳ್ಕೊಂಡಿದ್ದಾನೆ ಅಕ್ಕ.

"ಹಾಂ? ಹಾಗಂದ್ರೆ? "

"ಬಾ ಅವರ ಜೊತೆಯಲ್ಲೇ ಮಾತಾಡು"

ಕೇಶವನ ಜೊತೆ ಅರ್ಧಗಂಟೆಯಲ್ಲಿ ಡಾ.ಮೇಹುಲ್ ಚೇಂಬರಿನಲ್ಲಿದ್ದೆ. ಎದೆಯ ಡವಡವ ಆ ಶಾಂತ ಚೇಂಬರಿನ ತುಂಬ ಹರಡಿದ್ದಂತೆ ಭಾಸವಾಗಿತ್ತು.

"ಪ್ಲೀಸ್ ಹ್ಯಾವಸೀಟ್, ಮಿಸೆಸ್ ಭೂಮಿಕಾ. ಡಾಕ್ಟರ್ ಸ್ವರದಲ್ಲಿನ ಮಾರ್ದವತೆ ನನ್ನ ಅಧೈರ್ಯಕ್ಕೆ ಮೊದಲ ಮುಲಾಮು ಲೇಪಿಸಿದ ಹಾಗನಿಸಿತು."

"ಲಿಸನ್, ಮೊದಲ್ನೇ ಮಾತು. ನೀವು ಹೆದರಿಕೊಳ್ಳುವಂಥದ್ದೇನೂ ಇಲ್ಲ. ನಥಿಂಗ್ ಟು ವರಿ. ಸಮೀರ್ ಗೆ ಆಗ್ತಾ ಇರೋದು ಟೆಂಪರರಿ ಹ್ಯಾಲೂಸಿನೇಶನ್ಸ್ ಅಂತ ನಮ್ಮ ಇನ್ವೆಸ್ಟಿಗೇಶನ್ ಹೇಳ್ತಾ ಇವೆ..."

ನಡುಗುತ್ತಿದ್ದ ನನ್ನ ಕೈಗಳಿಂದ ಪಕ್ಕದಲ್ಲಿದ್ದ ಪ್ರಶಾಂತನ ಕೈಯನ್ನು ಗಟ್ಟಿಯಾಗಿ ಹಿಡ್ಕೊಂಡು ಅವರ ಮಾತುಗಳತ್ತ ಗಮನ ಕೊಟ್ಟೆ.

"ಮನೋದೈಹಿಕ ರೋಗಲಕ್ಷಣಗಳು ಅನೇಕ ಬಗೆಯಾಗಿ ಇರುತ್ವೆ. ಇಡೀ ಶರೀರದಲ್ಲಿ ಮೆದುಳು ನಮ್ಮ ಅತ್ಯಂತ ಪ್ರಬಲ ಆರ್ಗನ್. ಸಾಮಾನ್ಯವಾಗಿ ಇಡೀ ಶರೀರ, ಮನಸ್ಸು, ಬುದ್ಧಿ ಮತ್ತು ನಮ್ಮ ನಡವಳಿಕೆಯ ಸಮತೋಲನವನ್ನು ಕಾಯ್ದುಕೊಳ್ಳುವುದೇ ಮೆದುಳಿನ ಮುಖ್ಯ ಕಾರ್ಯ...."

ನನಗೆ ಅರ್ಥವಾಗುವಂತೆ ಸಾಧ್ಯವಾದಷ್ಟು ಸರಳ ಶಬ್ದಗಳಲ್ಲಿ ಮೆಡಿಕಲ್ ಟರ್ಮಿನಾಲಜಿ ಬಳಸದೇ ಹೇಳ್ತಾ ಇದ್ದಾರೆ ಅನ್ನುವುದು ನನ್ನರಿವಿಗೆ ಬಂತು.

"ಸಮೀರರ ಅನಾಲಿಸಿಸಿಸ್‌ನಲ್ಲಿ ಸೈಕೋಸಿಸ್ ಥರದ ಕಂಡೀಶನ್ ಕಂಡು ಬರ್ತಿದೆ. ಹಾಗಂದರೆ ಯಾವುದೋ ಕಾರಣಕ್ಕೆ ಮೆದುಳು ವಾಸ್ತವ ಮತ್ತು ಭ್ರಮೆಗಳಲ್ಲಿನ ವ್ಯತ್ಯಾಸವನ್ನು ಗುರುತಿಸದೇ ಹೋಗುತ್ತೆ. ಶಬ್ದ, ಸ್ಪರ್ಶ ಮತ್ತು ದೃಷ್ಟಿಯಲ್ಲಿ ಮೂಡಿ ಬರುವ ಭ್ರಮೆಗಳನ್ನೆ ನಿಜ ಅಂತ ತಿಳ್ಕೊಂಡು ಆ ಭ್ರಮೆಗೇ ಪ್ರತಿಕ್ರಿಯೆ ನೀಡುವ ಮಟ್ಟಕ್ಕೆ ಹೋಗುವ ಸ್ಥಿತಿ ಇದು. ಹ್ಯಾಲೂಸಿನೇಶನ್‌ನಲ್ಲಿ ಒಂದು ಜೀವಂತ ವ್ಯಕ್ತಿ ತಮ್ಮೆದುರಲ್ಲಿ ಇದ್ದಾರೆ ಅಂತನಿಸಿರುತ್ತೆ. ಆ ವ್ಯಕ್ತಿಯ ಜೊತೆ ಮಾತುಕತೆ, ಓಡಾಟ ಎಲ್ಲವನ್ನೂ ನಡೆಸುವ ಸಾಧ್ಯತೆ ಉಂಟು ಆದರೆ ವಾಸ್ತವದಲ್ಲಿ ಯಾರೂ ಅಲ್ಲಿ ಇರುವುದಿಲ್ಲ..."

ಕಾಲ ಸ್ತಬ್ಧವಾಗಿತ್ತು. ಮನಸ್ಸು ಬಧಿರವಾಗಿತ್ತು. ಎದೆಯಲ್ಲಿ ಹೆಪ್ಪುಗಟ್ಟಿದ ನೋವು ಹಿಮದ ಶಿಲೆಯಂತೆ ಗಟ್ಟಿಯಾಗತೊಡಗಿತ್ತು.

ಬುದ್ಧಿವಂತಿಕೆ, ಕಾರ್ಯಕ್ಷಮತೆ, ಮಾನವೀಯತೆ ಎಲ್ಲದರಲ್ಲೂ ಟಾಪ್ ಇದ್ದ ನನ್ನ

ಸಮೀರನ ಈಗಿನ ಅವಸ್ಥೆ ಇದು! ದುರದೃಷ್ಟ ಅನ್ನಲೇ? ಯಕ್ಷಿಣಿ, ಮೋಹಿನಿ ಕಾಟ ಅನ್ನಲೇ? ಈಷಾ ಸಮೀರನ ಕಣ್ಣಲ್ಲಿನ ಬಿಂಬವೇ...

ಪ್ರಶಾಂತ ನನ್ನ ಕೈ ತಟ್ಟಿದ. ಅಲ್ಲಿದ್ದ ಭರವಸೆ ಆಪ್ಯಾಯಮಾನ.

"ಮಿಸೆಸ್ ಭೂಮಿಕಾ ಚಿಂತೆ ಬೇಡ. ಅದು ಸಮೀರ್ ಚಿಕಿತ್ಸೆಯಲ್ಲಿ ಮೊಟ್ಟ ಮೊದಲ ಅವಶ್ಯಕತೆ..." ಮೇಹುಲ್ ಮೃದುವಾಗಿ ಹೇಳತೊಡಗಿದರು. ಇದು ತುಂಬ ಅಪರೂಪದ ಸಮಸ್ಯೆ ಏನಲ್ಲ. ಸಾಮಾನ್ಯರಿಗೂ ಒಂದಿಲ್ಲೊಂದು ಬಾರಿ ಧ್ವನಿ ಮತ್ತು ದೃಶ್ಯ ಭ್ರಮೆಗಳು ಆಗುತ್ತವೆ. ಇಲ್ಲಿ ಅತಿ ಹೆಚ್ಚಿನ ಕೆಲಸದ ಒತ್ತಡ, ಸತತವಾಗಿ ನಿದ್ರೆಯ ಕೊರತೆ ಮತ್ತು ಕೆಲವೊಂದು ಸಂದರ್ಭಗಳಲ್ಲಿ ಅನಗತ್ಯವಾಗಿ ಸೂಕ್ಷ್ಮವಾಗುವ ಮನಸ್ಸು ಇದರ ಹಿನ್ನೆಲೆಯಲ್ಲಿ ಇರಬಹುದು. ಮನಸಿನ ಆಳದಲ್ಲೇ ಹುದುಗಿರುವ ಯಾವುದೋ ಒಂದು ತೀವ್ರ ನೋವು ಇದ್ದಕ್ಕಿದ್ದಂತೆ ಸರ್ ಫೇಸ್ ಮೇಲೆ ತೇಲಬಹುದು. ಆ ಕ್ಷಣಗಳಲ್ಲಿ ಮೆದುಳಿನ ಸೆರೆಬ್ರಲ್ ಕಾರ್ಟೆಕ್ಸ್ ಭಾಗ ಸತ್ಯ, ವಾಸ್ತವಿಕತೆ, ಭ್ರಮೆಗಳ ನಡುವಿನ ವ್ಯತ್ಯಾಸವನ್ನು ಹಿಡಿಯಲಿಕ್ಕಾಗದೆ ಅಸಮರ್ಪಕ ಆಲೋಚನೆಗಳು ಮತ್ತು ಕಾರ್ಯಗಳನ್ನು ಮಾಡುವ ಪಾಸಿಬಿಲಿಟೀಸ್ ತುಂಬ ಹೆಚ್ಚು... "

ಅವರ ಒಂದೊಂದು ಪದವೂ ನನ್ನನ್ನು ಪರಿಸ್ಥಿತಿಯನ್ನು ಎದುರಿಸಲು ನಿಭಾಯಿಸಲು ಅಣಿಗೊಳಿಸತೊಡಗಿತ್ತು.

"ಇದಕ್ಕೆ ಟ್ರೀಟ್ಮೆಂಟ್... ವಿಲ್ ಹೀ ಬೀ ಆಲ್ ರೈಟ್?." ಹೀಗೆ ಒಂದೆರಡು ತುಂಡು ಶಬ್ದಗಳನ್ನಾಡಿದೆ.

"ಖಂಡಿತ... ಹಂಡ್ರೆಡ್ ಪರ್ಸೆಂಟ್. ಹಲವಾರು ಬಗೆಯ ಚಿಕಿತ್ಸೆ ಸಾಧ್ಯವಿದೆ. ಸಮೀರ್‌ನ ಸಮಸ್ಯೆ ಇನ್ನೂ ಆರಂಭಿಕ ಹಂತದಲ್ಲಿರೊದರಿಂದ ಔಷಧಿ ಮತ್ತು ಕಾಗ್ನಿಟಿವ್ ಬಿಹೇವಿಯರ್ ಥೆರಪಿ ಇವೆರಡನ್ನು ಬಳಸೋಣ ಅಂತ ನಿರ್ಧಾರ ಮಾಡಿದ್ದೀನಿ, ಹೀ ವಿಲ್ ಬೀ ಫೈನ್, ಅಂಡ್ ನೂರಕ್ಕೆ ನೂರು ಗುಣವಾಗ್ತಾರೆ. ಮುಖ್ಯವಾಗಿ ನಿಮ್ಮ ಸಹನೆ, ಸಹಕಾರ ಬೇಕಿಲ್ಲಿ"

ಕಣ್ಣಂಚಿನ ಹನಿಯನ್ನು ಕೆಳಗೆ ಬೀಳಗೊಡದೆ ತಡೆಹಿಡಿದೆ. ಸಮೀ ನನ್ನ ಜೀವ, ಅದನ್ನು ನಾನು ಉಳಿಸಿಕೊಳ್ಳದಿದ್ದರೆ ಹೇಗೆ?

"ಏನು ಮಾಡಲಿ ಹೇಳಿ" ಅಂದೆ

ಡಾಕ್ಟರ್ ಮುಗುಳ್ನಕ್ಕರು.

ಪ್ರಶಾಂತನ ಜತೆ ಸಮೀರ್ ಮಲಗಿದ್ದ ರೂಮಿಗೆ ಬಂದೆ. ಮಾತ್ರೆಯ ಪ್ರಭಾವದಲ್ಲಿ ಮಗುವಿನಂತೆ ಶಾಂತ ನಿದ್ರೆ ಮಾಡ್ತಿದ್ದ...

ಸಮಿ ಏನು ಮಾಡ್ಕೊಂಡೆ ಕಣೋ ನಿಂಗೆ ಆಗಿರೋದಾದರೂ ಏನು? ಶಮಾ

ಹೇಳಿದ ಹಾಗೆ ಗಾಳಿಶಕೆಯೇ? ಛೇ... ಏನಿದೆಲ್ಲ? ಯಾವ ಶತಮಾನದಲ್ಲಿದ್ದೀನಿ ನಾನು?

ಹತ್ತಿರ ಕುಳಿತು ಅವನ ತಲೆ ನೇವರಿಸಿದೆ. ತೆಳು ಹಾಳೆಯಾಗಿ ಹರಡಿಕೊಂಡಿದ್ದಾನಲ್ಲ ಹಾಸಿಗೆಯಲ್ಲಿ ಎಷ್ಟು ಸೊರಗಿ ಹೋದೆ ಸಮೀ, ಹೀಗೆಲ್ಲ ನಡೆದೀತೆಂಬ ಅನುಮಾನವಾದ್ರೂ ಹೇಗೆ ಬರಬಹುದಿತ್ತು ನನಗೆ.

ಕೋಣೆಯ ಹೊರಗೆ ಡಾ. ರಘು, ಡಾ.ಮೇಹುಲ್ ಪ್ರಶಾಂತ್ ಮೆಲುದನಿಯಲ್ಲಿ ಚರ್ಚೆ ನಡೆಸಿದ್ದರು. ಅದೇನೆಂಬ ಕುತೂಹಲವಾಗಲೀ ಇನ್ನೇನು ನಡೆಯಲಿದೆ ಎಂಬ ಪ್ರಶ್ನೆಯಾಗಲೀ ನನ್ನೊಳಗಿರಲಿಲ್ಲ. ಸಮೀರನ ಚಿತ್ತದಲ್ಲಿ ಬಂದು ಕೂತಿರುವ ಆ ಅವಳು ಯಾರು? ನಿಜಕ್ಕೂ ಇರುವಳಾ ಈಷಾ? ಅಥವಾ ಕಲ್ಪನೆ ಮಾತ್ರವೇನಾ ಅವಳು? ಈಷಾ ಬರೀ ಬಿಂಬ ಮಾತ್ರವೆ?

ದಲ್ಜಿತ್‌ಗೆ ಕಾಲ್ ಮಾಡಿದೆ. "ಭಾಯಿ ಎಂಪ್ಲಾಯೀ ಡಾಟಾಬೇಸಿಂದ ಈಷಾ ಬಗ್ಗೆ ವಿವರ ತಿಳ್ಕೊಳ್ಳಿಕ್ಕೆ ಆಗುತ್ತಾ?"

"ಕಷ್ಟ, ಆದರೆ ಅಸಾಧ್ಯ ಏನಿಲ್ಲ... ಪ್ರಿಯಾ ಗೊತ್ತಲ್ಲ ನಿನಗೆ? ಆಕೆ ಹೆಲ್ಪ್ ಮಾಡ್ಬಹುದು, ತಿಳಿದು ಕಾಲ್ ಮಾಡ್ತೀನಿ"

****

ಒಂದು ಒಂದೂವರೆ ತಿಂಗಳು ಅಗ್ನಿದಿವ್ಯದ ಅನುಭವ ತರಿಸಿತ್ತು. ಅವನ ಸೈಕೋಸಿಸ್ ಎಂಬ ಅದೃಶ್ಯ ವೈರಿಯ ಜೊತೆ ನನ್ನ ಹೋರಾಟದ ಕ್ಷಣಗಳು ಶುರುವಾತಾಗಿತ್ತು. ಸಮೀರನ ಬ್ರೇನ್ ಮ್ಯಾಪಿಂಗ್, ಸ್ಕ್ಯಾನಿಂಗ್ಸ್, ಹತ್ತಾರು ಥರದ ಬ್ಲಡ್ ಟೆಸ್ಟ್, ರಕ್ತದೊತ್ತಡದಳೆತ... ಒಂದೆರಡಲ್ಲ! ಎಲ್ಲ ನನ್ನ ಸ್ಥೈರ್ಯ, ಸಹನೆಯದ್ದೇ ಪರೀಕ್ಷೆಗಳು...

ಸಮೀರನ ಮೂಡ್‌ನಲ್ಲಿನ ಏರಿಳಿತಗಳು ಸರಿಯುವ ಸೂಚನೆ ನನ್ನ ಎದೆಯನ್ನು ತುಸು ಹಗುರಗೊಳಿಸಿತ್ತು. ಡಾ.ಮೇಹುಲ್ ನಿರ್ದೇಶನದಲ್ಲಿ ಎಂಟಿ ಸೈಕೊಟಿಕ್ ಔಷಧಿಗಳ ಪ್ರಭಾವ, ಪರಿಣಾಮದಲ್ಲಿ, ಪ್ರಶಾಂತನ ಅಂತಃಕರಣಪೂರಿತ ಯತ್ನಗಳಲ್ಲಿ ಸಮೀರನ ಮೆದುಳಿನ ಸುತ್ತಗಟ್ಟಿದ್ದ ಮಂಜಿನ ಪರದೆ ತಿಳಿಗೊಳ್ಳುತ್ತಿರುವ ಭರವಸೆಯ ಬೆಳಕು...

ಕಿಟಕಿಯಿಂದಾಚೆ ಪ್ರಶಾಂತ್ ಫೋನಿನಲ್ಲಿ ಆಡುತ್ತಿದ್ದ ಮಾತು ಕೇಳಿಸಿತು. "ಓ ಮೈ ಗಾಡ್.." ಮತ್ತೆ ಒಂದು ದೀರ್ಘ ನಿಟ್ಟುಸಿರು. ಹೋಗಿ ಏನೆಂದು ಕೇಳಲೇ?

ಅಷ್ಟರಲ್ಲಿ ನನ್ನ ಫೋನಿಗೊಂದು ಮೇಸೇಜು ಬಂತು ದಲ್ಜಿತ್ ಕಳಿಸಿದ್ದು.

"ಈಷಾ ಸಾಮಂತ್ ಎಂಬ ಎಂಪ್ಲಾಯೀ ಇದ್ದದ್ದು ಹೌದು, ಇಲ್ಲೇ ಇದ್ದಳು... ಆದರೆ ಈಗಿಲ್ಲ, ಆರು ವರ್ಷಗಳ ಹಿಂದೆ ಅವಳ, ಫೇಲ್ಡ್ ಲವ್ ಅಫೇರ್ ಟೈಮಿನಲ್ಲೇ

ಜಾಬ್ ಹೋಗಿತ್ತು. ಆಗ ಈಷಾ ಆತ್ಮಹತ್ಯೆ ಮಾಡ್ಕೊಂಡಿದ್ದಳು, ಇದು ಸೀಕ್ರೆಟ್ ಫೈಲ್ ಆಗಿ ಮುಚ್ಚಲ್ಪಟ್ಟಿದೆ. ಅದೇನೇ ಇರಲಿ, ಈ ಸುದ್ದಿ ಸಮೀರಗೆ ಗೊತ್ತಾಗೋದು ಖಂಡಿತ ಬೇಡ, ಗೊತ್ತಾಗ್ತಾ ಇದೆಯಾ ನಾನು ಹೇಳೋದು?"

ಕಣ್ಣಿನಿಂದ ಎರಡು ಬಿಸಿ ಹನಿಗಳು ಪಳಕ್ಕನೆ ಉದುರಿದ್ದು ಯಾಕೆಂದು ಹೊಳೆಯದೆ ಹೋಯ್ತು.

ಎದ್ದು ಹೊರಳಿ ನೋಡಿದಾಗ ಪ್ರಶಾಂತ ಮಾರ್ದವ ನೋಟದಿಂದ ನನ್ನನ್ನೇ ನಿಟ್ಟಿಸುತ್ತಿದ್ದ.

ಕತೆಯಲ್ಲದ ಕಥೆ

'ಮಣಿ ಒಂದು ಮಾತು..' ಶ್ರೀಕಾಂತನ ದನಿ ಮೆದುವಾಗಿತ್ತು. ಏನಿರಬೇಕು ಅನಿಸಿತು, "ಮಣಿ ನಿನ್ನಪ್ಪ ಹೋಗಿಬಿಟ್ಟರಂತೆ "

ಶ್ರೀಕಾಂತನ ಮಾತು ಅನ್ಯಮನಸ್ಕನಾಗಿದ್ದ ನನ್ನ ಕಿವಿಯನ್ನು ಬೇಗ ತಲುಪಿರಲಿಲ್ಲ. ಎಡಗೈಯಲ್ಲಿನ ಸಿಗರೇಟಿನ ಚೂರನ್ನು ಆಶ್ ಟ್ರೇಯೊಳಗೊತ್ತಿ ನಂದಿಸಿ "ಏನು ಹೇಳಿದೆ ನೀನು?" ಎಂದೆ.

"ಫೋನ್ ಬಂದಿತ್ತು. ನೀನಿರಲಿಲ್ಲ ಅಂತ ನಾನೇ ಮಾತಾಡಿದೆ. ನಿನ್ನಪ್ಪ... ಮೂರು ದಿನ ಆಗಿರಬಹುದು ಅನ್ನಿಸುತ್ತೆ ಹೋಗಿ..."

ಶ್ರೀಕಾಂತ ನನ್ನ ಪ್ರತಿಕ್ರಿಯೆಗಾಗಿ ಕಾದ. ಕಣ್ಣಿನಿಂದ ಕನ್ನಡಕವನ್ನು ಇಳಿಸಿ ಮೇಜಿನ ಮೇಲಿಟ್ಟೆ. ನನ್ನ ಬಲಗೈಯಿನ ಫೈಲನ್ನೂ ಅದರಡಿ ಸೇರಿಸಿ ಎರಡು ನಿಮಿಷ ಕಣ್ಮುಚ್ಚಿ ಕುಳಿತೆ.

'ಅಸ್ತು' ಎನ್ನಲಿಲ್ಲ ನಾನು. ಇಲ್ಲ ಎನ್ನಲೂ ಆಗುತ್ತಿಲ್ಲ. ಹೇಳಲಾಗದ, ಅವರ್ಣನೀಯ ಗೊಂದಲಮಯ ಮನೋಸ್ಥಿತಿ. 'ಅಪ್ಪ' ಎನಿಸಿಕೊಂಡಿದ್ದ ಅವನ ಮುಖ ಹೇಗಿತ್ತು ಎನ್ನುವುದು ಇಂದಿಗೂ ಅಸ್ಪಷ್ಟ ಚಿತ್ರವೇ. ಕೈಯೊಳಗಿದ್ದ ತುತ್ತನ್ನು ಬಾಯಿಗೊಯ್ಯಲೂ ತಿಳಿಯದ ವಯಸ್ಸಿನ ತಂಗಿ, ಚಡ್ಡಿ ಏರಿಸಿಕೊಳ್ಳಲೂ ಗೊತ್ತಾಗದ ನಾನು, ಗೋಲಿ, ಚಿನ್ನಿದಾಂಡು ಆಡುವ ವಯಸ್ಸಿನ ಅಣ್ಣನನ್ನು ಬಿಟ್ಟು ತನ್ನ ಹಸ್ತಾಕ್ಷರವನ್ನೂ ಮಾಡಲು ಬಾರದಿದ್ದ ಅಮ್ಮನನ್ನು ಬಿಟ್ಟು ಆ 'ಅವನು' ಓಡಿಹೋಗಿದ್ದ! ನಮ್ಮ ನಾಲ್ವರದ್ದೂ ಸಂಪೂರ್ಣ ಅಸಹಾಯಕ ಪರಿಸ್ಥಿತಿಯಲ್ಲದೆ ಇನ್ನೇನು ಅನ್ನಿಸಿಗೊಳ್ಳುತ್ತದೆ? ತನ್ನ ಪಲಾಯನದ ಅನಂತರ ಈ ನಾಲ್ಕು ಜೀವಗಳು ಏನು ಮಾಡಬೇಕು...

ಹೇಗೆ ಬದುಕಬಹುದು ಎಂಬ ಯೋಚನೆ ಒಂದೇ ಬಾರಿಯಾದರೂ ಅವನಿಗೆ ಬಂದಿದ್ದಿತೆ? ಬಹುಶಃ ಇಲ್ಲ. ಹಾಗಿದ್ದಿದ್ದರೆ ಅವನು ಓಡಿ ಹೋಗುತ್ತಿರಲಿಲ್ಲ. ದಶಕಗಳವರೆಗೆ ಹೀಗೆ ಮಾಯವಾಗಿ ಈಗ ಸಾಯುವ ಗಳಿಗೆಗಳಲ್ಲಿ ಮರಳಿ ಬಂದು ಅವರ ಕಣ್ಣೀರಿಗೆ ಮೂಲನಾಗಿ ಜೀವ ಬಿಡುತ್ತಿರಲಿಲ್ಲ... ಮನಸ್ಸಿನ ರಥದ ಕುದುರೆಗಳಿಗೆ ಲಗಾಮಿಲ್ಲ. ಚಿಂತೆ-ಚಿಂತನೆಗಳು ಒಂದಾದ ಅನಂತರ ಒಂದರಂತೆ ಈ ರಥದ ಕುದುರೆಗಳನ್ನು ಓಡಿಸುತ್ತಲೇ ಇರುತ್ತವೆ.

"ಸ್ವಲ್ಪ ಹೊತ್ತಿನ ನಂತರ ಬಾ ಶ್ರೀಕಾಂತ". ಚುಟುಕಾಗಿ ಅವನಿಗೆ ಹೇಳಿದೆ. ನಾನು ಏಕಾಂತವನ್ನು ಬಯಸುತ್ತೇನೆ ಎಂದು ಮೊದಲೇ ಗ್ರಹಿಸಿರಬೇಕು ಅವನು. ಚಟ್ಟನೆ ಕುರ್ಚಿ ಬಿಟ್ಟೆದ್ದ. "ಶ್ರೀ..." ನಾನು ಮತ್ತೆ ಅವನನ್ನು ಕರೆದು "ಬೆಂಗಳೂರಿನವರೆಗೆ ವಿಮಾನಕ್ಕೆ ಟಿಕೆಟ್ ಮಾಡಿಸು. ಅಲ್ಲಿಂದ ಊರಿಗೆ ಟ್ಯಾಕ್ಸಿ ಗೊತ್ತು ಮಾಡು. ನೀನೂ ಬಾ ನನ್ನೊಂದಿಗೆ..." ಎಂದೆ.

ಹೋಗುವುದೋ ಬಿಟ್ಟುಬಿಡುವುದೋ ಎಂಬ ಅಸಂದಿಗ್ಧತೆಯಲ್ಲಿ ನಾನು ಅದನ್ನು ಹೇಳಿಬಿಟ್ಟಿದ್ದೆ. ಯಾಕೋ ನನ್ನ ಸ್ವರವೇ ನನಗೆ ಅಪರಿಚಿತವೆನಿಸಿದಂತಾಯಿತು. ಶಬ್ದಗಳಲ್ಲಿ ಅನಿಶ್ಚತತೆ... ಪ್ಲೇನು ಮುಂಬಯಿ ಬಿಟ್ಟಾಗ ಬೆಳಗಿನ ಏಳೂವರೆ. ಬೆಂಗಳೂರಿಗೆ ಬಂದಿಳಿಯುತ್ತಿದ್ದಂತೆ ಹಿಂದಿನ ರಾತ್ರಿ ಸುರಿದಿದ್ದ ಮಳೆಯಿಂದ ತಂಪು ಹೆಚ್ಚಿಸಿಕೊಂಡಿದ್ದ ಗಾಳಿ ರುಮು ರುಮು ಬೀಸಿ ಸ್ವಾಗತಿಸಿತು. ಮತ್ತೆ ಅರ್ಧ ಗಂಟೆಯಲ್ಲಿ ಪಶ್ಚಿಮ ಘಟ್ಟಗಳ ನಡುವೆಲ್ಲೋ ಅವಿತುಕೊಂಡಿರುವ ನನ್ನ ಹುಟ್ಟೂರಿನತ್ತ ಕಾರು ಓಡತೊಡಗಿತು. ನನ್ನ ಮೌನವನ್ನು ಸರಿಯಾಗಿಯೇ ಅರ್ಥ ಮಾಡಿಕೊಂಡಿದ್ದ ಶ್ರೀಕಾಂತ ಎಂದಿನಂತೆ ತನ್ನ ಮಾತಿನ ಪೆಟ್ಟಿಗೆಯನ್ನು ಬಿಚ್ಚಿ ಹರಡಿರಲಿಲ್ಲ. ತನ್ನ ಪಾಡಿಗೆ ಮೊಬೈಲ್ ಹಿಡಿದು ಏನೋ ನೋಡುತ್ತ ಬೇಸರವಾದಾಗ ಕಿಟಕಿಯಾಚೆ ನೋಟ ಹರಿಸುತ್ತ ಕುಳಿತಿದ್ದ.

ಕೆಲವೊಮ್ಮೆ ನನಗನ್ನಿಸುತ್ತದೆ. 'ಯಾವ ಜನ್ಮದ ಬಂಧುವಿರಬೇಕು ಇವನು? ಮುಳುಗಿಯೇ ಹೋಗುತ್ತಲಿದ್ದ ನನ್ನ ಬದುಕಿನ ನಾವೆಯನ್ನು ಹಿಡಿದೆಳೆದು ತಂದು ತೂತುಗಳನ್ನು ಮುಚ್ಚಿ ಮತ್ತೆ ಸಮುದ್ರಕ್ಕೆ ತೇಲಿ ಬಿಟ್ಟಿರುವುದಷ್ಟೇ ಅಲ್ಲ... ನನ್ನ ಸಹಪ್ರಯಾಣಿಕನಾಗಿ ನನ್ನೊಂದಿಗೇ ಹೊರಟಿದ್ದಾನೆ... ಅವನು ಹೇಳುತ್ತಿದ್ದುದು ಹೀಗೆ. "ಮಣಿ, ಇದೆಲ್ಲ ಉಪಕಾರ-ಗಿಪಕಾರ ಎಂದೆಲ್ಲ ದೊಡ್ಡ ಮಾತುಗಳು ಬೇಡ. ನಿನ್ನ ತಲೆಯೊಳಗಿರುವ ಅದ್ಭುತ ಮಿದುಳಿನ ಸಂಪೂರ್ಣ ಉಪಯೋಗವನ್ನು ನಾನು ಮಾಡಿಕೊಳ್ಳುತ್ತಿಲ್ಲವೇ? ನಿನಗಿರುವ ಗ್ರಹಣಶಕ್ತಿ, ವಾಕ್ ಚಾತುರ್ಯ... ಇಂಟೆಲಿಜೆನ್ಸ್ ನನಗಿದ್ದಿದ್ದರೆ ನಾನೆಂದೋ ಮುಂಬೈನ ಲೀಡಿಂಗ್ ಲಾಯರ್

ಆಗಿ ಬಿಟ್ಟಿರುತ್ತಿದ್ದೆ. ನಿನ್ನಿಂದಾಗಿ ನನ್ನ ವಕೀಲಿ ಪ್ರೊಫೆಶನ್‌ನ ಇಷ್ಟು ಶೀಘ್ರವಾಗಿ ಇಷ್ಟೊಂದು ಎತ್ತರಕ್ಕೇರಿಸಲು ಸಾಧ್ಯವಾಗಿರುವುದು ನಿಜ ತಾನೆ. ಹಾಗಿರುವಾಗ ನಾನೇ ನಿನಗೆ ಒಂದು ರೀತಿಯಲ್ಲಿ ಋಣಿಯಾಗಿರಬೇಕಷ್ಟೆ".

ನಮ್ಮಿಬ್ಬರಲ್ಲಿ ಒಂದು ಒಪ್ಪಂದ ಅಲಿಖಿತವಾಗಿ ಮೂಡಿತ್ತು. ನಾವಿಬ್ಬರೂ ಪರಸ್ಪರ ಅವಲಂಬಿಗಳಾಗಿರುವಾಗ ನಮ್ಮೊಳಗಿರಬೇಕಾದದ್ದು ಸಮಾನತೆ ಅಷ್ಟೆ. ಹಾಗೆಯೇ ಇಂದಿನವರೆಗೆ ಅಖಂಡ ಇಪ್ಪತ್ತು ವರ್ಷಗಳ ಜೊತೆಜೊತೆಯ ನಡೆಯಾಗಿತ್ತು ನಮ್ಮದು.

"ನಾವು ಬರುತ್ತಿರುವ ವಿಚಾರ ಅಲ್ಲಿಗೆ ತಿಳಿಸಿದ್ದೀಯಾ?" ನಾನವನನ್ನು ಕೇಳಿದೆ. "ಹೂಂ" ಉತ್ತರ ಬಂತು.

ಸೀಟಿನ ಬ್ಯಾಕ್‌ರೆಸ್ಟಿಗೆ ಒರಗಿಕೊಂಡು ಕಣ್ಣುಗಳನ್ನು ಮುಚ್ಚಿಕೊಂಡೆ. ನಿದ್ರೆ ಬಾರದು. ನನ್ನ ಬಾಲ್ಯ ಅದಕ್ಕೆ ಹತ್ತಿರವಾದ ವಿಷಯ-ವಸ್ತುಗಳ ನೆನಪು ಬಂದಿಳಿದಾಗ ಮನಸ್ಸು ನಾಸ್ಟಾಲ್ಜಿಕ್ ಆಗಿಬಿಡುತ್ತದೆ. ಸುಖದ ಕ್ಷಣಗಳೆಷ್ಟು? ಬೆರಳೆಣಿಕೆಯಷ್ಟು? ಊಂಹೂಂ... ನನ್ನ ನೆನಪಿನಲ್ಲಿ ನಗೆಗೆ ಜಾಗವೇ ಇಲ್ಲ. ದುಗುಡ ದುಃಖದ ದೊಡ್ಡ ಭಂಡಾರ ಕಣ್ಣಿನಲ್ಲಿ ಹನಿ ತುಂಬುತ್ತದೆ.

ಅಪ್ಪನ ಸುಳಿವು ಇಲ್ಲದೆ ಹಗಲು ರಾತ್ರಿಗಳು ಒಂದರ ಹಿಂದೊಂದರಂತೆ ಸರಿಯುತ್ತಿದ್ದಾಗ ಏನೋ ದೂರದ ಆಸೆಯ ಎಳೆಯೊಂದನ್ನು ಆಧರಿಸಿ ಕುಳಿತಿದ್ದ ಅಮ್ಮ ಕೊನೆಗೊಂದು ದಿನ ಧೈರ್ಯ ಕುಸಿದು ಕಂಗಾಲಾಗಿ ಕಣ್ಣೀರಿಟ್ಟಳು. ಆಗಿನ್ನೂ ನನಗೆ ಎಂಟು ವರ್ಷ ಕಳೆದಿರಲಿಲ್ಲ. ಮನೆಯಲ್ಲಿ ನಡೆದಿರುವುದು ಏನು? ಎಂದು ಅರ್ಥ ಆಗುತ್ತಲೇ ಇಲ್ಲ. ಅಮ್ಮನ ಅಳುವಿಗೆ ಕಾರಣ ತಿಳಿಯದೆ ನನಗೂ ಅಳಬೇಕೆನಿಸತೊಡಗಿತು. ಅಣ್ಣ-ತಂಗಿ ಇಬ್ಬರೂ ಒಂದು ಮೂಲೆಯಲ್ಲಿ ಕಲ್ಲು ಕುಳಿತಂತೆ ಕೂತಿದ್ದರು. ಇದೆಲ್ಲವೂ ನನಗೆ ಹೊಸತು. ಅಣ್ಣ ಅಳುವುದು ಯಾಕೆ? ಅಮ್ಮ ಹಣೆಚಚ್ಚಿಕೊಳ್ಳುವುದು ಯಾಕೆ? ತಿಳಿಯಲಿಲ್ಲ. ಆದರೆ, ಏನೋ ನಡೆಯಬಾರದ್ದು ನಡೆದಿದೆ ಎಂದು ಅರಿವಿಗೆ ಬಂದಿತ್ತು...

ಅದೊಂದು ವಯಸ್ಸು-ಮುಗ್ಧತೆಯೊಂದೇ ಸ್ವಭಾವವಾಗಿರುವ ದಿನಗಳು. ಅವೀಗ ಇಲ್ಲ. ಈಗ ಅಮ್ಮ ಹಾಗೆ ಅಳುತ್ತಿದ್ದದ್ದು ಕಂಡರೆ "ಅಳಬೇಡ ಅಮ್ಮ. ಅತ್ತು ನಿನ್ನ ಕಣ್ಣಿನ ನೀರನ್ನು ಕಳೆದುಕೊಂಡು ಒಣಗಿಬಿಡಬೇಡ... ನನ್ನ ಅಪ್ಪ ಆ ಕಂಬನಿಗೆ ಲಾಯಕ್ಕಲ್ಲ" ಎನ್ನುತ್ತಿದ್ದೆನೇನೋ...ಎಷ್ಟು ಸಲೀಸಾಗಿ ಅವನು ಕೊಡವಿಕೊಂಡೆದ್ದು ನಡೆದಿದ್ದ. ತಪ್ಪೇನೇ ಇರಲಿ, ಕಾರಣ ಯಾವುದೇ ಆಗಿರಲಿ ಅವನು ಮನೆ ಎಂಬ ಬಂಧವನ್ನು ಕಳಚಿಕೊಂಡಂತೆ ಅಮ್ಮನೂ ಮಾಡುವುದು ಸಾಧ್ಯವಿತ್ತೆ? ಹೆಣ್ಣಿನ ಬದುಕೇ ಬೇರೆ... ಅಂತಃಕರಣದ ಎಳೆಯೊಂದಿಗೆ

ಜವಾಬ್ದಾರಿಯ ಹೊರೆ ಅವಳಿಗಿದೆ. ಹಾಗಾಗಿಯೇ ಗಂಡಿಗೆ ಸುಲಭವಾದದ್ದು ಹೆಣ್ಣಿಗೆ ಅಸಾಧ್ಯವಾಗಿ ಬಿಡುತ್ತದೆ.

ಮಾವ ಬಂದ-ಅಮ್ಮನ ಅಣ್ಣ. ಮನೆಯಲ್ಲಿ ದೀಪ ಹತ್ತಿತು. ಅವನು ತಂದ ಅಕ್ಕಿಯಿಂದ ಮನೆಯಲ್ಲಿ ಅನ್ನ ಬೆಂದಿತು. ಅಮ್ಮನ ಕಣ್ಣೀರು ಕುಗ್ಗಿತು! ಆಶ್ರಯ ದೊರೆತೀತೆಂಬ ಭರವಸೆಯಲ್ಲಿ ನಾಲ್ಕು ಜೀವಗಳು ಆಸೆಯಿಂದ ಅವನತ್ತ ನೋಡಿದವು.

ಹೊಟ್ಟೆಗೆ ಬಿದ್ದ ಅನ್ನದಿಂದ ದೇಹ ಭಾರವಾದ ನಮ್ಮನ್ನು ಅಮ್ಮ ಮಲಗಿಸಿದಳು. ಕೊಂಚ ಹೊತ್ತಿನ ಗಾಢನಿದ್ರೆ ಅದೇಕೋ ತಟ್ಟನೆ ಕಡಿದು ನನಗೆ ಎಚ್ಚರವಾಯಿತು. ಕಣ್ಣುಗಳನ್ನು ಉಜ್ಜಿಕೊಳ್ಳುತ್ತ ಆಚೆ ನೋಡಿದಾಗ ಅಮ್ಮನನ್ನು ಕಂಡೆ... ಅಷ್ಟೇ ಅಲ್ಲ, ಅವಳು ಮಾವನ ಕಾಲುಗಳನ್ನು ಗಟ್ಟಿಯಾಗಿ ಹಿಡಿದು ಏನನ್ನೋ ಹೇಳುತ್ತಿರುವುದು, ನಡುನಡುವೆ ಅತ್ತು ಕಣ್ಣೀರೊರಸಿಕೊಳ್ಳುವುದು ಎಲ್ಲವೂ ಅರ್ಥವೇ ಆಗದ ವಿಚಿತ್ರ ದೃಶ್ಯದಂತೆನಿಸಿತು. ಏನು ನಡೆದಿದೆ? ಏನಾಗಲಿದೆ?

*****

ಮರುದಿನ, ಇದ್ದ ಎರಡೇ ಜೊತೆ ಬಟ್ಟೆಗಳಲ್ಲಿ ಹರಿದಿದ್ದ ಚಡ್ಡಿ, ಶರಟುಗಳನ್ನು ಹೊಲಿದು ಸರಿ ಮಾಡಿ ಗಂಟುಕಟ್ಟಿ ನನ್ನ ಕೈಯಲ್ಲಿ ಇಟ್ಟಳು ಅಮ್ಮ. ಸ್ನಾನ ಮಾಡಿಸಿ ನವರಾತ್ರಿಗೆಂದು ತಂದಿದ್ದ ಅಗ್ಗದ ಹೊಸ ಶರಟು ತೊಡಿಸಿ ತಲೆ ಬಾಚಿ ಮುಖ ನೇವರಿಸಿ ಅವಳು ನನ್ನನ್ನು ಎದೆಗೊತ್ತಿಕೊಂಡಾಗ ಸುಖ ಎನ್ನಿಸಿದ್ದರೂ ಅವಳು ಜೋರಾಗಿ ಒತ್ತಿಕೊಂಡಾಗ, ಕಣ್ಣೀರು ನನ್ನೆದೆ ತೋಯಿಸಿದಾಗ ಅಸಮಾಧಾನವಾಗಿ ಕೊಸರಿಕೊಂಡೆ. ಹೊಸ ಶರಟು ಕೊಳೆಯಾದರೆ? ಎನಿಸಿತು.

"ಪುಟ್ಟ... ಕಾಂತಣ್ಣ ಮಾವನ ಜೊತೆ ಅವರ ಮನೆಗೆ ಹೋಗ್ತೀಯಾ? ನಿನ್ನ ಕರ್ಕೊಂಡು ಹೋಗ್ತಾರಂತೆ. ಅವರ ಮನೇಲಿರು. ಶಾಲೆಗೆ ಕಳಿಸ್ತಾರಂತೆ... ಚೆನ್ನಾಗಿ ನೋಡಿಕೋತಾರೆ... ಅವರು ಹೇಳಿದ ಹಾಗೆ ಕೇಳಿಕೊಂಡಿರ್ತೀಯಾ? ಎಂದು ಅಮ್ಮ ಅನುನಯಿಸಿ ಕೇಳಿದಳು.

ನಾನು ಗಾಬರಿಯಾದೆ. ಅಮ್ಮನನ್ನು ಬಿಟ್ಟು ಎಲ್ಲೋ ಹೋಗಿಬಿಡುವುದೇ? ಕೊಸರಿಕೊಂಡು ದೂರ ಹೋಗಿ ಅಡಗಿದೆ. ನನ್ನನ್ನು ಹುಡುಕಿದಳು. ಕೈಗೆ ಸಿಕ್ಕಾಗ ಮತ್ತದೇ ಹೇಳಿದಳು. "ಮಾವನ ಜೊತೆ ಹೋಗು".

ನಾನು ಕಾಲು ಬಡಿದು ಅತ್ತೆ. ಅಮ್ಮ ಅತ್ತಳೆಂಬ ಅಳುವಲ್ಲ ಅದು. ಮನಸ್ಸಿಗೆ ನೋವು, ಭಯ ತುಂಬಿಕೊಂಡ ಅಳು. ಆದರೆ ನನ್ನ ಹಠಕ್ಕೆ ದನಿಗೊಡುವವರು

ಯಾರಿರಲಿಲ್ಲ ಅಲ್ಲಿ. ಕೋಪದಿಂದಲೇ ಅವಳನ್ನು ಅಗಲಿ ಹೊರಟೆ.

ಅರಿವಿನ ಪಾಠ, ಮೊತ್ತ ಮೊದಲ ಬಾರಿಗೆ ನಾನು ಬಸ್ಸಿನಲ್ಲಿ ಕೂತು ಪ್ರಯಾಣಿಸಿದ್ದೆ. ಪಟ್ಟಣದಲ್ಲಿ ಮಾವನ ಮನೆ ತುಂಬಾ ದೊಡ್ಡದಾಗಿತ್ತು. ಅಮ್ಮ ಹೇಳುತ್ತಿದ್ದ ಕಥೆಗಳಲ್ಲಿ ಬರುತ್ತಿದ್ದ 'ಅರಮನೆ' ಹೀಗೇ ಇರಬಹುದೇನೋ ಎನಿಸಿತು ನನಗೆ. ಆ ಅರಮನೆಯಲ್ಲೇ ನನ್ನ ಜೀವನದ ಅತ್ಯಂತ ದುರ್ಭರ ಕ್ಷಣಗಳನ್ನು ಕಳೆಯಲಿದ್ದೇನೆಂಬ ವಿಚಾರ ನನಗಾಗ ಗೊತ್ತೇ ಇರಲಿಲ್ಲ. "ಶಾಲೆಗೆ ಹೋಗ್ತೀಯಾ, ಪಾಠ ಓದಿ ದೊಡ್ಡವ ಆಗಿ..." ಎಂದೆಲ್ಲ ಮಾತನಾಡಿದ ಅಮ್ಮನ ಶಬ್ದಗಳ ಅರ್ಥ ನನಗೆ ಸರಿಯಾಗಿ ಆಗಿಲ್ಲದೆ ಇದ್ದರೂ ಹೀಗೆ ದಿನಗಳು ಹಿಂಸೆಯ ಅನುಭವಕ್ಕೆ ನನ್ನನ್ನು ನೂಕಬಹುದು ಎನಿಸಿರಲಿಲ್ಲ.

ಅಲ್ಲಿ, ಹಿತ್ತಲಲ್ಲಿ ದೊಡ್ಡ ಕೊಟ್ಟಿಗೆ. ಅದರ ತುಂಬ ದನಗಳು. ಒಂದೆರಡಲ್ಲ ಕಂದು, ಕೆಂಪು, ಬಿಳಿ, ಕಪ್ಪು... ಮೂವತ್ತಕ್ಕೂ ಹೆಚ್ಚು! ಇಪ್ಪತ್ತೆರಡು ಕರುಗಳು. ಈ ಕೊಟ್ಟಿಗೆ ನನ್ನ ಆವಾಸಸ್ಥಾನ. ಮಾವನ ಅರಮನೆಯಲ್ಲಿ ನನಗೆ ಪ್ರವೇಶವಿದ್ದದ್ದು ಕಸಗುಡಿಸಲಿಕ್ಕೆ ಮತ್ತೆ ಅಡಿಗೆಯಾಕೆ ವಟಗುಡುತ್ತ ತಂದೆಸೆಯುತ್ತಿದ್ದ ತಂಗಳು ಅನ್ನ ತಿನ್ನಲು!

ದನಗಳ ಸಗಣಿ, ಉಚ್ಚೆ, ಕಸ-ಹುಲ್ಲು-ಹಿಂಡಿಗಳು ನನ್ನ ಸಂಗಾತಿಗಳಾದವು. ನನ್ನ ಕೈಗಳು ಕೆಲಸ ಮುಗಿಸುವಷ್ಟರಲ್ಲಿ ಸೋತು ಸುಣ್ಣವಾಗುತ್ತಿದ್ದವು. ಎಳೆಯ ಕೈಗಳವು... ಬಾವಿಯಿಂದ ನೀರೆತ್ತುವಾಗ ಭಯವಾಗುತ್ತಿತ್ತು. ಒಳಗಿಣುಕಿದಾಗ ಬಿದ್ದುಬಿಡುವೆ ಎನಿಸಿ ಹಿಂದೋಡುತ್ತಿದ್ದೆ. ಸೋಮ-ಅವನೂ ನನ್ನ ಹಾಗಿನ ಜೀತದಾಳು. ಕುರಿ-ದನಗಳನ್ನು ಕಾಡಿಗಟ್ಟಿಕೊಂಡು, ಕಾಡೆಂದರೆ ಪಟ್ಟಣದಲ್ಲಿ ಕಾಡೆಲ್ಲಿರುತ್ತದೆ? ಪಾರ್ಕುಗಳ ಹತ್ತಿರದ ಹುಲ್ಲು ಬೆಳೆದ ಜಾಗ ಅಷ್ಟೆ. ನನ್ನನ್ನೂ ಜೊತೆಗಿಟ್ಟುಕೊಂಡು ಅಲೆಯುತ್ತಿದ್ದ. ನನಗರಿಯದ ವಿಷಯಗಳನ್ನು ಅವನ ಸಹವಾಸ ಕಲಿಸಿತು. ನನ್ನ ದೇಹ ಬಡಕಲಾಗಿಯೇ ಉಳಿದರೂ ಮನಸ್ಸು ಕಲ್ಲಿನಂತೆ ಗಟ್ಟಿಗೊಳ್ಳತೊಡಗಿತ್ತು. ಆ ಮೊದಲು ನಾನೆಂದು ನೋಡದಿದ್ದ ಅತ್ತೆ ಎಂದರೆ ಮಾವನ ಹೆಂಡತಿ ಇಂದಿನ ಟಿವಿ ಸರಣಿಗಳ ಕಥೆಗಿಥೆಗಳಲ್ಲಿ ಕಾಣಿಸ್ತಾರಲ್ಲ ಅಂಥ ಮಲತಾಯಿ ಪ್ರತ್ಯಕ್ಷರೂಪ ಪಡೆದಿದ್ದಂತೆ. ಅವಳಿಗೆ ಹಗಲಿರುಳೂ ಮೂಗಿನ ತುದಿಯಲ್ಲಿ ಬ್ರಹ್ಮಾಂಡ ಕೋಪ. ನೋಡಲು ತೆಳುವಾಗಿದ್ದರೂ ಅವಳ ಗಂಟಲು ಭಯಾನಕ ಜೋರಿನದಾಗಿತ್ತು. ಅವಳು ತನ್ನ ಗುಳ್ಳೆಗಣ್ಣುಗಳನ್ನು ಗಲಗಲ ತಿರುಗಿಸಿ ಕೂಗಾಡುತ್ತಿದ್ದರೆ ನಾನೊಮ್ಮೆ ಹೆದರಿ ಚಡ್ಡಿಯಲ್ಲೇ ಉಚ್ಚೆ ಮಾಡಿಕೊಂಡು ಬಿಟ್ಟಿದ್ದೆ. ಪಲ್ಲವಿ- ಮಾವನ ಮಗಳು ಅದನ್ನು ನೋಡಿ ಚಪ್ಪಾಳೆ ತಟ್ಟಿ ನಕ್ಕಿದ್ದಳು. ಆದರೆ ಅವಮಾನ ತಿಳಿಯುವ ವಯಸ್ಸು ಆಗ ನನ್ನದಾಗಿರಲಿಲ್ಲ. ಮುಂದೆಂದೋ ಅದು ನೆನಪಾದಾಗ ನಾಚಿಕೆ ಎನಿಸುತ್ತಿತ್ತಷ್ಟೆ.

ಬೀದಿಯಲ್ಲಿ, ದೊಡ್ಡ ಮನೆಗಳ ಕಂಪೌಂಡ್‌ಗಳಲ್ಲಿ ನನ್ನ ಸೋಮನ ವಯಸ್ಸಿನ ಹುಡುಗರು ಏನೆಲ್ಲ ಆಟಗಳನ್ನು ಆಡುತ್ತಿದ್ದರು. ಹೆಚ್ಚಾಗಿ ಕ್ರಿಕೆಟ್ ಮತ್ತು ಲಗೋರಿ. ಅವರೊಟ್ಟಿಗೆ ಸೇರಿಕೊಳ್ಳುವ ಅರ್ಹತೆ ನಮಗಿರಲಿಲ್ಲ. ಸಮಯ, ಅತ್ತೆ ಮಾವನ ಒಪ್ಪಿಗೆ ಇವೂ ಅಲಭ್ಯವಿದ್ದವು. ಹಾಗಾಗಿ 'ಆಡುವುದು' ಎಂಬುದು ನನಗೆ ಅಪರಿಚಿತ ವಿಷಯವಾಗೇ ಉಳಿದುಹೋಯಿತು!

ಆದರೆ, ಹೊಟ್ಟೆಗೆ ಸಾಲುವಷ್ಟು ಹಿಟ್ಟು ದೊರೆಯದೆ ಹೋದರೂ, ಕೈಕಾಲುಗಳಿಗೆ ಬಲ ತುಂಬಲು ಆಟವಿಲ್ಲದೇ ಹೋದರೂ, ದೇಹ ಬೆಳೆಯುತ್ತದೆ. ಬುದ್ಧಿಯೂ... ನಾನೂ ಹಾಗೆ ಬೆಳೆಯುತ್ತಿದ್ದೆ. ಕಡ್ಡಿ–ಕೋಲಿನಂತೆ ತೆಳುವಾಗಿ, ಎತ್ತರವಾಗಿ! ಮಾವನ ಕೃಪಣತನ, ಕಾಸು ಉಡಿಗೆ ಬೀಳುತ್ತದೆಂದರೆ ಯಾರ ಕತ್ತನ್ನು ತಿರುಚಲೂ ಅನುಮಾನಿಸದ ಲೋಭದ ಪರಿಚಯ ನನಗೆ ಆಯಿತು. ಹೆಣ್ಣು ಕರುಣೆಯನ್ನು ಜನ್ಮಜಾತ ಗುಣವಾಗಿ ಪಡೆದಿರುತ್ತಾಳೆ ಎನ್ನುತ್ತಾರೆ. ಆದರೆ ಇದಕ್ಕೆ ಅಪವಾದ ಮಾವನ ಹೆಂಡತಿ. ಇಂಥವರ ಮಡಿಲಿಗೆ ನನ್ನನ್ನು ತಳ್ಳಿ 'ಚೆನ್ನಾಗಿ ನೋಡಿಕೋತಾರೆ ಹೋಗು' ಎಂದಿದ್ದ ಅಮ್ಮನ ಮೇಲೆ ನನಗೆ ಕೋಪ ಉಕ್ಕಿ ಬರುತ್ತಿತ್ತು. ಆದರೆ ಅವಳದ್ದು ಕೇವಲ ಅಸಹಾಯಕತೆಯ ಪರಮಾವಧಿಯಲ್ಲಿ ಮಾಡಿದ್ದ ಕೆಲಸ ಎಂದು ತಿಳಿಯಲು ನನ್ನ ಬುದ್ಧಿ ಇನ್ನೂ ಮಾಗಬೇಕಿತ್ತು. ನನ್ನದೂ ತಪ್ಪಿಲ್ಲ. ಕತ್ತೆ ಚಾಕರಿ, ಒದೆತ, ಏಟುಗಳಲ್ಲಿ ಹಗಲಿರುಳು ಮುಳುಗೇಳುವ ಎಂಟೊಂಬತ್ತರ ಎಳೆಜೀವ ಯೋಚಿಸೋದಾರೂ ಇನ್ನೇನು?

ಒಮ್ಮೆ ಪಾರ್ಕಿನ ಅಂಚಿನ ತಂತಿ ಜಾಳಿಗೆ ಹಿಡಿದುಕೊಂಡು ಎಂದಿನಂತೆ ಒಳಗೆ ನಡೆದಿದ್ದ ಕ್ರಿಕೆಟ್ ಆಟ ನೋಡುತ್ತ ನಿಂತಿದ್ದಾಗ ಇದ್ದವರಲ್ಲಿ ಎತ್ತರವಾಗಿದ್ದ ಹುಡುಗನೊಬ್ಬ ಈಚೆ ಸರಿದು ಬಂದು ನನ್ನತ್ತ ಬೆರಳಿನ ಸನ್ನೆ ತೋರಿಸಿ ಕರೆದ. ಮೊದಲು ನನಗೇ ಆ ಕರೆ ಎಂದು ತಿಳಿಯದೆ ಗಲಿಬಿಲಿಗೊಂಡೆ. ಆದರೆ ಅವನು ನನ್ನ ಬೆರಳು ಹಿಡಿದು ಒಳಗೆ ಕರೆದೊಯ್ದ.

"ಫೀಲ್ಡಿಂಗ್ ಮಾಡ್ತೀಯಾ?" ಎಂದ.

ನನಗೆ ಅವನು ಹೇಳಿದ್ದು ಅರ್ಥವೇ ಆಗಲಿಲ್ಲ. ಆದರವನು 'ಫೀಲ್ಡಿಂಗ್' ಎಂದರೆ ಏನೆಂದು ಕಲಿಸಿಕೊಟ್ಟ. ನನಗದು ತುಂಬಾ ಖುಷಿ ಕೊಟ್ಟಿತು. ಚೆಂಡನ್ನರಿಸಿಕೊಂಡು ಮೈದಾನ ಇಡೀ ಓಡಿದೆ. ಮೈ ಮರೆತೆ. ಆ ಮೈಮರೆತ ನನಗೆ ತುಂಬಾ ದುಬಾರಿ ಆಗಿಬಿಟ್ಟಿತು. ಮಾರ್ಕೆಟ್‌ಗೆಂದು ಹೋಗಿದ್ದ ಅತ್ತೆ ನನ್ನ ಆಟವನ್ನು ಕಂಡಿದ್ದಳು. ಮನೆಗೆ ಮರಳಿದ ಆನಂತರ ನನಗೆ ಅವಳಿಂದ ನಾಗರಬೆತ್ತದ ಪೂಜೆ ಆಯಿತು. ಚೆಂಡಿಗಾಗಿ ಓಡಿದ ಕಾಲುಗಳ ನೋವಿಗಿಂತಲೂ ಮೈ ಕೈ ಇಡೀ ನಜ್ಜುಗುಜ್ಜಾದಂತೆ ಪೀಡಿಸಿತು ಏಟಿನ ನೋವು... ಮನಸ್ಸು

ಮುರಿದ ರೊಟ್ಟಿಯ ಚೂರಿನಂತೆ ಹುಡಿಯಾಗಿ ಅತ್ತಿತ್ತ ಚೆಲ್ಲಾಡಿತು. ಬಳಲಿ ಹಣ್ಣಾಗಿದ್ದ ನನ್ನ ದುರ್ಬಲ ದೇಹವನ್ನು ಜ್ವರ ಅತಿಥಿಯಾಗಿ ಬಂದು ಕೂತು ನರಳಿಸಿತು. ರಾತ್ರಿಯಿಡೀ ಮೈ ಕೆಂಡದಂತೆ ಸುಡುತ್ತಿತ್ತು. ಮರುದಿನ ಮೈಮೇಲೆ ತಣ್ಣೀರಿನ ಓಕುಳಿಗೆ ಥರಥರನೇ ಕಂಪಿಸಿ ಎಚ್ಚರವಾಗಿ ಎದ್ದು ಕುಳಿತೆ!

ನೀರು ಉಗ್ಗಿದವಳು ಅತ್ತೆ. "ಸೋಂಬೇರಿಗಳನ್ನು ತಂದು ಬಿಟ್ಟಿ ಕೂಳು ಹಾಕುವ ಗುತ್ತಿಗೆ ತೊಗೊಂಡು ಬಂದಿದ್ದಾರೆ ಇವರು. ಮೊದಲೇ ಬಡಕೊಂಡೆ. ಅವಳ ಮನೆಗೆ ಕಾಲು ಹಾಕಬೇಡಿ ಅಂತ... ಯಾರಿದ್ದಾರೆ ನನ್ನ ಕೇಳೋರು..." ನಿರಂತರವಾಗಿ ಮಾವನನ್ನು ಅಮ್ಮನನ್ನೂ ಹೀನಾಮಾನ ಬೈದು– ಕೊನೆಗೊಮ್ಮೆ ಬಾಯಿ ನೋವಾಗಿ– ಸುಮ್ಮನಾದಳು.

ನಾನು ಹರಕಲು ಚೆಡ್ಡಿಗೆ ದಾರ ಬಿಗಿದುಕೊಂಡು ತೂರಾಡುತ್ತ ಹಸುಗಳ ಕುಣಿಕೆ ಬಿಚ್ಚಿ ಅವುಗಳೊಂದಿಗೆ ಹೊರನಡೆದೆ. ಮಾತುಬಾರದ ಮೌನಿ ಹಸುಗಳೊಂದಿಗೆ ನಾನು ಮಾತು ಹೊರಡದೆ ಕಣ್ಣೀರಿನಿಲ್ಲಿ ನನ್ನ ವೇದನೆಯನ್ನು ತೋಡಿಕೊಂಡೆ. ಕತ್ತು ಒಲೆವ ದನಗಳು ನಿಶ್ಯಬ್ದವಾಗಿ ತಮ್ಮ ಅನುಕಂಪವನ್ನು ಸೂಚಿಸಿದವು. 'ತಾಳಿಕೊ... ಒಳ್ಳೆಯ ದಿನಗಳು ಬರಲಿವೆ' ಎಂದವು.

ಒಮ್ಮೆ ಅಮ್ಮ ನನ್ನನ್ನು ನೋಡಲಿಕ್ಕೆ ಬಂದಿದ್ದಳು. ದನಗಳ ಕಾಲಿನಡಿಯಿಂದ ನಾನು ಸೆಗಣಿ ಎತ್ತಿ ಬುಟ್ಟಿಗೆ ತುಂಬಿಸುತ್ತ ನಿಂತಿದ್ದೆ. ತನ್ನ ಕೈಯೊಳಗಿದ್ದ ಗಂಟನ್ನು ಮೂಲೆಗೆಸೆದು ನನ್ನ ಕೈಹಿಡಿದೆಳೆದು ದೂರ ಕರೆದುಕೊಂಡು ಹೋದಳು. ಸೆರಗಿನಿಂದ ಮುಖ ಒರೆಸಿ, ಕೈ ತೊಳೆಸಿ ಅಪ್ಪಿಕೊಂಡು ಅತ್ತಳು. "ಬರಿಯ ಮೂಳೆ ಮಾತ್ರ ಉಳಿದಿದೆಯಲ್ಲವೋ ಮೈಯಲ್ಲಿ..." ಎಂದು ಹನಿಗಣ್ಣಾದಳು. ಆಗ ಮಾತ್ರ ನಾನು ಕಣ್ಣೀರಿಡಲಿಲ್ಲ.

'ನನ್ನನ್ನುಈ ಸ್ಥಿತಿಗೆ ನೂಕಿದವಳು ಅವಳೇ.. ಈಗ ಅತ್ತರೇನು ಬಂತು?'.

'ನಿನ್ ಜೊತೆ ನಾನೂ ಬಂದುಬಿಡ್ತೀನಿ ಕರ್ಕೊಂಡ್ಹೋಗು' ಎಂದು ಅಂಗಲಾಚಿದೆ. ಆದರೆ ಅದೂ ಅವಳಿಂದ ಸಾಧ್ಯವಿರಲಿಲ್ಲ. ಅಣ್ಣ ಚಿಕ್ಕ ಹೋಟೆಲೊಂದರಲ್ಲಿ ಕಪ್ಪು ಸಾಸರು ತೊಳೆಯುತ್ತಿದ್ದಾನೆ. ತಂಗಿ– ಅಮ್ಮ ಯಾರ್ಯಾರದೋ ಮನೆ ಮುಸುರೆ–ಕಸ ಮಾಡಿ ಆವತ್ತಿಗಿಷ್ಟು ಗಂಜಿ ದುಡಿದುಕೊಳ್ಳುತ್ತಿದ್ದಾರೆ. ಇಂಥದ್ದರಲ್ಲಿ ನಾನು ಹೋದರೆ ಅವರಿಗೊಂದು ಹೊರೆ ಅಷ್ಟೇ!

ಅಪ್ಪ ಹೋದಂದಿನಿಂದ ಅಮ್ಮ ಅಳು ಬಿಟ್ಟು ಬೇರೇನೂ ಮಾಡಿದಂತಿರಲಿಲ್ಲ!

ನನಗೆ ಹನ್ನೆರಡು ವರ್ಷ ತುಂಬಿದ್ದು ಯಾವಾಗ ಎಂದು ಗೊತ್ತೇ ಆಗಲಿಲ್ಲ. ಆದರೆ ಮಾವ ಹದ್ದಿನ ಕಣ್ಣಿನಿಂದ ಅದನ್ನೇ ಕಾಯುತ್ತಿದ್ದವರಂತೆ

ನನಗೆ ಹೊಸ ಜವಾಬ್ದಾರಿ ಹೇರಿದ. ನನ್ನ ಎಳೆಯ ಹೆಗಲುಗಳ ಗಾತ್ರ ಅವನಿಗೆ ಕಂಡಿರಲಿಕ್ಕಿಲ್ಲ. ಅವನ ಕಾಳುಕಡಿಗಳ ಗೋಡೌನು ಪಟ್ಟಣದ ಒಂದು ಬದಿಯಿತ್ತು.

ಅಲ್ಲಿಗೆ ನಾನು ಮಲಗಲು ಹೋಗತೊಡಗಿದೆ. ಇಡಿಯ ದಿನದ ಮೈಮುರಿತದ ಮತ್ತೆ ರಾತ್ರಿ ಸೊಳ್ಳೆ-ತಿಗಣೆಗಳು ಕಚ್ಚಿ, ಇರುವೆಗಳು ಮೈಯ ಸಂದಿಗೊಂದಿಗಳಲ್ಲಿ ಹೊಕ್ಕು ಚುಚ್ಚಿ ಉರಿತ ಮೂಡಿಸಿ ನಿದ್ರೆಯೇ ಇಲ್ಲ. ಅಲ್ಲಿ ನಾನೊಬ್ಬನೇ ಚಿಕ್ಕ ಹುಡುಗ. ಆದರೆ ಉಳಿದ ಆಳುಗಳಂತಲ್ಲ ನಾನು, ಮಾವನ ಸಂಬಂಧಿಕ. ತಂಗಿಯ ಮಗ. ಇದೇ ಕಾರಣ, ಜವಾಬ್ದಾರಿ ನನ್ನ ಹೆಗಲೇರಿತ್ತು.

ಇನ್ನೂ ನಾಲ್ಕು ಜನ ಅಲ್ಲಿ ತುರುಕಿಕೊಂಡಿದ್ದರು. ಅವರೆಲ್ಲ ಗೋಣಿ ಹೊರುವ ಆಳುಗಳು. ಹೊತ್ತು ಮುಳುಗಿದಂತೆ ಸಾರಾಯಿ ಪ್ಯಾಕೆಟ್ ತಂದು ಕಂಠಪೂರ್ತಿ ಕುಡಿದು ಅಸಭ್ಯ ಮಾತುಗಳು. ಅಶ್ಲೀಲ ನಗೆಚಟಾಕಿಗಳಲ್ಲಿ ಮುಳುಗುತ್ತಿದ್ದರು. ಸೊಂಟದ ಕೆಳಗಿನ ಮಾತು ಸುರಿಮಳೆ. ಕೀಳುದರ್ಜೆಯ ಹೆಂಡ-ಬೀಡಿ, ದುರ್ವಾಸನೆ ಮೂಗು ಕಟ್ಟುತ್ತಿತ್ತು. ವಾಂತಿ ಬಂದಂತಾಗ್ತಿತ್ತು. ಒಮ್ಮೆ ಅವರಲ್ಲೊಬ್ಬಾತ, ಬಹುಶಃ ಕರಿಯ ಎಂದವನ ಹೆಸರಿರಬೇಕು. ನನ್ನನ್ನು ಕರೆದ. ರಾತ್ರಿ ಎಷ್ಟೊತ್ತಾಗಿತ್ತೋ... ನನ್ನ ಎಳ್ಕೊಂಡಿ ತನ್ನ ಪಕ್ಕೆಯಲ್ಲಿ ಒತ್ತಿ ಕೂರಿಸಿ, "ಹಿಡಿ ಮಗನೆ ಮಜಾ ಬರ್ತದೆ..." ಎಂದು ಒತ್ತಾಯಿಸಿ ಕಟ್ಟಿಗೆ ಕೊರಡಿನಂಥ ಅವನ ಕರೀ ಶಿಶ್ನವನ್ನು ನನ್ನ ಕೈಯಲ್ಲಿ ತುರುಕಿದ. ನಾನು ಬೆದರಿ ಬೆವರಿ ಹಿಡಿಯಾದೆ. ಹೇಸಿಗೆ ಉಕ್ಕೇರಿ ಬಂತು ಕೈ ಎಳೆದುಕೊಳ್ಳಲೂ ಬಿಡದೆ ಅವನು ತನ್ನ ಶಿಶ್ನ ವೃಷಣಗಳನ್ನು ದರದರನೆ ತೀಡಿಸಿಕೊಂಡ. ಮೈಯಿಡೀ ದುರ್ನಾತ. ಬಾಯಿಯ ಹೆಂಡದ ಹುಳಿನಾತ ವಾಂತಿ ಬರಿಸತೊಡಗಿತು. ಅವನು ತಟ್ಟನೆ ನನ್ನನ್ನು ತನ್ನ ತೊಡೆಗಳ ಮೇಲೆ ಅಡ್ಡ ಬೀಳಿಸಿ ಬಾಯಿ ಅಗಲಿಸಿ ಹೆಂಡ ಸುರಿದ. ಉಗುಳಲಾಗದೆ ಆ ಬೆಂಕಿಯನ್ನು ಕುಡಿಯಲೂ ಆಗದೆ ಒದ್ದಾಡಿದೆ. ಅವನು ನಗುತ್ತ ನನ್ನನ್ನು ಇಡಿಯಾಗಿ ಹಿಡಿದು ಗಲಗಲ ಅಲುಗಿಸಿದ. ಹೆಂಡ ಗಂಟಲಿಗಿಳಿಯಿತು. ಹೆಸರಿಗಿಂತ ಕರ್‍ರಗಿದ್ದ ಅವನ ಮೈ ನನ್ನ ಮೈ ಮೇಲೆ ಬಂಡೆಯಾಗಿ ಹೇರಿಕೊಂಡಿತು...ಹಿಂಸೆಯ ಪರಾಕಾಷ್ಠೆ. "ನಾನು ಸತ್ತಾದರೂ ಹೋಗಬಾರದೇ".

*****

ಕಾರು ನಿಂತಿತ್ತು. ತಟ್ಟನೆ ಕಣ್ಣು ತೆರೆದು ಡ್ರೈವರ್ ಇಳಿದು ಬಾನೆಟ್ ತೆರೆದು ಏನನೋ ಸರಿಪಡಿಸಿ ಮತ್ತೆ ಮರಗಳ ಹಿಂದೆ ಧಾವಿಸಿದ್ದ. ಚಳಿ! "ಏನು ಶ್ರೀ?" ಎಂದು ಕೇಳಿದೆ.

"ಏನೋ ಎಂಜಿನ್ ಸ್ವಲ್ಪ ತೊಂದರೆ ಕೊಡ್ತಾ ಇದೆ ಅನಿಸುತ್ತೆ, ಕೆಳಿಗಿಳಿ. ಇಲ್ಲೊಂದು ಹೊಟೇಲ್ ಇದ್ದ ಹಾಗಿದೆ. ಕಾಫಿ ಕುಡಿಯಬಹುದು" ಅವನೆಂದ.

ಅವನೊಂದಿಗೆ ಕೊಂಚ ತಗ್ಗಿಗಿಳಿದು ಉದ್ದುದ್ದಾಗಿ ಬೆಳೆದಿದ್ದ ಮರಗಳ ಹಿಂದೆ ಹೋಗಿ ನಾವೂ ರಿಲೀವ್ಡ್ ಆಗಿ ಮರಳಿ ಬಂದ್ವಿ. ಘಟ್ಟದ ಪ್ರದೇಶ. ಮರಗಳ ಮರ್ಮರದ ಹೊರತು ಬೇರೇನೂ ಸದ್ದಿಲ್ಲ.

"ಹಿಡಿ..." ಶ್ರೀಕಾಂತ ಹೊಟೆಲಿಂದ ತಂದ ಕಾಫಿಯ ಫ್ಲಾಸ್ಕಿನಿಂದ ನನ್ನೆದುರು ಕಪ್ಪಿಗೆ ಸುರಿದು ಹಿಡಿದ.

ಗುಟುಕರಿಸುತ್ತಿರುವಾಗ ಶ್ರೀಕಾಂತ ಮಾತನಾಡಲು ಹವಣಿಸುತ್ತಿದ್ದಂತೆ ನನಗನಿಸಿತು. ಮತ್ತೊಂದು ಗಳಿಗೆಯಲ್ಲಿ ಅವನು, "ಮಣಿ, ಮುಂದೇನು ಯೋಚಿಸಿದ್ದೀಯ?" ಎಂದು ಆರಂಭಿಸಿದ. ಶ್ರೀಕಾಂತನೆದುರು ನನ್ನ ಬದುಕು ತೆರೆದ ಪುಸ್ತಕವೇ ಆಗಿತ್ತು. ನನ್ನ ಹದಿಮೂರನೆಯ ವರ್ಷದಿಂದ, ನನ್ನನ್ನವನು ಚರಂಡಿಯ ಅಂಚಿನಿಂದ ಎತ್ತಿ ತಂದಂದಿನಿಂದಲೂ... ಕ್ಷುಲ್ಲಕ ನೆಪದಿಂದ ಮಾವ ಅಕ್ಷರಶಃ ಕಥೆ ಕಾದಂಬರಿಗಳಲ್ಲಿ ಬರುವ ನಾಟಕೀಯ ಪ್ರಸಂಗದಂತೆ ನನ್ನನ್ನು ಹೊಡೆದು ಬಡಿದು ಕತ್ತಲಿನ ಕೋಣೆಯಲ್ಲಿ ಕೂಡಿ ಹಾಕಿದ ಘಟನೆಯ ಮೊದಲುಗೊಂಡು ಅವನು ಎಲ್ಲವನ್ನೂ ಅರಿತಿದ್ದ.

ಗೋಡೌನಿನಲ್ಲಿ ಕರಿಯ ತನ್ನ ಕಳ್ಳ ಗೆಳೆಯರೊಟ್ಟಿಗೆ ಸೇರಿಕೊಂಡು ಇಪ್ಪತ್ತು ಮೂಟೆ ಗೋಧಿ ಕದ್ದಾಗ ಆ ಸಂತಾಪವನ್ನು ಮಾವ– ನನ್ನ ಮೇಲೂ ತಿರುಗಿಸಿದ್ದ. ಮೂರು ದಿನಗಳು ನಾನು ಮುಚ್ಚಿದ ಆರಡಿಯ ಕೋಣೆಯಲ್ಲಿ ಹೊಡೆತ ತಿಂದ ನಾಯಿಯಂತೆ ಮುದುರಿ ಬಿದ್ದಿದ್ದೆ. ಹೊಟ್ಟೆಗೆ ಅನ್ನದ ಅಗುಳಾಗಲಿ, ಗಂಜಿಯಾಗಲಿ ಇಲ್ಲದೆ ನಾಲಿಗೆ ಸೇದಿ ಹೋಗತೊಡಗಿತ್ತು. ರಾತ್ರಿಯ ಯಾವುದೋ ಹೊತ್ತಿನಲ್ಲಿ ಕಿಟಕಿಯಿಂದ ನನ್ನನ್ನು ಕರೆದ ಸ್ವರಕ್ಕೆ ಆಶ್ಚರ್ಯವಾಗಿ ಎದ್ದು ಕೂತು ನೋಡಿದೆ. ಕತ್ತಲಲ್ಲಿ ಯಾರೆಂದು ಸ್ಪಷ್ಟವಾಗಿ ತಿಳಿಯದಿದ್ದರೂ ಏನೋ ಆಸೆ. ಬಂದಿದ್ದವಳು ಪಲ್ಲವಿ! ಅವಳ ಕೈಯೊಳಗೆ ಕೀಲಿಕೈ ಮತ್ತೆ ಒಂದಷ್ಟು ತಿಂಡಿಯಿತ್ತು. ನನ್ನ ಹೊಟ್ಟೆಯನ್ನು ತುಂಬಿಸಿ ಆ ಪಂಜರದ ಬೀಗ ತೆರೆದು "ಹಾರು" ಅಂದವಳು ಪಲ್ಲವಿ. ಇಲ್ಲಿದ್ದರೆ ಅಪ್ಪನ ಕೈಯಲ್ಲಿ ಹೊಡೆಸಿಕೊಂಡು ಸಾಯ್ತೀ. ಮೊದಲು ಇಲ್ಲಿಂದ ಹೋಗು' ಎಂದು ನನ್ನ ಕೈಗೆ ಇನ್ನೂರು ದುಡ್ಡು ಒತ್ತಿ ಹಿಡಿದ ಅವಳಿಂದಾಗಿ ಉಳಿಯಿತು ನನ್ನ ಜೀವ... ಅವಳಿಗೊಂದು ಕೃತಜ್ಞತೆಯ ಮಾತು ಹೇಳುವುದೂ ಹೊಳೆಯಲಿಲ್ಲ! ದಡಬಡ ಅಲ್ಲಿಂದ ಹೊರಬಿದ್ದೆ. ಎಲ್ಲಿಗೆ ಎಂದು ಯಾರಿಗೆ ಗೊತ್ತು? ಟಿಕೆಟ್ಟಿಲ್ಲದೆ ರೈಲೇರಿದ್ದರೂ ಯಾರೂ ನನ್ನನ್ನು ಹಿಡಿಯದೆ ಮುಂಬಯಿ ಸೇರಿಬಿಟ್ಟೆ!

ನಿರ್ಗತಿಕರು ಇಲ್ಲಿ ನೆಲವನ್ನು ಹಾಸಿ ಆಕಾಶವನ್ನು ಹೊದ್ದು ಮಲಗುತ್ತಾರೆ. ನಾನೂ ಅದೇ ಮಾಡಿದೆ. ಇದೇ ಒಂದು ಪ್ರಪಂಚ. ಪೃಥ್ವಿಯ ಯಾವ

ಮೂಲೆಯಿಂದಲೇ ಬಂದರೂ ಇಲ್ಲವೆನ್ನದೇ ಸೇರಿಸಿಕೊಳ್ಳುತ್ತದೆ. ಮೊದಲು ಕೆಲವು ದಿನ ನಿಲ್ದಾಣದಲ್ಲಿ ಕೂಲಿ ಮಾಡಿದೆ. ತದನಂತರ ಚಿಕ್ಕ ಪುಟ್ಟ ಹೋಟೆಲುಗಳಲ್ಲಿ ಚಿಲ್ಲರೆ ಕೆಲಸ ಮೊದಲುಗೊಂಡು ಮ್ಯಾನೇಜರಿನ ತೊಡೆ ನಡುವಿನ ದಾಹಕ್ಕೆ ಗಾಳವಾದೆ. ಹೊಟ್ಟೆ ಹೋಗಿ ಬೆನ್ನಿಗೆ ತಾಗದಿರಬೇಕಲ್ಲ.

ಒಟ್ಟಿನಲ್ಲಿ ದೇವರೇ ದಿಕ್ಕಾಗಿರುವ ನಿರ್ಗತಿಕ ಜೀವವೊಂದು ಉಸಿರನ್ನು ಹಿಡಿದಿಟ್ಟುಕೊಳ್ಳಬೇಕಾದರೆ ಏನೆಲ್ಲ ಮಾಡಲೇಬೇಕೋ ಅದನ್ನೆಲ್ಲ ಪೂರೈಸಿದೆ. 'ಪವಾಡಗಳು' ಖಂಡಿತವಾಗಿಯೂ ಜರುಗುತ್ತವೆ ಎಂದು ನಾನು ಖಚಿತವಾಗಿ ನಂಬುವಂತೆ ಮಾಡಿದ ಆ ಘಟನೆಯ ಸಮಯದವರೆಗೆ... ಅದು ಶ್ರೀಕಾಂತನ ಅಪ್ಪ ನನ್ನ ಗಾಡ್‌ಫಾದರ್ ಆದ ದಿನ! ಸಂಕ್ಷೇಪಿಸಿದರೆ, ಲಿಫ್ಟ್‌ನಲ್ಲಿ ಹದಿನಾರನೆಯ ಮಹಡಿಯಿಂದ ಶ್ರೀಕಾಂತನ ಅಪ್ಪ ಕೆಳಗಿಳಿದು ಬರುತ್ತಿದ್ದಾಗ ನಾನೂ ಅದರೊಳಗಿದ್ದೆ. ಇಪ್ಪತ್ತನೆಯ ಮಹಡಿಯ ಆಫೀಸಿಗೆ ಪ್ಯಾಕೆಟ್ ಒಂದನ್ನು ತಲುಪಿಸಿ ಕೆಳಗಿಳಿಯುತ್ತಿದ್ದೆ. ನಡು ಮಧ್ಯದಲ್ಲೇ ಎದೆ ಒತ್ತಿ ಹಿಡಿದುಕೊಂಡು ಆತ ನೋವಿನಿಂದ ಚೀರಿ ದೊಪ್ಪನೆ ಕುಸಿದರು. ನಾನು ಗಾಬರಿಯಾದೆ. ಲಿಫ್ಟು ಕೆಳಗಿಳಿದು ನೆಲ ತಲುಪುವಷ್ಟರಲ್ಲೇ ಆತನ ನೋವು ನರಳಾಟ ಪರಾಕಾಷ್ಠೆಗೇರಿ ಒದ್ದಾಡಿ ಹೋದರು. ನನ್ನ ಹೆದರಿಕೆಯನ್ನು ಅದುಮಿ ಹಿಡಿದು ಅವರನ್ನು ಎತ್ತಿ ಎದೆಗವಚಿ ಸಹಾಯಕ್ಕಾಗಿ ಕೂಗಿದೆ. ತಮ್ಮ ಜೇಬಿನೊಳಗಿನ ಮಾತ್ರೆಗಳಿಗಾಗಿ ಅವರು ಮಾಡಿದ ಸಂಜ್ಞೆಯನ್ನರ್ಥಮಾಡಿಕೊಂಡು ಅವನ್ನು ತೆಗೆದು ನುಂಗಿಸಿದೆ. ಅವರಿಗೆ ಬೇರೆ ಸಹಾಯ ಒದಗಿಬರಲು ಅರ್ಧ ಗಂಟೆಗೂ ಹೆಚ್ಚು ಸಮಯವಾಯಿತು. ಅಷ್ಟೂ ಹೊತ್ತೂ ನನ್ನ ಮಡಿಲಲ್ಲೇ ಒರಗಿದ್ದ ಅವರ ತಲೆಯಿಂದ ಹರಿದುಬಂದ ಬೆವರ ಹನಿಗಳನ್ನು ನನ್ನ ಶರ್ಟಿನಿಂದ ತೀಡುತ್ತ "ಅವರಿಗೇನೂ ಆಗದಿರಲಿ" ಎಂದು ಮೇಲೆಯಿರುವಾತನಲ್ಲಿ ಮೊರೆಯಿಟ್ಟೆ. ಆಸ್ಪತ್ರೆಯಲ್ಲೂ ಇಡಿಯ ದಿನ ಅವರ ಪಕ್ಕ ಬಿಟ್ಟು ಅಲುಗಲಿಲ್ಲ.

ಸಂಜೆ ಕಣ್ಣು ಬಿಟ್ಟು ಆಚೀಚೆ ನೋಡಿದ ಅವರು ನನ್ನನ್ನು ಕಂಡು ಕ್ಷೀಣವಾಗಿ ಮುಗುಳ್ನಕ್ಕರು.

"ಶ್ರೀಕಾಂತ, ಈ ಮಗು ನನ್ನನ್ನು ಉಳಿಸಿಕೊಂಡವನು..." ಎಂದು ಅವನಿಗೆ ಪರಿಚಯಿಸಿದರು. ಅನಂತರ ನನ್ನ ಜೀವನ ತಿರುಗಿದ್ದು ಕೇವಲ ಉತ್ಕರ್ಷೆಯತ್ತ. ಯಾಕೆಂದರೆ ಅಪ್ಪ-ಮಗ ಇಬ್ಬರೂ ನನ್ನನ್ನು ತಮ್ಮ ಸಮೃದ್ಧ ಮಡಿಲಿಗೆ ಸೇರಿಸಿಕೊಂಡು ನಾನೊಬ್ಬ 'ಮನುಷ್ಯ'ನಾಗಲು ಅಣಿ ಮಾಡಿದರು.

*****

ಗತವನ್ನು ಸ್ಮರಿಸುವುದು ಅಥವಾ ವಿಸ್ತರಿಸುವುದು ನಮ್ಮ ನಿಯಂತ್ರಣದೊಳಗಿನ ಮಾತೇ ಅಲ್ಲ. ಮತ್ತೆ ಮತ್ತೆ ಕಾರಿನ ಮೆತ್ತೆಗೊರಗಿ ನಾನು ಕಣ್ಮುಚ್ಚಿ ಲೀನನಾಗಿದ್ದು ಅದೇ ಅನುಭೂತಿಯೊಳಗೆ ಎಂದರಿತಿದ್ದ ಶ್ರೀಕಾಂತ ಅದಕ್ಕೆ ಭಂಗತರಲೆತ್ನಿಸಿರಲಿಲ್ಲ. ಒಂದೇ ಲಯದಲ್ಲಿ ಕಾರು ಓಡುತ್ತಿತ್ತು.

ಓಡಿ ಓಡಿ ದಣಿದ ಕುದುರೆ ವಿಶ್ರಾಂತಿ ಬಯಸಿದಂತೆ ಮನಸ್ಸು ಬಳಲಿ ನಿದ್ರೆಯಾಳಕ್ಕೆ ಇಳಿದಿದ್ದೆ. ಕಾರಿನ ಬ್ರೇಕ್ ಘರ್ರಾಕ್ ಅಂತ ಜೋರಾಗಿ ಬಿದ್ದ ಸದ್ದಿನೊಂದಿಗೆ ವಾಹನ ರಭಸವಾಗಿ ಕುಲುಕಿ ನಿಂತಾಗ ಎಚ್ಚರವಾಯಿತು. ಡ್ರೈವರ್ ಯಾರನ್ನೋ ಕೆಟ್ಟದಾಗಿ ಬೈಯುತ್ತ ಕೆಳಗಿಳಿದಿದ್ದ.

"ಲೇಯ್ ರಸ್ತೆ ಮೇಲೇನ್ ಸಾಯೋಕೆ ಬರ್ತೀರಾ ಅಥ್ವಾ ಕಣ್ಣೇನು ಕುರುಡಾ... ನಿಂಗೆ"

ಕೂದಲೆಳೆಯಷ್ಟು ಅಂತರದಲ್ಲಿ ಅಪಘಾತ ತಪ್ಪಿತ್ತು! ಕೆಳಗಿಳಿದು ನೋಡಿದೆ. ಗುಪ್ಪೆಯಾಗಿ ಮುದುರಿ ಬಿದ್ದಿದ್ದ ಒಂದು ಹೆಣ್ಣು ಶರೀರ! ಮೆಲ್ಲಗೆ ಎದ್ದು ಕೂರುವ ಸನ್ನಾಹದಲ್ಲಿ ಎರಡೂ ಕೈ ಚಾಚಿ ನೆಲ ಸಾವರಿಸಿ ಆಧಾರದ ತಡಕಾಟ ನಡೆಸಿದ್ದಳು.

ಮೊದಲೇ ತಡವಾಗುತ್ತಿದೆ. ಮಧ್ಯೆ ಇದೊಂದು ಅಡಚಣೆ ಎಂದು ಒಮ್ಮೆ ಅನ್ನಿಸಿತಾದರೂ ಮರುಕ್ಷಣ ನಾಚಿಕೆಯಾಯಿತು. ಅಪಘಾತವಾಗಿದ್ದರೆ ಹೆಣ್ಣು ಸತ್ತೇ ಹೋಗ್ತಿದ್ದಳಲ್ಲ ಛೇ? ಶ್ರೀಕಾಂತ ಡ್ರೈವರನೊಂದಿಗೆ ಆಕೆಯ ತೋಳು ಹಿಡಿದು ಎಬ್ಬಿಸಿ ನಿಲ್ಲಿಸಿದ. ಬದಿಯಲ್ಲಿ ಬಿದ್ದ ಕೋಲು ನನಗೆ ವಿಚಿತ್ರ ಅಚ್ಚರಿ ತಂದಿತ್ತು. ಅದು ಕುರುಡರು ಬಳಸುವ ಸ್ಟಿಕ್! ಮುಖದ ಮೇಲೆ ಇಳಿದ ಕೂದಲುಗಳನ್ನು ಆಕೆ ಅತ್ತಿತ್ತ ಸರಿಸಿ ಬೆವರೊರೆಸಿಕೊಳ್ಳುತ್ತಿದ್ದಂತೆ ಶಾಕ್ ಆಯಿತು. ಏನೋ ಗುರುತು ಅಸ್ಪಷ್ಟ ಸಿಕ್ಕಂತೆನಿಸಿತು. ಇವಳು ಪಲ್ಲವಿ!? ಅರೇ ಹೌದು, ಅದೇ ಮುಖ... ಬಾಲ್ಯದ ನೆನಪುಗಳು, ಕುರುಹುಗಳು ಅಷ್ಟು ಸುಲಭವಾಗಿ ಅಳಸಿಹೋಗುವುದಿಲ್ಲ ಎಂಬುದಕ್ಕೆ ಸಾಕ್ಷಿಯಾಗಿ ಅವಳ ತುಟಿಯಂಚಿನ ಕಪ್ಪು ಮಚ್ಚೆಯ ಬೊಟ್ಟು ಅವಳ್ಯಾರು ಎಂದು ಸುಳಿವು ಕೊಟ್ಟಿತ್ತು. ಆದರೆ ಆ ಬೋಳುಹಣೆ... ಕಂದಿದ ಕರೆಗಟ್ಟಿದ ಮುಖ, ಕೊಳಕು ಸೀರೆ... ದಾರಿದ್ರ್ಯ ನೆತ್ತಿಯಿಂದ ಪಾದದ ತನಕ ಹೊರಸೂಸುವ ಬಡಕಲು-ನಿಶ್ಶಕ್ತ ಶರೀರ... ನನ್ನ ಹೊಟ್ಟೆಯಲ್ಲಿ ವಿಚಿತ್ರ ಸಂಕಟ ಕಲಸಿಕೊಳ್ಳತೊಡಗಿತ್ತು.

ಪಕ್ಕದಿಂದ ಸುಮಾರು ಹತ್ತು ವರ್ಷದ ಹುಡುಗಿಯೊಬ್ಬಳು ಓಡಿಬಂದಳು. "ಅಮ್ಮಾ, ಸ್ವಲ್ಪ ನಿಂತ್ಕೋ ಅಂತ ಹೇಳಿರಲಿಲ್ಲವೇ... ನಾನು ಹಿಂದೆನೇ ಬರ್ತಾ ಇದ್ದೀನಿ ಅಷ್ಟರಲ್ಲಿ ರಸ್ತೆ ದಾಟಕ್ಕೆ ಯಾಕ್ ಹೋದೆ..."

ಅವಳ ತೋಳು ಹಿಡಿದು ಮೆಲ್ಲಗೆ ನಡೆಸಿಕೊಂಡು ರಸ್ತೆಯ ಇನ್ನೊಂದು

ಕಡೆ ಸಾಗಿದಳು. ಈ ಎರಡನೆಯ ಆಘಾತವನ್ನು ಸಹಿಸುವುದೂ ಅಸಾಧ್ಯ. ಪಲ್ಲವಿ ಕುರುಡಿ?! ಸಂಪೂರ್ಣ ಅಪರಿಚಿತರಾಗಿದ್ದ ನಮ್ಮನ್ನು ಆ ಹುಡುಗಿ ಮಾತನಾಡಿಸಿರಲಿಲ್ಲ. ಕಣ್ಣು ಕಳೆದುಕೊಂಡಿರುವ ಪಲ್ಲವಿಗೆ ಅಲ್ಲೇ ಎದುರು ನಿಂತವನು ನಾನೆಂದು ತಿಳಿದೀತಾದರೂ ಹೇಗೆ?

ಕಾರು ಮುಂದೆ ಸರಿದಂತೆ ಪಲ್ಲವಿಯ ಮುಖ ಮತ್ತವಳ ಈಗಿನ ಸ್ಥಿತಿ ಕಣ್ಣೆದುರಿನಿಂದ ಮಾಸಿ ಹೋಗಲಿಲ್ಲ. ಆದರೆ ಈ ಎಲ್ಲದರ ಕಾರಣಗಳನ್ನು ಕೇಳುವ ಪ್ರಶ್ನೆಗಳಿಗೆ ಉತ್ತರ ಊರು ಸೇರಿದಾಗಲಷ್ಟೇ ತಿಳಿಯಬೇಕಷ್ಟೇ.

*****

ಊರಲ್ಲಿ ಯಾರೂ ನಾನು ಬಂದೇನೆಂದು ನಿರೀಕ್ಷಿಸಿರಲೇ ಇಲ್ಲ.

ಮೊದಲು 'ಯಾರಪ್ಪ ಇದು?' ಎಂಬ ಕುತೂಹಲದ ಕೆದಕು ನೋಟ ಎದುರಾಗಿತ್ತು, ಅನಂತರ ನನ್ನ ದೊಡ್ಡದಾದ ಕಾರು ಹಾಗೂ ಬಟ್ಟೆಬರೆ, ನಿಲುವು ಹೇಳಿರಬಹುದಾದ ನನ್ನ ಶ್ರೀಮಂತಿಕೆಯ ಕಲ್ಪನೆಯಿಂದ ಗೌರವ ತುಂಬಿದ ಕಣ್ಣುಗಳಿಂದ ನೋಡುತ 'ಮಣಿಶಂಕರ ನಿಜಕ್ಕೂ ಬಂದಿದ್ದಾನ... ಅವನೇ' ಎಂದು ಸ್ಪಷ್ಟವಾಗಿ ತಿಳಿದುಹೋಗಿ ಅದು ಸಾವಿನ ಮನೆ ಎಂಬ ಸಂಗತಿಯನ್ನೂ ಮರೆತು ಸಂಭ್ರಮಿಸಿದರು.

ನಾನು ಅಮ್ಮನ ಕಾಲುಗಳ ಬಳಿ ಕುಳಿತೆ. ಕೊಂಚ ಹೆದರಿದವಳಂತೆ ಕಂಪಿಸಿದ ಅವಳು ಮುಂದಿನ ಒಂದೆರಡೇ ಕ್ಷಣಗಳಲ್ಲಿ ಮತ್ತೆ ನನ್ನ 'ಅಮ್ಮ' ಆಗಿಬಿಟ್ಟಳು. ನನ್ನನ್ನು ಎದೆಗವಚಿಕೊಂಡು ವರ್ಷ ವರ್ಷಗಳ ದುಗುಡ, ದುಮ್ಮಾನಗಳನ್ನು ಕಣ್ಣುಗಳಿಂದ ಹೊರ ಹಾಕಿದಳು. ಅದರಲ್ಲಿ ಏನಿತ್ತು? ಏನಿಲ್ಲ ನಮ್ಮಿಬ್ಬರ ನಡುವಣ ಅಂತರಂಗದ ಅರಿವಿಗಷ್ಟೇ ಬಂದ ಭಾವನೆಗಳು. ಅಪ್ಪ ಹೋದದ್ದು, ನಾನು ಮರಳಿ ಅವಳ ಮಡಿಲನ್ನರಿಸಿ ಬಂದದ್ದು ಎರಡೂ ಅವಳಿಗೆ ಸುಖ ಕೊಟ್ಟದ್ದು ಸ್ಪಷ್ಟವಿತ್ತು, ಇಂದವಳು ಹಾಕಿದ್ದು ದುಃಖದ ಕಣ್ಣೀರಲ್ಲ, ನಿರಾಳತೆಯ ಕಣ್ಣೀರು... ಹೌದು, ಅಮ್ಮ ರಿಲೀವ್ಡ್ ಆಗಿದ್ದಳು! ಅದನ್ನೆಲ್ಲ ಮಾತಿನಲ್ಲಿ ಶಬ್ದಗಳಲ್ಲಿ ಹಿಡಿಯಲಾಗದು.

ಅಪ್ಪನ ತಿಥಿ ಕ್ರಿಯಾದಿಗಳನ್ನು ನಡೆಸುವುದು ಸಾಂಪ್ರದಾಯಿಕತೆ, ಅದೆಲ್ಲದರ ದುಡ್ಡು ನಾನು ನಿರ್ವಹಿಸಿದೆ. ನಾನು ಜವಾಬ್ದಾರಿ ಹೊತ್ತದ್ದು ಇದು ಮಾತ್ರ ಎಂದಲ್ಲ. ಕಳೆದ ಹತ್ತು ವರ್ಷಗಳಿಂದ ಪ್ರತಿ ತಿಂಗಳೂ ಅಮ್ಮನಿಗೆ ಹತ್ತು ಸಾವಿರ, ಕೆಲವೊಮ್ಮೆ ಇಪ್ಪತ್ತು ಸಾವಿರ ರೂಪಾಯಿಗಳನ್ನು ನಾನು ತಪ್ಪದಂತೆ ಕಳುಹಿಸುತ್ತಿದ್ದೆ. ಅದೇ ಅಣ್ಣನಿಗೆ ಮನೆಯ ಆಧಾರವಾಗಿತ್ತು. ಗೋಡೌನಿನ ಉದ್ಯೋಗ, ನನ್ನ ಹಣ ಇವುಗಳಿಂದ ಅಣ್ಣ ತಕ್ಕಮಟ್ಟಿಗೆ ಬದುಕು ಕಟ್ಟಿಕೊಂಡಿದ್ದ. ಮನೆ, ಜಮೀನು ಕಾಯ್ದುಕೊಂಡಿದ್ದ. ತಂಗಿಗೆ ಮದುವೆಯನ್ನೂ ಮಾಡಿದ್ದ. ಆದರೆ ನಾನು ಎಲ್ಲಿದ್ದೀನಿ

ಅಂತ ಮಾತ್ರ ಅವರಾರಿಗೂ ತಿಳಿದಿರಲಿಲ್ಲ. 'ನಾನು ಇದ್ದೇನೆ, ಚೆನ್ನಾಗಿದ್ದೇನೆ' ಇಷ್ಟರ ಹೊರತು ಬೇರೆ ಏನೂ ಅವರಿಗೆ ಗೊತ್ತಾಗದಂತೆ ನಾನು ನೋಡಿಕೊಂಡಿದ್ದೆ. ಹಾಗೆಂದು ನಾನು ಇಲ್ಲಿಯ ಜಗತ್ತನ್ನು ಮರೆತುಬಿಟ್ಟಿದ್ದೆ ಎಂದಲ್ಲ. ಹಗಲಿರುಳೂ ನನ್ನ ನೆನಪಿನ ಪದರುಗಳಲ್ಲಿರುತ್ತಿದ್ದವರು ಅಮ್ಮ, ಅಣ್ಣ, ತಂಗಿ, ಮಾವ ಮತ್ತು ಪಲ್ಲವಿ. ಹೌದು, ಅವಳನ್ನು ಮರೆಯುವುದು ನನ್ನಳವಿನ ವಿಷಯವೇ ಆಗಿರಲಿಲ್ಲ. ಮಾವನ ಏಟುಗಳಿಂದ ತತ್ತರಿಸಿ ಮುದುರಿ ಮೂಲೆಯಲ್ಲುರುಳಿ ಅಳುವಾಗ ಅವಳಿಂದ ಸಾಂತ್ವನ ಸಿಗುತ್ತಿತ್ತು. ಹೊಟ್ಟೆಗೆ ಅನ್ನ ಇಲ್ಲದೆ, ಅತ್ತೆಗೆ ಬೆದರಿ ಕೇಳಲೂ ಬಾಯಿಲ್ಲದೆ ಸಂಕಟಪಟ್ಟಾಗ ಹಿಡಿ ತಿನಿಸು ಕೊಡುತ್ತಿದ್ದವಳು ಪಲ್ಲವಿ. ರಕ್ತ ಒಸರುತ್ತಿದ್ದ ಗಾಯಗಳಿಗೆ ಎಣ್ಣೆ–ಅರಿಶಿಣ ಲೇಪಿಸಲು ತಂದು ತನ್ನ ಎಳೆಯ ಕೈಗಳಿಂದ ಅದನ್ನು ಹಚ್ಚುತ್ತಿದ್ದಳು. ಸುತ್ತ ತುಂಬಿದ್ದ ಕಪ್ಪು ಕತ್ತಲೆಯ ನಡುವೆ ಅವಳೊಂದು ಹಣತೆಯಂತೆ ನನ್ನತ್ತ ಬೆಳಕು ಚೆಲ್ಲಿದ್ದಳು. ಕೊನೆಗೊಮ್ಮೆ ಅದೇ ಹಣತೆಯೇ ಆ ಕೂಪದಿಂದ ನನ್ನನ್ನು ಪಾರು ಮಾಡಿ, 'ಆ ಕಲ್ಲಿಗೆ ತಾಗಿ ಈ ಬಂಡೆಗೆ ಬಡಿದು' ಎನ್ನುವಂತೆ ಒಂದು ಬದುಕಿಗೆ ನನ್ನ ಹೊಸ ಪ್ರವೇಶವಾಗಲು ದಾರಿ ತೋರಿದ್ದು...

ಅಮ್ಮನಿಗೆ ನಾನು ಇಲ್ಲಿಗೆ ಬರುವ ಮುನ್ನ ಕಂಡಿದ್ದನ್ನು ಹೇಳಿದೆ. ಪಲ್ಲವಿಯ ಕುರುಡು ನನ್ನೆದೆಯನ್ನು ಹಿಂಡಿಹಾಕಿತ್ತು.

"ಮೇಲೆ ದೇವರು ಅಂತ ಒಬ್ಬನಿದ್ದಾನೆ ಮಗ, ಅವನು ಒಂದಿಲ್ಲ ಒಂದು ದಿನ ಇಲ್ಲಿ ಕೆಳಗೆ ನಡೆಯುತ್ತಿರುವ ಅನ್ಯಾಯದ ಕೊಡ ತುಂಬೋದನ್ನ ಲೆಕ್ಕ ನೋಡುತ್ತಾನೆ. ನಿನ್ನ ಮಾವನ ಪಾಪದ ಪುಸ್ತಕ ತುಂಬಿದ ದಿನ ಅವನ ಮನೆ ದರೋಡೆ ಆಯ್ತು. ಮುಂದೆ ಒಂದು ತಿಂಗಳಲ್ಲಿ ಗೋಡೌನಿಗೆ ಬೆಂಕಿ ಬಿತ್ತು. ಅವನ ಹೆಂಡತಿಗೆ ಲಕ್ವ ಬಡೀತು.

"ಮಾವ ತನ್ನ ಕರ್ಮಗಳ ಪ್ರತಿಫಲ ಉಂಡ, ಆದರೆ ಪಲ್ಲವಿ?" ಅಂದೆ.

"ಅದು ಹಣೆಬರಹ ಅಷ್ಟೇ ಮಗ... ಪಲ್ಲವಿಯ ಗಂಡನಿಗೆ ಕ್ಯಾನ್ಸರ್ ಇದ್ದದ್ದನ್ನು ಮುಚ್ಚಿಟ್ಟು ಮದುವೆ ಮಾಡಿದ್ರು. ಒಂದೇ ವರ್ಷ ಮುಂದೆ... ಬಸುರಿ ಹುಡುಗಿ ಇತ್ತ ಹೆರಿಗೆಗೆ ಬಂತು ಅಪ್ಪನ ಮನೆಗೆ ಬಂದಾಗ ಅಲ್ಲಿ ಆ ಗಂಡ ಕಣ್ಣು ಮುಚ್ಚಿದ್ದ."

ನನ್ನಲ್ಲಿ ಅವ್ಯಕ್ತ ಸಂಕಟ ಉಕ್ಕಿತ್ತು ಮೂಡಿತು. ಘೋರ ಉತ್ಪಾತಗಳಿಗೆ ನಮ್ಮ ಮೇಲೆ ಯಾಕಿಷ್ಟು ಪ್ರೀತಿ? ಇದೇ ವಿಧಿಯ ನಿಯಮವಾ? ವರ್ಷಾನುಗಟ್ಲೆ ನಾ ಹಿಂಸೆಯಲ್ಲಿ ನರಳಿದ್ದರಲ್ಲಿ ನಂದೇನು ತಪ್ಪಿತ್ತು?

ಪಲ್ಲವಿಯದೂ ಬಹುಶಃ ಅದೇ! ಅಲ್ಲದಿನ್ನೇನು?

"ಅವಳ ಕಣ್ಣು?" ಅಂದೆ.

"ಎಳೆ ಕೂಸಿನ ಸಮೇತ ಹೊರಗೆ ಹಾಕಿದರು ಅವಳನ್ನ ಅತ್ತೆ ಮಾವ. ಮಗನನ್ನು ತಿಂದ ಪಿಶಾಚಿ ಅಪಶಕುನದ ಗರಗಳಂತೆ ಅವೆರಡೂ..." ನಿಟ್ಟುಸಿರು ಬಿಟ್ಟಳು ಅಮ್ಮ. "ಆದರೂ ಇವಳು ಧೈರ್ಯ ಮಾಡಿ ತನ್ನ ಮನೆ, ಗಂಡನ ಮನೆ ಅಲ್ಲಿಗಲ್ಲದೆ ಇನ್ನೆಲ್ಲಿಗೆ ಸೇರಬೇಕು ಅಂತ ಮಗಳನ್ನ ಎತ್ತಿಕೊಂಡು ಹೊರಟಿದ್ಲು ಅವರನ್ನು ಒಯ್ತಾ ಇದ್ದ ಟೆಂಪೋ ಸೇತುವೆ ಕಬ್ಬಿಣಕ್ಕೆ ಡಿಕ್ಕಿ ಹೊಡೆದು ಪಲ್ಟಿಯಾಗಿ ಬಿತ್ತಂತೆ. ದುರಂತ ಕಣೋ... ಹುಡುಗಿ ಕಣ್ಣೇ ಕಳಕೊಂಡಿತು ದುರಾದೃಷ್ಟ ಅಂದರೆ ಇನ್ನೇನು ಹೇಳು" ಅಮ್ಮನ ದನಿ ಭಾರ. ನಾನು ಮಾತನಾಡಲಿಲ್ಲ. ಮನಸ್ಸಿಡೀ ವಿಚಿತ್ರ ದುಗುಡ ತುಂಬಿಕೊಂಡಿತ್ತು. ಇಲ್ಲಿನದೆಲ್ಲಾ ಹೀಗೆ ಸರಿದ ತೆರೆಯಡಿಯ ಕಿಚ್ಚಿನಂತೆ ದುರಂತ ಕಥೆ ಆಗಿರಬಹುದು ಎಂಬುದನ್ನು ನಾನೆಂದೂ ಕಲ್ಪಿಸಿರಲಿಲ್ಲ. ಹೌದು, ಬದುಕು ಕೆಲವರ ಪಾಲಿಗೆ ಕೇವಲ ಮುಳ್ಳಿನ ಹಾಸಿಗೆಯಾಗಿ ಬಿಡುತ್ತದೆ. ಆದರೆ... ಮತ್ತೆ ಮತ್ತೆ ಪಲ್ಲವಿಯ ಮುಖ ಮನಸ್ಸಿನೆದುರು ಇಳಿದು ಬಂದು ಬಂದು ನನ್ನ ನಿದ್ರೆಗೆಡಿಸಿತ್ತು. ಬೆಳಗಿನ ಜಾವದವರೆಗೂ ಮಗ್ಗಲು ಬದಲಿಸುತ್ತಲೇ ಕಳೆದೆ. ಬೆಳಗಿನ ಕೋಳಿ ಕೂಗುತ್ತಿರುವಾಗ ಒಂದು ಆಲೋಚನೆ ಸ್ಪಷ್ಟವಾಗಿ ರೂಪುಗೊಂಡಿತ್ತು ನನ್ನಲ್ಲಿ. 'ಪಲ್ಲವಿಯನ್ನು ಮುಂಬಯಿಗೆ ಕರೆದೊಯ್ದು ಸರಿಯಾಗಿ ಚಿಕಿತ್ಸೆಯಿಂದ ಅವಳ ದೃಷ್ಟಿ ಬರುವಂತೆ ಮಾಡಬೇಕು. ಅನಂತರ ನನ್ನ ಬದುಕಿನಲ್ಲಿ ಅವಳನ್ನು ಜೊತೆಗಾತಿಯಾಗಿ ಬಾ ಎನ್ನಬೇಕು....'

'ಭರವಸೆ ಎನ್ನುವ ಬಯಕೆ' ಎಷ್ಟು ಆಪ್ಯಾಯಮಾನ!

ದೇವರಂಥ ಹುಡುಗರು

"ಮಾ.. ಏನು ಗೊತ್ತಾ? ಇತ್ತೀಚೆಗೆ ನೀನು ಜಾಸ್ತಿ ಮೊಂಡಿ ಆಗಿಬಿಟ್ಟಿದ್ದೀಯಾ" ರೇಲ್ವೆ ಸ್ಟೇಶನ್ನಿಗೆ ಬಂದು ಮುಟ್ಟುವ ದಾರಿ ಇಡೀ ಕಾರಿನಲ್ಲಿ ಕುರುಕುರು ಮಾಡಿದ್ದ ರಾಜೀವ. "ಫ್ಲೈಟ್ ಆಗಿದ್ರೆ ಒಂದೇ ಗಂಟೆಯಲ್ಲಿ ಹೋಗಿ ಮುಂಬೈಯಲ್ಲಿಳಿದು ಬಿಡ್ತಾ ಇದ್ದೆ, ಇಷ್ಟೊತ್ತಿಗೆ ರೂಮಿ ಜೊತೆ ಕಾಫಿ ಕುಡೀತಿರ್ತಿದ್ದೆ..ಕೇಳಲ್ಲ ನೀ. ರೈಲೇ ಬೇಕು ರೈಲೇ ಸಾಕು ಅಂತ ಕೂತೆ ನೋಡು ಈಗ ನೀ ಒಬ್ಬಳೇ ಹೊರಡಬೇಕಾಯ್ತು ನನಗೂ ಆಫೀಸ್ ಕುರ್ಚಿ ಬಿಟ್ಟೇಳಲಾರ್ದಷ್ಟು ಕೆಲಸ, ನೀನೇ ನೋಡಿದೆಯಲ್ಲ"

ಸೀಮಂತಿನಿ ನಕ್ಕರು. ರಾಜೀವ ಹಾಗೆಯೇ, ಮನಸಿಗೆ ತೋಚಿದ್ದನ್ನು ಹೇಳಿ ನಿರಾಳವಾಗಿಬಿಡ್ತಾನೆ. ಹಾಗೆ ಅವನು ಹೇಳಿದ್ದರಲ್ಲಿ ತಪ್ಪೇನಿಲ್ಲ. ಅವನ ಸಲಹೆ ಒಪ್ಪಿ ಹೋಗಿದ್ದರೆ ನಿಜಕ್ಕೂ ಅಲ್ಲಿರ್ತಾ ಇದ್ದೆ. ಆದರೂ ಯಾಕೋ ಫ್ಲೈಟ್ ಏರಲೇ ಭಯ. ಆಕಾಶ ಹತ್ತಿರ ಆದಾಕ್ಷಣ ಎದೆ ಹೊಡ್ಕೊಳ್ಳುತ್ತೆ, ಬೆವರು ಬರುತ್ತೆ, 'ಅದೇನಿಲ್ಲ ತಲೆ ಕೆಡಿಸಿಕೋಬೇಡಿ, ನಿಮ್ಮ ರಿಪೋರ್ಟ್ ಎಲ್ಲ ನಾರ್ಮಲ್ ಉಂಟು ಸಮಾಧಾನವಾಗಿರಿ' ಅಂತ ಡಾಕ್ಟರ್ ಹೇಳಿ ಆಗಿದೆಯೇನೋ ನಿಜ ಆದರೆ ಈ ಥರ ಆಗೋದೆಲ್ಲ ತಮ್ಮ ಆ ಒಂದು ಭಯಂಕರ ಹೃದಯಾಘಾತದ ಅನಂತರ ಇನ್ನೂ ಹೆಚ್ಚಾಗಿದೆ ಅನಿಸುತ್ತೆ... ಇದೂ ಸೈಕಲಾಜಿಕಲ್ ಪರಿಣಾಮವೇ? ಅದೇನೋ ತಿಳಿಯದು, ಒಟ್ಟಾರೆ ತಾನು ವಿಮಾನ ಖಂಡಿತ ಬೇಡ ಅಂತ ಪಟ್ಟು ಹಿಡಿದಿದ್ದು ಅಷ್ಟೇ.

ರೂಮಾಗೆ ಆಗಲೇ ದಿನ ತುಂಬಿ ಆಯ್ತು. ಇನ್ನು ಯಾವ ದಿನವೂ ಡೆಲಿವರಿ ಆಗಬಹುದಂತೆ. ಹಾಗೆ ರೂಮಾ ತುಂಬ

ಸ್ವಾವಲಂಬಿ, ಮುಂಬಯಿಗೆ ಚೆನ್ನಾಗಿ ಒಗ್ಗಿ ಹೋಗಿದ್ದಾಳೆ, ಮನೆ ಜಾಬ್ ಎರಡೂ ಚಕಚಕ ನಿಭಾಯಿಸ್ತಾಳೆ ಆದರೆ ಇದು ಹೆರಿಗೆ... ತಾನೇ ಏನು ಮಾಡಿಕೊಂಡಾಳು? ಮನಸ್ಸು ತಾಳದೆ ಪ್ರಯಾಣಕ್ಕೆ ಅಣಿಯಾಗಿಯಾಗಿತ್ತು.

"ಅರವತ್ತಾದ ಮೇಲೆ ಅರಳು ಮರಳು ಅಂತಾರಲ್ಲ ಸುಳ್ಳು ಅಮ್ಮ, ಅದು ಮೊಂಡು ಮೊಂಡು... ನಿನಗಾಗಿದೆಯಲ್ಲ ಹಾಗೆ"

ರಾಜೀವ್ ನಕ್ಕಿದ್ದ. ಅವನ ನಗೆ ಕೃಷ್ಣ ಚೈತನ್ಯನ ನಗೆಯ ಹಾಗೇ ಅಲ್ಲವೇ? ಅಲ್ಲವೇ ಏನು? ಅದೇ ನಗೆ... ಅದೇ!

ರೈಲು ಹೊರಡಲಿಕ್ಕೆ ಸಮಯ ಇದೆ ಇನ್ನೂ ಅಂತ ಡಿಜಿಟಲ್ ಮಾನಿಟರ್ ತೋರಿಸುತ್ತಿರುವಾಗಲೇ ಸೀಮಂತಿನಿಗೆ ಬುಕ್ ಮಾಡಿದ್ದ ಸೂಪರ್ ಫಾಸ್ಟ್ ಎಕ್ಸಪ್ರೆಸ್‌ನ ಫಸ್ಟ್ ಕ್ಲಾಸ್ ಕೂಪೆಗೆ ತಂದಿಳಿಸಿ ಎಲ್ಲ ಅಣಿಮಾಡಿ ಪ್ರಸಾದ್ ಅಂಕಲ್‌ಗೊಂದು ಫೋನ್ ಮಾಡಿದ್ದ ರಾಜೀವ್. ಅವತ್ತು ಅವರೇ ಈ ಮೊದಲ ದರ್ಜೆಯ ಬೋಗಿಗೆ ಇಂಚಾರ್ಜ್, "ನೀವು ಯೋಚನೆ ಮಾಡ ಬೇಡಾ, ನಾನಿರ್ತೀನಲ್ಲ. ಮೇಡಂ ಸುಖವಾಗಿ ಮುಂಬೈ ಸೇರ್ತಾರೆ.. ಡೋಂಟ್ ವರಿ" ಅಂದಿದ್ರು ಪ್ರಸಾದ್.

ಗಿಜಿಗಿಜಿ ಅಂತಿತ್ತು ರೈಲು ಮನೆ, ಅಕ್ಷರಶಃ ಜಾತ್ರೆ. ಅಲ್ಲೊಂದು ಅವರ್ಣನೀಯ ಜೀವನಸಂತೆ, ಅದರಲ್ಲಿ ಯಾರ ನಿಲ್ದಾಣ ಯಾವುದೋ? ತನ್ನದು ಎಲ್ಲೋ? ಅನಿಸಿತು.

ಮೂರ್ನಾಲ್ಕು ದಿನದಿಂದ ಮಂಡಿನೋವು ಹೆಚ್ಚಾಗಿತ್ತು, ಮಗನಿಗೆ ಹೇಳಿದರೆ ಮತ್ತೆ, "ಯಾಕಮ್ಮ ಇಂಥ ಕಂಡೀಷನ್ ಇಟ್ಕೊಂಡು ಅಷ್ಟು ದೂರ ಹೋಗ್ತೀಯಾ, ರೂಮಿಯಕ್ಕನ್ನೇ ಇಲ್ಲಿಗೆ ಕರೆಸಿದರೆ ಆಗಲ್ಲವೇ" ಅಂತಾನೆ ಎಂದು ಗೊತ್ತು.

ಆದರೆ ಹೇಗೆ ಬಂದಾಳು ರೂಮಾ, ಮಗನಿಗೆ ಪರೀಕ್ಷೆಗಳು. ಎರಡನೆಯ ಹೆರಿಗೆ ಅಲ್ಲೇ ಆಗಲಿ ಅಂತ ಅವಳದೂ ಇಚ್ಛೆ, ಗಂಡ, ಮೊದಲ ಮಗ ಇಬ್ಬರ ಚಿಂತೆ ಅವಳಿಗೆ.

ಟಿಟಿ ಎಕ್ಸ್‌ಪ್ರೆಸ್ ಹಳಿಗಳ ಕಚ್ಚಿಕೊಂಡು ಹೆಜ್ಜೆ ಉರುಳಿಸುವಾಗ "ಮಾ ಜೋಪಾನ ಯೊಚ್ನೆ ಮಾಡ್ಬೇಡ, ಅಲ್ಲಿ ರೋಹಿ, ಜಗನ್ನಾಥ ಇಬ್ರೂ ಬರ್ತಾ ಇದ್ದಾರೆ ನಿನ್ನ ಸ್ವಾಗತಿಸೋಕೆ" ಅಂದು ಭರವಸೆಯ ಮುಗುಳ್ನಗು ನಕ್ಕು ಮರಳಿ ಹೋದ ರಾಜೀವ್‌ನ ಬೆನ್ನು ಮರೆಯಾಗುತ್ತಿರುವಾಗ ಸೀಮಂತಿನಿಗೆ ಗಮನಕ್ಕೆ ಬಂತು. ಎದುರಿನ ಸೀಟಿನಲ್ಲಿ ಇನ್ನೂ ಯಾರೂ ಬಂದೇ ಇಲ್ಲ. ಹೆಣ್ಮಕ್ಕಳು ಬಂದರೆ ಹರಟೆ ಕೊಚ್ಚುತ್ತ ದಾರಿ ಸಾಗೀತು. ಯಾಕೋ ತಡ ಆಯ್ತಲ್ಲ ಕಂಟ್ಮೋನೆಂಟ್‌ನಲ್ಲೇನಾದರೂ ಬರಬಹುದೋ ಏನೋ ಅನಿಸಿ ಬಾಟಲಿನಿಂದ ಒಂದಷ್ಟು ನೀರು ಕುಡಿದು ಹಾಗೇ ಒರಗಿದರೆ, ಮಧ್ಯಾಹ್ನ ಪ್ರಯಾಣದ ತಯಾರಿಯಲ್ಲಿ ದಿನದ ನಿದ್ದೆಯೂ ತಪ್ಪಿದ್ದಕ್ಕೊ ಏನೋ- ದಿಂಬು ಬೆಡ್ ಶೀಟು ಪಕ್ಕಕ್ಕೇ ಇಟ್ಟು ಅಗಲಕ್ಕೆ ಕೈ ಚಾಚಿದಾಗ ಹಾಯ್

ಅನಿಸಿ ಆ ಕ್ಷಣಕ್ಕೆ ಕಿರು ಜೊಂಪು ಮೈ ಮರೆಸಿತ್ತು

ಕ್ರೀಂಕ್ ಸದ್ದು ಹೊರಡಿಸಿ ರೈಲು ಪಯಣ ಮುನ್ನಡೆಸಿದಾಗ ಕಣ್ಣು ಬಿಟ್ಟರೆ ಎದುರಿನಲ್ಲಿ ಇಬ್ಬರು ಕೂತಿದ್ದರು. "ಅರೆ ಇವರು ಯಾವಾಗ ಬಂದ್ರು ಗೊತ್ತೇ ಆಗಲಿಲ್ಲ. ಬಹುಶಃ ತಾನೆಣಿಸಿದ ಹಾಗೆ ಕಂಟ್ಮೋನೆಂಟ್‌ನಲ್ಲೇ ಏರಿದವರು. ಮನಸ್ಸು ಪಿಚ್ಚೆನಿಸಿತು. ಹೆಣ್ಮಕ್ಕಳೇ ಬಂದಿಲ್ಲವಲ್ಲ. (ಅವರಲ್ಲಿ ಒಬ್ಬಾತನ್ನ ಎಲ್ಲೋ ನೋಡಿರುವೆನಾ?) ಪಾಪ, ತಾನು ನಿದ್ದೆ ಹೋಗಿದ್ದೆ ಅಂತ ಗೊತ್ತಾಗಿಯೋ ಏನೋ ಸದ್ದಿಲ್ಲದೆ ಒಳಗೆ ಬಂದು ಕೂತಿದ್ದಾರೆ. ಅವರ ಲಗೇಜೂ ಹೆಚ್ಚಿಲ್ಲ. ಸದ್ದಿಲ್ಲದೆ ಮೊಬೈಲಿನಲ್ಲಿ... ಒಂದಿಷ್ಟು ಕಾಫಿ ಸಿಕ್ಕಿದ್ದರೆ ಚೆನ್ನಾಗಿತ್ತು...

"ಫೋನ್ ಮಾಡ್ತಾ ಇರು, ನಿನ್ನ ಮಾತ್ರೆ ಎಲ್ಲ ಅಲ್ಲೇ ಪರ್ಸಿನಲ್ಲಿವೆ ತೊಗೋಳೋದು ಮರೀಬೇಡ, ಇವತ್ತು ಬೆಳಿಗ್ಗೆ ಬಿಪಿ ಜಾಸ್ತಿ ಇತ್ತು ಗೊತ್ತಾ ನಿಂದು... ಮೊಂಡಿ ನೀನು ಹೇಳಿದ ಮಾತು ಕೇಳಲ್ಲ..." ರಾಜೀವನ ಮಾತು ನೆನಪಾಗಿ ನಗು ಬಂತು. ತನ್ನ ಮೇಲಿನ ಅತಿಯಾದ ಅಕ್ಕರೆಯ ರೂಪ ಅದು. ಕೂತರೆ ನಿಂತರೆ ಗಮನ ಇಟ್ಟಿರ್ತಾನೆ. ಅದರಲ್ಲೂ ಈ ವರ್ಷಗಳಲ್ಲಿ ಇದು ಹೆಚ್ಚಾಗಿದ್ದು ಗಮನಿಸುತ್ತಲೇ ಇದ್ದವಳು ತಾನು, ತನ್ನ ಆ ಒಂದು ಭಯಂಕರ ಹಾರ್ಟ್ ಅಟ್ಯಾಕ್ ಅವನನ್ನು ಅಲ್ಲಾಡಿಸಿಬಿಟ್ಟಿತ್ತು. ಚೈತನ್ಯ ಹೋದ ಮೇಲೆ. ತಮ್ಮಿಬ್ಬರಿಗೂ ಹುಚ್ಚು ಹಿಡಿದಿರಲಿಲ್ಲ ಅದೇ ಹೆಚ್ಚು!

ಕಾರು ಆರ್‌ಟಿ ನಗರದ ದಾರಿ ಹಿಡೀತಿದ್ದ ಹಾಗೆ ಅಮ್ಮನ ಮೊಬೈಲಿನಲ್ಲಿ ಡೇಟಾ ಎಷ್ಟಿದೆ ತಾನು ನೋಡಿಕೊಳಲೇ ಇಲ್ಲ ಎಂದು ನೆನಪಾಗಿ ರಾಜೀವ್ ಅರ್ಧಕ್ಷಣ ತಲೆ ಕೆಡಸಿಕೊಂಡ. ಈಗಂತೂ ತುಂಬ ಸೋತು ಹೋಗಿದ್ದಾಳೆ ಅವಳು, ಹಿಂದೆ ಎಂದೂ ಯಾವುದೂ ಕಾಯಿಲೆಯ ನೆರಳೂ ತಾಗದೆ ಗಟ್ಟಿಮುಟ್ಟಾಗಿದ್ದವಳು, ಕಬ್ಬಿಣದಂಥ ಗಟ್ಟಿಮುಟ್ಟಾದ ಛಾತಿಯವಳು... ಕೃಷ್ಣ ಚೈತನ್ಯ ಹಾಗೆ ಹೋಗಬಾರದಿತ್ತು. ಖಂಡಿತ ಸಹಿಸಿಕೊಳ್ಳಲಾಗದ ಪೆಟ್ಟು ಕೊಟ್ಟ ಅವನು ತಮಗೆ. ಒಂದು ಮಾತು ನನಗಾದರೂ ಹೇಳಬಾರದಿತ್ತೇನೋ ಚೈತನ್ಯ, ಆ ಪಾತಕ ಲೋಕದಿಂದ ನಿನ್ನ ಬಿಡಿಸಿ ತರ್ತಾ ಇದ್ದೆನಲ್ಲ...ಕರುಳುಗಳು ಹೊಟ್ಟೆಯೊಳಗೇ ಸುರುಳಿ ಸುತ್ತಿಕೊಂಡ ಹಾಗನಿಸಿ ಸ್ಟಿಯರಿಂಗ್ ವೀಲಿನ ಮೇಲೆ ತಲೆ ಇಟ್ಟು ತಡೆದ..ನನಗೂ ನಿನಗೂ ಎಂಟು ವರ್ಷದ ಅಂತರ ಇದ್ದರೇನಾಯ್ತು? ನಾ ನಿನ್ನ ಗೆಳೆಯನಂತಿದ್ದೆನಲ್ಲ ಕೃಷ್ಣಾ? ಯಾಕೋ ಹೀಗೆ ಸತ್ತು ಹೋದೆ? ಯಾಕೋ? ಅನ್ಯಾಯದ ಸಾವು ಕಂಡೆಯಲ್ಲ!

ಕಣ್ಣೆದುರು ಮುರಿದು ಬಿದ್ದ ಬ್ರಿಜ್ಜಿನ ಕಟಾಂಜನ, ಕೆಳಗೆ ಮುರಿದು ಗುಪ್ಪೆಯಾಗಿದ್ದ ಚೈತನ್ಯನ ಬೈಕು...ಅದರ ಪಕ್ಕದಲ್ಲೇ ಹರಡಿ ಬಿದ್ದಿದ್ದ ಅವನದೇ ಮಿದುಳಿನ ಬಿಳಿ ಬಿಳೀ ಮಾಂಸ...

ಕಣ್ಣು ಕತ್ತಲಿಟ್ಟುಕೊಂಡು ಬಂದಂತೆನಿಸಿತು. ಅಸಹನೀಯ ಸಂಕಟವದು.

*****

ರೈಲು ತಲೆಮೇಲೆ ಲೈಟು ಬೆಳಗಿಸಿಕೊಂಡು ಜಿಂಗೋ ಅಂತ ಓಡ್ತಿತ್ತು. ಮರಗಳು, ಕಟ್ಟಡಗಳು, ಕ್ಷಣವೂ ಕಣ್ಣೆದುರು ನಿಲ್ಲದೆ ಹೊರಟೇ ಹೋಗ್ತಿದ್ದವು. ಕತ್ತಲೆ ವಿಸ್ತಾರ ಆದ ಗಳಿಗೆಗಳಲ್ಲಿ ಕಿಟಕಿಯ ಹೊರಗೆ ಮಿಣುಕು ಹುಳ ಬಂದು ಬಂದು ನಗುತ್ತಿದ್ದವು.

ಮಾತ್ರೆ, ಅಂದ ಹಾಗೆ ರಾತ್ರಿಯ ಮಾತ್ರೆ ತೊಗೊಳ್ಳಬೇಕಲ್ಲ ಅಂತ ನೆನಪಾಗಿ ಸೀಮಂತಿನಿ ಪರ್ಸ್ ಇದ್ದ ಬ್ಯಾಗು ಎಳೆದುಕೊಳ್ಳಲು ಹೋಗಿ ಅದರ ಭಾರಕ್ಕೆ ಸೋತು ಹುಶ್ಶಪ್ಪ ಅಂತ ಸುಸ್ತಾದಾಗ ಎದುರಿನ ಒಬ್ಬಾತ ಸರಕ್ಕನೆ ಎದ್ದು ಬಂದ, "ಮಾಯೀಜಿ ಬಿಡಿ, ನಾನು ತೆಗೆದುಕೊಡ್ಲಾ?" ಅಂದವನೇ ಆ ಹ್ಯಾಂಡ್ ಬ್ಯಾಗು ಸರಿಸಿ ಪಕ್ಕದಲ್ಲೇ ಇಟ್ಟು ಕೊಟ್ಟ. ಮನಸ್ಸು ಒಂಥರಾ ಮೆದುವಾಗಿ ಮುಗುಳುನಕ್ಕು ಮಾತ್ರೆ ನುಂಗಿ ಅವರತ್ತ ನೋಡಿದರೆ ಒಬ್ಬಾತ ಸಂಪೂರ್ಣ ಮೊಬೈಲ್ ಮಗ್ನ. ಎಲ್ಲೋ ನೋಡಿದ್ದೇನಲ್ಲ ಇವನನ್ನು ಮತ್ತೆ ಅನಿಸಿತು. ಹೌದು, ಕೃಷ್ಣ ಚೈತನ್ಯ... ಹೀಗೇ ಇದ್ದ ಅಲ್ವಾ?

ಮನಸ್ಸು ತಟಕ್ಕನೆ ಪಾತಾಳಕ್ಕೆ ಕುಸಿದಂತಾಯ್ತು... ಹೆತ್ತ ಮಕ್ಕಳು ಕಣ್ಣೆದುರಲ್ಲಿ ಮರಳಿ ಬಾರದಲ್ಲಿಗೆ ಹೋದ ತಾಯಿ ಮನಸು ಕುಸಿದು...ಅಯ್ಯೋ.

ಸೂಕ್ಷ್ಮವಾಗಿ ಅವರಿಬ್ಬರನ್ನೂ ಅಳೆದುವು ಕಣ್ಣುಗಳು. ಬಹುಶಃ ಮೂವತ್ತರೊಳಗಿನವರೇ, ಮುಖ ಹೊರಳಿಸಿ ಇನ್ನೊಬ್ಬನ ಕಡೆ, ತನಗೆ ಬ್ಯಾಗು ತೆಗೆದು ಕೊಟ್ಟವನತ್ತ ನೋಡಿದರು. ಚೌಕಾಕಾರದ ಮುಖ ಅನಿಸಿತು. ದಪ್ಪನೆಯ ಕರೀ ಕೂದಲು, ಸ್ವಲ್ಪ ಉಬ್ಬಿದಂಥ ಕಣ್ಣುಗಳು... ಉದ್ದನೆಯ ಮೂಗಿನ ಮೇಲೆ ಕರೀಕನ್ನಡಕ. ವಯಸ್ಸು ತುಂಬ ಹೆಚ್ಚೆಂದರೆ ಮೂವತ್ತಿರಬಹುದೇನೋ? ಕನ್ನಡಕ ಆಗಲೇ ಬಂದುಬಿಟ್ಟಿದೆ. ಈಗೇನು ಹತ್ತು ವರ್ಷದ ಮಕ್ಕಳಿಗೂ ಅದೇ. ಇಬ್ಬರದೂ ಸ್ವಚ್ಛ ಬಿಳಿಯ ಬಣ್ಣ, ಅಣ್ಣ ತಮ್ಮ ಇದ್ದರೂ ಇರಬಹುದು. ಮೊಬೈಲ್‌ನವನಿಗೆ ಕೆಂಚು ಕೂದಲು, ಇನ್ನೂ ದಪ್ಪದ ಕನ್ನಡಕ. ಛೇ! ಕೂದಲಿನ ಆರೈಕೆಯೇ ವಿಚಿತ್ರ ಈಗೆಲ್ಲ. ಎಣ್ಣೆ ಹಾಕಿ ಹದನಾಗಿ ತೊಳೆದು ನೀಟಾಗಿರುವುದೇ ತಪ್ಪೆಣಿಸುವ ಕಾಲ. ಒರಿಜಿನ್ಯಾಲಿಟಿಯ ಜಾಗದಲ್ಲಿ ಕೃತಕತೆಯ ಧಾಂಧಲೆ. ಯಾವ ಬಣ್ಣ ಹಾಕಿದ್ದಾನೋ ಕೂದಲಿಗೆ? ಅಷ್ಟರಲ್ಲಿ ಅವನ ಫೋನ್ ರಿಂಗಣಿಸಿತು. ಕಿವಿಗೆ ಕೈ ಹಚ್ಚಿ ತುಂಬಾ ಮೆಲುದನಿಯ ಮಾತು... ಎರಡು ಬಾರಿ 'ಮೆಡಮ್' ಅಂದಂತೆನಿಸಿತು. ಆಫೀಸ್ ಕರೆ ಇದ್ದೀತು.

ಅಯ್ಯೋ ಇಡೀ ಪ್ರಯಾಣವೇ ಬೋರ್ ಹೊಡಸ್ತದಲ್ಲ, ಹೆಣ್ಮಕ್ಕಳು ಬಂದಿದ್ರೆ ಚೆನ್ನಾಗಿ ಹರಟೆ ಹೊಡ್ಕೊಂಡು ಹೋಗಬಹುದಿತ್ತು... ಪ್ರಸಾದ್ ಒಮ್ಮೆ ಬಂದು

ಹೋಗಿದ್ದರು. 'ಏನೇ ಬೇಕಾದರೂ ಕರೀರಿ. ಗುಂಟಕಲ್‌ವರೆಗೆ ನಾನೇ ಇರ್ತೀನಿ' ಅಂದರು. ಏನು ಬೇಕು ಇಷ್ಟು ಆರಾಮದ ಕೂಪೆ ಇರುವಾಗ ಒಂದಿಷ್ಟು ಚೆನ್ನಾಗಿ ನಿದ್ರೆ ಬಂದರೆ ಸಾಕಪ್ಪ. ಅದೇ ಸಮಸ್ಯೆ. ಮೊದಲೆಲ್ಲ ದಿಂಬಿಗೆ ತಲೆ ಇಟ್ರೆ ಸಾಕಿತ್ತು ಮಾರನೇ ದಿನವೇ ಎಚ್ಚರ... ಆದರೆ ಚೈತನ್ಯ ಹೋದನಲ್ಲ.ತನ್ನ ನಿದ್ರೆ ಆರೋಗ್ಯ ಎಲ್ಲವೂ ಅವನ ಜೊತೆ ಹೋಯ್ತು. ಯಾಕೋ ಮಗನೆ ಹೀಗೆ ಮಾಡಿದೆ? ಕಣ್ಣು ಎಂದಿನ ಹಾಗೆ ಚೈತನ್ಯನ ನೆನಪಿನೊಂದಿಗೆ ತುಂಬಿ ಬಂದುವು.

"ಮಾಯೀಜಿ ನಿಮಗೆ ಕಾಫೀ ಬೇಕಾ?" ಹಿಂದೆ ಬ್ಯಾಗು ತೆರೆದು ಕೊಟ್ಟ ಹುಡುಗ ಬಗ್ಗಿ ಕೇಳ್ತಾ ಇದ್ದ. ಯಾಕೋ ಸ್ವಲ್ಪ ಬಿಸಿಬಿಸಿಯಾಗಿ ಏನಾದರೂ ಕುಡೀಬೇಕು ಅನಿಸಿತು. ತಲೆಯಾಡಿಸಿದಾಗ ಅವನು ಕೂಪೆ ಸರ್ವೀಸ್‌ನವನನ್ನು ಕರೆದ. ಮೂವರಿಗೂ ಫ್ಲಾಸ್ಕಿನಲ್ಲಿ ಕಾಫಿ ಬಂತು. ಯಾಕೋ ಸಮಾಧಾನ ಮೂಡಿತ್ತು.

ಅಂದ ಹಾಗೆ ಮೊಬೈಲ್ ಹುಡುಗ ಚೈತನ್ಯನನ್ನು ಹೋಲ್ತಾನೆ. ಅದೇ ಹೊಳೆಯುವ ಕಣ್ಣುಗಳು, ಅದೇ ನೀಳ ಮೂಗು, ಎತ್ತರದ ನಿಲುವು... ಚೈತನ್ಯ ಇದ್ದಿದ್ದರೆ ಈಗ ಹೀಗೇ ಕಾಣಿಸ್ತಿದ್ದ!

ರೈಲು ಅಪಾರ ವೇಗ ತುಂಬಿ ಓಡ್ತಿತ್ತು. ಹಳಿಗಳ ಹಾಡು, ಸರ್ರನೆ ಸರಿಯುವ ಮರಗಿಡ ಬಯಲುಗಳು.. ಕವಿದ ಕತ್ತಲೆಯಲ್ಲಿ ಅಲ್ಲೊಂದು ಇಲ್ಲೊಂದು ದೀಪದ ಕಂಬದ ಮಿಣುಕು, ಕಪ್ಪು ಗಾಜಿನ ಕಿಟಕಿಯೊಳಗಿಂದ ಮಂದ ಮಂದದ ತೆರೆ ಹಾಸಿಕೊಂಡ ನಕ್ಷತ್ರಗಳ ಛಾವಣಿ. ಚಂದ್ರನಿಲ್ಲ ಆಕಾಶದಲ್ಲಿ. ಬೇಸರ ಕಳೆಯಲು ಅವರನ್ನೇ ಮಾತಾಡಿಸಬೇಕೆನಿಸಿತು.

"ಮುಂಬಯಿಯಲ್ಲೇ ಇರ್ತೀರಾ ಎಲ್ಲಿ? ಯಾವ ಸ್ಟೇಶನ್‌ನಲ್ಲಿ ಇಳೀತೀರಿ?"

"ಚರ್ನಿ ರೋಡ್"

ಕೆಂಚು ಕೂದಲಿನ ಹುಡುಗ ಕಾಫಿ ಕುಡಿಯುತ್ತಲೇ ದೃಷ್ಟಿ ಹೊರಳಿಸಿ ಹೇಳಿದ.

"ಓಕ್ಕೇ... ಯಾರಿದ್ದಾರೆ ಅಲ್ಲಿ? ನೀವು ಅಲ್ಲೇ ಜಾಬ್ ಮಾಡ್ತೀರಾ? ಮನೆ ಇದೆಯಾ?" ಒಟ್ಟಿಗೇ ನಾಲ್ಕಾರು ಪ್ರಶ್ನೆ ಕೇಳಿಬಿಟ್ಟೆನಾ ಅಂತ ತನಗೇ ಅನಿಸಿತು.

"ಹಾಂ ಮಾಯೀಜಿ"

"ಪೇರೆಂಟ್ಸ್ ಎಲ್ಲಿ?"

"ಅವರಿಲ್ಲ, ನಮ್ಮ ಅಂಕಲ್ ಇದ್ದಾರೆ, ಅವರದೇ ಫ್ಯಾಬ್ರಿಕ್ ತಯಾರ್ ಮಾಡೋದೊಂದು ಇಂಡಸ್ಟ್ರಿ, ನಾವಿಬ್ರೂ ಅಲ್ಲೇ ಕೆಲಸ ಮಾಡ್ತೀವಿ"

"ನೀವು ಅಣ್ಣ ತಮ್ಮ?"

"ಒಂದ್ರೀತಿ ಹೌದು, ನಾವು ಕಸಿನ್ಸ್" ಕಾಫಿ ತರಿಸಿದ ಹುಡುಗ ಈ ಕಡೆ ತಿರುಗಿ ಕೂತ.

"ಬೆಂಗಳೂರಿಗೆ ಯಾಕ್ ಬಂದಿದ್ರಿ... ಓ ಬಿಜಿನೆಸ್ ನಿಮಿತ್ತ ಇರಬೇಕಲ್ವ?"

"ಹಾಂ ಮಾಯೀಜೀ... ಅದಕ್ಕೇ"

ಕೆಂಚು ಕೂದಲಿನವನು ಪದೇ ಪದೇ ಎದ್ದು ಹೊರಗೆ ಹೋಗ್ತಿದ್ದ. ಮರಳಿ ಬಂದಾಗ ಸಿಗರೇಟಿನ ವಾಸನೆ ಗಪ್ಪನೆ ಕೂಪೆ ತುಂಬಿಕೊಳ್ತಿತ್ತು. ಜೊತೆಗೆ ಗುಟ್ಕಾ ವಾಸನೆ...

ಅಲ್ಲ ಇಪ್ಪತ್ತು, ಮೂವತ್ತು ತುಂಬೋ ಮೊದಲೇ ಏನೆಲ್ಲ ಚಟಗಳನ್ನು ಅಂಟಿಸಿಕೊಂಡು ಬಿಡ್ತಾರೆ ಈಗಿನ ಹುಡುಗರು...ಚಟಗಳ ವಿರುದ್ಧ ನಿಲ್ಲೋ ಶಕ್ತಿಯನ್ನು ಯಾವ ಓದೂ ಇವರಿಗೆ ಕೊಡಲ್ಲವಲ್ಲ. ಟಿವಿ, ಇಂಟರ್ನೆಟ್ ಎರಡೂ ಉಪಕಾರಕ್ಕಿಂತ ಅಪಕಾರವನ್ನೇ ಹೆಚ್ಚು ಮಾಡಿದ್ದು ಸುಳ್ಳಲ್ಲ...

ಅಥವಾ ತನ್ನ ಯೋಚನೆಯೇ ತಪ್ಪಾ? ಹಳೇ ಕಾಲದವಳಾ ತಾನು? ಈಗಿನ ಜನಾಂಗದ ವಿಚಾರಗಳನ್ನು ತಿಳಿದುಕೊಳ್ಳದವಳಾ?

ಅವರವರ ಬದುಕು ಚಟಗಳು ಹತ್ತಿಕೊಂಡ್ರೆ ಬಿಡಿಸಿಕೊಳ್ಳುವವರು ಅವರೇ ಆಗಬೇಕೇ ಹೊರತು ದೇವರೂ ಬಾರ! ಈ ಚಟಗಳನ್ನು ಬಿಟ್ಟುಬಿಡು ಅಂತ ಹೇಳಲಾ ನಾನಿವನಿಗೆ?

ತನ್ನ ಯೋಚನೆಗೆ ತನಗೇ ನಗು ಬಂತು... ನಾಲಿಗೆ ಯಾರ ಮಾತು ಕೇಳುತ್ತೆ? ದೇಹ ತಿನ್ನುವ ಹೊಡೆತಕ್ಕೂ ಹಣಿದೀತಾ? ಅವನ ಚಟಗಳಿಗೆ ಅವನು ಜವಾಬ್ದಾರ. ಬಿಟ್ಟರೆ ನೆಮ್ಮದಿ ಕಂಡಾನಷ್ಟೆ.

ಚೈತನ್ಯನ ಚಟ ಬಿಡಿಸ್ಲಿಕ್ಕೆ ಸಾಧ್ಯವಾಯ್ತಾ ತಮಗೆ?

ತಲೆ ದಿಂ ಅಂದಂತನಿಸಿತು. ರಾಜೀವ್ ಆದ ಮೇಲೆ ಎಂಟು ವರ್ಷಕ್ಕೆ ಚೈತನ್ಯ ಹುಟ್ಟಿದ್ದು, ಮಗು ಇದ್ದಾಗಿನಿಂದಲೇ ಬ್ರಾಂಕೈಟಿಸ್ ಅದಕ್ಕೆ, ಎದೆಯಲ್ಲಿ ಕಫ ತುಂಬಿ ಉಸಿರಾಡ್ಲಿಕ್ಕೆ ಕಷ್ಟ ಆಗಿ ಒದ್ದಾಡಿದರೆ ಹೆಚ್ಚು ಅಳಿಸಬಾರದಲ್ಲ ಅಂಥ ಮಗುವನ್ನು... ಕೇಳಿದ್ದು ಕೊಟ್ಟು, ಅಳದಿರುವ ಹಾಗೆ ಜತನ ಮಾಡಿ... ಹಠಮಾರಿತನ ಆಗಲೇ ಸೇರಿಕೊಂಡಿರ್ಬೇಕು ಅವನಲ್ಲಿ.ಆದರೆ ಅದನ್ನ ಬಿಟ್ರೆ ಅಂಥ ಮಕ್ಕಳೇ ಇಲ್ಲದಷ್ಟು ಅಪರೂಪ ತನ್ನ ಕೃಷ್ಣ ಚೈತನ್ಯ. ಮೆಟ್ರಿಕ್ಯುಲೇಷನ್ ಮುಗಿಯುವಷ್ಟೊತ್ತಿಗೆ ಅವನು ಗೆದ್ದು ತಂದು ಹಾಕಿದ್ದ ಟ್ರೋಫಿ, ಮೆಡಲ್‌ಗಳು, ಬೆಳ್ಳಿ ಕಪ್‌ಗಳು, ಪಾರಿತೋಷಕಗಳಿಗೆ ಲೆಕ್ಕವಿರ್ಲಿಲ್ಲ. ಪ್ರತಿಭೆಯ ಮೂರ್ತರೂಪ ಅವನು. ಮಾತು ಅರಳು ಹುರಿದಂತೆ, ಸ್ಟೇಜ್ ಏರಿ ಮೈಕಿನ ಮುಂದೆ ಚೈತನ್ಯ ನಿಂತರೆ ಕಿಕ್ಕಿರಿದ ಸಭೆ ಸ್ತಬ್ಧ! ಮುತ್ತು ಪೋಣಿಸಿದಂಥ ಅಕ್ಷರಗಳಲ್ಲಿ ಇಳಿದು ಬರ್ತಿದ್ದ ಬರಹಗಳಿಗೆ ಅಧ್ಯಾಪಕರು, ಲೆಕ್ಚರರ್ ಗಳು ಹ್ಯಾಟ್ಸಾಫ್ ಅನ್ನುವವರು... ತನಗೆ, ಅವನ ಅಪ್ಪನಿಗೆ ತಲೆಗೆ ಕೋಡು!

ಎಲ್ಲಾ ಎಲ್ಲಿ ಭರತದ ಸಮುದ್ರದಲೆಯಂತೆ ಹಿಂದೊರಳಿ ಕುಪ್ಪಳಿಸಿತೋ? ಯಾವ ಮೋಹನ ಮುರಳಿ ಕರೆಯಿತೋ..ಯಾವ ಮಂಕು ಮುಸುಕಿತೋ?

ಮಾತುಕತೆ ಮರೆತು ಕೋಣೆ ಸೇರಿ ಮಲಗಿದ ಹುಡುಗ ಎದ್ದು ಬಾರದೆ ದಿನದಿನ ಕಳೆದರೆ ದಿಗಿಲಾಗದೇ? ಕೇಳಿದರೆ ಸಿಡಾರ್ ಅನ್ನುವವ... ಹೆಚ್ಚು ಮಾತಾಡಿದರೆ ಗೋಡೆಗೆ ಮುಖ ಹಚ್ಚಿ ಬಿಕ್ಕು... ಅಲ್ಲ ಅಳುವಂಥ ಪ್ರಸಂಗವೇ ಇಲ್ಲದಿರುವ ಸಮಯದಲ್ಲಿ ಇಷ್ಟು ಬೇಸರ ಅಂದರೆ ಏನರ್ಥ? ಅಳುವ ವಯಸ್ಸಾ ಇದು? ಊಟ ಬೇಡ, ತಿಂಡಿ ಊಂಹೂಂ... ಸ್ನಾನ ಇಲ್ಲ, ಹೇರ್ ಕಟ್ ಮಾತೇ ಇಲ್ಲ... ರಾಜೀವ್ ಕರೆದರೂ ಯಾಕೋ ಸುಸ್ತು ನಾಳೆ ಹೋಗ್ತೀನಿ ಬಿಡು ಅನ್ನುವವ. ಯಾವ ಪ್ರಶ್ನೆಗೂ ಉತ್ತರ ಇಲ್ಲ. ಯಾವ ರೀತಿಯ ಅನುನಯಕ್ಕೂ ಒಂದೇ ಉತ್ತರ 'ಸ್ವಲ್ಪ ಹೊತ್ತು ಬಿಟ್ ಬಿಡು, ಆಮೇಲೆ ಮಾತಾಡ್ತೀನಿ' ಎಲ್ಲೋ ಕೆಲವು ಮಾರ್ಕ್ಸ್ ಕಡಿಮೆ ಬಂತಾ? ಇಲ್ಲವಲ್ಲ... ಮತ್ತೆ?

ಆಗಲೇ ಎಚ್ಚೆತ್ತುಕೊಳ್ಳಬೇಕಿತ್ತು?! ಆ ಶೂನ್ಯದತ್ತ ಕಣ್ಣಿಟ್ಟ ನೋಟ. ಆ ಕಣ್ಣಲ್ಲಿ ಸೋತ ಜೀವಕಳೆ... ಎದೆ ಝಲ್ ಅನ್ನಬಾರದೆ ತಮ್ಮದು?

ಏನೋ ಬೇಸರ ಇದ್ದೀತು, ಸ್ವಲ್ಪ ಸಮಯ ಕಳೆಯಲಿ ತಾನೇ ಸರಿಹೋದಾನು ಅನಿಸಿ ಅದಕ್ಕಾಗಿ ಕಾದಿದ್ದು ತಪ್ಪು... ಇಂಥದೊಂದು ಆಂಗಲ್ ಇದ್ದೀತು ಅದೂ ಚೈತನ್ಯನಂಥ ಹುರುಪಿನ ಚಿಲುಮೆಯಲ್ಲಿ ಅನಿಸಿತ್ತಾ?, ಇಲ್ಲ ಖಂಡಿತ ಆ ಯೋಚನೆ ಬಂದಿರಲಿಲ್ಲ.

ಎರಡು, ಮೂರು, ಆರು ತಿಂಗಳು ಕಳೆಯುವ ಹೊತ್ತಿಗೆ ಅದಾಗಲೆ ತಡ ಆಗಿದೆ ಎನ್ನುವ ಸುದ್ದಿ ಕೊಟ್ಟಿದ್ದರು ಫ್ಯಾಮಿಲಿ ಡಾಕ್ಟರ್ ಭಾರ್ಗವ. ಕನಸಿನಲ್ಲಿಯೂ ಅಂಥದೊಂದು ಇರಬಹುದು ಎಂಬ ಆಲೋಚನೆ ಇದ್ದರೆ ತಾನೇ ಆ ಬಗ್ಗೆ ಗಮನ ಹೋಗಲಿಕ್ಕೆ ಸಾಧ್ಯ?

ಕೃಷ್ಣ ಚೈತನ್ಯ ಮಾದಕ ವ್ಯಸನಿ! ಡ್ರಗ್ ಅಡಿಕ್ಟ್.. ಆಕಾಶ ಸಳ ಸಳ ಕುಸಿದಂತೆ ತಲೆ ಮೇಲೆ.

"ನೀವ್ಯಾಕೆ ಲಕ್ಷ್ಯ ಕೊಡಲಿಲ್ಲ ಈ ಬಗ್ಗೆ, ಕೋಣೆಗೆ ಹೋದರೆ ಅವನ ಬಳಿ ಏನು ಇಟ್ಕೊಂಡಿದ್ದಾನೆ ಅಂತ ನೋಡಬಾರದೇ? ಎಲ್ಲಿ ಹೋಗ್ತಾನೆ, ಅವನ ಹತ್ರ ಯಾರು ಬರ್ತಾರೆ ಗಮನ ಇಡಬಾರದಾ? ಡ್ರಗ್ಸ್ ತೊಗೊಳ್ತಾನೆ ಹುಡುಗ" ಅಂದು ಬೀರಿದ ಅವರ ನೋಟ, ಗಂಟಿಕ್ಕಿದ ಹುಬ್ಬು, ನೆರಿಗೆಗಟ್ಟಿದ ಹಣೆ ಎಲ್ಲದರಲ್ಲೂ ಅಸೀಮ ನೋವು! ಗಾಬರಿ ಆಗಿತ್ತು, ಅವರು ಬರೀ ಡಾಕ್ಟರ್ ಅಲ್ಲ ಇಪ್ಪತ್ತು ವರ್ಷಗಳಿಂದ ತಮ್ಮಿಡೀ ಕುಟುಂಬದ ಸ್ವಾಸ್ಥ್ಯ ಕಾಯ್ದು ಹೆಜ್ಜೆ ಹೆಜ್ಜೆಗೆ ಸಲಹೆ ಕೊಟ್ಟ ಗೆಳೆಯ.

"ಡ್ರಗ್ಸ್ ತೊಗೊಳ್ತಾನೆ ಅನ್ನೋದಂತೂ ಪಕ್ಕಾ, ಏನು ತೊಗೋತಾನೆ, ಯಾರು ಕೊಡ್ತಾರೆ ಅವನಿಗೆ ಹಣ ಎಲ್ಲಿಂದ ಬರುತ್ತೆ ಅದಕ್ಕೆ ಅನ್ನುವುದು ಚೆಕ್ ಮಾಡಬಾರದಿತ್ತಾ? ಯೂ ಕುಡ್ ಹ್ಯಾವ್ ಕಾಲ್ಡ್ ಮೀ ಬಿಫೋರ್... ಯಾಕೆ ಸುಮ್ಮನೆ

ಕೂತ್ರಿ?" ಅವರಿಗೂ ವ್ಯಥೆಯಾಗಿದ್ದು ಸ್ಪಷ್ಟ ಇತ್ತು. ಎಳೆ ಮಗುವಾಗಿದ್ದಾಗಿನಿಂದ ಚೈತನ್ಯನ ಚಿಕಿತ್ಸೆ ಮಾಡಿ ಬೆಳೆಸಿ ನಿಲ್ಲಿಸಿದವರವರು. ತಮ್ಮ ಮನೆಯ ಪೋರನಂತೆ ಅವನ ಪ್ರಗತಿ ಪ್ರಸಿದ್ಧಿಗಳನ್ನು ಗಮನಿಸಿ ಸಿಹಿ ಕೊಟ್ಟು ಹಿಗ್ಗಿದವರು.

"ಆದದ್ದಾಯಿತು, ನೀವು ಟೆನ್ಶನ್ ಮಾಡ್ಕೊಂಡು ಪ್ರಯೋಜನ ಇಲ್ಲ. ಕೆಲವು ಟೆಸ್ಟ್ ಮಾಡಿಸಬೇಕು, ಅಡಿಕ್ಷನ್ ಯಾವ ಲೆವೆಲಿನಲ್ಲಿದೆ ಅನ್ನೋದು ಗೊತ್ತಾಗುತ್ತೆ."

ಮಾತು ಸತ್ತಿತ್ತು. ಪಕ್ಕದಲ್ಲಿ ಶೂನ್ಯ ನೋಟ ಹೊತ್ತು ಕೂತ ಚೈತನ್ಯ, ತಮ್ಮ ಬಿಜಿನೆಸ್‌ನ ಬಿಜಿತನದಲ್ಲಿ ಇತ್ತ ನೋಡದೆ ಅಲ್ಲೇ ನಿಶ್ಚಿಂತೆಯಲ್ಲಿದ್ದ ಅಪ್ಪ, ರಾಜೀವ್... ಈಗ ಎಲ್ಲರ ಕಣ್ಣುಗಳು ಪಶ್ಚಾತ್ತಾಪದ ಹನಿಗಳನ್ನು ಹೊತ್ತು ಉಬ್ಬಿದುವು.

ಮುಂಬಯಿ ಆಗಲೂ ಕರೆದಿತ್ತು. ಇದ್ದೂರಿನಲ್ಲಿ ಬೇಡ ಜನರ ಬಾಯಿಗೆ ಆಡಿಕೊಳ್ಳುವ ವಸ್ತು ಕೊಡುವುದು ಯಾಕೆ?

ರೂಮಿಯ ಮನೆ ಸೇರಿದ್ದರು ಚೈತನ್ಯನ ಜೊತೆಗೆ. ಭಾರ್ಗವ ಹೇಳಿದ ಮಲ್ಟಿ ಸ್ಪೆಶಲಿಟಿ ಹಾಸ್ಪಿಟಲ್‌ನ ಕಾರಿಡಾರುಗಳಲ್ಲಿ ಅವನನ್ನು ಒಂದು ವಿಭಾಗ ಹಿಡಿದಿಟ್ಟುಕೊಂಡಿತು. 'ಡಿ ಅಡಿಕ್ಷನ್ ಫೆಸಿಲಿಟೀಸ್'. ಅಲ್ಲಿನ ವೈದ್ಯರು ತುಂಬ ಹಸನ್ಮುಖಿ, ಸಮಸ್ಯೆಯ ಮೂಲಕ್ಕೆ ಇಳಿದು ಇಳಿಸಿ ಪರಿಹಾರ ಶೋಧಿಸಲು ಕೈ ಇಟ್ಟರು. ಆಶ್ಚರ್ಯ ಅಂದರೆ ಚೈತನ್ಯ ಪ್ರತಿಭಟಿಸದೆ, ಹೇಳಿದ್ದನ್ನೆಲ್ಲ ಕೇಳಿದ್ದು! ಏನಿತ್ತೋ ಅವನ ಮನಸಿನಲ್ಲಿ ಅದು ಯಾಕಿತ್ತೋ?

ಎರಡು ತಿಂಗಳ ಟ್ರೀಟ್ಮೆಂಟ್ ಮುಗಿಸಿಕೊಂಡು ಮತ್ತೆ ಬೆಂಗಳೂರಿಗೆ ಬಂದರೆ ಮನಸ್ಸಿನಲ್ಲಿ ಎಲ್ಲಿಯದೋ ಒಂದು ಭರವಸೆ. ಇನ್ನೆಲ್ಲ ಸರಿಹೋದೀತು.

'ಸರಿಹೋಗುವುದು' ಅಷ್ಟು ಸುಲಭ ಅಲ್ಲ. ಚೈತನ್ಯನಿಗೆ ಫೀಸ್ ತುಂಬಲು ಕೊಟ್ಟ ದುಡ್ಡೆಲ್ಲ ಹೋಗಿದ್ದು ಇದಕ್ಕೇ ಅಂತ ತಿಳಿದಾಗ 'ಈ ಶಾಕ್‌ಗಳಿಗೊಂದು ಕೊನೆ ಅನ್ನೋದೇ ಇಲ್ವಾ' ಅಂತ ಕಣ್ಣೀರು ಹರಿದಿದ್ದು, ಆರೆಂಟು ತಿಂಗಳು ಹೆಚ್ಚೆಂದರೆ ಅಷ್ಟರಲ್ಲೇ ಆಕಾಶ ತಲೆಯ ಮೇಲೆ ಬಿದ್ದು ಆಗಿತ್ತು.

'ಇದರ ಬಗ್ಗೆ ತನ್ನ ತಲೆಗಾದರೂ ಯಾಕೆ ಹೊಳೆಯಲಿಲ್ಲವೋ... ಏನೋ ನಿಶ್ಶಕ್ತಿ ಇರಬಹುದು ಸರಿಹೋದಾನು' ಅಂತ ಮಾತ್ರ ಯೋಚಿಸಿದ್ದು...' ರಾಜೀವ್ ಸಹ ಹೌಹಾರಿದ್ದ, ಪತಿಗಂತೂ ಇಂಥದೊಂದು ಜಗತ್ತು ತಮ್ಮ ಮನೆಗೆ ಕಾಲಿಡಬಹುದು ಅನ್ನುವ ತಿಲಮಾತ್ರ ಸೂಚನೆಯೂ ಇಲ್ಲ.. ಇಡೀ ಮನೆ ಮನಸ್ಸುಗಳು ಅಯೋಮಯ ತೊಳಲಾಟದಲ್ಲಿ ತ್ರಸ್ತ.

ಟ್ರೀಟ್‌ಮೆಂಟ್ ಮುಗಿಸಿ ಮರಳಿ ಡಿಸ್ಚಾರ್ಜ್ ಮಾಡುವಾಗ ಎಚ್ಚರಿಕೆ ಕೊಟ್ಟ ಡಾಕ್ಟರ್ ಮಾತುಗಳು ಗಂಭೀರವಿದ್ದುವು.

"ನೌ ಹೀ ಈಸ್ ಔಟ್ ಆಫ್ ದಿ ಅಡಿಕ್ಷನ್ ಮಿನೇಸ್ ಆದರೂ ಅದು ಪರ್ಮನೆಂಟ್ ರಿಕವರಿ ಅನ್ನಿಸ್ಕೊಳ್ಳಾಗಲ್ಲ. ನಿಮ್ಮ ಕೆಲಸ ಮುಗಿದಿಲ್ಲ. ಯಾವುದೇ

ಕಾರಣಕ್ಕೂ ಅವನು ಮತ್ತೆ ಇದಕ್ಕೆ ಹೊರಳುವ ಸಾಧ್ಯತೆ ತುಂಬ ಹೆಚ್ಚು."

ಅವನ ಇನ್ನು ಮುಂದಿನ ಜೀವನ ನಿಮ್ಮ ಜವಾಬ್ದಾರಿ. ಒಂದೆರಡು ವರ್ಷಗಳವರೆಗೆ ಸಂಪೂರ್ಣ ನಿಗಾ ಇಡಿ ಅವನ ಮೇಲೆ. ಅವನ ಜೊತೆಯಲ್ಲಿರಿ, ಮಾತನಾಡಿ. ಅವನ ಸಮಸ್ಯೆಗಳನ್ನು ತಿಳಿಯುವ ಪ್ರಯತ್ನ ಮಾಡಿ, ಡ್ರಗ್ಸ್ ಹೇಗೆ ಸಿಗ್ತಿತ್ತು ಅಂತ ಪತ್ತೆ ಮಾಡಿ. ನಿಮ್ಮೆಲ್ಲರ ಸಹಾಯ, ಸಹಕಾರ ಅವನಿಗಿರ್ಲಿ. ಬೈಯುವುದಾಗಲೀ ಕಾರಣ ಹೇಳು ಅಂತ ಪೀಡಿಸುವುದಾಗಲೀ ಬೇಡ. ಮನಸ್ಸು ಈ ಹಂತದಲ್ಲಿ ತುಂಬ ಸೂಕ್ಷ್ಮವಾಗಿರ್ತದೆ. ಅರ್ಥ ಮಾಡಿಕೊಳ್ಳಲು ಪ್ರಯತ್ನ ಮಾಡಿ. ಓದಲು ಮನಸ್ಸು ಮಾಡಿದರೆ ಓದಲಿ ಇಲ್ಲವಾದರೆ ಬಲವಂತ ಬೇಡ. ನನಗೆ ಅವನ ಬಗ್ಗೆ ರಿಪೋರ್ಟ್ ಕಳಿಸಿ... ಹೆಚ್ಚು ಟೆನ್ಶನ್ ಮಾಡಿಕೊಂಡ್ರೆ ಆಗದು. ಪರಿಸ್ಥಿತಿಯನ್ನು ನಾಜೂಕಾಗಿ ನಿಭಾಯಿಸಿದರೆ ಹೀ ವಿಲ್ ಬೀ ಫೈನ್" ಮುಗುಳ್ನಕ್ಕು ಬೀಳ್ಕೊಟ್ಟಿದ್ದರು.

ಶಾಂತಮೂರ್ತಿಯ ಹಾಗೆ ಕೂತಿದ್ದ ಚೈತನ್ಯನ ಮನಸ್ಸಿನಲ್ಲೇನು ನಡೆದಿದೆಯೋ ಅಂದುಕೊಳ್ಳುತ್ತ ಅವನ ಜೊತೆ ಬೆಂಗಳೂರಿಗೆ ಮರಳಿದ್ದರು.

ಕೆಲವು ದಿನ ಏನೂ ನಡೆಯಲಿಲ್ಲ. ಚೈತನ್ಯ ಪುಟ್ಟ ಮಗು ಆದ ಹಾಗೆ... ಯಾವುದಕ್ಕೂ ಪ್ರತಿಭಟಿಸದೆ, ಹೇಳಿದ್ದನ್ನು ಕೇಳುತ್ತಿದ್ದದ್ದು ಏನೋ ಸಮಾಧಾನ ತಂದಿದ್ದರೂ ಎದೆಯೊಳಗೆ ಎಲ್ಲೋ ಏನೋ ಅಳುಕು. ಯಾವುದೋ ಉದ್ವಿಗ್ನತೆ. ಯಾಕೆ? ಹೊಳೆದಿರಲಿಲ್ಲ. ಅದಕ್ಕೆ ಉತ್ತರ ಸಿಕ್ಕಿದ್ದು ನಾಲ್ಕು ತಿಂಗಳ ಬಳಿಕ.

ಎಲ್ಲ ಸುಸೂತ್ರ ನಡೆದಿದೆ. ಇನ್ನು ಗಾಬರಿ ಬೇಡ ಚೈತನ್ಯ ಇದೊಂದು ವರ್ಷ ಓದು ಬಿಟ್ಟರೆ ಬಿಡಲಿ, ಮುಂದಿನ ವರ್ಷ ಡಿಗ್ರಿ ಮುಗಿಸಿದರೇನು ಕಷ್ಟ...

ಎಣಿಸಿದ್ದು ನಡೆದರೆ ಅದು ಬದುಕೇ ಅಲ್ಲ!

ನಾಲ್ಕೂವರೆ ತಿಂಗಳ ಅನಂತರದ ಒಂದು ಮಧ್ಯಾಹ್ನ, ಉಂಡು ಅರೆಕ್ಷಣ ಹಾಸಿಗೆ ಒರಗಿದ ಬಿಸಿಲಿನ ಝಳದ ಸಮಯ.. ಯಾವಾಗ ಚೈತನ್ಯ ಮೋಟರ್ ಬೈಕ್ ಏರಿ ಮನೆಯಿಂದ ಹೊರಬಿದ್ದನೋ ಗೊತ್ತೇ ಆಗಲಿಲ್ಲ. ಕಾದಿದ್ದ ಕಾವಲೆಲ್ಲ ಕೊರೆಯಾಗಿ ಚೈತನ್ಯ ಹೋಗಿಬಿಟ್ಟಿದ್ದ. ನೂರು ಸಾವಿರ ಪ್ರಶ್ನೆಗಳನ್ನು, ನೂರು ಜನ್ಮಕ್ಕೂ ಅಳಿಸಿ ಹೋಗಲಾರದಂಥ ಗಿಲ್ಟ್ ಅನ್ನು ತಮಗೆ ಉಳಿಸಿ ಹೋಗಿದ್ದ.

ಸವಾರಿ ಮಾಡ್ತಿದ್ದ ಅವನನ್ನೂ ಉರುಳಿಸಿಕೊಂಡ ಅವನ ಬೈಕು ಬ್ರಿಜ್ಜಿನ ಮೇಲಿಂದ ಕೆಳಗುರುಳಿತ್ತು. ಮಗ ಮನೆಗೆ ಬಂದಿದ್ದು ಬಿಳಿ ಬಟ್ಟೆಯೊಳಗಿನ ಮಾಂಸದ ಮುದ್ದೆ ಆಗಿ. ಘೋರ... ಇನ್ನೊಂದು ಇಂಥ ಘೋರ ಇರಲೇ ಸಾಧ್ಯವಿಲ್ಲ. ತನ್ನ ಕಣ್ಣೆದುರು ತನ್ನ ಮಗನ ಶವ! ಪುತ್ರಶೋಕಂ ನಿರಂತರಮ್...

ಯಾರು ಬಲಿ ತೊಗೊಂಡ್ರು ಅವನನ್ನು? ಯಾರು ಡ್ರಗ್ಸ್‌ನ ಬಾವಿಗೆ ತಳ್ಳಿದ್ದು? ಯಾರು? ಮುಖವೇ ಇಲ್ಲದವರು ಮರೆಯಲ್ಲೇ ಇರುವ ನೆರಳುಗಳು,

ಯಾರಿಗೂ ಕಾಣದ ಆಕ್ಟೋಪಸ್‌ನ ಬಾಹುಗಳು.

ತಮ್ಮ ತಲೆಗೆ ಆಕಾಶ ಕಳಚಿ ಬಿದ್ದಿತ್ತು. ಹೃದಯ ಆಘಾತದ ಹೊಡೆತ ಕಂಡಿತ್ತು.

*****

ತುಂಗಭದ್ರಾ ಸೇತುವೆ ಬಂತಾ? ಕಿಟಕಿಯಿಂದ ನೋಡಿದರೆ ಕಪ್ಪು ಗಾಜಿನಲ್ಲಿ ನದೀನೀರಿನ ಹರವಿನ ಅಸ್ಪಷ್ಟ ನೋಟ. ಇನ್ನು ಶಕ್ತಿ ನಗರ, ಅದಾದ ಮೇಲಲ್ಲವೇ ಕೃಷ್ಣಾ ಕಾಣಿಸಿಕೊಳ್ಳುವುದು? ನದಿ ತೀರಗಳ ಹುಚ್ಚು ತನಗೆ ಅದಕ್ಕೇ "ಎಲ್ಲಾದರೂ ನೀರು ಕಂಡರೆ ನದಿ ಅಂತ ಇಳಿದು ಬಿಡಬೇಡ, ರೂಮಾ ನಿನ್ನೆಯೇ ಹೇಳಿದ್ದಳು. ಹುಚ್ಚಿ, ಅಷ್ಟು ತಿಳಿಯದೇ ತನಗೆ" ಆದರೂ ಮಕ್ಕಳು ಛೇಡಿಸಿದರೆ ಅದೊಂದು ಹಿತವೇ...ಕೃಷ್ಣ ಚೈತನ್ಯ ಮಾಡ್ತಿದ್ದನಲ್ಲ ಹಿಂದೆ ಬಂದು ಕೊರಳಿನ ಸುತ್ತ ಕೈ ಬಿಗಿದು "ಮಾವ್, ಹಳೇ ಬ್ಲಾಕ್ ಅಂಡ್ ವೈಟ್ ಹಿಂದೀ ಹೀರೋಯಿನ್‌ಗಳ ಹೆಸರು ಹೇಳು" ಅನ್ನುವವ.

ಅವನ ಚೇಷ್ಟೆ ತಿಳಿಯದೆ ಒಂದರೆಡು ಹೆಸರು ಹೇಳುತ್ತಿದ್ದರೆ "ಹಾಂ ಹಾಂ ಅವಳೇ" ಅನ್ನುವ.

"ಯಾರೋ?"

"ನೀನೇ ಹೇಳ್ದಿಯಲ್ಲ ಲಲಿತಾ ಪವಾರ್ ಅಂತ"

"ಅವಳಿಗೇನೀಗ"

"ಅವಳಿಗೇನಿಲ್ಲ, ನೀನು ಅವಳ ಹಾಗೆ ಕಾಣ್ತಾ ಇದ್ದೀ"

ಖೊಳ್ಳನೆ ನಕ್ಕ ಅವನ ಸ್ವಚ್ಛ ಬಿಳಿ ಹಲ್ಲುಗಳ ಫಳಫಳ ಮಿಂಚು ನಗೆ ಮೂಡಿಸಿ, ಕುಚೇಷ್ಟೆ ಇಷ್ಟವಾದರೂ

"ನೀನೊಂದು ಕತ್ತೆ" ಅಂದು. ತೋಳು ಜಿಗುಟಿ ಓಡಿಸಿದ್ದು ಈಗಿನ ಈ ಕ್ಷಣ ಎಲ್ಲ ಮಟಾಮಾಯ! ಪರಮಾತ್ಮ ಕಿತ್ತುಕೊಳ್ಳೋದೇ ಇದ್ದರೆ ಕೊಟ್ಟೆಯಾದರೂ ಯಾಕೆ?

ರಾಜೀವ, ತಾನು, ತನ್ನ ಪತಿ ಮೂವರ ನಗೆಯೂ ಚೈತನ್ಯನ ಹಿಂದೆಯೇ ಹೋಗಿಬಿಟ್ಟಿತಾ?

ಇತ್ತೀಚಿನ ವರ್ಷಗಳಲ್ಲಿ ತಾವೆಲ್ಲ ಮನಸ್ಸು ಬಿಚ್ಚಿ ನಕ್ಕಿದ್ದೇ ಇಲ್ಲ! ವಾಸ್ತವಕ್ಕೆ ಕನ್ನಡಿ ಬೇಡ.

ಇಷ್ಟೇಕೆ ಕತ್ತಲೆ ಕವಿಯುತ್ತಿದೆ ಅನಿಸಿ ಆಚೆ ನೋಡುವಾಗ ಸಮಯ ಆಗಲೇ ರಾತ್ರಿಯ ಎಂಟು ಗಂಟೆ. ಅರೇ, ನಿದ್ದೆ ಹೋಗಿದ್ನಾ ತಾನು?

ಇದ್ದಕ್ಕಿದ್ದಂತೆ ರೈಲು ಇಷ್ಟ್ಯಾಕೆ ಜೋರಿನಲ್ಲಿ ಓಡ್ತಿದೆಯೋ ಅನಿಸಿತು. ಮತ್ತೆ ನಗೆ ಮೂಡಿತು ಸೂಪರ್ ಫಾಸ್ಟ್ ಟ್ರೇನು ಇನ್ನು ಹೇಗೆ ಓಡಬೇಕು? ಅಂದ ಹಾಗೆ ಅವರಿಬ್ಬರೂ ಏನು ಮಾಡ್ತಾರೆ... ಕತ್ತು ಹೊರಳಿಸಿ ಓ... ಕೆಂಚುಗೂದಲಿನವನಿಗೆ

ಮೊಬೈಲ್ ಹೊರಗೂ ಒಂದು ಪ್ರಪಂಚ ಇದೆ ಅಂತ್ಲೇ ಗೊತ್ತಿಲ್ಲ ಅನ್ಸುತ್ತೆ. ಇನ್ನು ಇವನೋ, ಪರವಾಗಿಲ್ಲ ಕೂತಲ್ಲೇ ಒಂದು ಪುಸ್ತಕ ಹಿಡಿದಿದ್ದಾನೆ. ಓದ್ತಾನೋ ಬಿಡ್ತಾನೋ ತೂಕಡಿಸ್ತಾ ಇರೋ ಹಾಗಿದೆ. ಅವರಾದರೂ ಒಂದಿಷ್ಟು ಮಾತಾಡ್ತಾ ಇದ್ದರೆ ಚೆನ್ನಾಗಿತ್ತು. ಹೆಂಡತೀರನ್ನಂತೂ ಕರ್ಕೊಂಡು ಬಂದ ಹಾಗಿಲ್ಲ. ಅಲ್ಲ ಅವರೇಕೆ ಬರ್ತಾರೆ? ಇದು ಅವರ ಆಫೀಸ್ ಡ್ಯೂಟಿ ಅಲ್ವೇ.

ರೈಲು ಯಾವ್ಯಾವುದೊ ಸೇತುವೆಗಳ ದಾಟ್ತಾ ಇದೆ. ಚಳಿ ಹೆಚ್ಚಿಸಿದ ರಾತ್ರಿ ಅದು ಡಿಸೆಂಬರ್ ತಿಂಗಳು ಅಂತ ಹೇಳಿತು.

ದಡಕ್ಕನೆ ಎದ್ದು ಕೂತರು, ಯಾಕೋ ಎದೆಯೊಳಗೆ ಹಿಸುಕಿದಂತನಿಸಿ..ಛೇ. ಎಷ್ಟು ತಲೆ ಕೆಡಸಿಕೊಂಡೆ, ಈ ಯೋಚನೆಗಳೇ ಇಷ್ಟು ಹಣ್ಣು ಮಾಡಿರೋದು ತನ್ನನ್ನು.

ಸ್ವಲ್ಪ ನೀರು ಕುಡಿಯಬೇಕೆನಿಸಿತು. ಏಸಿ ಇದ್ದರೂ ಬೆವರು ಬಂದಂತೆ. ಕೈ ಚಾಚಲೂ ನೋವು ಅನಿಸಿ ಭಾರ. ಎದ್ದು ನೀರಿಗೆ ಕೈ ಚಾಚುವಾಗ ಎದೆಯಲ್ಲಿ ಸಳ್ ಅಂದಿತು ನೋವು. ಅದೆಂಥ ತಿವಿತ ಅದು ಮೈ ಮುಖ ಬೆವರಿ ಹಿಪ್ಪೆಯಾಗಿ ಎದ್ದು ಕೂರುವ ಮೊದಲೇ ಗುಪ್ಪೆಯಾಗಿ ಸೀಟಿಗೊರಗಿದರೆ,

"ಅರೆ, ಅರೆ... ಮಾಯೀಜಿ... ಮಾಯೀಜಿ ಏನಾಯ್ತು, ವಾಟ್? ವಾಟ್ ಹಾಪೆನ್ಡ್"

ಕನ್ನಡಕದ ಹುಡುಗ ತಟ್ಟನೆದ್ದು ಬಂದು ಆಧರಿಸಿ ಹಿಡಿದು ಸರಿಯಾಗಿ ಮಲಗಿಸಿದ.

"ಏನಿಲ್ಲ, ಏ... ಸ್ವಲ್ಪ ಎದೆನೋವು." ಕಷ್ಟದಿಂದ ಹೊರಬಿತ್ತು.

"ಈಸಿ, ಈಸಿ. ಹೀಗೆ ಮಲ್ಕೊಳ್ಳಿ. ನೀರನ್ನು ಪ್ಲಾಸ್ಟಿಕ್ ಗ್ಲಾಸಿಗೆ ಬಗ್ಗಿಸಿ, ಒದ್ದಾಡುತ್ತಿದ್ದ ಇವಳನ್ನು ಆಧರಿಸಿ ಹಿಡಿದು ಅರ್ಧದಷ್ಟು ಕುಡಿಸಿದ. ಕೆಂಚುಗೂದಲಿನವನೂ ಗಾಬರಿಯ ಮುಖದಲ್ಲಿ ಇತ್ತ ಬಂದು. "ರಿಲ್ಯಾಕ್ಸ್... ಆರಾಮ್ಸೇ. ಏಸಿ ಜಾಸ್ತಿ ಮಾಡಿಸ್ಲಾ? ಮಲ್ಕೊಳ್ಳಿ..." ಅಂದ ಕಣ್ಣ ತುಂಬ ಅನುಕಂಪ.

ಹತ್ತು ನಿಮಿಷ ಎಲ್ಲಾ ಸ್ತಬ್ಧ... ಸೀಮಂತಿನಿ ಕೊಂಚ ಸುಧಾರಿಸಿಕೊಳ್ಳಲಿ ಅಂತ ತುದಿಗಾಲ ಮೇಲೆ ಕೂತಂತಿದ್ದರು ಇಬ್ಬರೂ.

ಉದ್ದನೆಯವನು "ಯಾರಾದರೂ ಡಾಕ್ಟರ್ ಇದ್ರೆ ನೋಡಬೇಕಾ? ತುಂಬ ನೋವಾ?" ಅಂದ.

ತೋರು ಬೆರಳಲ್ಲಿ 'ಬೇಡ' ಸನ್ನೆ ಮಾಡಿ ಕಣ್ಮುಚ್ಚಿ ಕೂತಾಗ ಅವರಿಬ್ಬರ ಮೆಲುದನಿಯ ಚರ್ಚೆ ಕಿವಿಗೆ ಬಿತ್ತು. ತಮ್ಮ ಬಗ್ಗೆ ಅವರಿಗೂ ಟೆನ್ಶನ್ ಆಗಿದೆ.

ಎದ್ದು ತಟ್ಟಾಡುತ್ತ ಟಾಯ್ಲೆಟ್‌ಗೆ ನಡೆಯುವಾಗ ಅವನೇ ಬಂದು ತೋಳು ಹಿಡಿದು ನಡೆಸಿಕೊಂಡೊಯ್ದ. 'ಇರಿ... ಇರಿ... ಬಾಗಿಲು ತೆರೆದುಕೊಡ್ತೀನಿ'. ರೈಲು

ಭೀಕರವಾಗಿ ಅಲ್ಲಾಡ್ತಿತ್ತು... ಫುಲ್ ಸ್ಪೀಡಿನ ಕಂಪನ. ಸೀಮಂತಿನಿಯ ಎದೆಯಷ್ಟೇ ರಭಸವಾಗಿ ಹೊಡೆದುಕೊಳ್ಳುತಿದ್ದ ಹಳಿಗಳ ಪಟಪಟ.

ಮರಳಿ ಸೀಟಿಗೆ ಕರ್ಕೊಂಡು ಬಂದು ಮಲಗಿಸುತ್ತ "ಮಾಯೀಜಿ ಆರ್ ಯೂ ಓಕೇ...? ಇನ್ನೊಂದು ಪಿಲ್ಲೋ ಕೊಡ್ಲಾ? ಶಾಲು ಸರಿಯಾಗಿ ಹೊದಿಸ್ಲಾ? ಇನ್ ಸ್ವಲ್ಪ ನೀರು ಬೇಕಾ...' ಅವನ ಅಕ್ಕರತೆ ಯಾಕೋ ಮನಸ್ಸನ್ನು ತುಂಬಿತು.

"ಬೇಡ, ಐ ಆಮ್ ಫೈನ್ ನೌ... ಏನಿಲ್ಲ ಹೀಗೆ ಆಗಾಗ ಆಗ್ತಾ ಇರುತ್ತೆ ನನಗೆ, ನಿದ್ರೆ ಹತ್ತಿದರೆ ಆರಾಮಾಗುತ್ತೆ" – ಸುಮ್ಮನಾದ ಅವನು ಕೆಳಗಿಳಿದು ಹೋದ. ಯಾವುದೋ ನಿಲ್ದಾಣ. ಎದ್ದು ನೋಡಬೇಕೆನಿಸದೆ ಕಣ್ಣು ಮುಚ್ಚಿ ಒರಗಿದಳು.

"ಮಾಯಿಜಿ ತೊಗೊಳ್ಳಿ... ಸ್ವಲ್ಪ ಹೀಟ್ ಮಾಡ್ಕೊಳ್ಳಿ ಆರಾಮ್ ಅನ್ಸುತ್ತೆ" ಅವನ ಕೈಯಲ್ಲಿ ಹಾಟ್ ವಾಟರ್ ಬ್ಯಾಗು. ಅದರಲ್ಲಿ ಬಿಸಿನೀರು ತುಂಬಿಸಿ ತಂದಿದ್ದ!

ಬೇಡ ಅಂದರೂ ಒತ್ತಾಯಿಸಿ ಕೊಟ್ಟ. ಕೆಂಚುಗೂದಲಿನವ ಕಾಫಿ ತರಿಸಿ ಮುಂದೆ ಚಾಚಿದ. ಮಾತ್ರೆ ನುಂಗಿ ಮಲಗಲೆತ್ನಿಸುವಾಗ ಅವರಿಗೆ ಊಟ ಬಂತು.

"ಮಾಯೀಜಿ... ಸ್ವಲ್ಪ ಊಟ ಮಾಡ್ತೀರಾ" ಅವರಿಬ್ರೂ ಕರೆದರು.

"ರಾತ್ರಿ ನಾನು ಉಣ್ಣಲ್ಲಪ್ಪ, ಅಭ್ಯಾಸವಿಲ್ಲ. ನಿದ್ದೆ ಆದರೆ ಸರಿಹೋಗುತ್ತೆ"

"ಹಾಗಾದ್ರೆ ಬಾಳೆಹಣ್ಣು ತೊಗೊಳ್ಳಿ ಉಪವಾಸ ಮಲಗ್ಬೇಡಿ" ಒಂದು ಕಾಗದದ ತಟ್ಟೆಯಲ್ಲಿ ನಾಲ್ಕು ಬಾಳೆಹಣ್ಣು ಬಂದುವು.

ಎಂಥ ಮೃದು ಸ್ವರ... ಸೀಮಂತಿನಿಯೆದೆ ಆರ್ದ್ರವಾಯ್ತು. ತನಗೇನೂ ಅಲ್ಲದ ಹುಡುಗರಿವರು. ಇದು ಮಾನವೀಯ ಸಂಬಂಧದ ಮೂಲ ಎಳೆ ಅಲ್ಲದಿನ್ನೇನು? ನೋವಿಗೆ ಸ್ಪಂದಿಸಿ ಮಿಡಿಯುತ್ತಿದ್ದಾರೆ.

ಮನುಷ್ಯತ್ವ! ನಾಲ್ಕಕ್ಷರಗಳ ಈ ಪದಕ್ಕೆ ಇರುವ ಶಕ್ತಿಯಾದರೂ ಎಷ್ಟು?

ಯಾಕೋ ರೂಮಾಗೆ ಅಥವಾ ರಾಜೀವನಿಗೆ ಮೆಸೇಜು ಮಾಡಲು ಮನಸ್ಸು ಬರಲಿಲ್ಲ. ಹೇಳಿ ಮಾಡೋದಾದರೂ ಏನು? ಸುಮ್ಮನೆ ಅವರಿಗೂ ಟೆನ್ಶನ್ ಅಷ್ಟೇ. ಪ್ರಸಾದ್ ಡ್ಯೂಟಿ ಮುಗಿಸಿ ಇಳಿದು ಹೋಗುವಾಗ "ನಾನು ರಾಜೀವ್‌ಗೆ ಫೋನು ಮಾಡ್ತೀನಿ... ನನ್ನ ಫ್ರೆಂಡ್ ಇಲ್ಲಿದ್ದಾರೆ ಕರೀರಿ ಬೇಕಿದ್ದರೆ" ಅಂದಿದ್ರು. ಈ ಹುಡುಗರಿರುವಾಗ ಅದೇನೂ ಬೇಕಾಗಲೇ ಇಲ್ಲ. ಮುಂಬಯಿ ಮುಟ್ಟಿ ಮಲಗಿಬಿಡದಿದ್ದರೆ ಸಾಕಷ್ಟಾಯ್ತು. ಪಾಪ ರೂಮಾಗೆ ದಿನ ತುಂಬಿವೆ.

ಊಟ ಮುಗಿಸಿದ ಹುಡುಗರು "ಮಾಯೀಜಿ... ಇನ್ನೊಂದು ಪಿಲ್ಲೋ ಬೇಕಾ?" ಅಂತಂದು ತಂದಿಟ್ಟು ಮಲಗಲು ಸಹಾಯ ಮಾಡಿ, 'ಈಗ ಆರಾಮ್ ಅಲ್ವಾ? ನಿಮಗೆ ಏನಾದ್ರೂ ಬೇಕಾದರೆ ಖಂಡಿತ ಎಬ್ಬಿಸಿ ನನಗೆ' ಅಂದಿದ್ದಕ್ಕೆ ಸಂಕೋಚ ಕಾಡಿತು.

"ಥ್ಯಾಂಕ್ಯೂ ಸೋ ಮಚ್ ಅನ್ನುತ್ತ ಮುಗುಳ್ನಕ್ಕು 'ನಿಮ್ಮ ಹೆಸರೇ ಹೇಳಲಿಲ್ಲವಲ್ಲ"

"ರಾಜ್ ಅಂತ ಕರೀರಿ ಮಾಯೀಜಿ ಎದ್ದುಬಿಡ್ತೀನಿ" ಕನ್ನಡಕದವನು ಹೇಳಿ ನಕ್ಕ.

ಕತ್ತಲು ಸೀಳುತ್ತ ಭೋರ್ಗರೆದ ರೈಲಿಗೀಗ ಡಬಲ್ ವೇಗ ಬಂದಿತ್ತು. ಮಾತ್ರೆ ಕೆಲಸ ಮಾಡಿದ್ದಕ್ಕೆ ಗಾಢ ನಿದ್ರೆ ಆವರಿಸಿದ್ದೊಂದು ವರದಾನ. ಸ್ಟೇಶನ್‌ಗೆ ಹೇಗೂ ಜಗನ್ನಾಥ್ ಬಂದೇ ಬರುತ್ತಾರಲ್ಲ.

ನಿದ್ದೆ ಮಾಡಿ ಏಳುವಷ್ಟರಲ್ಲಿ ಫ್ರೆಶ್ ಆದರೆ ಸಾಕು. ಈಗ ಇಷ್ಟು ಜೋರಿನ ಎದೆನೋವು ಬಂದಿದ್ದು ಯಾರಿಗೂ ಗೊತ್ತಾಗೋದು ಬೇಡ. ಸುಮ್ಮನೆ ಅವರಿಗೆ ಚಿಂತೆ. ಹೇಗೂ ಈ ದೇವರಂಥ ಹುಡುಗರಿದ್ದಾರಲ್ಲ ಕಷ್ಟವಾದರೆ... ಅವರನ್ನು ಸಹಾಯ ಕೇಳಿದರಾಯ್ತು. 'ದೇವರಂಥ ಹುಡುಗರು' ತಮ್ಮ ಪದ ತಮಗೇ ಮುಗುಳ್ನಗೆ ಮೂಡಿಸಿತ್ತು.

*****

ಬೆಳ್ಳಗೆ ಬೆಳಕು, ಬಿಸಿಲಕೋಲು ಎರಡೂ ಹಾದು ಬಂದಾಗ ಕಣ್ಣು ಬಿಟ್ಟರೆ ಆಗಲೇ ಮುಂಬಯಿ ಸೆಂಟ್ರಲ್ ಬಂದಿತ್ತು. ಇನ್ನೇನು ದಾದರ್ ಬರಲು ತಡ ಇಲ್ಲ. ಬಾತ್ ರೂಮು ಮುಗಿಸಿ ಕೂತರಾಯ್ತು.

ಎದ್ದು ನೋಡಿದರೆ ಅವರಿಬ್ಬರೂ ಇಳಿದು ಹೋಗಿದ್ದರಂತ ಗೊತ್ತಾಗಿ ಅಚ್ಚರಿ... ಅರೇ ನನಗೆ ಹೇಳಲೂ ಇಲ್ಲ. ಅವರ ಸ್ಟೇಶನ್ ಬಂದಾಯ್ತಾ ಹಾಗಾದರೆ? ಪಾಪ ಎಂಥ ಒಳ್ಳೆಯ ಹುಡುಗರು. ತಾನು ಗಾಢವಾಗಿ ಮಲ್ಗಿದ್ದು ನೋಡಿ ಶಬ್ದ ಮಾಡದೆ ಇಳಿದು ಹೋಗಿದ್ದಾರೆ. ಮನಸ್ಸು ಆರ್ದ್ರವಾಯ್ತು. ದೇವರೇ ಅವರನ್ನು ಚೆನ್ನಾಗಿಡು...

ಸೆಕೆ ಸೆಕೆ ಅನ್ನೋದು ಮುಂಬಯಿಯ ವಿಶೇಷ, ಬೆವರು ಒರೆಸಿಕೊಳ್ಳುತ್ತ ರೂಮಾಳ ಮನೆ ಬಾಗಿಲಿಗೆ ಬಂದಾಯ್ತು. ರೂಮಾ ಎಂದಿನಂತೆ ಫ್ರೆಶ್ ನಗೆ ನಕ್ಕು ತಬ್ಬಿದರೆ ಹಾಯಿ ಅನಿಸಿ ಆಯಾಸವೆಲ್ಲ ಇಳಿದ ಅನುಭವ.

"ಮಾ ಸ್ನಾನ ಮಾಡ್ಬಿಡು. ನಿನಗೂ ಫ್ರೆಶ್ ಆಗುತ್ತೆ... ಮತ್ತೆ ಒಂಚೂರು ಉಂಡು ಮಲಗೋವಂತೆ ರಾತ್ರಿ ನಿದ್ದೆ ಮಾಡಿದ್ಯೊ ಇಲ್ವೋ... ಬಾ"

ಶವರಿನಲ್ಲಿ, ಬೆಚ್ಚಗಿನ ನೀರೇ ಸಾಕಿಲ್ಲಿ ಸ್ನಾನಕ್ಕೆ ಅಂದುಕೊಳ್ತಾ ನೀರಿಗೆ ಕೈ ಹಚ್ಚುವಾಗ ಆ ಹುಡುಗ ತಂದು ಕೊಟ್ಟಿದ್ದ ಹಾಟ್ ವಾಟರ್ ಬ್ಯಾಗು ತನ್ನ ಹತ್ತಿರವೇ ಉಳಿದುದ್ದು ನೆನಪಾಯ್ತು ಛೇ ಎಂಥ ಕೆಲಸ ಆಯ್ತು? ಈಗ ಎಲ್ಲೆಂದು ಹುಡುಕಿ ಹೋಗಿ ಕೊಡೋದು? ಅವರ ವಿಳಾಸ ಆದ್ರೂ ತೊಗೋಬೇಕಿತ್ತು. ತಲೆಗೆ ಹೊಳೆಯಲೇ ಇಲ್ಲ... ರೂಮಾಗೆ ಅವರ ಬಗ್ಗೆ ಒಂದು ಮಾತು ಹೇಳ್ಬೇಕು.

ಸ್ನಾನ ಮುಗಿದಾಗ ಹಾಯಾಗಿದೆ ಅನಿಸಿ ಸೋಫಾದಲ್ಲಿ ನೀಳವಾಗಿ ಚಾಚಿಕೊಂಡು ಗಟ್ಟಿ ಹಾಲಿನ ಚಹ ಹೀರುವಾಗ ರೋಹಿತ್ ಬಂದು ತಬ್ಬಿಕೊಂಡಿತು. ಆಯಾಸವೆಲ್ಲ ಮಾಯ. ಮನಸ್ಸೂ ಹಗುರ. ಈ ಪುಟ್ಟ ಮಕ್ಕಳಲ್ಲಿ ಏನೋ ಜಾದೂ ಇರುತ್ತೆ. ಒಂದು ಅಪ್ಪುಗೆಯಲ್ಲಿ ಆಕಾಶವಿಡೀ ತುಂಬುವಷ್ಟು ಪ್ರೀತಿ ಚೆಲ್ಲುತ್ತವೆ... ಅವನ ಮುಖ ಕತ್ತಿಡೀ ಮುತ್ತಿನ ಉಡುಗೊರೆ ಕೊಟ್ಟಾಯ್ತು.

ಊಟ ಮಾಡುತ್ತಿರುವಾಗ ಅಲ್ಲೇ ಬಂದಾಗಿನಿಂದ ವಟಗುಡುತ್ತ ಸುದ್ದಿ ಹೇಳ್ತಿದ್ದ ಟಿವಿ ಈಗ ಗಮನಕ್ಕೆ ಬಂತು. ರೂಮಾ ಹರಟುತ್ತಿದ್ದ ಹಾಗೆಯೇ ಮರಾಠಿ ಚಾನಲ್ ಒಂದಕ್ಕೆ ರಿಮೋಟು ಒತ್ತಿದರೆ ಯಾವುದೋ ನ್ಯೂಸ್ ವಾಹಿನಿಯೇ ಮುಳಕ್ಕಂತು.

"ಇರು ಯಾವ್ದಾದರೂ ಸೀರಿಯಲ್ ಹಾಕ್ತೀನಿ ನಿನಗೆ ಇಷ್ಟ ಅಲ್ವಾ?" ಅಂತ ರೂಮಾ ರಿಮೋಟ್ ಒತ್ತುವಾಗ ತೆರೆ ಮೇಲೆ ಸರಕ್ಕನೆ ಅವರಿಬ್ಬರೂ ಕಾಣಿಸಿಕೊಂಡರು. ಮತ್ತೊಮ್ಮೆ ಬಗ್ಗಿ ನೋಡಿದರೆ ಹಾಂ... ಅವರೇ! ನಿನ್ನೆ ಇಡೀ ತಮ್ಮ ಜೊತೆಗಿದ್ದ ದೇವರಂಥ ಹುಡುಗರು. ಏನೆಲ್ಲ ಹೆಲ್ಪ್ ಮಾಡಿದವರು... ಭುಜ ಹಿಡಿದು ನೀರು ಕುಡಿಸಿ ಹೊಚ್ಚಿ ಮಲಗಿಸಿದವರು, ಆದರೆ ಇದೇನಿದು? ಇವರ ಜೊತೆ ಅವರನ್ನೇ ಒತ್ತಿ ಹಿಡಿದ ಪೋಲೀಸರು ಯಾಕೋ? ಕೈಗೆ ಕೋಳ ಹಾಕಿ.ಛೇ.. ಇಷ್ಟು ಒಳ್ಳೆಯವರನ್ನು...

"ಏ ರೂಮಾ ನೋಡಿಲ್ಲಿ, ಬಾ ಇವರು... ಯಾ...ಯಾ..." ಮಾತು ಅಲ್ಲೇ ನಿಂತಿತು, ಕಣ್ಣು ಅಗಲವಾದುವು. ಎದೆಬಡಿತ ಹೆಚ್ಚಾಗಿ ಬೆವರು ಹರೀಲಿಕ್ಕೆ ಶುರುವಾಗಿ ಎದೆಯಲ್ಲಿ ಹಿಂಡಿದ ನೋವಿನ ಅನುಭವ.

ವಾರ್ತೆ ಓದುವವ ಹೇಳುತ್ತಿದ್ದ "ಈ ಇಬ್ಬರು ಯುವಕರನ್ನು ಅವರ ಜೊತೆಯಿದ್ದ ಡ್ರಗ್ಸ್ ಸಮೇತ ಮುಂಬಯಿ ಸೆಂಟ್ರಲ್ ರೇಲ್ವೆ ನಿಲ್ದಾಣದಲ್ಲಿ ಬಂಧಿಸಲಾಗಿದೆ. ಕಳೆದ ಕೆಲವು ವರ್ಷಗಳಿಂದ ಇವರ ಮೇಲೆ ಕಣ್ಣಿಟ್ಟಿದ್ದ ನಾರ್ಕೋಟಿಕ್ಸ್ ನಿರೋಧ ಪಡೆಗೆ ಸವಾಲಾಗಿದ್ದ ಇವರು ಸೆರೆ ಸಿಕ್ಕಿರುವುದು ಮಾದಕ ದ್ರವ್ಯಗಳ ವಿರುದ್ಧದ ಹೋರಾಟದಲ್ಲಿ ಸಿಕ್ಕ ಭಾರೀ ಜಯವೇ ಹೌದು. ಇಂಥ ದೇಶ ವಿದ್ರೋಹಿಗಳ ತಂಡಗಳು ಅನೇಕ ರಾಜ್ಯಗಳಲ್ಲಿ ಡ್ರಗ್ಸ್ ಸಪ್ಲೈ ಮಾಡುತ್ತ ಲಕ್ಷಾವಧಿ ಯುವಕ ಯುವತಿಯರನ್ನು ಮಾದಕ ವ್ಯಸನದ ಬಲೆಗೆ ಕೆಡವುತ್ತಿದ್ದರು..."

ಯಾಕೆ ಹೀಗೆ ಕತ್ತಲಾಗಿಬಿಟ್ತು? ಯಾರಲ್ಲಿ? ಕೃಷ್ಣಾ.. ಚೈತೂ..ಚೈತನ್ಯಾ ಬಂದ್ಯಾ...

'.............'

"ಮಾ...ಅಮ್ಮಾ. ಮಾ...ಮಾ...ಏನಾಯ್ತು. ಯಾಕ್ಹೀಗೆ, ರೋಹೀ, ಜಗನ್... ಅಯ್ಯೋ ಬನ್ನಿ ಇಲ್ಲಿ, ಅಮ್ಮ ಬಿದ್ದುಬಿಟ್ಳು. ಅರೇರೇ ಶೀ ಈಸ್ ಅನ್ ಕಾನ್ಶಿಯಸ್..."

ರೂಮಾ ಚಡಪಡಿಸುತ್ತ ನೀರಿನ ಜಗ್‌ಗೆ ಕೈ ಹಾಕಿದಳು.

"ರಾಜ್ ಅಂತ ಕರೀರಿ ಮಾಯೀಜಿ ಎದ್ಬಿಡ್ತೀನಿ..."

ಸೀಮಂತಿನಿಯ ನಿಶ್ಚಲ ಕಣ್ಮುಂದೆ ನಿಂತಿತ್ತು ಸ್ತಬ್ಧ ಚಿತ್ರ!

ವಿಲೋಮ

1979

ಭಾರತೀಪುರ- ನೆಲ-ನೀರು- ಮಣ್ಣು.

"ಹೂವಿನ ಪಕಳಿ ಉದರಬಾರದು... ಅವು ಉದರಲಿಕ್ಕೆ ಬಿಟ್ರೆ ಅಂದ್ರ ಹಾರಾನೂ ಸಾಯತದ" ಆಯಿಯ ತುಟಿ ಬಿಚ್ಚಿ ಹೊರಬಿದ್ದ ಮಾತಿನ ಜೊತೆಗೇ ಮಲ್ಲಿಗೀ, ಶಾವಂತಿಗೀ ಅಥವಾ ಮುಳ್ಳುಜಾಜಿ ಹಾರ ಕಟ್ಟೂಮುಂದ ಅವರ ಬೆಟ್ಟುಗಳು ಸರಸರ ದಾರದ ಕೊಂಡೀ ಹಿಂದ ಮುಂದ ಎಳದು ಸುತ್ತುಗಟ್ಟಿದರ ದೇವರ ಚೌಕೀ ಮ್ಯಾಲೆ ಹಾಕಿದ್ದ ಹಾರ ನಳನಳಿಸಿಗೋತ ಕಟ್ಟಿದಾಗ ಹೆಂಗಿರತಿತ್ತೋ ಮೂರು ದಿನತನಕನೂ ಅಷ್ಟೇ ಗಟ್ಟಿ ಕೂತಿರ್ತಿತ್ತು.

"ಹೂವು ಭಾಳ ನಾಜೂಕು, ನೆಟ್ಟಗ ಕಟ್ಟಿ, ಪೋಣಿಸಿ ಇಡಲಿಲ್ಲಂದ್ರ ನೆಲಕ್ಕೇ ಬೀಳ್ತಾವ. ಸಂಬಂಧಗಳೂ ಹಂಗೇ ರಾಘಣ್ಣಾ ಯಾವ ಹೊಡತದ ಭಾರಾ ತಡ್ಕೋತಾವ ಹೇಳು" ಅನ್ನುತ್ತ ತಮ್ಮನ ಕಡೆ ನೋಡಿ ಕೇಳಿದರೆ ರಾಘಣ್ಣ ಅಕ್ಕನ ಮನಿಯೊಳಗಿನ ಸಮಸ್ಯಾ ಹೆಂಗ ಬಿಡಸಲಿಕ್ಕೆ ಸಾಧ್ಯನೋ ಅಂತ ತನ್ನದೇ ಚಿಂತಿಗೆ ಚಾಲನೆ ಕೊಟ್ಟಿರ್ತಿದ್ದ.

ಆಯಿ ಅಂದರೆ ಭಾರತೀಪುರದ ಆ ಹಿರಿಮನೆಯ ಜೀವಸತ್ವ. ಅಖಂಡ ಐವತ್ತಾರು ವರ್ಷ ಅಲ್ಲಿನ ಸಮಸ್ತ ಆಗುಹೋಗಿನ ಜವಾಬ್ದಾರಿ ಹೊತ್ತ ಬೆನ್ನು ಅವರದು. ಸೂಕ್ಷ್ಮ ಹೇಳಬೇಕಂದರ ಆಯಿ ಆ ಕುಟುಂಬದ ಕಣ್ಣು. ಅದರಲ್ಲೂ

ಮನೆ ಹಿರಿತಲೆ ಕೃಷ್ಣಾಜಿಯನ್ನ ಭಗವಂತ ಕರೆಸಿಕೊಂಡಾಗ ಆಯಿ ಸಂಪೂರ್ಣ ಸಂಸಾರದ ನೊಗ ಹೊತ್ತು ಎಳೆದದ್ದು ಖರೆ. ತಲೆತಲಾಂತರದಿಂದ ಬಂದ ಆಸ್ತಿ, ಜಮೀನು, ಕಾಳುಕಡಿ, ಸಂಪತ್ತು. ಸದಾ ಅತಿಥಿ ಅಭ್ಯಾಗತರು... ಊರಿಂದ ಬರುವ ಹತ್ತಾರು ಮಾವಶೀ, ಅತ್ಯಾ, ಮಾಮಾ, ಕಾಕಾ, ಮತ್ತ ಮುತ್ಯಾರಂಥ ಹಿರಿಯರು ಕೆಲಸ, ಲಗ್ನ, ಮುಂಜಿವೆ, ಮತ್ತೊಂದು ಎಂದು ಭಾರತೀಪುರಕ್ಕೆ ಬಂದರೆ ಇದೇ ಅವರ ಕಾಯಂ ಅತಿಥಿಗೃಹ... ಅಡಿಗೆ ಸೋಕ್ಕನ ರಸಪುಷ್ಟಿ ತುಂಬಿದ ತುಂಬಿದ ಊಟ ಉಂಡು ಢರ್ರಂತ ತೇಗಿ ಸಂತೃಪ್ತರಾಗಿ ನಗುವವರು. ವಾರದ ಊಟದ ಹುಡುಗರ ನಯವಿನಯ ತುಂಬಿದ ನಡವಳಿಕಿ... ಎಲ್ಲಾ ಸುರಳೀತ ನಡೆದ ಆ ಹೊತ್ತಿನೊಳಗೆ ಆಕಾಶ ಮುನಿಸಿಕೊಂಡಿತ್ತು!

ಹಂಗ ನೋಡಿದರೆ ದಶಕಾನುದಶಕ ಅಲ್ಲಿ ಯಾವುದಕ್ಕೂ ಕಡಿಮೆ ಇರಲೇ ಇಲ್ಲ. ಎಲ್ಲಾ ಸದಾಕಾಲ ಹಾಗೇ, ಅದೇ ಸಮಪಾತಳಿಯಲ್ಲಿ ನಡೆದು ಹೋದರೆ ಅದಕ್ಕೆ ಜೀವನ ಅನ್ನುತ್ತಾರೇನು? ಇಲ್ಲ!

"ಜಗೀ ಸರ್ವ ಸುಖೀ ಆಸಾ ಕೋಣ ಆಹೆ ವಿಚಾರೀ ಮನಾ ತೂಚಿ ಷೋಧೋನಿ ಪಾಹೇ" ಆಯಿಯ ಬಾಯಲ್ಲಿ ಸದಾ ಮಳೆಹನಿಯ ಮುತ್ತಿನ ಹಾಗೆ ಇಳಿದು ಬರ್ತಿದ್ದ ಮನಾಚೆ ಶ್ಲೋಕ ದೊಡ್ಡಮನಿಯಿಡೀ ಅನುರಣಿಸಿ ಅದರ ಹಿಂದೆ ಮುಂದಿನ ಶ್ಲೋಕಗಳು ಸಹಿತ ಬಾಯಿಪಾಠ ಆದಂಥ ಶಶಿ ಅದರರ್ಥ ಗ್ರಹಣದಲ್ಲಿ ಹಿಂದೆ ಬೀಳಲಿಕ್ಕೆ ಅವಳ ಎಂಟೊಂಬತ್ತರ ಎಳೇ ವಯಸ್ಸಲ್ಲದೆ ಇನ್ನೇನೂ ಕಾರಣ ಇಲ್ಲ. ದೊಡ್ಡಮನಿ ಮೂಲಿ ಮೂಲಿಯೊಳಗ ದಿನ ನಿತ್ಯ ಆಯಿ ಸ್ನಾನ ಮುಗಿಸಿಕೊಂಡು ಬಂದರು ಅಂತ ಸೂಚನಾನೇ ಅದು..." ಅನುದಿನಿ ಅನುತಾಪೇ ತಾಪಲೋ ರಾಮಾರಾಯಾ ಪರಮ ದೀನದಯಾಳಾ ನೀರಸೀ ಮೋಹಮಾಯಾ..." ಅಂತ ಆರಂಭ ಆದ ಶ್ಲೋಕಧಾರೆ ತನ್ನದೇ ಸುಂದರ ಸುಸ್ಪಷ್ಟ ರಾಗ ರೂಪ ಹೊಚ್ಚಿಕೊಂಡು ಹರದಾಡಿಬಿಡ್ತಿತ್ತು. ರಾಮ ಅವರ ಮನಮಸ್ತಿಷ್ಕದೊಳಗ ಆರಪಾರ ಇದ್ದಂಥಾ ಏಕಾತ್ಮ ದೈವ...ಅವನ ಫೋಟೋ ಎಲ್ಲಿ ಕಂಡರೂ ಕಣ್ಣಿಗೆದುರಾಗಬೇಕು ಅನ್ನುವಂಗ ಪ್ರತಿ ಗೋಡೆಗೂ ಒಂದೊಂದು ತೂಗ್ಯಾಡಿ ನಗತಿದ್ವು.

ಒಂದಂತೂ ಅಯೋಧ್ಯಾ ಬಿಟ್ಟು ರಾಮ ಅಡವಿಗೆ ಹೊರಟಿದ್ದ ಕರುಣಾಜನಕ ಚಿತ್ರದ ಮುಂದ ಆಯಿ ಒಮ್ಮೊಮ್ಮೆ ನಿಂತು ಏಕಟಕ್ಕ ನೋಡಿ "ತ್ರಿಲೋಕ ಸ್ವಾಮೀ ನೀ... ನಿಂದೆ ಈ ಗತಿ ಆದರ ಇಲ್ಲಿ ನರಮನಷಾರ ಸುದ್ದಿ ಯಾತಕ್ಕ ಬೇಕು ತಂದೆ." ಅಂತೇನೋ ಅನ್ನುತ್ತಿದ್ರು ಅಂತ ಮೊಮ್ಮಗಳು ಶಶಿಗೆ ಅನುಮಾನ, ಕಾರಣ ಇತ್ತು ಅದಕ್ಕೆ... ಆದರೂ ಅಜ್ಜಿಯನ್ನು ಕೇಳುವ ಧೈರ್ಯ

ಎಲ್ಲಿಂದ ಬರಬೇಕು? ಅವರು ಯಾಕ ಈ ಥರ ದೇವರ ಮುಂದೆ ನಿಂತು ಮಾತಾಡ್ತಾರ?? ಮುಂದಿನದು ಅರ್ಥ ಆಗಿಲ್ಲ.

ನಾರಾಯಣ ಕಾಕಾ, ಆಯಿಗೆ ಬಹಳವೇ ಆತ್ಮೀಯ ಆಗಿದ್ದ ಮೈದುನ. ಇವರಿಲ್ಲಿ ಕೃಷ್ಣಾಜಿಯವರ ಕೈ ಹಿಡಿದು ಲಗ್ನ ಆಗಿ ಬಂದಾಗ ಇನ್ನೂ ಇಪ್ಪತ್ತರ ಯುವಕ ನಾನಿ ಅರ್ಥಾತ್ ನಾರಾಯಣ. ಅತ್ತಿಗೆ ಥೇಟ್ ತಾಯಿಯಾಗಿದ್ದು ಅವನ ನಸೀಬು. ಮಲ್ಲಿಗೆ ಹೂವಿನಂಥ ಚೆಲುವಿ ಮೀರಾನ ಆರಿಸಿ ತಂದು ಅವಗ ಮದುವೆ ಮಾಡಿಸಿದ್ದೂ ಆಯಿ. ಎಲ್ಲನೂ ಸುಸೂತ್ರ ಛಂದ ನಡದದ ಅಂತ ಒಂದಿಷ್ಟು ಮೈ ಮರೆತ ಹೊತ್ತೋ ಅಥವಾ ಯಾವ ಪೀಡೆ ಪಿಶಾಚಿಯ ಕಣ್ಣು ಬಂದು ಬಡ್ಕೊಂಡಿತೋ ಮನಿತನಕ್ಕೆ... ಅಘಟಿತ ಘಟನಾಗಳ ಸಾಲಿಗೆ ಸಾಲೇ ಹತ್ತಿಬಿಟ್ಟತು!

ನಾರಾಯಣ ಅಹ್ಮದಾಬಾದಿಗೆ ನೌಕರಿ ಅಂತ ಹೋದಾಗಿಂದ ಮನೆಯ ಕಳೆನೇ ವಿಚಿತ್ರ ಬಣ್ಣಕ್ಕೆ ತಿರುಗಿತ್ತು. ಕೆಟ್ಟ ದೃಷ್ಟಿ ತಾಗ್ತದ ಅಂತಾರಲ್ಲ ಇದೇ ಅದಾ?

ಪೂಜಾ ಎಲ್ಲಾ ಮುಗಿದು ಮೀರಾ ಕಾಕೂನ ಮೊದಲನೇ ಮಗ, ಮೂರು ವರ್ಷದ ಗೋಪಾಲನ್ನ ತೊಟ್ಟಿಲದಿಂದ ತಮ್ಮ ಬಗಲಿಗೆತ್ತಿಕೊಂಡು,

“ಅಲ್ಲೋಡಲ್ಲೇ ಅಳ್ಳಳ್ಳೀ ಬಾವಾ....” ಅಂತ ಆಯಿ ಆಟದ ಜೊತೀಗೇ ಅವಗ ಊಟಾನೂ ಉಣಿಸಿ ನೀರು ಕುಡಿಸಿ ಆಟಕ್ಕಂತ ಪಕ್ಕದ ಮನೀ ಶಾಪುರ ಮಾಸ್ತರ ಅವರಂಗಳಕ್ಕ ಕಳಿಸಿ ಈಕಡೆ ಹೊರಳೊವಷ್ಟೊತ್ತಿಗೆ ಮೀರಾ ಕಾಕೂ ತನ್ನ ಖೋಲಿಯೊಳಗೇ ಎಡಕ್ಕ ಬಲಕ್ಕ ಒಗೆದು ಮಡಚಿಟ್ಟಿದ್ದ ರಾಶಿ ರಾಶಿ ಅರಿವೆ ಬಿಚ್ಚಿ ಹರಡಿಕೊಂಡು ಮಲಕೊಂಡು ಕೈಯೊಳಗೆ ನಾಲ್ಕು ಒಣ ಟಾವೆಲ್ ಉದ್ದಕ್ಕ ಜೋಡಿಸಿಕೊಂಡು ಹಿಡಿದು ಥೇಟ್ ಒಗಿಯೂ ಕಲ್ಲಿನ ಮ್ಯಾಲೇ ಧುಬಟೀ (ದುಪ್ಪಟಿ) ಎತ್ತೆತ್ತಿ ಬಡಿದು ಒಗಿಯುವ ಥರ ಕುಕ್ಕುವ ವಿಚಿತ್ರ ಕಾರ್ಯಕ್ರಮದೊಳಗ ಮಗ್ನ ಆಗಿದ್ದಳು! ಮೀರಾನ ಒಂದು ಕಣ್ಣಾಗ ನಗಿ, ಇನ್ನೊಂದು ಕಣ್ಣಾಗ ಬೆಂಕಿಯಂಥಾ ಉರಿಯ ಹಿಂದೇನೇ ಇಳಿದ ಸಂಕಟದ ನೀರು ಕಾಣಿಸಿತು. ಅಷ್ಟೇ ಅಲ್ಲ ಮೀರಾ ಕಾಕೂ ದನಿ ಎತ್ತಿಸಿ ಹಾಡತಿದ್ಲು. “ಚಂದಪ್ಪ ಚಂದಪ್ ಚಾರಿಕಾಯಿ ಬಟ್ಟಲ ತುಂಬ ಬಾರೀಕಾಯಿ ಅಕಡೆ ಒಂದು ಚೆಲ್ಲು ಇಕಡೊಂದು ಚೆಲ್ಲು...ನಮ್ಮವ್ವ ಬೈತಾಳ ನನಗೊಂದು ಚೆಲ್ಲ್...ಲಾಲಾಲಾಲಾ...”

ರಪಾ ರಪ್ ರಪಾ ರಪ್

ಆಯಿಯ ಎದೆಯೊಳಗೆ ಜ್ವಾಲಾಮುಖಿಯ ಕೆಳಗಿನ ಕೊತ ಕೊತ ಕುದಿಯುವ ಲಾವಾ ಹರಿದಾಡಿತ್ತು.

ಮನೆಯ ಹನುಮಪ್ಪ ದೇವರಿಗೆ ಇನ್ನೊಂದು ನಮಸ್ಕಾರ ಅರ್ಪಣ ಮಾಡಿ ಎಂದ ಕಣ್ಣು ತೆಗೆದು "ನನ್ನ ಕಡೆ ನೋಡತೀಯಪಾ ಹಣಮಪ್ಪಾ? ಇದೆಲ್ಲೀ ಶಾಪ ಬಡಕೊಂಡದ ನಮ್ಮನೀಗೆ, ನಕ್ಷತ್ರ ಜೋಡಿಯಂಥಾ ಗಂಡ ಹೆಂಡತಿ ಅವರು ಛಂದಾಗಿ ಬದುಕೂದು ಬ್ಯಾಡೇನೋ ಅಪ್ಪಾ... ಇದ್ಯಾವ ಶಿಕ್ಷಾ ಇದು ನನಗ. ಹೆಂಗ ತಾಳಲಿ? ಏನು ಮಾಡಿ ಬಗೀಹರಸಲಿ ನೀನೇ ಹೇಳು ನೋಡೋದಾಗವಲ್ತು ಇದನ್ನ" ಅಂತ ಕಣ್ಣಂಚಿನ ನೀರು ಒರಿಸಿಗೋತಿದ್ರು ಆಯಿ. ಅವರ ಅಹವಾಲೆಲ್ಲ ಆ ನಂಬಿದ ದೈವದ ಮುಂದೆ.

ಮೀರಾಕಾಕೂನ ಎರಡನೇ ಕೂಸು-ಹೆಣ್ಣುಕೂಸು-ಕೀರ್ತಿ. ಅದು ಹುಟ್ಟಿ ಮೂರೇ ದಿನಕ್ಕೆ ಸಿಡ್ಲು ಬಡಿದಿತ್ತು ದೊಡ್ಡಮನಿಗೆ. ಆತ್ಮಹತ್ಯಾ ಮಹಾಪಾಪ ಹೌದು. ಕಾರಣ? ಯಾರಿಗೆ ಗೊತ್ತು... ಮೀರಾಕಾಕೂಗ ಬಾಣಂತಿ ಸನ್ನಿ? ಅವರಿವರ ಮಾತು!

'ಪಲ್ಲಟ' ಸೃಷ್ಟಿಯ ನಿಯಮ. ಜಗನ್ನಿಯಾಮಕನ ಆಟ.

ಅದು ನಡೆಯೂದು ತನ್ನದೇ ಕಾಲಾಂತರದ ಲೆಕ್ಕಾಚಾರ ಹಾಕ್ಕೊಂಡು. ಥೇಟ್ ಕೀರ್ತಿಯಂಥ ಕೆಲವರ ರೂಪದಲ್ಲಿ. ಭಾರತೀಪುರದಿಂದ ಸಪ್ತ ಸಾಗರದ ಆಚೆ ಕಡೆ, ಸ್ವಂತಿಕೆ ಸಾಧನೆ, ಮಹತ್ವಾಕಾಂಕ್ಷೆಯ ಕಾನ್ಸಂಟ್ರೇಟ್ ಸೇರಿ ಮೂರ್ತಿವತ್ ಬೆಳದು ನಿಂತ ಹುಡುಗಿ ಕೀರ್ತಿ. ಅನಿಸಿದ್ದನ್ನು ಮಾಡೇಬಿಡುವ ಛಲ...!

ತಪ್ಪೇನಿಲ್ಲ. ಅದರೆ ಮನುಷ್ಯರ ಲೆಕ್ಕಚಾರವೇ ದೇವ್ರದೂ ಆಗಬೇಕು ಅಂತ ಎಲ್ಲಿದೆ?

*****

2020

ನ್ಯೂಯಾರ್ಕ್- ವೈಭೋಗ-ದುಡ್ಡು-ಬಿಂದಾಸ್

ಫೋರ್ ಟ್ವೆಂಟಿನೈನ್ ಡೌನ್ ಸಿಕ್ಕಿದ್ರೆ ಇಷ್ಟೊತ್ತಿಗೆ ಕೋಲಾ ಪಾರ್ಕ್ ಲೇನ್ ಬೊಲೆವಾರ್ಡ್ ಮುಟ್ಟಿ ಆಗಿರ್ತಿತ್ತು... ಹಾಕಿದ್ದ ಫರ್ ಜಾಕೆಟ್ ಚಳಿಯನ್ನ ಎಷ್ಟರ ಮಟ್ಟಿಗೆ ತಡೆದೀತೋ, ಇನ್ನೊಂದು ವಾರ್ಮರ್ ಹಾಕ ಬೇಕಿತ್ತೇನೋ ಅನಿಸುತ್ತಿದ್ದ ಕೀರ್ತಿ ಚಳಿ ಎಷ್ಟು ಡಿಗ್ರಿ ಎನ್ನುವ ಅಂದಾಜು ಮಾಡುತ್ತಿದ್ದಾಗಲೇ ಫೋರ್ ಫೈವ್ ಒನ್ ಆರೇಂಜ್ ಲೈನ್ ಬಂತು. ಖುಶಿಯೇ ಉಕ್ಕಿ ಈ ಮೆಟ್ರೊ ಅಂತೂ ಅವೆನ್ಯೂ ಒಳಗೇ ಇಳಸ್ತದ.

ಡಿಸೆಂಬರಿನ ಈ ಕೆಟ್ಟ ಥಂಡಿ ತಾನು ಇಲ್ಲಿ ಬಂದು ಹದಿನೈದು

ವರ್ಷ ದಾಟಿದ್ರೂ ರೂಢಿ ಬೀಳತಿಲ್ಲ ಛೇ... ಆದರೂ ಫೋರ್ ಫೈವ್ ಒನ್ ಆರೇಂಜ್ ಬಂತಲ್ಲಅಂತ ಮನಸ್ಸು ಹಿಗ್ಗಿ ಛಳಿನೂ ಮರೆತು ಬಾಗಿಲು ಹಿರಿದಾಕ್ಷಣ ಒಳಗೆ ನುಗ್ಗಿದರೆ ಮೂರನೇ ಸೀಟಿನ ಮ್ಯಾಲೆ ಡ್ಯಾನಿ ಕೂತಿದ್ದು ಕಾಣಿಸಿ ಪರಮಾಶ್ಚರ್ಯ ಖುಶಿ ಎರಡೂ ತಂದದ್ದಕ್ಕೆ ಕೀರ್ತಿ "ಹೇಯ್ ವಾಟ್ಟೆ ಸರ್‌ಪ್ರೈಸ್ ಯೂ ಹಿಯರ್?" ಅಂತ ಉದ್ಗರಿಸಿ ಡ್ಯಾನಿಯ ಬಾಜೂಕೇ ದಗ್ಗ್ ಅಂತ ಕುಕ್ಕರಿಸುವಷ್ಟೊತ್ತಿಗೆ ಮೆಟ್ರೋ ಆಗಳೇ ಬೀಪ್ ಟಿಂಗ್ ಅಂದು ಮುಗಿಸಿ ಮೂರು ಮೈಲು ಓಡಿತ್ತು.

"ಹೇ ವ್ಹೇರೀಸ್ ಯುವರ್ ಮರ್ಸಿಡಿಸ್? ಮ್ಯಾನ್..."

ಡ್ಯಾನಿ ನಕ್ಕ."ಸೋಲ್ಡಿಟ್, ಮಾರಿದೆ"

"ಕಮಾನ್ ಚಾಷ್ಟೀ ಬ್ಯಾಡ..."

"ಇಲ್ಲಲೇ...ಮೇಘನಾದ್ ಎರಡು ವಾರ ಕಾರು ಬೇಕು ಅಂತ ಕೇಳಿದ್ದಾ, ಕೊಟ್ಟೆ. ಅಂವಗ ತಮ್ಮಪ್ಪ ಅಮ್ಮನ್ನ ಲಾಸ್ ವೆಗಸ್ ಟ್ರಿಪ್ ಒಯ್ಯೊದಿತ್ತು. ನಿನ್ನ ಕಾರು ಅವರಿಗೆ ಕಂಫರ್ಟೇಬಲ್ ಆಗ್ತದ ತಾ ಅಂದ.."

ಕೀರ್ತಿಗೆ ಗೊತ್ತಿತ್ತು ಮೇಘ ಇದ್ದಿದ್ದಿಲ್ಲ ಅಂದ್ರೆ ಡ್ಯಾನಿ ಅಮೇರಿಕಾದಲ್ಲಿ ಕಾಲೂರಲಿಕ್ಕೇ ಆಗತಿರಲಿಲ್ಲ. ಅವನೇ ಇವನನ್ನ ರೆಫರ್ ಮಾಡಿ ಮೂರು ಟರ್ಮಿನ ಪ್ರಾಜೆಕ್ಟಿನ ಸಲುವಾಗಿ ಕರಿಸಿದಂಥ ಗೆಳೆಯ.

ಡ್ಯಾನಿ ಅರ್ಥಾತ್ ದಿನೇಶ

ಇವಳಿಗೆ ಸಿಕ್ಕದ್ದು ಮೇಘನ ಮನೆಯಲ್ಲೇ. ಇಬ್ರೂ ಬ್ಯಾಚುಲರ್ಸ್. ಮನಸಿಗೆ ಬಂದ ಗೆಳೆಯ ಗೆಳತಿಯರನ್ನ ಹಾಕ್ಕೊಂಡು ವೀಕೆಂಡ್ ಪಾರ್ಟಿ ಗುಲ್ಲು ಎಬ್ಬಿಸವ್ರು. ಅಂಥ ಒಮ್ಮೆ "ಇವ ನೋಡು ಡ್ಯಾನಿ... ನಿಂದೇ ಪ್ಲಾಟ್‌ಫಾರ್ಮ್ ಮೇಲೆ ಕೆಲಸ ಮಾಡ್ತಾನ. ಯೂ ವಿಲ್ ಸೂನ್ ಬೀ ಫ್ರೆಂಡ್ಸ್" ಅಂದಿದ್ದ. ಅವತ್ತು ಶುರುವಾಗಿತ್ತು ಆ ಸಖ್ಯ.

ಫೊರೆಮೊನ್ ಅಡ್ವೆಂಚರ್ಸ್‌ನ ಟೆಕ್ ಸಪೋರ್ಟ್ ಪ್ರಾಜೆಕ್ಟಿನ ಹೊತ್ತಿಗೆ ಅಲ್ಲಿ ಸೇರಿದ ಇಬ್ರದ್ದೂ ಒಂದೇ ಟೆಕ್ನಾಲಜಿ ಎಕ್ಸಪರ್ಟೀಸು, ಅದು ಮೂರು ವರ್ಷದ ಆಯಸ್ಸು ನಡೆಸಿ ಈಗ ಮುಗಿಯಲಿಕ್ಕೆ ಬಂದಿತ್ತು.

ಪ್ರಾಜೆಕ್ಟಿನಷ್ಟೇ ವೇಗದಲ್ಲಿ ಅವರಿಬ್ಬರ ಸಾಮೀಪ್ಯ ಸಾಂಗತ್ಯ ಬೆಳೆದು ಕೀರ್ತಿ ಡ್ಯಾನಿ ಅಫೇರ್ ಬಹಳ ಗುಟ್ಟು ಗುಟ್ಟೇನೂ ಉಳಿಲಿಲ್ಲ.

ಇಬ್ಬರದೂ ರಿಂಗ್ ಎಕ್ಸಚೇಂಜ್ ಮದುವೆ ಸಲುವಾಗಿ ಆಫೀಸಿಗೆ ಹೋಗಿ ಫಾರ್ಮಾಲಿಟೀಸ್ ಮಾಡುವುದಷ್ಟೇ ಉಳಿದಿತ್ತು. ಅದು ಫಾರ್ಮಾಲಿಟಿ

ಅಷ್ಟೆ. ಕೀರ್ತಿಯ ಬೆಡ್ ರೂಮಿನ ಕ್ವೀನ್ ಬೆಡ್ಡು ಡ್ಯಾನಿಯನ್ನ ತನ್ನ ಹತ್ತರ ಅಂವಗೂ ಅಕಿಗೂ ಬೇಕಾದಾಗಲೆಲ್ಲ ಖುಶೀಲೇ ಮೈ ಚಾಚಿ ಸ್ವಾಗತ ಮಾಡ್ತಿತ್ತು. ಅವರಿಬ್ಬರ ಸೆಕ್ಸ್ ಆಟದ ಪ್ರಯೋಗಗಳ ವೈಭವ ಹೇಳುವುದಾದರ ದಿನೇಶ್ ವಾತ್ಸಾಯನಗೇನೇ ಪಾಠ ಹೇಳೋವಷ್ಟು ಜಬರ್ದಸ್ತ್ ಆಸಾಮಿ. ಅವನ ಬಲಿಷ್ಠ ಮೈ ಹುರಿಗಟ್ಟಿ ತಯಾರಾದರೆ ಕೀರ್ತಿ ಭೂಮಿ ಪಾತಾಳ ಅಕಾಶ ಎಲ್ಲಾ ಒಂದಾದ ಸುಖದೊಳಗ ತೇಲಿ ತೇಲಿ... ಒಂದು ವಾರ ಇಲ್ಲಿ ಇನ್ನೊಂದು ವಾರ ಅಲ್ಲಿ. ಮೈ ಮನಸ್ಸು ತಣಿದು ಥಣ್ಣಗಾದ ಮ್ಯಾಲೆ ಲಗ್ನ ಒಂದು ಜವಾಬ್ದಾರಿ ಆಗಿಬಿಡೂದು ಸುಳ್ಳಿರಲಿಕ್ಕಿಲ್ಲ.

ದಿನೇಶನ್ನ ಡ್ಯಾನಿ ಮಾಡಿ ಕರೆದಾಕಿ ಕೀರ್ತಿನೇ."ಏನೋಪಾ ನೀ ನನಗ ಡ್ಯಾನಿ ಡೆಂಜೊಂಪಾನ ಇಂಪ್ರೂವ್ಡ್ ವರ್ಷನ್ ಥರ ಕಾಣಸ್ತೀ." ಅನ್ನುವಳು.

"ಯಾವ ಡ್ಯಾನಿ? ಹೋದ ಶತಮಾನದ ಹಿಂದೀ ಸಿನೆಮಾದವ ಹೌದಿಲ್ಲ?"

"ಹೂಂ ಅವ್ನೇ"

"ನಿನ್ನ ತಲಿ" ದಿನೇಶನ ನಗಿ ಕೀರ್ತಿಗೆ ಭಾಳನೇ ಇಷ್ಟ.

ಇಂಥಾ ನಗಿ ಆಕಾಶದ ನಕ್ಷತ್ರಗಳನ್ನೆಲ್ಲ ತಂದು ತಂದು ಉಡಿತುಂಬಿ ಇಟ್ಟ ಗುದಗುದಿಯಲ್ಲೇ ಮೂರು ವರ್ಷ ಕಳೆದಿದ್ದು ಗೊತ್ತೇ ಆಗಿಲ್ಲ.

ಒಂದು ಬುಧವಾರ ಸೂರ್ಯ ಹೆಚ್ಚೇ ಉಜ್ವಲ ಆಗಿದ್ದ ಅನಿಸುವಂಥ ಬೆಳಗು. ಸಂಜೆ ಹೊತ್ತಿಗೆ ಬಂದ ಸಮಾಚಾರಕ್ಕೆ ಎದೆಮನಸ್ಸಿನ ಹೂವು ಎಲ್ಲಾ ಅರಳಿ ಕುಣಿದಿದ್ದುವು. ಇನ್ನು ತಡ ಯಾಕ? ಜೀವನ ಸೆಟಲ್ ಆಗಬೇಕಿರುವ ಸಾಮಗ್ರಿ ಕೈಗೆ ಬಿದ್ದಿತ್ತು. ಗ್ರೀನ್ ಕಾರ್ಡ್... ತನ್ನ ವಯಸ್ಸೂ ಸಣ್ಣದಿಲ್ಲಲ್ಲ ಈಗ?

ಡ್ಯಾನಿಗೆ ಫೋನ್ ಮಾಡಿ

"ಬಾ ಇಲ್ಲಿಗೆ" ಅಂದಿದ್ದಳು

"ಯಾಕ?"

"ಸೆಲೆಬ್ರೇಟ್ ಮಾಡೂಣು ಎರಡೆರಡು ಖುಶ್ ಖಬರಿ ನಂದು" ಅಂದಳು.

ಕೀರ್ತಿಗೆ ತನ್ನ ಜಾಬ್ ಪರ್ಮನೆಂಟ್ ಆಗಿದ್ದನ್ನು ಹೇಳುವ ಉಮೇದು.

ಸಂಜೆ ರಾತ್ರಿ ಎರಡೂ ಉಕ್ಕೇರಿ ಹರಿದವು... ಖರೆ ಡ್ಯಾನಿ ಮಾತ್ರ ಎಂದಿನ ಜೋಶ್ ಇಲ್ಲದೆ ಸಪ್ಪಗಿದ್ದ.

"ಏನಾತು?" ಅಂದಳು

"ಪ್ರಾಜೆಕ್ಟ್ ಮುಗೀತಲ್ಲ.. ನನ್ನ ಹೈರ್ ಮಾಡಿದ್ದ ಕಾಂಟ್ರಾಕ್ಟನ್ನ ನಮ್ಮ ಕಂಪನಿ ಮುಂದುವರಿಸಲಿಲ್ಲ. ಆಯ್ ಹ್ಯಾವ್ ಟು ಗೋ ಬ್ಯಾಕ್ ಟು ಇಂಡಿಯಾ"

"ಡ್ಯಾನಿ... ಎಂಥಾ ಶಾಕಿಂಗ್ ಸುದ್ದಿಯೋ ಇದು?"

ದಿನೇಶ್ ಸುಮ್ಮನೆ ಕೂತಿದ್ದ.

"ಯಾವಾಗ ಹೋಗ್ತೀ ತಿರುಗಿ ಮತ್ತ ವಾಪಸ್ ಬರೂದು ಯಾವಾಗ?"

"ಇದೇ ಬುಧವಾರ. ಅಮ್ಮಾ ನನಗಂತ ಕನ್ಯಾ ನೋಡಿ ಇಟ್ಟು ಭಾಳ ದಿನ ಆಯ್ತು. ಟೀ ಎಸ್ಟೇಟ್ ಮಾಲೀಕನ ಮಗಳು ಹುಡುಗಿ. ಸೋ ಇನ್ನ ವಾಪಸ್ ಅಂತೂ ಬರಂಗಿಲ್ಲ ನಾ. ಆ ಕನ್ಯಾ ಜೊತಿಗೆ ಲಗ್ನ ಮಾಡ್ಕೊಂಡು ಅಲ್ಲೇ ಸೆಟ್ಲ್ ಆಗ್ತೀನಿ."

ಎದೆ ಧಸಕ್ಕಂತು ಕೀರ್ತಿಗೆ,

ಇವನು ಇಷ್ಟು ವರ್ಷ ತನ್ನ ಜೋಡಿ ಮಾಡಿದ್ದು ಬರೇ ಟೈಂ ಪಾಸ್?!

ನಾಚಿಕಿಲ್ಲದವ. ಅದರಲ್ಲೂ ಇವತ್ತು ತನ್ನ ಯೂರಿನ್ ಟೆಸ್ಟಿಂಗ್ ಕನ್ಫರ್ಮ್ ಮಾಡಿದ ಸುದ್ದಿಯ ಗತಿ?

"ಡ್ಯಾನೀ... ಯೂ... ಯೂ... ಯೂ "

ಕೀರ್ತಿ ಚೀರಿದ್ದು ಆ ಮಲ್ಟಿ ಸ್ಟೋರೀ ಬಿಲ್ಡಿಂಗಿನ ಗೋಡೆಗಪ್ಪಳಿಸಿ ಹೊರಳಿ ಬಂತು.

"ಕಮಾನ್ ಬೇಬ್.. ನಿನಗ ಸೆಕ್ಸ್ ಬೇಕಿತ್ತು ನನ್ನ ಉಪಯೋಗ ಮಾಡ್ಕೊಂಡಿ, ವ್ಹಾಯ್ ಸ್ಕ್ರೀಮಿಂಗ್ ನೌ?"

ಕಣ್ಣಿನ ಮುಂದೆ ಕರೀ ಪಟ್ಟಿ ಹಾಕಿದ ಅನುಭವ ಕೀರ್ತಿಗೆ ಇಲ್ಲ, ಇರ್ಲಿಕ್ಕಿಲ್ಲ ಚಾಷ್ಟೀ ಮಾಡೂ ಸ್ವಭಾವ ಇವನದು.ಅದೇ ಇದ್ದೀತು.

ಖರೆ ಹಾಗಿರಲಿಲ್ಲ. ಅವನದು ಚಾಷ್ಟೀ ಅಲ್ಲ.

"ನೀನೂ ಇನ್ಯಾರ್ನರೆ ನೋಡಿ ಅವನ ಕೈಲೆ ಕೊಳ್ಳಾಗೊಂದು..."

ಕೀರ್ತಿಯ ಕೈ ಡ್ಯಾನಿಯ ಕಪಾಳಕ್ಕೆ ಬೀಸಿ ಅಪ್ಪಳಿಸಿತು.

"ಯೂ ಬಿಚ್..." ಡ್ಯಾನಿ ಭುಸುಗುಡ್ತ ಬಾಗಿಲು ಹಾರಿ ಹೊರಬಿದ್ದ.

ಕಣ್ಣೊಳಗೆ ತುಂಬಿದ್ದು ನೀರೇ ಹೌದೇನೊ ಅನಿಸಿದರೂ ಅದೇನಾದರೂ ಕೆಳಗ ಬಿದ್ದರೆ ತನ್ನನ್ನು ಇಷ್ಟು ರೀತಿಯಲ್ಲಿ ಸಪೋರ್ಟ್ ಮಾಡಿ ದುಡ್ಡಿಗೆ ಏನೂ ಕಡಿಮೆ ಆಗಗೊಡಿಸದೆ ಈ ದೇಶಕ್ಕ ಹಾರಿ ಓದಿ ಬರೆದು ನೌಕರಿನೂ ಮಾಡಲಿಕ್ಕೆ ಬೆಂಬಲ ಕೊಟ್ಟ ಆಯಿ, ರಾಘಣ್ಣ ಮಾಮಾ ಕಣ್ಣೆದುರೇ ಅಡ್ಡ ನಿಂತು

ಹರಿಯಬೇಕಿದ್ದ ಕಣ್ಣ ಕುಳಿಯೊಳಗಿನ ಪ್ರವಾಹಕ್ಕೆ ಗೋಡೆ ಕಟ್ಟಿ ತಡೆದುಬಿಟ್ಟಿದ್ದರು.

ಇಲ್ಲಿಗೆ ಹೊರಟು ನಿಂತಾಗ ಆಯಿ ಘಟ್ಟಿಯಾಗಿ ತಬ್ಬಿ ಹಿಡಕೊಂಡು" ಹುಟ್ಟಿದ ನೆಲಾ ಬಿಟ್ಟು ಕಟ್ಟಿ ಕರಿಯುವ ನೆಲಕ್ಕ ಹೊರಟೀದಿ ಹುಡುಗೀ.. ನಿನ್ನ ಪದರು ಸ್ವಚ್ಛ ಉಳಿಯುವಂಗ ನೋಡಿಕೋ. ನಾವೆಲ್ಲ ಮ್ಯಾಲೆ ನೋಡುವಂಗ ಆದರ ಸಾಕು" ಅಂದಿದ್ದ ಮಾತು..!

ಎಷ್ಟು ಸೂಕ್ಷ್ಮ ಈ ಆಯಿ? ಯಾರ ಮನಸು ಹೆಂಗಂತ ಯಾವ ದುರ್ಬೀನಿಟ್ಟು ನೋಡತಾಳೋ. ಇವರೆಲ್ಲ ತನ್ನ ಉಡೀತುಂಬ ಸ್ವಾತಂತ್ರ್ಯ ತುಂಬಿ ಕಳಿಸಿದ್ದರು. ತಾನು ಮಾಡಿದ್ದೇನು!

*****

1979

ಭಾರತೀಪುರ,

ವಿಷಾದ-ವ್ಯಥೆ- ವೇದನೆ

ಸೀಮಾಕಾಕೂ ಸಾಲಾಗಿ ಮೂರು ಹೆತ್ತು ಹಾಕಿ ಅದರೊಳಗಿನ ಎರಡು ಅಂದರ ಗೋವಿಂದ, ರಾಘು, ಇಬ್ರೂ ಬೆಳೆದದ್ದೇ ಆಯೀ ಉಡಿಯೊಳಗ. ಮೂರನೇ ಹೆರಿಗೆ ಆದ ಎಂಟು ದಿನ ಆಗಿರಬೇಕು, ಒಂದು ಭಯಂಕರ ಅನಾಹುತ ನಡೀತು. ಅದಕ್ಕೆ ಆಗೆಲ್ಲ ಬಾಣಂತಿ ಸನ್ನಿ ಅಂತಿದ್ದರು ಈಗಾಗಿದ್ರ ಪೋಸ್ಟ್ ಪಾರ್ಟಮ್ ಡಿಪ್ರೆಶನ್ ಅಂತ ಸರಳ ಹೇಳಿ ಆರೆಂಟು ತಿಂಗಳು ಗುಳಿಗೀ, ಸಿರಪ್ಪು ಏನಾರೆ ಕೊಟ್ಟು ಕಡಿಮಿ ಮಾಡಿಬಿಡತಾರ. ಆದರೆ ಆಗ ಅದೇನಾಗಲಿಲ್ಲ. ಮೀರಾ ಕಾಕೂ ಎರಡನೇ ಹೆಣ್ಣು ಕೂಸು ಹೆತ್ತ ಮ್ಯಾಲೆ, ಮೂರನೇ ದಿನಾನೇ ಬಾಣಂತೀ ಖೋಲಿ ಒಳಗೇ ಮ್ಯಾಲಿನ ಜಂತಿಯ ತೊಲಿಗೆ ತನ್ನದೇ ಕಾಟನ್ ಸೀರೀ ಬಿಗಿದು ನೇಣು ಹಾಕ್ಕೊಂಡ ಘಟನಾ ಇಡೀ ಮನಿ ಜನರನ್ನು, ಮನಿತನಾನೇ ಬುಡಮಟ್ಟ ಅಲ್ಲಾಡಿಸಿಬಿಟ್ಟಿತ್ತು.

ಊರ ಮಂದಿಯೊಳಗ ಮುಂದಿನ ಸಾಲಿನೊಳಗ ಎದ್ದು ನಿಲ್ಲುವ ಈ ವ್ಯಕ್ತಿತ್ವಗಳೆಲ್ಲಾ ಮೀರಾ ಕಾಕೂನ ಆತ್ಮಹತ್ಯಾ ಪ್ರಯತ್ನದ ಪ್ರಕರಣದ ಬೆಂಕಿ ಬಿಸಿಲಿಗೆ ಬಾಡಿ ಕಮರಿ, ಒಳಗೊಳಗೇ ಕುಗ್ಗಿದರು. ಜನರ ಬಾಯಿ ಮುಚ್ಚಿಸುವವರು ಎಲ್ಲಿದ್ದಾರ? ನೂರು ಜನ ಸಾವಿರ ಮಾತು.

ಎಲ್ಲಾ ಖರೆ, ಆದರ...

ಹಾಂ...ಹಾಂ ಮೀರಾ ಕಾಕು ಏನು ಸತ್ತಿರಲಿಲ್ಲ. ಅವತ್ತು ಅಕಸ್ಮಾತ್, ಬಾಣಂತಿ ಖೋಲಿಗೆ ಒಗದು ಹಾಕಿದ್ದ ಬಟ್ಟೀ ಮಡಿಚಿಡಲಿಕ್ಕೆ ಬಂದಿದ್ದ

ಕೆಲಸದಾಕಿ ಶಂಕ್ರವ್ವ ಒಳಗ ಕಾಲಿಡೋ ಹೊತ್ತಿಗೆ ಕಾಕು ಕುತ್ತಿಗಿಗೆ ಸೀರೀ ಗಂಟು ಬಿಗಿದು ಇನ್ನೇನು ಜಂತಿಗೆ ಜೋತಾಡಬೇಕು ಅನ್ನೂ ದೃಶ್ಯ ಕಣ್ಣಿಗೆ ಬಿದ್ದು, ಎದೆ ಒಡದಂಗಾಗಿ ಚಿಟ್ಟನೆ ಚೀರಿದ್ದಕ್ಕ ಆಯಿ ಮೊದಲು ಮಾಡಿಕೊಂಡು ಮನ್ಯಾಗಿದ್ದ ಗಂಡಸರೆಲ್ಲಾ ಆ ಧಡಪಡಿಸಿ ಅಲ್ಲಿಗೆ ಧಾವಿಸಿದರು. ಬಂದು ಮೂರೂ ಸಂಜೀ ಹೊತ್ತಿಗೆ ನಡೆದ ಈ ದುರ್ಘಟನಾ ತಪ್ಪಿಸಿದ್ರು, ಇಲ್ಲಂದ್ರ ಅವತ್ತು ಮೀರಾ ಕಾಕೂ ದೇವರ ಪಾದ ಸೇರೋದು ಗ್ಯಾರಂಟೀನೇ ಇತ್ತು.

ಇದು ಏನೋ ಹೌದು, ಆದರೆ ನಾನೀಕಾಕಾ ಅಂದ್ರ–ಮೀರಾ ಕಾಕೂನ ಗಂಡ– ಈ ಆಘಾತಕ್ಕೆ ಕುಸಿದು ಕಂಗಾಲಾಗಿಬಿಟ್ಟರು. ಆವತ್ತಿನ ಉರುಳು ಕಾಕೂನ ಪಾಲಿಂದಷ್ಟೇ ಆಗಿರಲಿಲ್ಲ. ಕಾಕಾನೂ ಕಣ್ಣಿಗೆ ಕಾಣದ ಉರುಲಿನ್ಯಾಗ ಕುತಿಗೀ ಕೊಟ್ಟವರಾಗಿಬಿಟ್ಟಿದ್ರು. ಇದೆಲ್ಲಾ ಯಾಕ ಹಿಂಗಾತು ಯಾರಿಗೂ ತಿಳಿವಲ್ದು.

ಅವತ್ತ ಮ್ಯಾಲೆ ಜೋತಾಡುವ ಉರುಳಿನ ಕುಣಿಕೀಲೆ ಬಿಡಿಸಿ ಕರಕೊಂಡು ಕೆಳಗ ತಂದಂಥಾ ಮೀರಾ ಕಾಕೂ ಅದೇ ಕ್ಷಣದಾಗ ತನ್ನ ಮಕ್ಕಳದೇ ಗುರುತು ಹಿಡೀಲಾರದ ಅವಸ್ಥಿಗೆ ಬಂದು ಬಿಟ್ಟಿದ್ದಳು. ಯಾಕ ಬಂದ್ಲು? ಏನಾತು? ಯಾಕಾಯ್ತು? ಯಾರಿಗೂ ಹೊಳೀಲಿಲ್ಲ ಮೊದಲೇ ಬೆಳ್ಳಿ ಬಟ್ಟಲದಂಥಾ ತನ್ನ ದೊಡ್ಡ ದೊಡ್ಡ ಕಣ್ಣು ಗರ್ ಗರ್ ತಿರುಗಿಸಿ ಕೂದಲಾ ಬಿಚ್ಚಿ ಹರಿವಿಕೊಂಡು ಮುಖಾ ಮಾರಿ ಎಲ್ಲಾ ತನ್ನದೇ ಉಗುರು ಹಚ್ಚಿ ಚೂರಿಕೊಂಡು ರಕ್ತ ಕಿತ್ತು ಬಂದು ಹರಿದು ಬಂಬಾಳ... ಆ ರೂಪ ಎಷ್ಟು ಭಯಂಕರ ಇತ್ತಂದ್ರ ಮಕ್ಕಳು ಬಿಡ್ರಿ, ಮನ್ಯಾಗಿನ ದೊಡ್ಡವ್ರು ಸಹ ಬೆಚ್ಚಿ ಥರ ಥರ ನಡುಗಿದ್ದು ಸುಳ್ಳಲ್ಲ...ಮೈ ಮ್ಯಾಲಿನ ಬಟ್ಟೆ ಸುದ್ದಾ ಖಬರಿಲ್ಲ, ತನ್ನ ಹಾಸಿಗೆ ಮಂಚ ಬಿಟ್ಟು ಕೆಳಗ ಉರುಳಿ ಬಾಣಂತಿ ಖೋಲೀ ತುಂಬ ಉರಳಾಡಲಿಕ್ಕೆ ಹತ್ತಿದ ಮೀರಾನ್ನ ಸಂಭಾಳಸಲಿಕ್ಕೆ ಗದಿಗೆಪ್ಪನ್ನ ಕರಸಬೇಕಾತು.. ಗರಡೀ ಸಾಮು ಮಾಡಿದ ಗದಿಗೆಪ್ಪ ಹೆಡಮುರಿಗೇ ಹಾಕಿ ಕೆಳಗ ಒತ್ತಿ ಹಿಡದ ಮ್ಯಾಲೆ ಸುಮ್ಮನಾಗಿ ಹಿಡತಕ್ಕೆ ಬಂದ್ಲು ಮೀರಾ ಕಾಕೂ. ಆಮ್ಯಾಲೆ ಸುರೂ ಆದದ್ದೇ ಮಗಿಮಳಿ ಹರಕೊಂಡು ಬಿದ್ದಂಥಾ ಅಳು...ಮುಂದ ಹಗಲೂ ರಾತ್ರಿ ಅಳು, ಅಳು ಮತ್ತ ಅಳು ಅಷ್ಟೇ.

ಮನೀ ಹತ್ರ ಒಬ್ಬರೇ ಒಬ್ರು ಡಾಕ್ಟರ್ ಸಂಬರಗಿ– ಅವರು ಬರೇ ಆಯುರ್ವೇದ ವೈದ್ಯ. ಎಂಬಿಬಿಎಸ್ ಏನಲ್ಲ. ಆದರೂ ಏನೋ ಒಂದು ಪುಡಿ ಕೊಟ್ಟು ಮಾಯಿ ಅದನ್ನ ಮೀರಾಗ ತಿನಸಬೇಕಾದ್ರ ಸಾಕು ಸಾಕಾಗಿ ಹೋಯಿತು. ಎಲ್ಲಾರನೂ ಕಿತ್ತಿ ಕಿತ್ತಿ ಎಳದು ಒಗಿಲಿಕ್ಕೆ ಹತ್ತಿದ್ಲು ಕಾಕು. ಏನೋ ಒಂದು ಮಾಡಿ ಆಕೆಗೆ ನಿದ್ದಿ ಹತ್ತಿದ ಮೇಲೆ ಎಲ್ಲಾ ಸಮಾಧಾನದ ಉಸಿರು

ಬಿಟ್ಟಿದ್ರು. ಆದರೂ ಹಿಂಗ್ಯಾಕಾತು? ಇದೇ ಯಕ್ಷಪ್ರಶ್ನೆ ಆಗಿ ಧುತ್ತಂತ ಕಣ್ಣೆದುರಿಗೆ ನಿಂತುಬಿಟ್ಟಿತ್ತು.ಹೌದು, ಅದು 'ಪೋಸ್ಟ್ ಪಾರ್ಟಮ್ ಡಿಪ್ರೆಶನ್' ಅಲ್ಲದೆ ಇನ್ನೇನೂ ಆಗಿದ್ದಿಲ್ಲ. ಆದರೆ ಮಹತ್ವ ಏನು ಅಂದರೆ ಪ್ರಪಂಚ ಇನ್ನೂ ಸಾಕಷ್ಟು ಮೂಢನಂಬಿಕೆಗಳನ್ನೇ ಉಸಿರಾಡ್ತಿದ್ದಂಥಾ ಕಾಲ ಅದು. ಸಾವಿರದೊಂಭೈನೂರಾ ಎಪ್ಪತ್ತರ ದಶಕದ ಕಾಲ. ಮೆಡಿಕಲ್ ಜಗತ್ತು ಇನ್ನೂ ಕಣ್ಣು ಬಿಟ್ಟು ತಾನು ಏನು ಕಂಡು ಹಿಡೀತೀನಿ ಅನ್ನುವ ಪ್ರಯೋಗಗಳನ್ನ ಮಾಡ್ತಿದ್ದಂಥಾ ಕಾಲ. ಅಂಥಾ ಸೀರಿಯಸ್ ಅನ್ನುವ ಸಂದರ್ಭ ಬಂದರೆ ಮಾತ್ರ ಹೆರಿಗೆ ಸಲುವಾಗಿ – ಅಲ್ಲೊಂದು ಇಲ್ಲೊಂದು ಅಂತ ಊರಿಗೊಂದೋ ಎರಡೋ ಇದ್ದಿರುತ್ತಿದ್ದ ನರ್ಸಿಂಗ್ ಹೋಮಿಗೆ ಕಾಲು ಇಡ್ತಿದ್ದಂಥಾ ಟೈಮು. ಇಲ್ಲಾಂದ್ರೆ ಇಂದಿರಾಬಾಯಿ ಅನ್ನೋ ಅನುಭವೀ ಸೂಲಗಿತ್ತಿ ಮನಿ ಹೆಣ್ಣುಮಕ್ಕಳಿಗೆಲ್ಲಾ ಮಾತೃತ್ವ ಕಾಣುವ ಸಮಯದ ಅಶ್ವಿನಿ ದೇವತೆ...ಇಂದಿರಾಬಾಯಿ ಬಂದರೆ ಸಾಕು ಡೆಲಿವರೀ ನೋವು ತಿಂತಿದ್ದ ಬಸರೆಣ್ಣು ಮಗಳು "ಆಆ...ಆಆ...ಬಂದ್ರ್ಯಾ" ಅಂತ ಸಮಾಧಾನಪಟ್ಟು ನಿಶ್ಚಿಂತಿಯಿಂದ ತನ್ನ ಕೂಸು ಹೆತ್ತುಬಿಡುತ್ತಿದ್ಲು. ಮೀರಾ ಕಾಕೂನೂ ಇಂದಿರಾಬಾಯಿ ಸುಪರ್ದಿಯೊಳಗ ತನ್ನೆರಡೂ ಮಕ್ಕಳ ಹೆತ್ತು ಮುಗಿದಿತ್ತು. ಆದರೆ ಈ ಸಲ ಹಡದು ಎಂಟೇ ದಿನದೊಳಗ ಈ ಕಥೆ!

"ಅಯ್ಯಯ್ಯಾ, ಇದು ಬಾಣಂತೀ ಸನ್ನಿ. ಇಕೀ ಉಳೀತಾಳೊ ಇಲ್ಲೋ ಗೊತ್ತಿಲ್ಲ. ಮಂತ್ರಾ ಹಾಕಸರಿ, ಮಸೀದಿಗೆ ಕರ್ಕೊಂಡು ಹೋಗಿ ತಾಯತನರೇ ಕಟ್ಟಸರಿ ಏನರೆ ಮಾಡ್ರಿ..." ಅಂತ ಕೈ ಝಾಡಿಸಿಬಿಟ್ಟರು. ಆ ಅಶ್ವಿನಿ ಮಾತೆ. ಮನಿಯೊಳಗೆ ಸಾಕಷ್ಟು ಕಲಿತು ದೊಡ್ಡ ದೊಡ್ಡ ಪರೀಕ್ಷಾ ಪಾಸು ಮಾಡಿದ ಮಾಡಿದ ಸದಸ್ಯರಿದ್ದದ್ದು ಸುಳ್ಳಲ್ಲ ಆದರೆ ಮನೆತನದಲ್ಲೇ ಎಂದೂ ನಡೆದಿಲ್ಲದ ಈ ವಿಚಿತ್ರಕ್ಕೆ ಅದೇನು ಮಾತಾಡಬೇಕೋ ಬ್ಯಾಡೋ ಏನು ಹೇಳಿದರೆ ಏನು ಪರಿಣಾಮ ಆದೀತೋ ಅನ್ನುವ ಕನ್ಫ್ಯೂಷನ್ನಿನಲ್ಲಿ ಒದ್ದಾಡಿದರು. ಇಂಥಾದ್ದರಲ್ಲಿ ಪುಣೆ ಶಹರ ಹತ್ತಿರ, ಅಲ್ಲಿಗೇ ಕರ್ಕೊಂಡು ಹೋಗಿ ದೊಡ್ಡ ಡಾಕ್ಟರಿಗೆ ತೋರಸಬೇಕು ಅನಿಸಿದ್ದು ಆಯಿಗೆ. ಆದರೆ ಎಂಟು ದಿನದ ಹಸಿ ಬಾಣಂತಿ. ಕೂಸು ಕೀರ್ತಿ ಅತ್ತತ್ತು ಮೊಲೆ ಹಾಲಿಲ್ದೆ ಸತ್ತು ಹೋದರೆ ಏನು ಅನ್ನುವ ಚಿಂತಿ... ಹಗಲೂ ರಾತ್ರಿ ಹಾಂ... ಹಾಂ ಅಂದ ಬಾಯಿ ಮುಚ್ಚಲಾರದೆ ಕಿರುಚಿಗೊಳ್ಳಿತ್ತು ಅದೇ ಹುಟ್ಟಿದ ಕಂದ. ಅದಕ್ಕೇನು ಗೊತ್ತು ತನ್ನ ಅಮ್ಮನ ತಲಿಯೊಳಗ ಯಾವುದೋ ಗುಪ್ತ ಝಂಝಾವಾತ ಬಿರುಗಾಳಿ ಎಬ್ಬಿಸಿ, ಬಾಣಂತನದ ಅತಿ ರಕ್ತಸ್ರಾವದ ಪರಿಣಾಮ ಈ ಥರ ಆಗಿರ್ತದ ಅಂತ. ಆಕೀ ಮೈಮ್ಯಾಲಿನ ಕಂಟ್ರೋಲ್ ಹಳ್ಳಾ ಹಿಡಕೊಂಡು ಹೋತು ಅನ್ನೋದು!

ಕೆಲವು ಪ್ರಶ್ನೆಗಳಿಗೆ ಉತ್ತರ ಕೆಲವರಿಗೆ ಮಾತ್ರ ಗೊತ್ತಿರತದ. ನಾನಿಕಾಕಾ ಒಬ್ಬರೇ ಯಾವಾಗ ಸಿಗತಾರಂತ ಪಾಳ್ತಿ ಇಟ್ರ್ರ ಆಯಿ. ಅದೇ ವಿಚಿತ್ರ, ಮೀರಾಕಾಕೂ ತಲಿಮ್ಯಾಲೆ ಪರಿಣಾಮ ಆಗಿ ಪ್ರಾಣ ಕಳ್ಕೊಳ್ಳಿಕ್ಕೆ ನೋಡಿದ ಘಳಿಗಿಯಿಂದನ ಕಾಕಾ ಒಂದು ನಮೂನೆ ಬಿಹೇವ್ ಮಾಡ್ತಿದ್ರು ಅನ್ನುವುದನ್ನ ಗಮನ ಇಟ್ಟು ಪರೀಕ್ಷಾ ಮಾಡಿದ ಆಯಿ ಇನ್ನ ಸುಮ್ಮನೆ ಕೂಡುವುದರಲ್ಲಿ ಅರ್ಥ ಇಲ್ಲ ಅನ್ನುವ ನಿರ್ಧಾರಕ್ಕ ಬಂದು ಆಗಿತ್ತು.

ಆರು ವರ್ಷ ಆಗಿತ್ತು ನಾನಿಕಾಕಾ ದೂರದ ಅಹ್ಮದಾಬಾದಿಗೆ ನೌಕರೀ ಟ್ರಾನ್ಸಫರ್ ಅಂತ ಹೋಗಿ. ಮೀರಾಕಾಕೂ ಕೆಲವು ಸಲ ಅಲ್ಲಿಗೆ ಹೋಗಿ ಬಂದದ್ದೇನೋ ಖರೆ, ಆದರೆ ಯಾಕೋ ಅಲ್ಲಿನ ಭಯಂಕರ ಬಿಸಿಲು ಒಗ್ಗಲಿಲ್ಲ ಅಂತ ಹೆಚ್ಚಾಗಿ ಇಲ್ಲೇ ಊರೊಳಗೇ ಉಳಿದುಬಿಟ್ಟಿರತಿದ್ಲು. ಮೇಲಿಂದ ಮೇಲೆ ಬಸಿರು, ಹೆರಿಗೆ ಅಂತ ಅದರೊಳಗೇ ಮುಳುಗಿ ಅಲ್ಲಿ ನಾನಿಕಾಕಾ ಹೆಚ್ಚಾನುಹೆಚ್ಚು ಒಬ್ಬರೇ...ಅಲ್ಲೇ ಇತ್ತು ಸಮಸ್ಯಾದ ಮೂಲ.

ಮೀರಾಕಾಕೂ ಉರುಳು ಬಿಗಿದು ಆತ್ಮಹತ್ಯಾ ಮಾಡಿಕೊಳ್ಳುವ ಪ್ರಯತ್ನ ಮಾಡಿ ಒಂದು ತಿಂಗಳಾಗಿತ್ತು. ಹೆಂಡತಿ ಈ ಥರ ಸಾಯಲಿಕ್ಕೆ ಪ್ರಯತ್ನ ಮಾಡಿದ್ಳು... ದುರ್ಘಟನ ತಪ್ಪಿತು ಅಂತ ತಿಳಿದ ಕೂಡಲೇ ಅಹಮದಾಬಾದಿನಿಂದ ಧಾವಿಸಿ ಊರಿಗೆ ಬಂದಿದ್ದರು ನಾನಿಕಾಕಾ.

******

"ನಾರಾಯಣಾ ಬರ್ರಿ ಇಲ್ಲಿ ಕೂಡ್ರಿ, ಒಂದು ಮಾತು ಕೇಳಬೇಕು. ನೀವು ಏನಿದ್ದದ್ದು ಖರೆ ಹೇಳಬೇಕು... ಇದೆಲ್ಲ ಅನಾಹುತಕ್ಕ ಕಾರಣ ನೀವೇ ಹೌದಿಲ್ಲೋ?" ಆಯಿ ಮೈದುನ ನಾನಿಕಾಕಾನ್ನ ಹಿತ್ತಲ ಪಡಸಾಲೆ ದಾಟಿ ಇದ್ದ ಖೋಲಿಯೊಳಗ ಕರೆದು ಕೂಡಿಸಿ ಕೇಳಿದ್ರು.

ನಾನಿಕಾಕಾ ಮಾತಾಡಲಿಲ್ಲ. ಕಣ್ಣು ತಪ್ಪಿಸಿ ಎಲ್ಲಿಯೋ ನೋಡುತ್ತ ಗೋಣು ಕೆಳಗಿಳಿಸಿ ಕೂತಿದ್ರು. "ಅಲ್ಲ ಹಿಂಗ ತಲಿ ತಗ್ಗಿಸಿ ಕೂತರ ಸಮಸ್ಯಾ ಬಗೀ ಹರಿಯೋದಿಲ್ಲಾ. ಅದು ನಿಮಗೂ ತಿಳಿದಿರಬೇಕು"

ಆಯಿ ಇಷ್ಟು ಸ್ಪಷ್ಟ ಮಾತಾಡ್ತಾರ ಅಂದ್ರ ಅವರ ಮುಂದ ಯಾವ ಸುಳ್ಳೂ ನಡೀಲಾರದ್ದು ಅನ್ನೂದು ಕಾಕಾನ ಮನಸ್ಸಿಗೆ ಅಷ್ಟೊತ್ತಿಗಾಗಲೇ ಹೊಳೆದಿತ್ತು "ಯಾರು ಅಕಿ ಹೇಳ್ರಿ" ಇಷ್ಟು ನೇರ ಪ್ರಶ್ನೆಗೆ ಉತ್ತರ ಕೊಡಲಿಕ್ಕಾಗೋದಿಲ್ಲ, ಕೊಡೂ ಧೈರ್ಯಾನೂ ಇಲ್ಲ. ಹೆಂಗ ಕೊಟ್ಟಾರು? ಸಪ್ತಪದಿ ಮಂತ್ರ ಉಚ್ಚರಿಸಿದ್ದು, ತುಳಿದಿದ್ದು ಮೀರಾಳ ಜೊತಿಗೆ, ಆದರ ಈ ಎರಡು ವರ್ಷ ಅಹ್ಮದಾಬಾದಿನೊಳಗ ತನ್ನ ಜೊತೆ ಹಾಸಿಗಿ ಹಂಚಿಕೊಂಡಾಕಿ ಅವರದೇ

ಕಂಪೆನಿಯೊಳಗ ಕೊಲೀಗ್ ಆಗಿದ್ದ ತಾರಾ. ಯಾರ ಕಾಲು ಯಾಕ ಜಾರಿತ್ತೋ ಗೊತ್ತಿಲ್ಲ ಅಡ್ನಾಡಿ ಪ್ರವಾಹ ಅಂತ ತಿಳಿದಿದ್ದೂ ಅದರೊಳಗಿಳಿದು ಈಜಾಡಿದ ಪ್ರೌಢರು ಅವರಿಬ್ಬರೂ. ತಾರಾ ತೆಳ್ಳಗ ಬೆಳ್ಳಗ ಸುಪುಷ್ಟ, ಮೀರಾ ನೋಡಿದರೆ ಈಗೀಗ ಅಡ್ಡಾತಿಡ್ಡ ಮೈ ಬೆಳೆಸ್ಕೊಂಡು ಮರಿಯಾನಿ ಥರಾ ಕಾಣಸ್ತಿದ್ದಳು. ಆದರೂ ಸಪ್ತಪದಿ ಸುಳ್ಳಾಗಲಿಕ್ಕೆ ಇದು ಕಾರಣನ? ನಂಬಲಿಕ್ಕೇ ಆಗೂದಿಲ್ಲಲ್ಲ.

ಬಿಕ್ಕಿ ಬಿಕ್ಕಿ ಅತ್ತರು ನಾನಿಕಾಕಾ. 'ಇಲ್ಲ... ಘೋರ ಆತು ನನ್ನಿಂದ, ಖರೆ ಹೇಳಬೇಕಂದ್ರ ನಾ ಸಾಯಬೇಕಿತ್ತು. ಸಾಯಬೇಕು. ಮೀರಾ ಬಲಿಪಶು ಆಗಿದ್ದು ನನ್ನ ಕಾರಣಕ್ಕ, ನನ್ನಿಂದಾಗಿ... ತಪ್ಪಾತು ನಂದು ತಪ್ಪಾತು ಮೀರಾ... ಮೀರಾ ಕ್ಷಮಾ ಮಾಡು ನನ್ನ"

ತಲಿ ಘಟ್ಟಿಸಿ ಘಟ್ಟಿಸಿಕೊಂಡು ಅತ್ತರು ನಾನಿಕಾಕಾ.

ಕಟ್ಟಿಕೊಂಡ ನೋವಿನ ಪ್ರವಾಹ ಹರಿದು ಹೋದರೇನೇ ಒಳಾವರಣ ಸ್ವಚ್ಛ ಆಗ್ತದ. ನಡುವೆನೇ ಅದನ್ನ ತಡೀಬಾರ್ದು. ಕಣ್ಣಲ್ಲಿ ತುಂಬಿಕೊಂಡ ತಮ್ಮ ಅನುಕಂಪದ ಹನಿಗಳನ್ನ ಸೆರಗಿನ ತುದಿಯಿಂದ ಒರೆಸಿಕೊಂಡರು ಆಯಿ. ನಾನೀ ಕಾಕಾನ ಆಂತರ್ಯದ ಒಳಾವರಣದ ಕಲ್ಮಶ ಕಣ್ಣೀರಿನ ಜೊತಿಗೆ ಇಳಿದು ಹೊರಟಿತ್ತು. ಇನ್ನದು ಪೂರ್ಣ ಸ್ವಚ್ಛ ಆಗಿ ಪರಿಣಾಮ ಕಾಣಿಸಿಕೊಳ್ಳಬೇಕು. ಕಾಯಬೇಕು ಅದಕ್ಕ.

ಮೂರು ತಿಂಗಳಲ್ಲಿ ನಾನೀ ಕಾಕಾ ಅಹ್ಮದಾಬಾದಿಂದ ವರ್ಗಾವಣೆ ಮಾಡಿಸಿಕೊಂಡು ಇದೇ ಊರಿನ ಆಫೀಸಿಗೆ ಹೋಗಿ ಬಂದು ಮಾಡ್ಲಿಕ್ಕಾತ್ತಿದಾಗ ಮೀರಾ ಕಾಕೂನ ರೂಮು ಸ್ವಚ್ಛ ಝಳ ಝಳ... ಜೀವನ ಸಹ ಅಷ್ಟೇ ಸ್ವಚ್ಛ. ಮನಸು ಹಗುರ. ಬೀಳಲಾರ್ದೇ ನಿಂತಿತ್ತ ಸಂಸಾರದ ಗಾಲಿ. ಅದು ಕೊಟ್ಟಂಥ ನಿರಾಳತೆ ಮೀರಾಗ.

ಮತ್ತಿನ್ನ ಮುಂದೆ ಮಕ್ಕಳು ಓದಿದ್ದು, ಡಿಗ್ರಿ ತೊಗೊಂಡು ಉದ್ಯೋಗಕ್ಕೆ ಹತ್ತಿದ್ದು. ಎಕ್ಸ್ಟ್ರೀಮ್ಲಿ ಇಂಟೆಲಿಜೆಂಟ್ ಅನಿಸಿಕೊಂಡಿದ್ದ ಕೀರ್ತಿ ಕಂಪ್ಯೂಟರ್ ಸೈನ್ಸ್ ಹಿಡಿದು ಯೂನಿವರ್ಸಿಟಿಗೆ ಟಾಪ್ ರ್‍ಯಾಂಕ್ ತೊಗೊಂಡು ಎಮ್ಎಸ್ ಮಾಡ್ಲಿಕ್ಕೆ ಅಮೇರಿಕಾಕ್ಕೆ ಹೋಗಿ ಓದಿ ಮುಗಿಸಿ ಅಲ್ಲೇ ಹತ್ತದನ್ನೈದು ವರ್ಷ ತಳ ಊರಿ ವಾಪಸ್ ಬರುವ ಮನಸ್ಸೇ ಇಲ್ಲಂತ ಸ್ಪಷ್ಟ ಹೇಳಿದ್ದು... ಹಿಂಗ ಪ್ರತಿಯೊಂದೂ ಸಂಗತಿ ಈಗ ಕಾಲಘಟ್ಟದ ಪುಸ್ತಕದೊಳಗೆ ದಾಖಲಾತಿ ಪಡೆದ ಘಟನಾವಳಿಗಳು.

******

2020 ನ್ಯೂಯಾರ್ಕ್ – ಅಂತಾರಾಷ್ಟ್ರೀಯ ಏರ್‌ಪೋರ್ಟ್– ವಿದಾಯ–ಸಂಕಟ!

ಫ್ಲೈಟ್ ಇನ್ನೂ ಎರಡು ತಾಸಿಗೆ ನಿನ್ನ ಹುಟ್ಟಿದ ನೆಲಕ್ಕ ಹಾರ್ತೀನಿ ಅಂತ ಹೇಳಿತ್ತು. ಪ್ರಪಂಚದ ವೈಭವ ವೈಭೋಗ ಮೈ ಚೆಲ್ಲಿದ್ದಕ್ಕೆ ಏರ್‌ಪೋರ್ಟ್ ಗಿಜಿಗಿಜಿ ಅಂತಿತ್ತು.

“ಅಲ್ಲಿ ಹೋಗಿ ಏನು ಮಾಡ್ಲಿ? ನಾ ಭಾರತೀಪುರಕ್ಕ ಹೊರಟಿದ್ದಾದರೂ ಯಾಕ? ಯಾರಿಗೆ ಮುಖಾ ತೋರಸಲಿಕ್ಕೆ? ಆಯಿ ಆಕಾಶದಾಟಿ ಹೋಗಿ ಹದಿನೈದು ವರ್ಷಾತು. ರಾಘಣ್ಣ ಮಾಮಾ ಹಾಸಿಗೀ ಹಿಡದು ಅವನ ಮಗನ ಜೊತೆ ಲಗ್ನ ಆಗಿ ಸೊಸೆ ಆದ ಶಶಿ ಅವನ ಸೇವಾ ಮಾಡ್ಲಿಕ್ಕತ್ತಾಳ ಅಂತ ಜೀವಾ ಹಿಡದಾನ. ಅವನ ಮಾತೂ ಕಡಿಮಿ ಆಗ್ಯಾವಂತ. ನಾ ಏನು ಹೇಳಲಿ ಮಾಮಾಗ ಈಗ? ಹಿಂಗಿಂಗ ಡ್ಯಾನಿ ಅನ್ನುವವನ ಬೆನ್ನು ಹತ್ತಿ ಈಗ ಮೂರು ತಿಂಗಳ ಬಸಿರು ಹೇರಿಕೊಂಡು ರೆಕ್ಕಿ ಕಡಿದ ಹಕ್ಕೀ ಥರ ಏರಲಾರದೇ ಹಾರಲಿಕ್ಕತ್ತೀನಿ ಅಂತ ಹೇಳಲೇನು?

ಅಲ್ಲ, ಬಸಿರು ಗಿಸರು ಏನು ಪ್ರಾಬ್ಲೆಮ್ ಅಲ್ಲೇ ಅಲ್ಲ ಈಗ. ಒಂದಿಪ್ಪತ್ತು ಸಾವಿರ ಒಗೆದರ ಯಾವದೋ ಒಂದು ನರ್ಸಿಂಗ್ ಹೋಮ್ ಎಲ್ಲಾ ತೊಳೆದು ಸ್ವಚ್ಛ ಮಾಡಕೊಡ್ತದ. ಹಾಂ...ಅಮೇರಿಕಾದೊಳಗ ಅಬಾರ್ಶನ ಸಾಧ್ಯನೇ ಇಲ್ಲ. ಅದಕ್ಕೇ ಬರಬೇಕಾಯ್ತಲ್ಲಾ. ಇದೇ ಗರ್ಭ ಉಳಿಸಿಕೊಳ್ಳಲೇನು? ಆ...ಪಾಪಿಯ ಸಂತಾನ ಬೇಕಾದರೂ ಯಾಕ?

ಕೀರ್ತಿ ಎಕ್ಸ್‌ಸ್ಟ್ರೀಮ್ಲಿ ಇಂಟಲಿಜೆಂಟ್ ಹುಡುಗಿ... ನಾ ಮಾಡಿಕೊಂಡದ್ದಾದರೂ ಏನು?

ಇರಲಿ, ಹೊಸಾ ಜೀವನ ಪ್ರಾರಂಭ ಮಾಡಲಿಕ್ಕೆ ನನ್ನ ನೆಲ ನಮ್ಮ ಮಣ್ಣು ಬರಬ್ಯಾಡ ಅನ್ನೂದಿಲ್ಲ. ತಿದ್ದಿಕೊಳ್ಳಲಾರದ ತಪ್ಪು ಅನ್ನುವ ಹಣೆಪಟ್ಟಿ ಏನಲ್ಲ ಜೀವನ. ಡ್ಯಾನಿ ಅನ್ನುವ ಭೂತನ ಊರ ನದಿಯೊಳಗ ಒಗೆದ ನಿರಾಳ ಆಗಬೇಕೀಗ.

2020

ಭಾರತೀಪುರ

“ರಾಘೂಮಾಮಾ...”

‘ಬಂದ್ಯಾ ಕೀರ್ತೀ’

ಮಾತಿಲ್ಲದೇ ಹೇಳಿದ್ದು ಲಕ್ಷ ಸುದ್ದಿ. ಕಣ್ಣಿನ ಗಂಗಾಮಾಯಿ ತೊಳದು ಹಾಕಲಾರದ ಮಾಲಿನ್ಯ ಇಲ್ಲವೇ ಇಲ್ಲ. ತಲಿ ಮ್ಯಾಲೆ ಕೈ ಆಡಿಸಿ ರಾಘಣ್ಣ ತಬ್ಬಿಕೊಂಡ.

"ಆಯಿ ಇದ್ದರ ಹಿಂಗೇ ತಬ್ಬಿಕೋತಿದ್ಲು ಅಲ್ಲೇನು ನಿನ್ನ?"

ಕೀರ್ತಿ ನಕ್ಕದ್ದರಲ್ಲಿ ಅರ್ಥ ಹುಡುಕಲಿಕ್ಕೆ ಆರಂಭ ಮಾಡಿದ್ದು ಶಶಿ.

ಕಾಲಕ್ಕ ಯಾವುದೇ ಕಡ್ಡಾಯ ಇಲ್ಲ, ತನ್ನದೇ ವಿಧಾನ, ಗತಿ, ಇಚ್ಛಾ ಪ್ರಕಾರ ಮುಂದುವರಿಯುವುದೇ ಅದರ ನಿಯಮ.

ಹಿಂಗೇನೇ ಕಾಲ ಹೆಜ್ಜೆ ಹೆಜ್ಜೆಗೆ ಪರೀಕ್ಷೆ ತೊಗೊಳ್ತ ಮುಂದುವರೀತದ. ದಾಟಿಕೊಳ್ಳುವ ಪಾಠ ಕಲಿಯುವುದೋ ಬಿಡುವುದೋ ಅವರವರ ಹಣೆಮೇಲಿನ ಗೆರೆಗಳು ಮಾಡೋ ನಿರ್ಧಾರ.

ಕಾಲ ಹಿಡಿದ ಕನ್ನಡಿಯೊಳಗಿನ ಮುಖಗಳು ಮಾತ್ರ ಬದಲಾಗ್ತಾ ಇರ್ತಾವ!

ರಾಘಣ್ಣ ಮಗ್ಗಲು ಬದಲಾಯಿಸಿ ಮಲಗಿದ.

ಮುತ್ತು

ಹೊತ್ತು ಇಳಿಯುವ ಮುನ್ನಿನ ಪ್ರಖರ ಬಿಸಿಲು. ಸೂರ್ಯ ಉದ್ದುದ್ದಾಗಿ ಕಿರಣಗಳನ್ನು ಬೀಸಿದ್ದಾನೆ. ಆರು ದಿನಗಳ ಮೊದಲು ಬಿದ್ದ ಒಂದು ಜೋರು ಮಳೆಗೆ ತಣಿದಿದ್ದ ನೆಲದೊಡಲು ಮತ್ತೀಗ ಬಿಸಿ ಹೊಗೆಯುಗುಳಲು ಅಣಿಯಾದ ಹೊತ್ತು. ಅದು ಮೂರೂವರೆ–ನಾಕು ಗಂಟೆಯ ನಡುವಿನ ಸಮಯ ಎಂದು ಮುದುಕನಿಗೆ ತಿಳಿಯುವುದು ಸಾಧ್ಯವಿಲ್ಲ. ಗಡಿಯಾರದಂಥ ಯಾವ ವಸ್ತುವೂ ಅವನಲ್ಲಿಲ್ಲ. ಗಂಟೆ ತಿಳಿದು ಅವನು ಮಾಡುವಂಥದ್ದೂ ಏನಿಲ್ಲ.

ಬಿಸಿಲನ್ನೇ ಹೊಟ್ಟೆಯೊಳಗೆ ಒತ್ತಿ ತುಂಬಿಸಿದಂತೆ ಕಾಯ್ದು ಕೂತ ಹೊಟ್ಟೆ. ಅವನಿಗೆ ಸಂಕಟ ತಾಳಿಕೊಳ್ಳುವುದು ಕಷ್ಟವಾಗುತ್ತಿದೆ. ಕುಡಿದ ಎರಡು ಚೊಂಬು ನೀರು ಖಾಲಿ ಹೊಟ್ಟೆಯಲ್ಲಿ ಗಳಗಳ ಮಾಡುತ್ತ ಉಬ್ಬಳಿಕೆ ತರುತ್ತಿದೆ. ಈ ಸಂಕಟ ಹಸಿವಿನದು. ಮೊನ್ನೆ ಸಂಜೆ ಮುದುಕಿ – ರುಕ್ಕಿ ತಂದಿದ್ದ ಒಂದಷ್ಟು ಅಕ್ಕಿ ನುಚ್ಚಿನಿಂದ ರಾತ್ರಿ ನಿದ್ರೆ ತರಿಸುವಷ್ಟು ಹೊಟ್ಟೆ ತಣಿದಿತ್ತು. ನಿನ್ನೆಯಿಂದ ಅವಳಿಗೆ ಜ್ವರ. ಹಾಗಾಗಿ ಕೆಲಸಕ್ಕೆ ಹೋಗಿಲ್ಲ. ಎಲ್ಲಿಂದ ಬಂದೀತು ಊಟ?

ಬೆನ್ನಿನ ಗೂನನ್ನು ಬಾಗಿಸಿ ಒಳಗೆ ಹೊರಳಿದ ಮುದುಕ. "ಆಯಿತೇನೇ?" ಎಂದು ಕೂಗಿದ. ಈಗ ಸ್ವಲ್ಪ ಹೊತ್ತಿಗೆ ಮುಂಚೆ ಕಷ್ಟದಿಂದ ಎದ್ದು, ಕೂತೇ ಒಲೆ ಹತ್ತಿರ ಸರಿದು, ಇದ್ದ ಹಿಡಿ ನುಚ್ಚಿಗೆ ಅಷ್ಟು ನೀರು ಸುರಿದು, ಕದಿಯಲಿಟ್ಟಿದ್ದ ರುಕ್ಕಿ ಅಲ್ಲಿಂದಲೇ "ಹೂಂ ಇಳಿಸಿಬಿಡ್ತೀನಿ ತಡಕೋ" ಎಂದಳು.

ಒಂದಷ್ಟು ಗಂಜಿ ಬಿದ್ದರೆ ಗಂಟಲು ಹಸಿ ಆದೀತು ಎಂದು ಮುದುಕ ಆಸೆಯಿಂದ ಒಲೆಯನ್ನೇ ನೋಡಿದ. ಬಿಸಿ ಬಿಸಿಯಾಗೇ

ಕುಡೀಬೇಕು ನೆಂಚಿಕೊಳ್ಳಕ್ಕೆ ಒಂಚೂರು ಮೆಣಸುಪ್ಪಿನಕಾಯೇನಾದರೂ ಇದ್ದರೆ ಬಾಯೊಳಗೆ ನಾಲಿಗೆಯಾಡಿಸಿದಾಗ ಒಸರಿದ ನೀರು ಒದ್ದೊದ್ದೆ ಉಪ್ಪುಪ್ಪು. ಅದೂ ಸುಖ ತಂದಿತು.

ಎದ್ದು ತಟ್ಟೆಗೆ ಕೈಹಾಕುವ ಯೋಚನೆ ಬಂದಾಗ ಪಕ್ಕನೆ ಅಂಗಳದಲ್ಲಿ ಬಿದ್ದ ಉದ್ದದ ನೆರಳು ಯಾರದಪ್ಪಾ ಅನ್ನಿಸಿ ಕತ್ತು ಹೊರಳಿಸಿ ಇತ್ತ ನೋಡಿ ಏಳದೆ ಅಲ್ಲೇ ಕೂತ. ಇದ್ದಕ್ಕಿದ್ದಂತೆ ಗದ್ದಲ, ಎಷ್ಟು ಜನ ಇವರು_ ಇಬ್ಬರೋ ನಾಲ್ಕೋ_ ರುಮು ರುಮು ಬಿಸಿಲಿಗೆ ಕುಣ್ಣು ಕುಕ್ಕಿದಂತಾಗಿ ಹುಬ್ಬಿಗೆ ಮುಂಗೈ ಹಚ್ಚಿ ನೋಡಿದರೂ ಸ್ಪಷ್ಟವಾಗಿ ಕಾಣಿಸರು.

ದುಡು ದುಡು ಹೆಜ್ಜೆಗಳು. ಹತ್ತಿರದಲ್ಲೇ ಥರ್ರ್ ಗುರ್ರ್ ಎನ್ನುತ್ ನಿಂತ ಆಟೋರಿಕ್ಷಾ. ಮುದುಕ ಗಲಿಬಿಲಿಗೊಂಡ. ಈಗ ಹದಿನೈದಿಪ್ಪತ್ತು ದಿನ ಊರು ಕೇರಿ ಇಡೀ ಗಲಾಟೆ, ಗುಲ್ಲು, ಏನೆಲ್ಲ ನಡೆದಿತ್ತು. ತಮ್ಮ ಕೇರಿಗೆ ಏನು ಬಂತೋ, ಏನು ದಾಂದಲೆಯೋ...

ಬಂದವರೊಳಗೆ ಇಬ್ಬರು ಇವನೆದುರಿಗೆ ನೆಲದಲ್ಲಿ ಕೂತರು.

"ಅಯ್ಯಯ್ಯ... ಯಾರ್ರಪ್ಪ... ಇದೇನಿಂಗೆ..." ತೊದಲಿದ ಮುದುಕ. ಅವರುಗಳು ಬಿಳಿಬಟ್ಟೆ ಹಾಕ್ಕೊಂಡು ಬಿಟ್ಟಿದ್ದಾರೆ... ಮಣ್ಣು ಮೆತ್ತುತ್ತೆ.

"ಅಪ್ಪೂ... ನಾನಪ್ಪೂ" ಮುದುಕನನ್ನು ಅಪ್ಪು ಅಂತ ಕರೆಯುತ್ತಿದ್ದವನು ಮುತ್ತು! ಅವನು ಬಂದನೆ? ತನ್ನ ಖಾಸಾ ಮಗ_ 'ಮಕ್ಳಿಲ್ಲ ಮಕ್ಳಿಲ್ಲ' ಅಂದ ಹನ್ನೆರಡೊರುಷ ಹಲುಬಿ, ರುಕ್ಕಿ ಮುತ್ತತ್ತಿರಾಯನಿಗೆ ಹರಸಿಕೊಂಡು ಹದಿನಾರು ಸೇವೆ ಮಾಡಿದಾಗ ಉದುರಿಬಿದ್ದ ಮಗ!

ಎರಡು ವರ್ಷನೋ ಇನ್ನೂ ಹೆಚ್ಚೋ ಆಗಿರಬೇಕು. ಅವನು ಎಲ್ಲಿದ್ದಾನೋ? ಇದ್ದಾನೋ ಇಲ್ಲವೋ_ ಇದ್ರೆ ಎಲ್ಲಿ? ಇಲ್ಲದಿದ್ರೆ ಏನು? ಒಂದೂ ತಿಳಿದಿರಲಿಲ್ಲ. ಈಗ ಬಂದಿದ್ದಾನೆ ಅಂದರೆ...

*****

ರುಕ್ಕಿಯ ಮಡಿಲು ತುಂಬಿ ಗಂಡುಕೂಸು ಮಲಗಿದಾಗ ಹಿಗ್ಗಿನ ಹೊಳೆ ತುಂಬಿ ಹರಿದು 'ಮುತ್ತತ್ತೀರಾಯಾ' ಅಂತಲೇ ಹೆಸರಿಟ್ಟು, 'ಮುತ್ತು ಮುತ್ತೂ' ಅಂತ ಕರೆದು ಲೊಚಲೊಚ ಮುತ್ತಿನಿಂದ ಅದರ ಮುಖ ಮೂತಿ ತುಂಬಿಸಿ, ರುಕ್ಕಿ ಸಡಗರಿಸಿದ್ದು ಎಂದೂ ಮರೆತಿಲ್ಲ ಮುದುಕನಿಗೆ. ಇವೆಲ್ಲಾ ಅಂದಂದಿನ ದಿನಗಳು. ಆಗ ತನ್ನ ಈ ರಟ್ಟೆಯೊಳಗೆ ಎತ್ತಿನ ಕಸು ಇತ್ತು. ಹದಿನಾರು ಕೂರಿಗೆ ಹೊಲಕ್ಕೆ ನೇಗಿಲು ಕಟ್ಟಿ ಬಂದರೆ ಕುಸ್ತೆನ್ನದ ಜಟ್ಟಿ ಬೆಟ್ಟಪ್ಪ! ಇಡೀ ಕೇರಿಯೊಳಗೆ ತನ್ನಂಥ ಗಜಗಂಡು ಸಿದ್ದಿಲ್ಲ.

ಮುತ್ತು ಬೆಳೆದ. ಶಾಲೆ ಓದು ಎಂದರೆ ತಪ್ಪಿಸಿ ಚಿನ್ನಿದಾಂಡಾಟ, ಮರಕೋತಿಯಾಟದಲ್ಲಿ ಎಲ್ಲೋ ಮಾಯವಾಗಿರ್ತಿದ್ದ. ಹೊಟ್ಟೆಗಿಷ್ಟು ಹಿಟ್ಟು ಬಿದ್ದರೆ ತಿರುಗಲು ತಿಪ್ಪಿಯಾಗಿ ಅಲೆಯೋನು. ಮನೆಗೆ ಬಂದಾಗ ಬಂದ. ಇಲ್ಲಾಂದರೆ ರುಕ್ಕಿ ಹೋಗಿ ಹುಡುಕಿ ತರಬೇಕು. ಹಂಗೂ ಹಿಂಗೂ ಎಂಟು ಕ್ಲಾಸ್ ಓದಿದ." ಇನ್ನು ನನ್ಕೈಲಿ ಇದೆಲ್ಲ ಆಗಲ್ಲ" ಅಂತ ಮುಖ ತಿರುಗಿಸಿ ಕೂತ. ಅವನ್ನ ಹೊಡೆದದ್ದಾಗಿತ್ತು, ಬಡಿದದ್ದಾಗಿತ್ತು, ಜಪ್ಪೆನ್ನದೆ ಉಳಿದ. ಅವನಿಗೆ ಹೀಗೆ ಇಪ್ಪತ್ತು- ಇಪ್ಪತ್ತೆರಡೊರುಷ ಆಗುವುದಕ್ಕೂ, ಒಂದಿನ ಮುದುಕ ಬಂಡಿಯಿಂದ ಕೆಳಗೆ ಬಿದ್ದು ಸೊಂಟದೆಲುಬು ಮುರಿದುಕೊಂಡದ್ದಕ್ಕೂ ಸಮ ಆಗಿತ್ತು. ಮೂಳೆಯೇನೋ ಒಂದಷ್ಟು ತಿಂಗಳ ಮೇಲೆ ಮತ್ತೆ ಹೊಂದಿಕೊಂಡಿತ್ತು. ಆದರೆ ಆ ಮೊದಲಿನ ಶಕ್ತಿ ಎಲ್ಲಿ ಆವಿಯಾಗಿ ಹೋಗಿತ್ತೋ ದೇವರೇ ಬಲ್ಲ.

"ಕೊಟ್ಟೂ ಕೊಟ್ಟು ಈ ಮಗನ್ನ ಕೊಟ್ಟೆಯಲ್ಲೋ ಮುತ್ತತ್ತಿರಾಯ" ಎಂದು ರುಕ್ಕಿ ಆಗೀಗ ಅಂತು ತಾನು ಕೈಕಾಲು ಕಟ್ಟಿಕೊಂಡ ದೈವವನ್ನೇ ಕೇಳುತ್ತಿದ್ದಳು. "ಇವನ್ನ ಸುಧಾರಿಸಪ್ಪ. ಇವನು ನಾಕು ಮಂದಿಯ ಮಕ್ಕಳ ಹಾಗೆ ಅಪ್ಪ-ಅಮ್ಮನ ಮಗನಾಗಲಿ" ಎಂದು ಹಂಬಲಿಸುತ್ತಿದ್ದಳು.

"ಆದಾನು ಇಂದು ನಾಳೆ" ಎಂದು ರುಕ್ಕಿ ಭರವಸೆಯಿಟ್ಟದ್ದೇ ಬಂತು. ಶಕ್ತಿ ಕಡಿಮೆ ಆಗಿ ಮುದುಕ ದುಡಿಯುವುದೂ ಇಳಿದು, ಅದೇ ರೀತಿಯಲ್ಲಿ ಮನೆಯೊಳಗಿನ ಇರಿಸರಿಕೆ ಗುಣ ಕಳೆದುಕೊಂಡು, ಅವತ್ತವತ್ತಿಗೆ ಕಳೆದರೆ ಸಾಕು ಎಂಬಲ್ಲಿಗೆ ಬಂದು ನಿಂತಿತು. ಮಗ ಮತ್ತೂ ಬದಲಾಗಲೇ ಇಲ್ಲ. ಇದ್ದರೆ ಮನೆಯೊಳಗೆ ಉಂಡು, ಇಲ್ಲದಿದ್ದರೆ ಹೊರಗೆಲ್ಲೋ ಸಿಕ್ಕಿದರೆ, ಸಿಕ್ಕಿದ್ದು ತಿಂದು, ತನ್ನ ಹಾಗೇ ಉದ್ಯೋಗ ಇಲ್ಲದ ನಾಕಾರು ಗೆಳೆಯರೊಡನೆ ಬಸ್‌ಸ್ಟ್ಯಾಂಡಿನ ಎಡಬಲದಲ್ಲೋ ಗವರ್ನಮೆಂಟು ಶಾಲೆಯ ಆಚೆಗಿದ್ದ ಹುಣಿಸೇಕಟ್ಟೆಯ ಮೇಲೆ ಕಾಲಿಳಿಬಿಟ್ಟು ಹೋಗಿ ಬರುವವರ ಬಗ್ಗೆ ಗಲೀಜು ತರಹಾವರಿ ಮಾತುಗಳನ್ನು ಉದುರಿಸುತ್ತ, ಪೋಲಿ ಹಾಸ್ಯ ಚಟಾಕಿಗಳನ್ನು ಹಾರಿಸಿಕೊಂಡು ಸಮಯ ಕೊಲ್ಲುವುದಷ್ಟೇ ಅವನು ಮಾಡುತ್ತಿದ್ದ ಘನಕಾರ್ಯ.

ಹಾಗೆಂದು ಮುತ್ತು ಕೆಲಸವೇನೂ ಮಾಡಲೇ ಇಲ್ಲ ಎಂದರ್ಥವಲ್ಲ. ಅವನಿಗೆ ಗಂಟಲು ಮಾತ್ರ ಜೋರು. ತಿಂದದ್ದೆಲ್ಲ ದನಿಯೇ ಆಗಿ ಒಗ್ಗೂಡಿತೇನೋ ಎನ್ನುವಷ್ಟು ಬಲ ಆ ಗಂಟಲಿಗೆ. ಅವನು ಅಕಸ್ಮಾತ್ ಕೆಲಸ ಸಿಕ್ಕಿದಾಗಲೂ ಅಲ್ಲಿಂದ ಕಡಿದಾಡಿಕೊಂಡು ಹೊರಬರುತ್ತಿದ್ದ. ಎಲ್ಲಿ ಹೊಕ್ಕರೂ ಅಷ್ಟೇ. ಒಂದೇ ವಾರ. ಮತ್ತೆ ಮುತ್ತು ಹುಣಿಸೇ ಮರದ ಕಟ್ಟೆಯ ಸದಸ್ಯ.

"ಇನ್ನು ಇಷ್ಟೇ ನಮ್ಮ ಬದುಕು" ಎನ್ನುವ ನಿರ್ಣಯಕ್ಕೆ ಮುದುಕ – ರುಕ್ಕಿ

ಬಂದು, ಕೈಲಾದಷ್ಟು ದುಡಿದು ತಂದು, ಹೇಗೋ ಒಂದು ರೀತಿಯಲ್ಲಿ ಸಂಜೆಯನ್ನು ಬೆಳಗು ಮಾಡಿ, ಬೆಳಗನ್ನು ರಾತ್ರಿ ಮಾಡುತ್ತಿರುವಾಗ ಇದ್ದಕ್ಕಿದ್ದಂತೆ ಒಂದು ಸಂಜೆ ಮುತ್ತು ಊರು ಕೇರಿಯಿಂದ ಮಾಯವಾಗಿದ್ದ.

ಮಗ ಎಂಥವನೇ ಆಗಿರಲಿ, ಅವನು ರಕ್ತಮಾಂಸಗಳನ್ನು ತಮ್ಮಿಂದ ಹಂಚಿಕೊಂಡು ಹುಟ್ಟಿದವನು. ಬಹಳ ವರ್ಷಗಳು ಕಾದು ಕಾದು, ಹಂಬಲಿಸಿ ಹಾರೈಸಿ ಪಡೆದಿದ್ದವನು. ಕಣ್ಣೆದುರಿನಿಂದ ಪಟ್ಟನೆ ಎಲ್ಲೋ ಮರೆಯಾಗಿದ್ದ. ಒದ್ದಾಡಿಹೋದರು ರುಕ್ಕು – ಮುದುಕ. ಎಲ್ಲಿ ಹುಡುಕಬೇಕವನನ್ನು? ಇವರಿಗೆ ಗೊತ್ತಿರುವ ಜನವಾದರೂ ಎಷ್ಟು? ಮುದುಕನೇ ಊರಿಡೀ ಅಲೆದಲೆದು, ಕೇರಿ, ಗಲ್ಲಿಗಳಲ್ಲಿ, ಹಾದಿಬೀದಿಗಳನ್ನು ಹೊಕ್ಕು ಹೊರಬಂದ. "ಇವನ್ನ ನೋಡಿದಿರೇನು?" ಎಂದು ವಿಚಾರಿಸಿದ. ಇಲ್ಲ... ಎಲ್ಲೂ ಇಲ್ಲ...

ಆಶ್ಚರ್ಯ ಎಂದರೆ ಮುತ್ತನ ಕಟ್ಟೆ ಗೆಳೆಯರಿಗೂ ಅವನ ಸುಳಿವು ಸುದ್ದಿಲ್ಲ. ಏನೂ ಗೊತ್ತಿಲ್ಲ. ಅವತ್ತು ದುಡಿದು ತಂದರೆ ಅವತ್ತು ತಿಂದು ಮಲಗಲು ಸಾಲುವ, ಒಮ್ಮೊಮ್ಮೆ ಅದೂ ಸಾಲದೆ ಸೆರೆ ಹೊಟ್ಟೆ ತುಂಬಿಸುವ ಎಡಬಲದ ಮಂದಿಗೂ ಏನೂ ಗೊತ್ತಿಲ್ಲ. ಆ ಊರು ಈ ಊರು ಎಂದು ಕೆಲಸ ಗಿಲಸ ಇದ್ದಾಗ ಹೋಗುವ ಒಂದು ನಾಲ್ಕು ಜನರನ್ನು "ನನ್ನ ಮಗನ್ನ ಹುಡುಕಿ ತಂದು ಕೊಡ್ರೀ" ಎಂದು ಮುದುಕ ಕಾಡಿಬೇಡಿದ. ಎಲ್ಲಿಯಾದರೂ ಕಂಡರೆ "ನಿಮ್ಮವ್ವ ಅಪ್ಪ ಸಾಯ್ತಾ ಇದಾರೆ ಬಾ ಅನ್ನಿ ಅವನಿಗೆ" ಎಂದು ಅಂಗಲಾಚಿದ. ಅವರು ಮರುಕದಿಂದ ನೋಡಿದರು.

ಹೋಗಬೇಕೆಂದೇ ಓಡಿ ಹೋದವರನ್ನು ಮರಳಿ ತರುವುದು ಅಸಂಭವದ ಮಾತು. ಮುತ್ತುವಿನ ಕಟ್ಟೆ ಗೆಳೆಯ ಪೋತನ ಒಮ್ಮೆ ಹೇಳಿದ್ದ "ಮದರಾಸಿಗೆ ಹೋಗಿರಬೇಕವನು. ಅಲ್ಲಿ ಹೋದರೆ ಸಿನಮಾ ಸೇರ್ಕೊಂಡು ಬಿಡ್ತಾರೆ" ರುಕ್ಕು-ಮುದುಕ ಅದನ್ನ ಕೇಳಿ ಬೆರಗಾದರು. ಮತ್ತೊಮ್ಮೆ ಯಾರೋ ಹೇಳಿದರು "ಮುಂಬಯಿಗೆ ಓಡಿ ಹೋಗಿರಬೇಕು." ಆಗಲೂ ಇವರು ಬೆದರಿದರು. "ಮೈಸೂರಲ್ಲಿ ಹೋಟ್ಲಿನ ಮಾಣಿ ಆಗಿದ್ದಾನೆ", "ಕೊಯಮುತ್ತೂರಿನ ಮಂಡಿಯಲ್ಲಿರಬೇಕು" ಇಂಥ ಹೇಳಿಕೆಗಳನ್ನು ಆಗಾಗ ಕೇಳಿ, ಮೊದಮೊದಲು ಬೆರಗಾಗಿ, ಮತ್ತೆ ಗಾಬರಿಯಾಗಿ, ಅದು ನಿಜ ಇರಬಹುದೆ? ಎಂದು ಕೊರಗಿ, ತಾನೇ ಬಂದಾನು, ಯಾರ ಕೈಯಲ್ಲಾದರೂ ಸುದ್ದಿ ಕೊಟ್ಟಾನು "ಇನ್ನು ಹೋಗಲ್ಲ ಇಲ್ಲೇ ಇರ್ತೀನಿ" ಅಂತ ಹೇಳಿ ಉಳಿದಾನು ಎಂದೆಲ್ಲ ಲೆಕ್ಕ ಹಾಕಿ, ಆಸೆ ಹೆಚ್ಚಾಗಿ, ಸಂಭ್ರಮಿಸಿ, ಕಟ್ಟಕಡೆಗೆ ಎಲ್ಲವೂ ಭ್ರಮೆ ಅಂತ ತಿಳಿದು, ಹೋಗಿ ನೆಲಕ್ಕೆ ಕೈ ಊರಿ ಕಣ್ಣಲ್ಲಿ ತುಂಬಿದ ನೀರ ಹನಿಗಳನ್ನು ಹೆಗಲಿನ ಟವಲಿನಿಂದ ಒರೆಸಿದ ಮುದುಕ.

ರುಕ್ಕಿ ಒಲೆಯೆದುರು "ಮಗಾ, ಮಗೂ... ಮುತ್ತು... ಮುತ್ತು" ಎಂದು ಹಲುಬಿ ಅತ್ತಳು.

ಆರು ತಿಂಗಳ ಹಿಂದೆ ಗವರ್ನಮೆಂಟು ಶಾಲೆಯ ಮೇಷ್ಟ್ರು ಬೆಂಗಳೂರಿಗೆ ಹೋಗಿ ಬಂದವರು "ನಿನ್ನ ಮಗನ್ನ ಜಂಬೂ ಗೌಡ್ರ ಪಾರ್ಟಿ ಆಫೀಸಿನ ಹತ್ತಿರ ನೋಡಿದೆನಜ್ಜಾ" ಎಂದು ಸುದ್ದಿ ತಂದುಕೊಟ್ಟರು. "ಬಿಳಿ ಬಟ್ಟೆ ಹಾಕ್ಕೊಂಡು, ಗಾಂಧಿ ಟೋಪಿ ಇಟ್ಕೊಂಡು, ಪಾರ್ಟಿ ಕೆಲಸ ಮಾಡ್ತಾನೆ. ಭಾರೀ ಜೋರು ಓಡಾಟ ನಡೆಸಿದ್ದ. ಜಂಬೂಗೌಡ್ರಿಗೆ ಇವನ್ನ ಕಂಡ್ರೆ ಭಾಳ ಪ್ರೀತಿ ಅಂತೆ. ಅಂತೂ ನಿನ್ಮಗ ರಾಜಕಾರಣ ಸೇರ್ಕೊಂಡ ಅಂತಾಯ್ತು".

ಸುದ್ದಿ ಅದೇನು ಸಂತೋಷದ್ದೋ ದುಃಖದ್ದೋ ನಿರ್ಣಯಿಸುವುದಾಗಲಿಲ್ಲ. ಅಲ್ಲ, ಎರಡ್ಮೂರು ವರ್ಷದಿಂದ ಬೆಂಗಳೂರಾಗಿದ್ದು – ಚೆನ್ನಾಗೇ ಇದ್ದು, ಕೆಲಸ ಗಿಲಸ ಮಾಡ್ಕೊಂಡಿದ್ದರೆ ಅದನ್ನ ಈ ಅವ್ವ, ಅಪ್ಪನಿಗೆ ಒಂಚೂರು ಹೇಳಬೇಕು, ಕಡೇ ಪಕ್ಷ ನಾನಿಂತಲ್ಲಿದ್ದೀನಿ, ಹಿಂಗಿದ್ದೀನಿ ಅಂತಾದರೂ ಹೇಳಬಹುದಿತ್ತು ನೀವು ಹೆಂಗೆ, ಏನು? ಏನ್ಮಾಡ್ಕೊಂಡಿದ್ದೀರಿ ಅದು ಬಿಡು ಇಬ್ರೂ ಇದ್ದೀರೋ ಸತ್ತಿರೋ ಅದಾದ್ರೂ ತಿರುಗಿ ನೋಡಬಹುದಿತ್ತು. ಅದು ಅವನಿಗಿಲ್ಲ. ಯಾರೋ ಬಂದು ಹೀಗಿದ್ದಾನೆ ಅಂತ ಹೇಳಿದರೇ ವಿನಃ ಅವನ ಸೊಲ್ಲಿಲ್ಲ.

ಮುದುಕ ನಿಟ್ಟುಸಿರು ಬಿಟ್ಟು ಗೋಡೆಗೊರಗಿ ಕೂತಿದ್ದ. ಬೇರೇನೂ ಮಾಡುವಂತಿರಲಿಲ್ಲ. ಮಗ ಹುಟ್ಟಿದ್ದೇ ಇಲ್ಲ ಅಂದುಕೊಳ್ಳಲೂ ಬರುವಂತಿಲ್ಲ. ನೆನಪುಗಳು ಇಲ್ಲೇ ಉಳಿದಿರುತ್ತವೆ. ಮುತ್ತನ ನೆನಪೂ ಹಾಗೆಯೇ ನಾಳೆಗಳು ನಿನ್ನೆಯಾಗಿ, ಮೊನ್ನೆಯಾಗಿ ಸರಿದು ಹೋದವು. ಮುದುಕನ ಶಕ್ತಿ ಇನ್ನಷ್ಟು ಕ್ಷೀಣಿಸಿ, ಮೊದಲೇ ದೋಸೆ ಕಾವಲಿಯಂತೆ ತೆಳು ಹಂಚಾಗಿದ್ದ ರುಕ್ಕಿ ಹೇಗೋ ಒಂದು ಗಂಜಿಯೂಟ ಹೊಂದಿಸಿ ತಂದು ರಾತ್ರಿ ಬೆಳಗು ದಾಟಿಸುತ್ತಿದ್ದಾಗ ಇವತ್ತು ಹೀಗೆ ಮುತ್ತ ಬಂದಿಳಿದು ಬಿಟ್ಟಿದ್ದ!

*****

'ಅಪ್ಪೊ ನಾನಪ್ಪೊ ಮುತ್ತು, ಯಾಕ್ಹೀಗೆ ನೋಡ್ತೀರಿ ನಾನೇ' ಮುತ್ತು ನಗುನಗುತ್ತ ಮುದುಕನ ಬೆನ್ನು ಮುಟ್ಟಿ ಮಾತಾಡಿಸಿ, ಇನ್ನಷ್ಟು ಹತ್ತಿರಕ್ಕೆ ಸರಿದಾಗ ಉಂಟಾದ ಗಲಿಬಿಲಿ ಸಂಭ್ರಮಾಶ್ಚರ್ಯಗಳಿಂದ ಹೊರಬರಲೇ ಅವನಿಗೆ ಒಂದಷ್ಟು ಸಮಯ ಹಿಡಿಯಿತು.

ಮುದುಕ ಮಾತನಾಡುವುದಕ್ಕೂ ಮೊದಲು ಅವನು ಏನೇನೋ ಹೇಳಲು ಆರಂಭಿಸಿ ಬಿಟ್ಟಿದ್ದ. 'ಎಷ್ಟಾಗಲಿ ಇವರಿಬ್ಬರು ತನ್ನಪ್ಪ, ಅವ್ವ ತನಗೂ ಅವರನ್ನು ಬಿಟ್ಟು ಇದ್ದೇನಂದ್ರೆ ಆಗಲಾರದು, ಏನೋ ಆದದ್ದಾಗೋಗಿದೆ. ಪ್ರಪಂಚದೊಳಗೆ

ಏನನ್ನಾದರೂ ಸಾಧಿಸೋದು ಅಂದರೆ ಅದಕ್ಕೆಲ್ಲ ಭಾರೀ ಕಷ್ಟ ಬೀಳಬೇಕಾಗ್ತದೆ. ಮನೆ ಬಿಟ್ಟು ಹೋದ ಮೇಲೇನೇ ತನಗೆ ಜಗತ್ತು ಅಂದ್ರೆ ಏನು? ಎತ್ತ? ಹೆಂಗೆ? ಅಂತೆಲ್ಲ ಅರ್ಥ ಆಗಿತ್ತು ಏನೆಲ್ಲ ಮಾಡಿ ಈಗ ತಾನೊಂದು ಜನ ಆಗಿದ್ದಾನೆ'

ಮುದುಕ ಒಂದೇ ಸಮ ಮಾತನಾಡುತ್ತಿದ್ದ ಮಗನನ್ನೇ ಕುತ್ತಿಗೆಯುದ್ದ ಮಾಡಿ ನೋಡಿದ. ಅವನ ಎಲ್ಲಾ ಮಾತುಗಳೂ ಸರಿಯಾಗಿ ಅರ್ಥವಾಗಿಲ್ಲದೆ ಹೋದರೂ ಒಟ್ಟಿನಲ್ಲಿ ಅವನು ಮರಳಿ ಬಂದು, ಹಾಗೆ ತಮ್ಮನ್ನು ಬಿಟ್ಟು ಓಡಿದ್ದಕ್ಕೆ ದುಃಖ ಸೂಚಿಸುತ್ತಿದ್ದಾನೆ ಎಂದು ಅರ್ಥ ಕಟ್ಟಿದ ಮನಸ್ಸು ಹಿಂದಿನದೆಲ್ಲವನ್ನೂ ಕ್ಷಣ ಮಾತ್ರದಲ್ಲಿ ಮರೆತು ಹೋಗಿ ಈಗಿರುವ ಸತ್ಯವನ್ನು ಒಪ್ಪಿಕೊಂಡು ಸಂತೋಷಿಸಿತು.

ಹೊರಗಿನ ಗದ್ದಲ-ಗುಲ್ಲು ಮಂದವಾಗಿರುವ ಕಿವಿಗಳಿಗೆ ಅಷ್ಟಾಗಿ ಬಂದು ತಲುಪದೆ ಹೋಗಿ ಒಲೆಯೆದುರು ಸವುಟು ತಿರುವುತ್ತಿದ್ದ ರುಕ್ಕಿ ಇದೀಗ ಬಾಗಿಲಿನ ಚಲನವಲನಗಳತ್ತ ತಿರುಗಿದಳು. ಯಾರು ಬಂದಾರೆ? ಮುತ್ತು? ಮಗ, ತಮ್ಮ ಮಗನಾ ಹೌದು ನಂಬಲು ಸುಲಭ ಆಗಿಲ್ಲದಿದ್ದರೂ ನಂಬಿಬಿಟ್ಟಳು.

ತಿರುಗುತ್ತಿದ್ದ ತಲೆಯನ್ನು, ನಿಲ್ಲಲಾಗದೆ ನಿತ್ರಾಣದಿಂದ ತೂರಾಡುತ್ತಿದ್ದ ಕಾಲುಗಳನ್ನು, ನೋಯುತ್ತಿದ್ದ ತಲೆ, ದೇಹಗಳನ್ನು ಗಣನೆಗೇ ತರದೆ ರುಕ್ಕಿ ಬಾಗಿಲತ್ತ ಧಾವಿಸಿದಳು. ಮಗ ಅವಳನ್ನವಚಿ ಹಿಡಿದ. "ಮುತ್ತೂ ಮಗಾ ಮುತ್ತಣ್ಣೋ" ಎಂದು ಬಡಬಡಿಸುತ್ತ ಸಂಭ್ರಮಿಸಿದಳು.

ಹತ್ತು ನಿಮಿಷಗಳಲ್ಲಿ ಪುನರ್ಭೇಟಿಯ ಉದ್ವೇಗದ ಉಕ್ಕು ಕೆಳಗಿಳಿದಾಗ ಮಗ ಹೇಳಿದ. "ಯವ್ವಿ, ನಡೀರಿ ನಂಜತೀಗೆ ಹೋಗೋಣ".

'ಎಲ್ಲಿಗೋ ಎಲ್ಲಿಗೆ ಕಕೊರ್ಂಡು ಹೋಗ್ತೀಯೋ. ನೀನೇನು ಮದ್ವೆಯೆಲ್ಲ ಮಾಡ್ಕೊಂಡು ಮನೆಗಿನೆ ಮಾಡಿಬಿಟ್ಟಿಯೋ. ಅಲ್ಲಿಗೆ ಹೋಗೋದಾ ತನ್ನದೇ ಕನಸು ರುಕ್ಕಿಗೆ. ಇನ್ನು ಮಗ ಬಂದುಬಿಟ್ಟ. ಅವನು ಮೊದಲಿನಂತಿಲ್ಲ. ಬದಲಾಗಿದ್ದಾನೆ. ದೊಡ್ಡ ಕೆಲಸ ಮಾಡ್ತಿರಬೇಕು. ಎಷ್ಟು ಬಿಳಿ ಬಿಳೀ ಗರಿ ಗರೀ ಬಟ್ಟೆ ಹಾಕಿದ್ದಾನೆ. ಕಾಲೊಳಗೆ ಮಿರಮಿರ ಅನ್ನೋ ಶೂಸು ತಲೆಗೆ ಗಮಗಮ ಎಣ್ಣೆನೂ ಹಾಕಿದ್ದಾನೆ. ಕೈ ತುಂಬಾ ಸಂಪಾದನೆ ಇರಬೇಕು. ಆಯ್ತು ಇನ್ನು ಅವನ ಜತೆ ಹೊರಟು ಬಿಡೋದೇ ಅಲ್ಲೇ ಇದ್ದು ಬಿಡೋದು ಇನ್ನು ತನ್ನ ಕೈಯಲ್ಲಿ ದುಡೀಲಿಕ್ಕಾಗಲ್ಲ. ಮಗ ಬಂದಿದ್ದಾನೆ ಇನ್ನು ಎಲ್ಲ ಕಷ್ಟನೂ ಮುಗೀತು.

ಮುತ್ತು ಭಾರೀ ಅವಸರ ಪಡಿಸುತ್ತಾ ಇದ್ದಾನೆ. "ಹೂಂ ನಡೀರಮ್ಮ ಬೇಗೇಳಿ ಅಗಾ ರಿಕ್ಷಾ ತಂದಿದೀನಿ" ಮುದುಕ ಯಾಕೋ ಹಿಂಜರಿಯುತ್ತಿದ್ದ. 'ಇದ್ದಕ್ಕಿದ್ದಂತೆ ಹೊರಟು ಬಿಡು ಅಂದರೇನು? ಇಲ್ಲಿಂದೆಲ್ಲ ಅಲ್ಲಲ್ಲೇ ಬಿಟ್ಟು? ಐವತ್ತರುವತ್ತು ವರ್ಷದಿಂದ ಇದ್ದ ಜಾಗ, ಕೇರಿ, ಇಷ್ಟು ಚಕ್ಕಂತ ಇಲ್ಲಿಂದೆದ್ದು ಅದೆಲ್ಲಿಗೋ ಹೋಗಿ

ಇರೋದು. ಒಂದಿಷ್ಟು ಟೈಮು ಬ್ಯಾಡವೇ? ನಡೀರಿ ನಡೀರಿ ಅಂಥ ಒಂದೇ ರಾಗ ಹಿಡಿದಿದ್ದಾನೆ.'

ತನಗೆ ಇದಾವ ಚಿಂತೆಯೂ ಬಾಧಿಸಲಿಲ್ಲದಂತೆ ರುಕ್ಕಿ ಮಾಡಿದ ಗಡಿಬಿಡಿಯೊಂದಿಗೆ ಮಗನ ಒತ್ತಾಸೆಯೂ ಸೇರಿ ಮುದುಕ ರಿಕ್ಷಾ ಏರಿಯೇ ಬಿಟ್ಟ. ಏನೋ ಕನಸಿನೊಳಗೇ ಎಲ್ಲಾನೂ ನಡೆದು ಹೋಗುತ್ತಿದ್ದಂತೆ ಇಂದ್ರಲೋಕದ ರಥ ಬಂದು ನಮ್ಮಿಬ್ಬರನ್ನೂ ದೊಡ್ಡ ಮಹಲಿಗೆ ಒಯ್ದಿಳಿಸಲಿದ್ದಂತೆ ಅಲ್ಲಿ ರುಚಿ ರುಚಿ ಊಟ, ತಿಂಡಿ, ತನಗೆ ಕಾಫಿ ಕೊಳಗಗಟ್ಲೆ ಕಾಫಿ ಒಳ್ಳೆಯ ಬೀಡಿ ಮಲಗಲು ಗಾದಿ ಸುಖ ಸ್ವರ್ಗಸುಖ!

ಕಲ್ಲ ಮೇಲೆ ಎದ್ದು ಹಾಯ್ದು ದಡಕ್ಕೆಂದು ರಿಕ್ಷಾ ಕುಕ್ಕರಿಸಿತು. ಊರಿಡೀ ಮತದಾನದ ಗಲಾಟೆ. ಅಲ್ಲಿ ಜನ ಇಲ್ಲಿ ಜನ. ಬೆಳಗಿನಿಂದ ಎಲ್ಲಾ ಹೋಗಿ ಹೋಗಿ ಬರೋ ಮಂದಿ. ರುಕ್ಕಿಗೆ ಜ್ವರ, ಮುದುಕನ ಸೊಂಟದಲ್ಲಿ ಬಲವಿಲ್ಲ. ತಾವಿಬ್ಬರೂ ಮನೆಯಂಚನ್ನು ದಾಟಿಯೇ ಇಲ್ಲ.

ಗವರ್ನಮೆಂಟು ಶಾಲೆಯೆದುರಿನ ಅಂಗಳ ಹೊಕ್ಕ ರಿಕ್ಷಾದಿಂದ ಮಗ ಇಳಿದ. ಬಟ್ಟೆ ಝಾಡಿಸಿಕೊಂಡು, 'ಯವ್ವಿ, ಅಪ್ಪು ಒಂಚೂರು ಇಳೀರಿ ಇಗಾ ಈ ಚೀಟಿ ಹಿಡ್ಕೊಂಡು ಹಂಗೆ ಹೋಗಿ ಈ ಗುರ್ತಿಗೆ ಓಟಾಕಿ ಬಂದುಬಿಡಿ. ಆಮ್ಯಾಲೆ ಹೋಗೋಣ' ಅಂತ ಎರಡು ಚೀಟಿ ಕೈಗೆ ತುರುಕಿ ಒಂದಷ್ಟು ಜಬರ್‌ದಸ್ತಿನಿಂದಲೇ ಇಬ್ಬರನ್ನೂ ಒಳಗೆ ಕಳಿಸಿದ.

ಇವರ ಮೈ ಕಾಲುಗಳು ಒಲ್ಲೆ ಒಲ್ಲೆ ಅಂತ ಹಿಂದೆಳೆಯುತ್ತಿದ್ದವು. ಆದರೇನು ಮಾಡುವುದು? ಮಗ ಹೇಳಿದ್ದಕ್ಕೆ ಇಲ್ಲ ಅನ್ನೋದಾದೀತಾ? ಒಬ್ಬರ ಕೈ ಒಬ್ಬರು ಹಿಡಿದುಕೊಂಡು ಕಾಲೆಳೆದು ನಡೆದರು. ರುಕ್ಕಿಯ ಮೈ ಬಿಸಿ ಬಿಸೀ ಕೆಂಡ ಆಗಿದೆ. ಮೊನ್ನೆಯಿಂದ ಹೊಟ್ಟೆಗೇನೂ ಇಲ್ಲ. ಕವಳಿಕೆ ಬರುವಂತಿದೆ.

ಮುದುಕ ಹಿಂದೆ ನೋಡಿದ. ಮಗ ಅಷ್ಟು ದೂರ ನಿಂತು 'ಹೋಗಿ ಹೋಗಿ' ಎಂಬಂತೆ ಸನ್ನೆ ಮಾಡಿದ. ಶಾಲೆಯ ರೂಮಿನ ಬಾಗಿಲಲ್ಲಿ ನಾಕಾರು ಜನರ ಸಾಲಿತ್ತಷ್ಟೆ. ಸಂಜೆ ಇಳಿಯುತ್ತಿದ್ದಂತೆ ಮತ ಹಾಕೋ ಕಾರ್ಯ ಮುಗಿಯುವ ಸೂಚನೆಯಿತ್ತು. ಅವನು ಹೇಳಿದ್ದನ್ನು ಮಾಡದೆ ಗತ್ಯಂತರವಿರಲಿಲ್ಲ. ಆ ನಾಲ್ಕು ಜನರ ಹಿಂದೆ ಇಬ್ಬರೂ ನಿಂತಾಗ ಮುದುಕ 'ಇಲ್ಲಿಗೆ ಒತ್ತು' ಅಂತ ರುಕ್ಕಿಗೆ ಮಗ ಹೇಳಿಕೊಟ್ಟಿದ್ದ ಗುರುತನ್ನು ತೋರಿದ.

'ನೀವಿಬ್ಬರೂ ಓಟ್ ಮಾಡಿ ಬಂದು ಹುಣಿಸೆಮರದ ಕಟ್ಟೆಮ್ಯಾಲೆ ಕೂತಿರಿ. ಕೊಂಚ ತಡ ಆದ್ರೂ ನಾನು ಬರ್ತೀನಿ' ಎಂದು ಹೇಳಿ ಹೋಗಿದ್ದ ಮುತ್ತುವನ್ನು ಕಾಯುತ್ತಾ ಇಬ್ಬರೂ ಅಲ್ಲಿ ಕೂತು ಆದಾಗಲೇ ಒಂದು ಗಂಟೆ ಕಳೆದಿದೆ.

ಹಕ್ಕಿಗಳು ಹಾರಿ ಹಾರಿ ಬಂದು ತಮ್ಮ ಗೂಡುಗಳನ್ನು ಪತ್ತೆ ಹಚ್ಚಿ ಒಳಹೊಕ್ಕವು. 'ಕಿಟಿಕಿಟಿ ಕಿಲಿಕಿಲಿ' ಎನ್ನುವ ಮರಿಗಳಿಗೆ ದೂರದೂರದಿಂದ ಹಿಡಿದು ತಂದಿದ್ದ ಹುಳಹುಪ್ಪಟೆಗಳನ್ನು ಗುಟುಕಿಕ್ಕಿ ಸಂತೈಸಿದವು. ಮುದುಕ ಹಣೆಗೆ ಕೈಹಚ್ಚಿ, ದೂರಕ್ಕೆ ನೆಟ್ಟು ಕೂತಿದ್ದ ದೃಷ್ಟಿ ಬೆಳಕು ಕ್ಷೀಣಿಸುವುದರೊಂದಿಗೆ ಮಂದ ಮಂದವಾಯಿತು.

ರುಕ್ಕಿಗೆ ಜ್ವರ ಏರಿತ್ತು. ಸಂಕಟ ಹೆಚ್ಚಿ ನರಳುತ್ತಿದ್ದಳು. ಕೂರುವುದೂ ಆಗದೆ ಅಲ್ಲೇ ಉರುಳಿಕೊಂಡಳು. ಮುದುಕನಿಗೂ ದಾಹ ತಡೆಯಲಾಗುತ್ತಿಲ್ಲ. ಒಂದಿಷ್ಟು ನೀರಾದರೂ ಸಿಕ್ಕಿದ್ದರೆ ಎನಿಸಿ ಅತ್ತಿತ್ತ ನೋಡಿದ. ರಸ್ತೆ ಬದಿಯ ನಳ್ಳಿ ಒಣಗಿ ಬಿಕೋ ಎನ್ನುತ್ತ ನಿಂತಿತ್ತು. ರುಕ್ಕಿ ಮಾಡಿದ್ದ ನಾಕು ಹನಿ ಗಂಜಿಯನ್ನೂ ಕುಡಿಯಲಾಗದೆ ಮಗನ ಹಿಂದೆ ದಾರಕಟ್ಟಿದ ಕರುವಿನಂತೆ ಹೊರಟು ಬಂದಿದ್ದರು. ಹೊಟ್ಟೆಯೊಳಗಿನ ಸಂಕಟ ನಿಶ್ಶಕ್ತಿಯನ್ನು ಇಮ್ಮಡಿಸಿತ್ತು.

ನಿಮಿಷಗಳು ಅತ್ತ ಸರಿದವು. ಅದಾಗಲೇ ಶಾಲೆಯ ಒಳಭಾಗಕ್ಕೆ ಎರಡು ಬಾರಿ ಹೋಗಿ ಬಂದಿದ್ದ ಮುದುಕ ಎಲೆಬಿದ್ದ ಶಬ್ದಕ್ಕೂ ಮುತ್ತು ಬಂದ ಎಂದೆನಿಸಿ ಚಕ್ಕನೇಳುತ್ತಿದ್ದ. ಎರಡು ದೊಡ್ಡ ವ್ಯಾನುಗಳು ಬಂದು ನಿಂತು ಹತ್ತಾರು ಜನ ಸರಸರನೆ ಪೆಟ್ಟಿಗೆಗಳನ್ನು, ಬಟ್ಟೆಗಿಟ್ಟೆ, ಇನ್ನಿತರ ಪರಿಕರಗಳನ್ನು, ಮೇಜು ಕುರ್ಚಿ ಎಲ್ಲ ಎತ್ತಿ ಅದರೊಳಗೇರಿಸುತ್ತ ಗದ್ದಲ ಎಬ್ಬಿಸಿದರು.

"ಆಯಿತಾ... ಆಯಿತಾ..." ಎನ್ನುತ್ತಾ ಮೇಲ್ವಿಚಾರಣೆ ನಡೆಸಿದ ಬಂಧೂಕುದಾರಿ ಪೊಲೀಸಿನವರು ತಾವೂ ವ್ಯಾನು ಏರಿ ಕುಳಿತು ಬಾಗಿಲು ಮುಚ್ಚಿಕೊಂಡರು. ಧೂಳೆಬ್ಬಿಸಿದ ವಾಹನಗಳು ಭರ್ರೋ ಎಂದು ಅಲ್ಲಿಂದ ಮಾಯವಾದವು. ಹಿಂದೆ ಉಗ್ಗಿ ಬಂದ ಧೂಳಿಗೆ ಮುದುಕನ ಗಂಟಲು ತತ್ತರಿಸಿ ಕೆಮ್ಮು ಏರೇರಿ ಬಂತು. ತಾಳ್ಮೆ ಎಂಬುದು ಅದಾವಾಗಲೋ ಮೀರಿ ಹೋಗಿದೆ. ಕಣ್ಣು ಕತ್ತಲೆಗಿಟ್ಟುಕೊಂಡು ಬರುವಾಗ ತನ್ನೊಂದಿಗೆ ಸಂಕಟದ ಕಣ್ಣೀರನ್ನೂ ತರುತ್ತದೆ. ಮುದುಕ ವಿಹ್ವಲನಾದ.

ಅತ್ತಲಿಂದ ಯಾರೋ ಬಂದರು. ಹಾ... ಮುತ್ತು! ಮುದುಕ ಸಂಭ್ರಮಿಸಿದ. "ರುಕ್ಕಿ... ರುಕ್ಕಿ... ಏಳು... ಏಳಿನ್ನು... ಮಗ ಬಂದ" ಅವಸರಿಸಿ ಎದ್ದು ನಿಂತ.

ಅವನು ಮುತ್ತುವಲ್ಲ. ರಿಕ್ಷಾದ ಡ್ರೈವರು. "ತಾತಾ... ನಿಮ್ಮನ್ನು ಮನೆಗೆ ಕಳಿಸೋಕೆ ಬಂದಿದೀನಿ. ನಡೀರಿ ಕುತ್ಕೊಳ್ಳಿ" ಎಂದ.

ಮುದುಕ ಗಾಬರಿಯಾದ. "ಅ... ಅವನೆಲ್ಲಿ? ನ... ನಮ್ಮುಡುಗ" ಎಂದೊರಲಿದ.

"ಯಾರು? ಎಲೆಕ್ಷನ್ ಪಾರ್ಟಿ ಜನಾನೆ? ಅವರೆಲ್ಲ ಬೆಂಗಳೂರಿಗೆ ಹೋಗಿ ಆಯ್ತು ನಿಮ್ಮಗ ಟೈಮು ಸಿಕ್ಕಾಗ ಬರ್ತಾರಂತೆ. ಹೂಂ... ನಡೀರಿ ನಿಮ್ಮನ್ನು ಕಳಿಸಿಬಿಡು ಅಂದು ಹೋದ್ರು".

ಹಾಗಾದ್ರೆ ನಮ್ಮಿಂದ ಜಂಬೂಗೌಡನಿಗೆ ಓಟು ಹಾಕ್ಸೋಕಷ್ಟೇ ಇಲ್ಲಿಗೆ ಬಂದಿದ್ದನಾ ಮುತ್ತು? ಪಾಪಿ ಇಲ್ಲದ ಕನಸು ತೋರ್ಸಿ ಓಡಿ ಹೋದನಲ್ಲ_ ಮುದುಕ ನರಳಿದ.

'ನಮ್ಮ ಹಣೆಯೊಳಗೆ ಬರ್ದಿರೋದು ಇಷ್ಟೇ ರುಕ್ಕಿ... ಅವನಿನ್ನು ಬರೊಲ್ಲ ನಡಿ ಗುಡಿಸ್ಲಿಗೆ ಹೋಗೋಣ'

ಮಲಗಿದವಳ ಕೈ ಹಿಡಿದು ಏಳಿಸಲು ನೋಡಿದ. ಆಗ ಬಿಸಿಬಿಸಿ ಸುಡುತ್ತಿದ್ದ ರುಕ್ಕಿ ಈಗ ತಣ್ಣಗಾಗಿ ಬಿಟ್ಟಿದ್ದಳು... ಪೂರಾ ತಣ್ಣಗೆ!

ಯಾರಿಗೆ ಯಾರುಂಟು ಎರವಿನ ಸಂಸಾರ... ನೀರ ಮೇಲಣ ಗುಳ್ಳೆ ನಿಜವಲ್ಲ ಹರಿಯೇ... ಗೂಡಂಗಡಿಯಲ್ಲಿ ಆಕಾಶವಾಣಿ ಹಾಡುತ್ತಿದೆ. ಮುದುಕ ಕೂತೇ ಇದ್ದಾನೆ. ನೀರಿಲ್ಲ ಅವನ ಕಣ್ಣುಗಳಲ್ಲಿ, ಏನಾದರೂ ಇದ್ದರದು ಶೂನ್ಯ!.

ಪನ್ನು ಎಂಬ ಹುಡುಗ- ಯಶೋದಾ ಎಂಬ ತಾಯಿ

– ಪೂರ್ವಾರ್ಧ –

"ಹಲೋ..."

"ಹಲೋ, ಆಶಾವಾಣಿ ಕುಟುಂಬ ಸಹಾಯ ಕೇಂದ್ರ, ಏನಾಗಬೇಕಿತ್ತು? "

"ಸಹಾಯ ಮಾಡ್ತೀ ಅಲ್ಲವಾ? "

"ಖಂಡಿತ ಮಾಡ್ತೀನಿ. ನೀನು ಯಾರು ಅಂತ ಹೇಳ್ತೀಯಾ ಮಗೂ? "

"ಇದು ನಾನೇ, ನಂಗೆ ಹೆಲ್ಪ್ ಬೇಕು. ಮಾಡ್ತೀಯಾ ತಾನೆ? "

"ಆಯಿತು. ನಾನೇ ಅಂದ್ರೆ ಯಾರು ಅಂತ ಆಮೇಲೆ ಹೇಳ್ತೀಯಾ ಹಾಗಾದ್ರೆ? "

"ಹೂಂ, ಮತ್ತೆ ಏಟಿಫೈವ್ ಇಂಟು ಟ್ವೆಂಟಿಒನ್ ಮಾಡಿದ್ರೆ ಎಷ್ಟು ಬರುತ್ತೆ ಹೇಳು? "

"ಏನು? ಮ್ಯಾಥಮ್ಯಾಟಿಕ್ಸಾ? "

"ಹೂಂ, ಹೇಳು ಮತ್ತೆ. ಸಹಾಯ ಮಾಡ್ತೀನಿ ಅಂದೆ? "

"...."

"ಯಾಕೆ ಹೇಳ್ತಾ ಇಲ್ಲ, ನಿಂಗೆ ಬರಲ್ವಾ? "

"ಬರುತ್ತೆ, ಖಂಡಿತ ಹೇಳ್ತೀನಿ. ಮೊದ್ಲು ನಿನ್ನ ವಯಸ್ಸೆಷ್ಟು ಹೇಳು ನನಗೆ"

"ನಾನೀಗ ತುಂಬ ದೊಡ್ಡವನಾಗಿದ್ದೀನಿ ನಿಂಗೊತ್ತಾ? ಈಗ

ಮೂರನೇ ಕ್ಲಾಸು"

"ಅಂದ್ರೆ ನಿನಗೀಗ ಎಂಟು ವರ್ಷ. ಹೌದಾ? "

"ಹೂಂ, ಪರವಾಗಿಲ್ವೇ. ನೀನು ಜಾಣೆ. ಸರಿಯಾಗಿ ಕಂಡು ಹಿಡಿದುಬಿಟ್ಟೆ. ಈಗ ನನ್ನ ಮ್ಯಾತ್ಸ್ ಹೇಳ್ತೀಯಾ? "

"ಒಕೋರ್ಣ ಮರಿ, ಏಟಿ ಫೈವ್ ಇಂಟು ಟ್ವೆಂಟಿ ಟೂ ಅಂದ್ರೆ ಒನ್ ಥೌಸಂಡ್ ಏಟ್ ಹಂಡ್ರೆಡ್ ಅಂಡ್ ಸೆವೆಂಟಿ".

"ಥ್ಯಾಂಕ್ಸ್ ಆಂಟಿ, ನನ್ನ ಪಪ್ಪ ಮಮ್ಮಿನೂ ನನ್ನನ್ನ ಮರಿ ಅಂತ್ಲೇ ಕರೀತಾರೆ ಒಮ್ಮೊಮ್ಮೆ"

"ಓ ಹೌದಾ? ಅವರೆಲ್ಲಿದ್ದಾರೆ? ಮನೆಯಲ್ಲಿಲ್ವಾ? "

"ಊಂ ಹೂಂ, ಇಬ್ರೂ ಆಫೀಸಿಗೆ ಹೋಗಿಬಿಟ್ರು".

"ನೀನೊಬ್ಳೇನಾ ಮನೆಯಲ್ಲಿ ಹಾಗಾದ್ರೆ?"

"ಹೂಂ, ನಂಗೆ ರಜಾ ಅಲ್ವಾ ಮತ್ತೆ? ಸ್ಕೂಲ್ನಲ್ಲಿ ರಾಶಿ ಹೋಂವರ್ಕ್ ಕೊಟ್ಟುಬಿಟ್ಟಿದ್ದಾರೆ, ಎಲ್ಲಾನು ಮಾಡಿ ಮುಗಿಸ್ಬೇಕು. ನಿಂಗೂ ಹೋಂವರ್ಕ್ ಇರತ್ತಾ? "

"ಒಮ್ಮೊಮ್ಮೆ ಇರತ್ತೆ"

"ಯಾಕೆ? ನಗ್ತಾ ಇದ್ದೀಯ"

"ಏನೂ ಇಲ್ಲ. ನೀನು ಮುದ್ದುಮುದ್ದಾಗಿ ಮಾತಾಡ್ತೀಯಲ್ಲ ಅದಕ್ಕೆ"

"ನಿಂಗೊತ್ತಾ, ನಾನು ಮಾತಾಡಿದಾಗ ಎಲ್ರೂ ಹೀಗೇ ಹೇಳ್ತಾರೆ"

"ನಿನ್ನ ಸ್ಕೂಲು ಯಾವುದು? "

"ನೀನು ಟ್ಯಾಗೋರ್ ಸ್ಕೂಲು ನೋಡಿದ್ದೀಯಾ? ಅಲ್ಲೇ ನಾನು ಹೋಗೋದು ನನ್ನ ಕಕೋರ್ಣಡು ಹೋಗಕ್ಕೆ ಬಸ್ ಬರತ್ತೆ, ದಿನಾ ಬರುತ್ತೆ ಹೊಸಾ ಬಸ್ಸು"

"ಓ... ನಿನ್ನ ಸ್ಕೂಲು ನೋಡಿದ್ದೀನಿ. ತುಂಬ ಚೆನ್ನಾಗಿದೆ ಹೊಸ ಸ್ಕೂಲು ಅಲ್ವಾ? "

"ಹೂಂ, ನೀನೂ ಅಲ್ಲೇ ಓದಿದ್ದಾ? "

"ಇಲ್ಲ ಮರಿ, ನಾನು ಶಾಲೆಗೆ ಹೋಗಿ ತುಂಬ ದಿನಗಳಾದ್ವು, ಆವಾಗ ಈ ಸ್ಕೂಲು ಇರ್ಲೇ ಇಲ್ಲ."

"ಓ, ನೀನು ನಮ್ಮಜ್ಜಿ ಥರಾ ಮುದುಕೀನಾ ಹಾಗಾದ್ರೆ ಯಾಕೆ? ನಗ್ತಾ

ಇದ್ದೀಯ? "

"ಯಾಕೂ ಇಲ್ಲ, ನಂಗೆ ನಗು ಬಂತು ನಕ್ಕೆ."

"ನಮ್ಮಜ್ಜಿ ಇಲ್ಲಿ ಇರೋದೇ ಇಲ್ಲ, ಇದ್ರೂನೂ ನಂಗೆ ಹೋಂವರ್ಕ್ ಹೇಳಿಕೊಡಕ್ಕೆ ಅವರಿಗೆ ಬರಲ್ಲ ಅಜ್ಜ ಇದ್ದಾಗ ಹೇಳ್ತಿದ್ರು ಈಗ ಅವ್ರಿಲ್ಲ, ದೇವರ ಊರಿಗೆ ಹೋಗಿದ್ದಾರಂತೆ, ನಂಗೆ ನೀನು ಹೋಂವರ್ಕ್ ಹೇಳಿಕೊಡ್ತೀಯಾ? ಮತ್ತೆ ನಾನು ನಿನ್ನ ಆಂಟಿ ಅಂತ ಕರೀಲಾ? "

"ನಿಂಗೆ ಹೇಗೆ ಇಷ್ಟಾನೋ ಹಾಗೆ ಕರಿ. ನಿಂಗೆ ಏನು ಬೇಕೋ ನನ್ನ ಕೇಳು. ನಾನು ಇಲ್ಲಿದೀನಿ, ಸಹಾಯ ಮಾಡ್ತೀನಿ ಅಂತ ನಿನಗೆ ಹೇಗೆ ತಿಳೀತು? "

"ಓ... ಅದಾ? ಮಮ್ಮಿಗೆ ಏನಾದ್ರೂ ಬೇಕಿದ್ರೆ ಹೀಗೆ ನಿಂಗೇ ಫೋನು ಮಾಡ್ತಾರೆ ಅಲ್ವಾ? ಅವತ್ತು ಪಪ್ಪ ಸಿಕ್ಕಾಪಟ್ಟೆ ಮಮ್ಮಿನ ಬೈದಾಗ ಮಮ್ಮಿ ನಿಂಗೇ ಅಲ್ವಾ ಎಲ್ಲ ಹೇಳಿದ್ದು ಅದನ್ನು ನೋಡೇ ನಾನು ಎಲ್ಲ ತಿಳ್ಕೊಂಡುಬಿಟ್ಟೆ, ಯಾಕೆ ನೀನು ಮಾತಾಡ್ತಾ ಇಲ್ಲ? "

"ಏನಿಲ್ಲ ಮರೀ... ಮುಂದೆ ಹೇಳು"

"ನಾಳೇನೂ ನಂಗೆ ಹೋಮ್ ವರ್ಕ್ ಹೇಳಿ ಕೊಡ್ತೀಯಾ? ನಮ್ಮಮ್ಮಂಗೆ ಯಾವಾಗ್ಲೂ ಹೊರಗೆ ಹೋಗ್ಬೇಕು, ಟೈಮೇ ಇಲ್ಲ, ಅಂತಾಳೆ. ಪಪ್ಪನೂ ಅಷ್ಟೇ ಜಾಸ್ತಿ ಕೇಳಿದ್ರೆ ಬೈತಾರೆ... ನೀನೇ ಮಾಡ್ಕೋ ಹೋಗು. ಟ್ಯೂಶನ್ನಿಗೆ ಸಾವಿರಾರು ರೂಪಾಯಿ ಕೊಡಲ್ವಾ? ಅಂತಾರೆ"

"ಹೋಗ್ಲಿ ಬಿಟ್ಟುಬಿಡು ಮರೀ, ನಿಂಗೆ ಏನು ಬೇಕಿದ್ದರೂ ನನ್ನ ಕೇಳು. ಈಗ ಫೋನು ಇಡ್ತೀಯಾ? ನಿನ್ನ ಹಾಗೇನೇ ಇನ್ನು ಯಾರೋ ಕರೀತಿದ್ದಾರೆ. ನಾನು ಅವರ ಜೊತೆ ಮಾತಾಡಬೇಕು"

"ಇಡ್ತೀನಿ, ಅವ್ರಿಗೂ ಲೆಕ್ಕಬಿಡಿಸ್ಬೇಕಂತಾ? "

"ಹೂಂ, ಕೇಳಿ ನೋಡ್ತೀನಿ... ಬೈ ಬೈ ಮರಿ"

*****

"ಹಲೋ... ಇದು ಫೋನ್ ಆಂಟಿನಾ? "

"ಹೂಂ ಮರಿ ನಾನೇ, ಮತ್ತೆ ನಂಗೂ ಗೊತ್ತಾಯ್ತು ಇದು ನೀನೇ ಅಂತ"

"ನೀನು ದಿನಾಲೂ ಅಲ್ಲೇ ಇರ್ತೀಯಾ? "

"ಹೌದು. ನಾನು ಕೆಲಸ ಮಾಡೋದೇ ಈ ಜಾಗದಲ್ಲಿ"

"ಹಾಗಾ? ಒಳ್ಳೆದಾಯ್ತು ಬಿಡು. "

"ಇವೊತ್ತು ಏನು ಹೋಂವರ್ಕ್ ನಿಂದು? "

"ಇವತ್ತಾ? ಪದ್ಯ ಬೈಹಾರ್ಟ್ ಮತ್ತೆ ಕಾಪಿರೈಟಿಂಗ್‌ನೂ ಮಾಡ್ದೆ. ಪದ್ಯ ಹೇಳ್ಲಾ? "

"ಹೂಂ ಮರಿ, ಹೇಳು ಕೇಳ್ತೀನಿ"

"ಧರಣಿ ಮಂಡಲ

ಮಧ್ಯದೊಳಗೆ

ಮೆರೆಯುತಿಹ

ಕರ್ನಾಟ ದೇಶದೊಳಿರುವ

ಕಾಳಿಂಗನೆಂಬ ಗೊಲ್ಲನ

ಪರಿಯ ನಾನೆಂತು ಪೇಳ್ವೆನು"

"ತುಂಬ ಚೆನ್ನಾಗಿ ಹೇಳಿದೆ, ಯೂ ಆರ್ ಎ ಗುಡ್ ಬಾಯ್"

"ಹೂಂ, ನನ್ ಮಮ್ಮೀನೂ ಹೀಗೇ ಅಂತಾಳೆ"

"ನೀನೊಬ್ನೇನಾ ಇರೋದು? ಅಕ್ಕ, ತಮ್ಮ, ತಂಗಿ ಯಾರೂ ಇಲ್ಲವಾ? "

"ಊಂ... ಹೂಂ, ಇಲ್ಲ ನಾನೊಬ್ನೇ ಇರೋದು. ಅದಕ್ಕೇ ನಂಗೊಂದು ತಂಗಿ ಬೇಕೇ ಬೇಕು ಅಂತ ಮಮ್ಮೀಗೆ ಹೇಳಿಬಿಟ್ಟಿದ್ದೀನಿ, ಮತ್ತೆ ನಂಗೆ ಬೇಜಾರಾಗಲ್ವ? ಆದರೆ ಮಮ್ಮಿ ಏನಂತಾಳೆ ಗೊತ್ತಾ? ನಿಂದೊಬ್ಬಂದೇ ಗಲಾಟೆ ಸಾಕಪ್ಪಾ ಅಂತ, ಯಾಕೆ ನಗ್ತಾ ಇದ್ದೀಯ ನೀನು? "

"ಏನಿಲ್ಲಪ್ಪ, ಸುಮ್ನೆ. ಆದ್ರೆ ನೀನಿನ್ನೂ ನಿನ್ನ ಹೆಸರೇ ಹೇಳಿಲ್ಲವಲ್ಲ ನಂಗೆ? "

"ಓ... ಹೌದಲ್ವಾ? ಮರ್ತೇ ಹೋಗಿತ್ತು. ನಾನು ಪ್ರಣೀತ್ ಅಂತ, ಮತ್ತೆ ಮಮ್ಮಿ ನನ್ನ ಪನ್ನು ಅಂತ ಕರೀತಾಳೆ ಗೊತ್ತಾ? ಅವಳಿಗೆ ಅದು ಇಷ್ಟ ಅಂತೆ, ಅಂದಹಾಗೆ ನಿನ್ನ ಹೆಸರೇನು? "

"ನೀನು ಆಂಟಿ ಅಂತೀಯಲ್ಲ ಅಥವಾ ಅಕ್ಕ ಅನ್ನು, ನೀನು ಹೇಗೆ ಕರೆದರೂ ನಂಗೆ ಅದೇ ಇಷ್ಟ. ಮತ್ತೆ ನಿನ್ನ ಹೆಸರು ತುಂಬ ಚೆನ್ನಾಗಿದೆ ಪ್ರಣೀತ್"

"ಮತ್ತೆ ನನ್ನ ಹತ್ರ ಸಿಮ್ಮಿ ಇದೆ, ನಿಂಗೊತ್ತಾ?"

"ಸಿಮ್ಮೀನಾ? ಏನದು? ಯಾರು? "

"ಅದೇ, ನನ್ನ ಪೊಮೆರಿಯನ್ ಡಾಗ್, ಎಷ್ಟು ಚೆನ್ನಾಗಿದೆ ಗೊತ್ತಾ ಅದು? ಬಿಳಿಬಿಳೀ ಇದೆ ಅದ್ರ ಮೂಗು ಕೆಂಪ್ ಕೆಂಪಗೆ ಇದೆ ಬಾಲ ಈಷ್ಟು ದಪ್ಪ ಇದೆ. ಯಾವಾಗ್ಲೂ ಅಲ್ಲಾಡಿಸ್ತಾ ಇರತ್ತೆ. "

"ಓ, ಹೌದಾ? ಯಾರು ಅದಕ್ಕೆ ಹೆಸರಿಟ್ಟದ್ದು ಸಿಮ್ಮಿ ಅಂತ? ನೀನಾ? "

"ಹೂಂ ನಾನೇ. ಅದಕ್ಕೆ ಪ್ರತಿದಿವ್ಸ ಬ್ರೆಡ್ಡು, ಸೌತೆಕಾಯಿ, ಬಿಸ್ಕೆಟ್ಟು, ಹಾಲು ಎಲ್ಲಾ ಕೊಡ್ತೀನಿ. ನಂಜತೆ ಎಷ್ಟು ಚೆನ್ನಾಗಿ ಆಟ ಆಡುತ್ತೆ ಗೊತ್ತಾ? ನಾನು ಓಡಿದ್ರೆ ನಂಜೊತೆನೇ ಓಡುತ್ತೆ"

"ಅದು ಸರಿ ಪ್ರಣೀತ್... ನೀನು ಸಿಮ್ಮಿ ಜೊತೆ ಆಟ ಮುಗ್ಸಿದ ಮೇಲೆ ಅದರ ಜಾಗದಲ್ಲಿ ಅದಕ್ಕೆ ಮಲ್ಗೋಕೆ ಬಿಡಬೇಕಪ್ಪ, ಇಲ್ಲ ಅಂದ್ರೆ ಅದಕ್ಕೂ ಬೇಜಾರಾಗಿಬಿಡುತ್ತೆ "

"ಓ. ಹೌದಲ್ವಾ? ಅದೂ ನಿಜ. ನೀನು ತುಂಬ ಒಳ್ಳೆಯೋಳು. ಮಮ್ಮಿ ಥರ ಗುರ್ರಂತ ಬೈದು ಬಿಡಲ್ಲ"

"ಆದ್ರೆ ನಿಮ್ಮ ಮಮ್ಮಿ ಹೇಳೋದು ನಿಂಗೆ ಒಳ್ಳೇದಾಗಲಿ ಅಂತಾನೇ ಅಲ್ವಾ? ಸಿಮ್ಮಿ ಮೈಮೇಲೆ ಹುಳ ಇದ್ರೆ ಅದು ನಿಂಗೆ ಕಚ್ಚಿಬಿಡಲ್ವಾ? ಅದಕ್ಕೇ ಮಮ್ಮಿ ಬೇಡ ಅನ್ನೋದು."

"ನಿಮ್ಮನೆಯಲ್ಲಿ ಸಿಮ್ಮಿ ಇಲ್ವಾ? "

"ಇಲ್ಲಪ್ಪ... ನಮ್ಮಲ್ಲಿಲ್ಲ"

"ನಿಮ್ಮನೆಯಲ್ಲಿ ನನ್ಹಾಗೆ ಮಾತಾಡೋರು ಯಾರೂ ಇಲ್ಲವಾ?"

"ಇಲ್ಲ ಪ್ರಣೀತ್... ನಿನ್ನ ಹಾಗೆ ಸ್ವೀಟಾಗಿ ಮಾತಾಡೋರು ನಮ್ಮಲ್ಲಿ ಯಾರೂ ಇಲ್ಲ."

"ನಿನ್ನ ಪಪ್ಪ ಮಮ್ಮಿ"

"ಊಂ...ಹೂಂ ನಾನೊಬ್ಬೇ ಇರೋದು ಮರೀ."

"ನಿಂಗೂ ನನ್ಹಾಗೇ ಬೇಜಾರಾಗ್ತಾ ಇರುತ್ತಾ? ನಂಗಂತೂ ಒಬ್ನೇ ಇದ್ದಿದ್ದಕ್ಕೆ ಒಂದೊಂದ್ಸಲ ತುಂಬ ಕೋಪ ಬಂದು ಬಿಡುತ್ತೆ ಗೊತ್ತಾ? "

"ಹೂಂ... ನಂಗೂ ಬೇಜಾರಾಗ್ತಾ ಇರುತ್ತೆ. ಆದ್ರೆ ಏನು ಮಾಡೋದು? ಅಂದ ಹಾಗೆ ನಿನ್ನ ರಜಾ ಮುಗೀತಾ? "

"ಇನ್ನೊಂದು ವಾರಕ್ಕೆ ಮುಗಿಯುತ್ತೆ, ಆಮೇಲೆ ಎಕ್ಸಾಮಿದೆ. "

"ಓಹೋ, ಪರೀಕ್ಷೆಗೆ ಎಲ್ಲ ಚೆನ್ನಾಗಿ ಓದ್ಕೋತೀಯ ತಾನೆ?"

"ಹೂಂ, ಪರೀಕ್ಷೆ ಮುಗಿದ್ಮೇಲೆ ಪಿಕ್‌ನಿಕ್ ಕರ್ಕೊಂಡು ಹೋಗ್ತೀನಿ ಅಂತ ಪಪ್ಪ ಹೇಳಿದ್ರು."

"ಹೌದಾ? ವೆರಿಗುಡ್. ಪಿಕ್‌ನಿಕ್ ಮುಗಿಸಿ ಬಂದ ಮೇಲೆ ಎಲ್ಲಿಗೆ

ಹೋಗಿದ್ದೆ. ಏನೇನು ಮಾಡಿದೆ ಎಲ್ಲ ನನಗೆ ಹೇಳ್ತೀಯಲ್ಲಾ?"

"ಓಹೋ ಯೆಸ್ ಯೆಸ್ ಎಲ್ಲನೂ ಹೇಳ್ತೀನಿ. ನೀನು ಎಲ್ಲೂ ಹೋಗಬಾರ್ದು. ಆಯ್ತಾ?"

"ಇಲ್ಲ ಮರಿ. ನಾನೆಲ್ಲಿಗೂ ಹೋಗಲ್ಲ. ಇಲ್ಲೇ ಇರ್ತೀನಿ."

"ನಾನು ಅಂದ್ರೆ ನಿಂಗೆ ಇಷ್ಟಾನಾ? "

"ಹೌದು ಮರಿ, ಯು ಆರ್ ಎ ಸ್ವೀಟ್ ಗುಡ್ ಬಾಯ್"

"ನೀನೂ ನಂಗೆ ಇಷ್ಟ. ನಂಗೆ ಹೋಂವರ್ಕ್ ಹೇಳಿಕೊಡ್ತೀಯಲ್ಲ. ಅರೇ ಯಾಕೆ ನಗ್ತಾ ಇದ್ದೀಯ?"

"ಏನಿಲ್ಲ. ನಂಗೆ ಖುಷಿ ಆಯ್ತು ಅದಕ್ಕೆ– ಮತ್ತೆ ಈಗ ನೀನೂ ನಗ್ತಾ ಇದ್ದೀಯಲ"

"ಬಾಯ್ ಆಂಟಿ."

*****

" ಹಲೋ... ಫೋನ್ ಆಂಟೀ ಇದ್ದೀಯಾ ಅಲ್ಲಿ?"

"ಹಲೋ ಹೇಳ್ಮರಿ... ಇದು ನಾನೇ. ನಿನ್ನ ಪರೀಕ್ಷೆ– ಪಿಕ್‌ನಿಕ್ ಎಲ್ಲ ಮುಗೀತಾ? ಮತ್ತೆ ಹೇಗೆ ಮಾಡಿದೆ ಎಕ್ಸಾಮಿನಲ್ಲಿ ಎಲ್ಲಿಗೆ ಹೋಗಿದ್ರಿ? ಏನೇನು ಮಾಡಿದೆ?"

"ಓ, ಎಲ್ಲ ಚೆನ್ನಾಗಾಯ್ತು ಪಪ್ಪ ಊಟಿಗೆ ಕರ್ಕೊಂಡು ಹೋಗಿದ್ರು. ಅಲ್ಲಿ ದೊಡ್ಡ ಲೇಕ್ ಇದೆಯಲ್ಲಾ ಅದ್ರಲ್ಲಿ ಓ ಎಷ್ಟು ದೂರದೂರಕ್ಕೆ ಬೋಟ್ನಲ್ಲಿ ಹೋಗಿದ್ವಿ ಗೊತ್ತಾ? ಮತ್ತೆ ಗಾರ್ಡನ್ ನೋಡಿದ್ವಿ, ಜೂ ನೋಡಿದ್ವಿ, ಸರ್ಕಸ್‌ನೂ ನೋಡಿದ್ವಿ, ಅದ್ರಲ್ಲಿ ಹುಲಿ, ಸಿಂಹ, ಕರಡಿ ಎಲ್ಲ ಇತ್ತು. ಮತ್ತೆ ಕೋತಿ ಬೈಕು ಓಡಿಸ್ತಾ ಇತ್ತು, ನೀನು ಸರ್ಕಸ್ ನೋಡಿದ್ದೀಯಾ? ಹುಲಿ, ಸಿಂಹ ನೋಡಿದ್ದೀಯಾ?""

"ನಾನು ಚಿಕ್ಕವಳಾಗಿದ್ದಾಗ ತುಂಬ ವರ್ಷಗಳ ಹಿಂದೆ ನೋಡಿದ್ದೆ ಅಷ್ಟೆ. ಅಂದ್ಹಾಗೆ ನೀನು ನಿನ್ನ ರಿಸಲ್ಟ್ ಏನಾಯ್ತು ಅಂತ ಹೇಳಲೇ ಇಲ್ಲ ನಂಗೆ?"

"ಓ, ನಾನು ಕ್ಲಾಸಿಗೆ ಫಸ್ಟ್ ಬಂದಿದ್ದೀನಿ.ಆದ್ರೆ ನಂಗೆ ತುಂಬ ಅಳು ಬರ್ತಾ ಇದೆ. ಊಂ"

"ಓ, ಅಳು ಬರತ್ತಾ? ಯಾಕೆ ಮರೀ ಫಸ್ಟ್ ಬಂದ್ರೆ ಯಾರಾದ್ರೂ ಅಳ್ತಾರಾ?"

"ನನ್ನ ಸಿಮ್ಮಿ ಇತ್ತಲ್ಲ ಅದು ಇಲ್ಲ, ಸತ್ತು ಹೋಯ್ತು ಊಂ ಊಂ..."

"ಓ... ಚ್ಚುಚ್ಚುಚ್ಚು, ಇಲ್ಕೇಳು ಮರೀ ಅಳ್ಬೇಡ ಸುಮ್ನಿರು ಬೇಜಾರು ಮಾಡ್ಕೋ ಬೇಡ"

"ಸಿಮ್ಮಿ ಯಾಕೆ ಸತ್ತು ಹೋಯ್ತು ನೀ ಹೇಳು ಅದು ಎಷ್ಟು ಚೆನ್ನಾಗಿತ್ತು. ಪುಟ್ ಪುಟ್ಟದಾಗಿತ್ತು, ನಂಜೊತೆ ಆಟ ಆಡ್ತಿತ್ತು ಕೈ ಎಲ್ಲ ನೆಕ್ಕಿ ಪ್ರೀತಿ ಮಾಡ್ತಿತ್ತು, ಅದ್ಯಾಕೆ ಸಾಯಬೇಕು? ನಾನೀಗ ಯಾರ ಜೊತೆ ಆಡ್ಲಿ? ನಂಗೆ ತುಂಬ ಇಷ್ಟವಾಗಿದ್ದು ಯಾಕೆ ಸತ್ತೋಯ್ತು? ಊಂ... ಊಂ..."

"ಅದು ಯಾಕೆ ಅಂತ ಹೇಳೋದು ತುಂಬ ಕಷ್ಟ ಮರೀ, ಈ ಜೀವನ ಅಂದ್ರೆ ಹಾಗೇನೇ. ಒಂದೊಂದು ಬಾರಿ ಇಲ್ಲಿ ನಮಗೆ ತುಂಬ ಇಷ್ಟವಾದವರು ಪ್ರೀತಿಯಾಗಿರುವವರು ಇದ್ದಕ್ಕಿದ್ದ ಹಾಗೆ ಒಂದಿನ ನಮ್ಮಿಂದ ತುಂಬ ದೂರಕ್ಕೆ ಹೋಗಿ ಬಿಡ್ತಾರೆ, ಆದರೆ ಅವರು ದೂರವಾಗಿಬಿಟ್ರು ಅಂತ ನಾವು ತಿಳ್ಕೋಬಾರ್ದು. ಯಾಕೆಂದ್ರೆ ಅವರ ಪ್ರೀತಿ–ಸ್ನೇಹ ಯಾವಾಗ್ಲೂ ನಮ್ಮ ಜೊತೆಯೇ ಉಳಿಯುತ್ತೆ. ಹಾಗೇನೇ ಪಮ್ಮಿ ಹೋದ್ರೂ ಅದಕ್ಕೆ ನಿನ್ನ ಮೇಲಿದ್ದ ಪ್ರೀತಿ, ಸ್ನೇಹ ಯಾವಾಗ್ಲೂ ನಿನ್ನ ಜೊತೆ ಇರುತ್ತೆ ಮರೀ. ಬೇಜಾರು ಮಾಡ್ಕೋಬಾರ್ದು"

"ಹೌದಾ? ಯಾವಾಗ್ಲೂ ನಂಜೊತೆನೇ ಇರುತ್ತಾ?"

"ಹೌದು. ನೀನು ಜಾಣ ಅಲ್ಲವಾ? ನಾನು ಹೇಳಿದ್ದನ್ನು ಕೇಳ್ತೀಯಾ?"

"ಹೂಂ, ಕೇಳ್ತೀನಿ ಹೇಳು."

"ಇನ್ನು ಮೇಲೆ ನೀನು ಅಳಬಾರ್ದು, ಮತ್ತೆ ಚೆನ್ನಾಗಿ ಪಾಠ ಓದ್ಕೋಬೇಕು. ತಿಳೀತಾ?"

"ಆಯ್ತು ಅಳಲ್ಲ ಆದ್ರೆ ನೀನು ಯಾವಾಗ್ಲೂ ನಂಜೊತೆ ಮಾತಾಡ್ತಿರಬೇಕು. ಮಾತಾಡ್ತೀಯಾ?"

"ಖಂಡಿತ ಮಾತಾಡ್ತೀನಿ. ನೀನು ಬೆಳೆದು– ಓದಿ ದೊಡ್ಡವನಾಗಬೇಕಲ್ವೆ?"

"ಓ ಆಗ್ತೀನಿ. ಆವಾಗ಼್ೂ ನೀನು ನಂಜೊತೆ ಹೀಗೇ ಮಾತಾಡ್ತಿರಬೇಕು. ನೀನು ತುಂಬ ಒಳ್ಳೆಯವ್ಳು"

"ನಿನ್ನ ಬೇಜಾರೆಲ್ಲಾ ಹೋಯ್ತಾ? ಈಗ ನಗು ನೋಡೋಣ... ಚಿಯರ್ ಅಪ್ ಹಾಗೆ!"

"ನೀನೂ ನಗ್ತಾ ಇದ್ದೀಯಲ್ಲ... ನೀನೂ ಚಿಯರ್ ಅಪ್ ನಾ?"

"ಹೂಂ ಮರಿ ನಂಗೆ ಬೇರೆ ಕೆಲ್ಸನೂ ಇದೆ. ನಾನೀಗ ಇನ್ನೊಂದು ಫೋನ್ ತೆಗೊಳ್ಳಾ? ನೀನು ಇಡ್ತೀಯಾ?"

"ಆಗ್ಲಿ ನಾಳೆ ಮತ್ತೆ ಮಾಡ್ತೀನಿ. ನೀನು ಇರ್ತೀ ಅಲ್ವಾ?"

"ನಾನಿಲ್ಲೇ ಇರ್ತೀನಿ ಎಲ್ಲಿಗೂ ಹೋಗಲ್ಲ. ಆಯ್ತಾ?"

*****

"ಹಲೋ, ಫೋನ್ ಆಂಟೀ"

"ಹಲೋ ಪ್ರಣೀತ್ ನೀನಾ? ಎಲ್ಲಿಗೆ ಹೋಗಿದ್ದೆ ಮರೀ, ನಿನ್ನ ಧ್ವನೀನೇ ಇರ್ಲಿಲ್ಲ, ನನಗೆ ತುಂಬ ನೆನಪಾಗ್ತಾ ಇತ್ತು ನಿಂದು."

"ಹೌದಾ? ನೀನು ನನ್ನ ಜ್ಞಾಪಿಸಿಕೋತಾ ಇದ್ಯಾ?"

"ಹೌದ್ಮರೀ ತುಂಬ ಜ್ಞಾಪಿಸ್ಕೋತಿದ್ದೆ... ಪ್ರಣೀತ್ ಯಾಕೆ ನಂಜೊತೆ ಮಾತಾಡ್ತಿಲ್ಲ? ಏನಾಯ್ತು ಅಂದುಕೋತಾ ಇದ್ದೆ. ನೀನು ಹುಶಾರಾಗಿದ್ದೀಯ ತಾನೆ?"

"ನಾನೂ ಅಷ್ಟೇ, ನಿನ್ನನ್ನು ಜ್ಞಾಪಿಸ್ಕೋತಿದ್ದೆ ನಂಗೇನೂ ಆಗಿಲ್ಲ ಆಂಟಿ. ಚೆನ್ನಾಗೇ ಇದ್ದೀನಿ"

"ಮತ್ತೆ ಯಾಕೆ ಫೋನ್ ಮಾಡ್ಲಿಲ್ಲ? "

"ನಾನು ಮಮ್ಮಿ, ಪಪ್ಪನ ಜೊತೆ ಬೇರೆ ದೇಶಕ್ಕೆ ಹೋಗಿದ್ವಿ. ಅದು ತುಂಬ ದೊಡ್ಡ ಊರಂತೆ. ಮಮ್ಮಿ ಹೇಳಿದ್ಲು."

"ಬೇರೆ ದೇಶವಾ? ಎಲ್ಲಿಗೆ ಹೋಗಿದ್ರಿ? ಯಾಕೆ?"

"ಯಾಕಂದ್ರೆ, ನಾವೆಲ್ಲ ಇನ್ನು ಮೇಲೆ ಅಲ್ಲೇ ಇರ್ಬೇಕಂತೆ ಪಪ್ಪ ಅಲ್ಲೇ ಆಫೀಸಿಗೆ ಹೋಗ್ತಾರಂತೆ. ಅಲ್ಲಿ ಒಂದು ಮನೆ ಕೂಡ ನೋಡಿ ಬಂದ್ವಿ. ಮತ್ತೆ ಮಮ್ಮಿನೂ ಅಲ್ಲೇ ಇರ್ತಾಳೆ"

"ಓ ಅವರು ಔಟ್ ಸೈಡ್ ಶಿಫ್ಟ್ ಮಾಡ್ತಾ ಇದ್ದಾರಾ ಹಾಗಾದ್ರೆ?"

"ಹೂಂ, ನನಗೆ ತುಂಬ ಅಳು ಬರ್ತಾ ಇದೆ. ಶಿಫ್ಟ್ ಅಂದ್ರೆ ನಾವು ಇಲ್ಲಿಂದ ಹೋಗಿ ಬಿಡಬೇಕಾ? ಮಮ್ಮಿ ಹಾಗೆ ಹೇಳ್ತಾ ಇದ್ದಾಳೆ ನಿಂಗೆ ಗೊತ್ತಾ ಅವೆಲ್ಲ ಏನು ಅಂತ?"

"ಹೌದು ಮರೀ, ಹೋಗ್ಲೇ ಬೇಕಾಗುತ್ತೆ, ಇಲ್ಲಿಂದ ಹೊರಟುಹೋಗ್ತೀ ಅಂತ ಬೇಜಾರಾ ನಿನಗೆ?"

"ಹೂಂ, ಅಲ್ಲಿ ನೀನು ಇರಲ್ಲ ನಾನು ಯಾರ ಜೊತೆ ಮಾತಾಡ್ಲಿ? ಸಿಮ್ಮೀನೂ ಇಲ್ಲ. ಯಾರ ಜೊತೆ ಆಟ ಆಡ್ಲಿ? ಯಾವಾಗ್ಲೂ ನಾನೊಬ್ನೇ ಇರಬೇಕು, ಆಗ ಏನು ಮಾಡ್ಲಿ?"

" ...."

"ಯಾಕೆ? ನೀನು ಮಾತಾಡ್ತಾ ಇಲ್ಲ, ನಿಂಗೂ ಅಳು ಬಂತಾ?"

"ಹೌದು ಪ್ರಣೀತ್ ನನಗೂ ತುಂಬ ಬೇಜಾರಾಗ್ತಾ ಇದೆ."

"ನಿಂಗೆ ನನ್ನ ಹಾಗೆ ಬೇರೆ ಯಾರೂ ಹೋಂವರ್ಕ್, ಮ್ಯಾತ್ಸ್ ಕೇಳಲ್ವಾ?"

"ಇಲ್ಲ ಮರಿ, ಅವರೆಲ್ಲ ಬೇರೆ ವಿಷಯನೇ ಮಾತಾಡ್ತಾರೆ. ನಿನ್ಹಾಗೆ ಮುದ್ದಾಗಿ ಯಾರೂ ಮಾತಾಡಲ್ಲ"

"ನಾನು ಪಪ್ಪಂಗೆ ಹೇಳಿಬಿಡ್ತೀನಿ. ನಾವು ಬೇರೆ ದೇಶಕ್ಕೆ ಹೋಗೋದೇ ಬೇಡ. ಇಲ್ಲೇ ಇದ್ದು ಬಿಡೋಣ ಅಂತ, ಯಾಕೆ? ನೀನು ಯಾಕೆ ನಗ್ತಾ ಇದ್ದೀಯ?"

"ಸುಮ್ಮನೆ, ಆದರೆ ಹಾಗೆಲ್ಲ ಮಾಡೋಕೆ ಆಗಲ್ಲ ಮರಿ; ಪಪ್ಪ ಹೇಳಿದ್ಮೇಲೆ ನೀನು ಹೋಗ್ಲೇಬೇಕಲ್ವಾ?"

"ಹಾಗಾದ್ರೆ ನಾವು ಅಲ್ಲಿಂದ ಬೇಗ ವಾಪಸ್ ಬಂದು ಬಿಡೋಣ ಅಂತ ಮಮ್ಮಿಗೆ ಹೇಳ್ತೀನಿ. ನಾವು ವಾಪಸ್ ಬಂದಾಗ ನೀನು ಇಲ್ಲೇ ಇರ್ತೀ ಅಲ್ಲವಾ? ಇವತ್ತೇ ಮಮ್ಮಿಗೆ ಹೇಳಿಬಿಡ್ತೀನಿ"

"ಆಯ್ತು ಪ್ರಣೀತ್, ಹಾಗೇ ಮಾಡು"

"ನಾನು ನಿನ್ನ ನೋಡಬೇಕು. ಎಲ್ಲಿದ್ದೀಯ?"

"ನಾನು ಇಲ್ಲೇ ಇದ್ದೀನಿ, ಆದ್ರೆ ನೀನು ಊರಿಗೆ ಹೋಗಿ ಬರ್ತೀಯಲ್ಲ. ಆವಾಗ ದೊಡ್ಡವನಾಗಿರ್ತೀಯ. ಆಗ ನಿನ್ನನ್ನು ಭೇಟಿಯಾಗ್ತೀನಿ ಆಯಿತಾ? "

"ಹಾಗಂತಿಯಾ? ಈವಾಗ ಬೇಡವಾ?"

"ಹೂಂ ಮರಿ, ನೀನು ಅಲ್ಲಿಗೆ ಹೋಗಿ ಚೆನ್ನಾಗಿ ಓದಿ, ಪಾಠಗಳನ್ನೆಲ್ಲ ಕಲಿತು, ಕಾಲೇಜಿಗೆ ಹೋಗಿ ದೊಡ್ಡವನಾಗಿ ಇಲ್ಲಿಗೆ ಬಾ, ಆಗ ನಂಗೆ ತುಂಬ ಖುಶಿಯಾಗುತ್ತೆ."

"ಅಲ್ಲೀವರೆಗೂ ನೀನು ಇಲ್ಲೇ ಇರ್ಬೇಕು ತಿಳೀತಾ? ಇರ್ತೀಯಾ ತಾನೆ? ಪ್ರಾಮಿಸ್?"

"ಹೂಂ ಮರಿ, ನಾನಿಲ್ಲೇ ಇರ್ತೀನಿ. ನೀನು ಬರೋವರೆಗೂ ಇರ್ತೀನಿ."

"ಬಾಯ್ ಆಂಟೀ, ಬಾಯ್ ಬಾಯ್"

"ಬಾಯ್ ಪ್ರಣೀತ್ ಹೋಗ್ಬಾ ಒಳ್ಳೆದಾಗ್ಲಿ ನಿಂಗೆ"

*****

-ಉತ್ತರಾರ್ಧ-

"ಹಲೋ"

"ಹಲೋ...ಇದು ಆಶಾವಾಣಿ ಕುಟುಂಬ ಸಹಾಯ ಕೇಂದ್ರ ಏನಾಗ್ಬೇಕಿತ್ತು ಸರ್?"

"ನಾನು, ನಾ... ನಾ... ನನಗೆ ನಿಮ್ಮಲ್ಲಿ ಒಬ್ಬರ ಜೊತೆಗೆ ಮಾತನಾಡಬೇಕಿತ್ತು."

"ಖಂಡಿತ, ಆದರೆ ಒಬ್ಬರ ಜೊತೆಗೆ ಅಂದರೆ ಯಾರು ಅಂತ ಹೇಳ್ತೀರಾ?"

"ನಿಮ್ಮಲ್ಲಿ ಒಬ್ಬ ಲೇಡಿ ಇದ್ರು ಅವರು, ಅವರೇ ಬೇಕಿತ್ತು."

"ಇಲ್ಲಿರುವವರೆಲ್ಲ ಲೇಡೀಸೇ, ನಿಮಗೆ ಯಾರು ಬೇಕಿತ್ತು?"

"ಅ, ಅದು... ಕೇಳಿ ಮೇಡಮ್, ನನ್ನ ಹೆಸರು ಪ್ರಣೀತ್ ಅಂತ. ಈಗ ಸುಮಾರು ಹನ್ನೆರಡು ವರ್ಷದ ಹಿಂದೆ, ನಾವಿಲ್ಲಿದ್ವಿ, ಇದೇ ಊರಲ್ಲಿ. ಆಗ ನಾನು ತುಂಬ ಚಿಕ್ಕ ಹುಡುಗ. ಒಮ್ಮೆ ಏನೋ ಕುತೂಹಲಕ್ಕೆ, ಹುಡುಗಾಟದಿಂದ ನಿಮ್ಮ ಕೇಂದ್ರಕ್ಕೆ ಫೋನು ಮಾಡಿ ಮಾತಾಡಿದೆ. ನಿಮ್ಮಲ್ಲಿಂದ ಒಬ್ಬರು ಲೇಡಿ ನನ್ನ ಜೊತೆ ಮಾತನಾಡಿದರು. ತುಂಬ ಪ್ರೀತಿಯಿಂದ ನನ್ನನ್ನು ಮಾತಾಡಿದರು... ಅವರ ಜೊತೆ ನಾನು ಸಲಿಗೆ ಬೆಳೆಸಿಕೊಂಡೆ. ನಾನು ಕೇಳಿದ್ದಕ್ಕೆಲ್ಲ ಆಕೆ ಉತ್ತರ ಕೊಡ್ತಾ ಇದ್ರು ಆ ಮೇಲೆ ಒಂದಿಡೀ ವರ್ಷ ಅವರ ಜೊತೆ ನಾನು ಪ್ರತಿದಿನ ಮಾತನಾಡ್ತಿದ್ದೆ. ಆಕೆ ತುಂಬ ಚೆನ್ನಾಗಿ ಮಾತಾಡ್ತಾ ಇದ್ದರು. ನಾನು ಏನೇ ಕೇಳಿದರೂ ಸಮಾಧಾನ ಕೊಡೋರು. ಅವರೊಂದಿಗೆ ಏನೋ ಆತ್ಮೀಯತೆ ಬೆಳೆದಿತ್ತು ನನಗೆ. ನಾವು ವಿದೇಶಕ್ಕೆ ಹೋಗಿದ್ದರಿಂದ ಇಷ್ಟು ವರ್ಷ ಈ ಸಂಪರ್ಕ ನಿಂತು ಹೋಗಿತ್ತು, ಇವತ್ತು ನಾನು ಈ ಊರಿಗೆ ಬಂದೆ. ನನಗೆ ಅವರ ಜೊತೆ ಮಾತನಾಡಬೇಕಿದೆ. ಆದರೆ ಅನ್‌ಫಾರ್ಚುನೇಟ್ಲಿ ನಂಗವರ ಬಗ್ಗೆ ಇನ್ನೇನೂ ಗೊತ್ತಿಲ್ಲ. ಕಡೇ ಪಕ್ಷ ಅವರು ಇದ್ದರೆ ಮಾತನಾಡೋಕೆ ಹೇಳ್ತೀರಾ? ಪ್ರಣೀತ್ ಬಂದಿದ್ದಾನೆ. ಕರೀತಾ ಇದ್ದಾನೆ ಅಂತ ಹೇಳಿ."

"........"

"ಯಾಕೆ ಮೇಡಂ, ಏನಾಯ್ತು? ನಿಮಗೆ ಅವರ ಬಗ್ಗೆ ಗೊತ್ತಿಲ್ವಾ? ಒಂದು ಕ್ಲೂ ಕೊಡ್ತೀನಿ, ಅವರ ಹೆಸರು ತಿಳ್ಕೋಬೇಕು ಅಂತ ಸಹ ನನಗೆ ತಿಳಿಯದಷ್ಟು ನಾನು ಚಿಕ್ಕವನಾಗಿದ್ದೆ. ಹಾಗಾಗಿ ಅವರನ್ನು 'ಫೋನ್ ಆಂಟೀ' ಅಂತ ಕರೀತಿದ್ದೆ. ಅವರು ಮರೀ ಅಂತಿದ್ರು ನನ್ನನ್ನು"

"ಓ ಈಗ ನೆನಪಾಯ್ತು, ಯಶೋದಾ ನನ್ನ ಫ್ರೆಂಡ್, ಕೊಲೀಗ್ ಸಹ. ಅವಳೇ ನಿಮ್ಮ ಫೋನ್ ಆಂಟಿ. ಆದರೆ ಇದೆಲ್ಲ ತುಂಬ ವರ್ಷಗಳ ಹಳೇ ಸಂಗತಿ ಅಲ್ವಾ, ಅದಕ್ಕೇ ನೆನಪು ಕೊಂಚ ತಡ ಆಯ್ತು. ಈಗ ಹೇಳಿ"

"ಥ್ಯಾಂಕ್ ಗಾಡ್ ನಂಗೆ ಯಶೋದಾ ಅವರೇ ಬೇಕಾಗಿತ್ತು, ಅವ್ರಿದ್ದಾರಾ ಅಲ್ಲಿ? ನಾನು ಮಾತಾಡಬಹುದೇ?"

"ಇಲ್ಲ ಈಗ ಅವರನ್ನು ಕರಿಯೋಕಾಗಲ್ವಲ್ಲ..."

"ಅಂದ್ರೆ? ಅವರಿಗೇನಾದ್ರೂ ಟ್ರಾನ್ಸ್‌ಫರ್ ಆಯ್ತಾ? ಅವರ ಹೊಸ ಅಡ್ರೆಸ್ ನಿಮ್ಮ ಹತ್ರ ಇರ್ಬೇಕಲ್ಲ.. ಇದ್ರೆ ಕೊಡ್ತೀರಾ? ನಾನವರನ್ನು ಕಾಣಬೇಕು"

"ಮಿಸ್ಟರ್ ಪ್ರಣೀತ್ ಸಾರಿ, ಇಲ್ಲ, ಆಗಲ್ಲ"

"ವಾಟ್ ಡು ಯೂ ಮೀನ್?"

ನಂಗೆ ಅರ್ಥ ಆಗ್ತಾ ಇಲ್ಲ.ಪ್ಲೀಸ್ ಬಿಡಿಸಿ ಹೇಳಿ, ಯಾಕೆ ನಾನವರನ್ನು ಭೇಟಿಯಾಗ್ಲಿಕ್ಕೆ ಆಗಲ್ಲ?"

"ಪ್ರಣೀತ್... ನೀವು ನಾಳೆ ಇಲ್ಲಿಗೆ ಬರ್ತೀರಾ? ಯಶೋದಾ ನಿಮಗೆ ಅಂತ ನನ್ನ ಹತ್ರ ಏನೋ ಒಂದು ಕೊಟ್ಟಿದ್ದಾಳೆ. ನೀವು ಬಂದ್ರೆ, ಬಂದಾಗ ಕೊಡು ಎಂದಿದ್ದಾಳೆ. ಪ್ಲೀಸ್ ನೀವು ನಾಳೆ ಬರ್ತೀರಾ?"

"ಅರ್ಥ ಆಗ್ತಿಲ್ಲ, ಹೌವೆವರ್ ನಾನು ಬರ್ತೀನಿ"

"ಹೌದು, ನಿಮ್ಮ ಪ್ರಶ್ನೆಗಳಿಗೆ ಉತ್ತರ ಬೇಕು ತಾನೇ? ನಾಳೆ ಬನ್ನಿ"

"ಪ್ಲೀಸ್ ಬಿಡಿಸಿ ಹೇಳ್ತೀರಾ... ಒಗಟು ಯಾಕೆ?"

"ಒಂದೇ ದಿನ ಮಿ. ಪ್ರಣೀತ್... ನಾಳೆ ಬನ್ನಿ"

*****

"ಗುಡ್ಮಾರ್ನಿಂಗ್ ಮೇಡಂ"

"ಓ... ಬನ್ನಿ. ಪ್ರಣೀತ್?"

"ಯೆಸ್ ನಿನ್ನೆ ಫೋನಿನಲ್ಲಿ... ಅದು"

"ಕಮ್ ಇನಸೈಡ್...ಹೀಗೆ ಇಲ್ಲಿ. ಟೇಕ ಸೀಟ್"

"ನಿಮ್ಮ ಜೊತೆ ಮಾತಾಡಿದ್ಮೇಲೆ ಮೇಲೆ ನನಗೆ ಮನಸ್ಸೇ ತಡೀತಿಲ್ಲ ಇಡೀ ದಿನ ಯೋಚನೆ, ಕನ್ಫ್ಯೂಶನ್... ಐ ಕುಡಂಟ್ ನೊ ವಾಟ್ ಕ್ಯಾನ್ ಬೀ..."

“ಅದು ಸಹಜ ಮಿ. ಪ್ರಣೀತ್_ ಯಶೋದಾನೂ ನಿಮ್ಮ ಬಗ್ಗೆ, ನೀವು ಆಡ್ತಾ ಇದ್ದ ಮುದ್ಮುದ್ದು ಮಾತು_ ನಿಮ್ಮ ಪ್ರಶ್ನೆಗಳು ಎಲ್ಲಾನೂ ನನಗೆ ಹೇಳ್ತಾ ಇದ್ಲು.”

“ಅದನ್ನೆಲ್ಲ ನೆನಸಿಕೊಂಡ್ರೆ ನನಗೆ ಈಗ ತುಂಬ ನಗು ಬರುತ್ತೆ. ನಂಗೆ ಆಗ ಎಂಟೇ ವರ್ಷ. ಆದರೆ ನಾನು ವಿಪರೀತ ಮಾತಿನವನು. ಒಂದು ನಿಮಿಷ ಕೂಡ ಸುಮ್ಮನೆ ಕೂತಿರೋದು ನನಗೆ ಸಾಧ್ಯವಾಗ್ತಾ ಇರಲಿಲ್ಲ. ಸದಾ ಯಾರದಾದ್ರೂ ಜೊತೆ ಬೇಕು. ಅವರು ನನ್ನ ಮಾತು ಕೇಳಬೇಕು.ಅದಕ್ಕೆಲ್ಲಾ ಉತ್ತರ ಕೊಡಬೇಕು ಅಂತ ಅನಿಸೋದು”.

“ಹಾಗೆ ಇರೋದು ಚಟುವಟಿಕೆಯ ಮಕ್ಕಳ ಲಕ್ಷಣವೆ_ ಕುತೂಹಲ, ಚುರುಕುತನ ಇರೋ ಮಕ್ಕಳು ಯಾರಿಗಾದರೂ ತುಂಬಾ ಇಷ್ಟವಾಗ್ತಾರೆ. ಪ್ರಶ್ನೆಗಳನ್ನು ಕೇಳೋದು ಅವರಲ್ಲಿನ ಜಿಜ್ಞಾಸಾ ಬುದ್ಧಿಯನ್ನು ತೋರಿಸ್ತದೆ. ಅದೇ ತುಂಬ ನ್ಯಾಚುರಲ್ ಬೆಳವಣಿಗೆ.”

“ನನ್ನ ತಾಯಿ-ತಂದೆ ಇಬ್ಬರೂ ಯಾವಾಗಲೂ ಮನೆಯಿಂದ ಹೊರಗೆ ಇರ್ತಿದ್ರು. ಬೆಳಿಗ್ಗೆ ಇಬ್ಬರೂ ಹೊರಟುಬಿಟ್ರೆ ಮತ್ತೆ ರಾತ್ರಿಯೇ ಮನೆ ಸೇರ್ತಾ ಇದ್ದರು. ಸ್ಕೂಲು ಇರುವಾಗ ಹೇಗೋ ಕಳೆದುಬಿಡ್ತಾ ಇದ್ದೆ. ಆದರೆ ಮಿಕ್ಕ ಸಮಯ ನನಗೆ ಹುಚ್ಚು ಹಿಡಿದ ಹಾಗಾಗಿ ಬಿಡ್ತಿತ್ತು”

“ಈಗಿನ ಜೀವನವೇ ಹಾಗಾಗ್ಬಿಟ್ಟಿದೆ. ವಿಚಿತ್ರ ಬದಲಾವಣೆಗಳು ಎದ್ದುಬಿಟ್ಟಿವೆ ಪ್ರಣೀತ್_ನಮ್ಮ ಅಗತ್ಯಗಳು, ಬದುಕೋ ವಿಧಾನ ಎಲ್ಲದರಲ್ಲೂ ನಿರ್ದಿಷ್ಟ, ಅಸಹಜ ಬೇಕು ಬೇಡಗಳು ಸೇರ್ಕೊಂಡಿವೆ. ಕೆಲವೊಮ್ಮೆ ಅನಿವಾರ್ಯತೆ. ಮತ್ತೆ ಕೆಲವೊಮ್ಮೆ ಇಷ್ಟಾನಿಷ್ಟಗಳ ಒತ್ತಡದಿಂದಾಗಿ ಮನೆ-ಮಕ್ಕಳ ಜವಾಬ್ದಾರಿಗೆ ತಕ್ಕಷ್ಟು ಸಮಯ, ಆದ್ಯತೆ ಕೊಡೋದು ಅಸಾಧ್ಯವಾಗಿ ಬಿಡತ್ತೆ. ಹೀಗಿರುವಾಗಲೇ ಸಮಸ್ಯೆಗಳು ಹುಟ್ಟಿಕೊಳ್ತವೆ. ಅಂದ ಹಾಗೆ ನಮ್ಮ ಸಂಸ್ಥೆಯ ಬಗ್ಗೆ ನಿಮಗೆ ಏನು ಗೊತ್ತು?”

“ಸ್ವಲ್ಪ ಮಾತ್ರ ಕೇಳಿ ಗೊತ್ತು. ಅದಲ್ಲದೆ ಇತ್ತೀಚೆಗೆ ಈ ಬಗ್ಗೆ ಮಾಸಿಕವೊಂದ್ರಲ್ಲಿ ಓದಿದ್ದೆ. ಸಮಸ್ಯೆಗಳನ್ನು, ತೊಂದರೆಗಳನ್ನು ಎದುರಿಸುತ್ತಿರುವವರು ತಮ್ಮ ಮಾನಸಿಕ ನೋವುಗಳನ್ನು ನಿಮ್ಮೊಂದಿಗೆ ಹೇಳಿಕೊಂಡು ಚರ್ಚಿಸಿ ಸಮಾಧಾನ ಪಡೆಯುತ್ತಾರೆ. ಅಂಥವರಿಗೆ ನಿಮ್ಮಿಂದ ತುಂಬಾ ಸಹಾಯವಾಗುತ್ತದೆಯಂತೆ”

“ನಿಜ ಮಾನಸಿಕವಾಗಿ ನೊಂದಿರುವವರನ್ನ ನಾವಿಲ್ಲಿ ಆತ್ಮೀಯವಾಗಿ, ವಿಶ್ವಾಸದಿಂದ ಬರಮಾಡಿಕೊಳ್ತೀವಿ. ನಾನು-ಯಶೋದಾ ಒಟ್ಟಾಗಿಯೇ ಈ ಕೆಲಸ ಮಾಡ್ತಿದ್ವಿ, ನೂರಾರು ಜನರ ಸುಖ, ದುಃಖ, ನೋವಿನ ಸಂಗತಿಗಳನ್ನು

ಕೇಳಿಸಿಕೊಂಡು, ತಮ್ಮದನ್ನೆಲ್ಲ ತೆರೆದುಕೊಳ್ಳುವ ಅವಕಾಶವನ್ನು ಕೊಟ್ಟು, ಅವರ ವ್ಯಥೆ-ದುಗುಡಗಳು ಹೊರಗೆ ಹರಿದು ಹೋಗುವಂತಾಗ್ಲಿಕ್ಕೆ ನಾವಿಲ್ಲಿ ಪ್ರಯತ್ನಿಸ್ತೀವಿ. ನಮ್ಮಿಂದ ಸಾಧ್ಯವಾಗುವ ಸಲಹೆ-ಸೂಚನೆಗಳನ್ನು ಕೊಟ್ಟು ಅವರಿಗೆ ನೆಮ್ಮದಿ ಉಂಟಾಗುವಂತೆ, ಜೀವನದಲ್ಲಿ ಹೊಸ ಭರವಸೆ, ಆಸೆಗಳನ್ನು ಚಿಗುರಿಸಿಕೊಳ್ಳುವಂತೆ ಅವರ ಆತ್ಮವಿಶ್ವಾಸವನ್ನು ಗಟ್ಟಿಗೊಳಿಸುವ ಯತ್ನ ನಮ್ಮದು"

"ಓಹ್, ಇಷ್ಟು ಉದಾತ್ತ ಆಶಯದ ಸಂಸ್ಥೆ ನಿಮ್ಮದು ಅಂತ ನನಗೆ ತಿಳಿದಿರಲಿಲ್ಲ. ನಿಜಕ್ಕೂ ಇದೊಂದು ಅಪರೂಪದ ಮಾನವ ಸೇವೆ. ಹೆಚ್ಚು ಪ್ರಚಾರವಿಲ್ಲದೆ ಎಲೆಮರೆಯ ಕಾಯಿಯ ಥರ ನೀವು ನೊಂದವರಿಗೆ ಆಸರೆಯಾಗ್ತೀರಿ. ಆದರೆ ಹನ್ನೆರಡು ವರ್ಷದ ಹಿಂದೆ - ನಂದು ಏನೂ ತಿಳಿಯದ ಹುಡುಗಾಟದ ಕೆಲಸ ಮಾತ್ರ ಆಗಿತ್ತು. ಇಡೀ ದಿನ ನಮ್ಮ ಫ್ಲ್ಯಾಟ್‌ನಲ್ಲಿ ಒಬ್ಬನೇ ಕೂತು ತಲೆಕೆಟ್ಟು ಹೋಗ್ತಿತ್ತು, ಹಾಗೆ ಬೋರಾಗಿದ್ದ ಒಂದು ದಿನ ಅಕಸ್ಮಾತ್ತಾಗಿ ಫೋನು ಎತ್ತಿಕೊಂಡು ಇಲ್ಲಿನ ನಂಬರು ಒತ್ತಿದ್ದೆ. ಮೊದಲು ಏನು ಮಾತಾಡಬೇಕೋ ಗೊತ್ತಾಗದೆ 'ನನಗೆ ಹೋಮ್ ವರ್ಕ್ ಮಾಡಬೇಕು' ಅಂತ ಹೇಳಿದೆ, ಆಗ ಸಿಕ್ಕಿದ್ರು ಫೋನ್ ಆಂಟಿ... ಯಶೋದಾ ಅವರೇ ಅಲ್ವಾ? ನನಗವರು ತಮ್ಮ ಹೆಸರು ಹೇಳಿರಲಿಲ್ಲ. ಎಲ್ಲಿ ಅವರು ಕ್ಯಾನಾಯ್ ಸೀ ಹರ್ ನಾ?"

"ಯಶೋದಾ ನನ್ನೊಂದಿಗೆ ಸದಾ ನಿನ್ನ ಬಗ್ಗೆ ಹೇಳ್ತಾ ಇದ್ಲು. ನಿಮಗೆ ಗೊತ್ತಿರಲಿಕ್ಕೆ ಸಾಧ್ಯವಿಲ್ಲ. ಅವಳ ಬದುಕು ಬರೀ ಏಕತಾನತೆಯಿಂದ ತುಂಬಿ ಶೂನ್ಯವಾಗಿತ್ತು. ಗಂಡ ತೀರಿಹೋದ ಯಶೋದಾಗೆ ಮಕ್ಕಳಿರಲಿಲ್ಲ, ಸಂಬಂಧಿಕರು ಕೂಡ ಯಾರೂ ಇರಲಿಲ್ಲ. ಪೂರ್ಣ ಏಕಾಕಿ ಅವಳು. ಇಂಥ ಹೊತ್ತಿನಲ್ಲಿ ನಿನ್ನ ಮುಗ್ಧ ಮಾತುಗಳು, ಪ್ರಶ್ನೆಗಳು ಅವಳಿಗೆ ಎಷ್ಟು ಹಿಡಿಸಿದ್ದುವೆಂದರೆ ಆ ಒಂದು ಒಂದೂವರೆ ವರ್ಷದಲ್ಲಿ ನಿನ್ನನ್ನು ಒಂದು ಸಲವಾದರೂ ನೋಡದೇ ಇದ್ದರೂ ಅದು ಹೇಗೋ ನೀವಿಬ್ಬರೂ ಮಾನಸಿಕವಾಗಿ ಹತ್ತಿರವಾಗಿದ್ದಿರಿ. ಓ ಏಕವಚನದಲ್ಲಿ ಕರೆದುಬಿಟ್ಟೆ."

" ಪರವಾಗಿಲ್ಲ ಆಂಟಿ... ನೀವು ಹಾಗೆ ಕರೆದರೇನೇ ನನಗೂ ಸಂತೋಷ."

" ಅವಳಿನ್ನೂ ಯಾಕೆ ಇಲ್ಲಿ ಕಾಣಿಸ್ರಾ ಇಲ್ಲ ಅಂತ ಯೋಚಿಸ್ತಿದ್ದೀಯಾಂತ ನನಗೆ ಗೊತ್ತು ಪ್ರಣೀತ್. ತೊಗೊಳ್ಳಿ ಈ ಲೆಟರ್ ನಿನಗೆ ಅಂತ ಬರೆದಿಟ್ಟಿದ್ಳು, ನೀನು ಯಾವಾಗ ಇಲ್ಲಿಗೆ ಬರ್ತೀಯೋ ಆ ದಿನ ತಲುಪಿಸು ಅಂತ ಹೇಳಿದ್ದಾಳೆ. ನೀನಿಲ್ಲಿಗೆ ಬಂದೇ ಬರುವೆ ಎನ್ನುವ ವಿಶ್ವಾಸ ಅವಳಲ್ಲಿ ಕಡೆಯವರೆಗೂ

ಉಳಿದಿತ್ತು ಪನ್ನೂ ಬರ್ತಾನೆ ಅಂತ ಹೇಳುತ್ತಲೇ ಇದ್ಲು"

"ವಾಟ್? ಏ... ಏನಾಯ್ತು ಆಂಟೀ?"

"ಪತ್ರ ಓದು ಪ್ರಣೀತ್"

" ನನ್ನ ಪ್ರೀತಿಯ ಕಿಶೋರ್ ನನ್ನನ್ನು 'ಅಮ್ಮ' ಎಂದು ಕರೆಯುವವರು ಯಾರೂ ಇರಲಿಲ್ಲ. ಹಲವು ವರ್ಷಗಳಿಂದ ಏಕಾಂಗಿಯಾಗಿಯೇ ಜೀವಿಸಿದ್ದೆ. ಇಂಥದೇ ಒಂದು ಏಕಾಂಗಿ ದಿನದಲ್ಲಿ ಇದ್ದಕ್ಕಿದ್ದಂತೆ ನನಗೆಂದೂ ಹುಟ್ಟದ ಮಗನ ಧ್ವನಿಯಾಗಿ ನಿನ್ನ ಸ್ವರ ಮೂಡಿಬಂತು. ಕೆಲವರಿಗೆ ಕ್ಷುಲ್ಲಕವೆನಿಸಬಹುದಾದ ಕಿರು ಘಟನೆಗಳು ಕೆಲವರ ಪಾಲಿಗೆ ಅಸೀಮ ಮನಶ್ಶಾಂತಿಯನ್ನು ತಂದುಕೊಡುವ ಸಿಹಿ ಸ್ಮರಣೆಗಳಾಗುತ್ತವೆ. ನನ್ನ ಬದುಕಿನಲ್ಲಿ ನಿನ್ನ ಮುಗ್ಧತೆಯ ಪ್ರವೇಶ ಇಂಥದೇ ಒಂದು ಘಟನೆ. ನಿನ್ನ ಬಾಲ್ಯದ ಆಟಪಾಠಗಳ ನಡುವೆ ನೀನೇ ನನ್ನನ್ನು ನೆನಪಿಸಿಕೊಳ್ಳುತ್ತಿದ್ದೆ. ಹಾಗೇ ನಿನ್ನ ಬಾಲ್ಯದ ಒಂದು ಭಾಗವಾಗಲು ನನಗೆ ಅವಕಾಶವನ್ನು ಕೊಟ್ಟಿದ್ದಕ್ಕೆ ಧನ್ಯವಾದ.

ನಮ್ಮ ಪ್ರೀತಿಪಾತ್ರರು ಸದಾ ನಮ್ಮೊಂದಿಗೇ ಇರುವುದು ಸಾಧ್ಯವಾಗದು. ಸೃಷ್ಟಿಯ ನಿಯಮಗಳಲ್ಲಿ ಎಂದೂ ಹೆಚ್ಚು ಕಡಿಮೆಯಾಗುವುದಿಲ್ಲ. ಪಯಣ ಪಥಗಳು ಎಂದಾದರೊಂದು ದಿನ ಬೇರ್ಪಡುತ್ತವೆ. ಆದರೆ ಅಂತಃಕರಣದ ಹಾರೈಕೆ ಮಾತ್ರ ಎಂದಿಗೂ ಕಡಿಮೆಯಾಗುವುದಿಲ್ಲ.

ನೀನೀ ಸಾಲುಗಳನ್ನು ಓದುತ್ತಿರುವಂತೆಯೇ ನಾವಿಬ್ಬರೂ ಒಂದೇ ಲೋಕದಲ್ಲಿ ಇಲ್ಲದಿರುವುದು ನಿನ್ನರಿವಿಗೆ ಬರಬಹುದು... ಆದರೆ ಬದುಕಿನುದ್ದಕ್ಕೂ ನನ್ನ ಹೃದಯದ ಪ್ರತಿ ಮಿಡಿತದಲ್ಲೂ ನಿನ್ನಂಥ ಮಗನಿಗಾಗಿ ನಾನು ಹಂಬಲಿಸಿದ್ದೆ. ಆ ಹಂಬಲಕ್ಕೆ ತೃಪ್ತಿ ತಂದಿತ್ತ ನಿನಗೆ ನನ್ನ ಹಾರೈಕೆಗಳು!

ಯಶೋದಾ.

ಸರಿ ಬೆಸಗಳ ನಡುವೆ

"ಅರೆಸ್ಟ್ ಮಾಡ್ಸಿ ಕೇಸ್ ಹಾಕ್ತೀನಿ ಇವನ ಮೇಲೆ, ಇವನ್ನ ಕೋರ್ಟಿಗೆಳೀತೀನಿ ನೋಡ್ತಿರು."

ಕೆಂಡದಷ್ಟು ಉಗ್ರನಾಗಿದ್ದ ಜಯವಂತನ ಈ ಆಕ್ರೋಶದ ಮಾತಿನ ಅರ್ಥ ನನಗಾಗಲು ಸಮಯ ಹಿಡಿಯಿತು, ಕಷ್ಟವೂ ಆಯಿತು.

"ಅಣ್ಣಾ ನೀನು ಹೇಳ್ತಿರೋದು ಏನಂತ ಅರ್ಥ ಆಗ್ತಿದೆಯಾ ನಿನಗೆ?" ಅಸ್ತವ್ಯಸ್ತ, ಚಕಿತ ಮನೋಸ್ಥಿತಿಯಲ್ಲಿ ನನ್ನ ತೊದಲಿಕೆ ಹೊರಬಿತ್ತು.

ಜಯವಂತ ನನ್ನ ಕಣ್ಣುಗಳನ್ನು ದಿಟ್ಟಿಸದೆ ಎಲ್ಲೋ ನೋಡುತ್ತಿದ್ದ. ಉಕ್ಕೇರುವ ಭರತದಲ್ಲಿ ಉರುಳುರುಳಿ ಬರುವ ಉದ್ವಿಗ್ನ ಅಲೆಗಳಲ್ಲಿ ಮನಸ್ಸು ಕುದಿಯುತ್ತಿತ್ತು. ಅದನ್ನು ತಡೆದು ಸಹಿಸಲು ನನ್ನನ್ನೇ ಸಿದ್ಧಗೊಳಿಸಿಕೊಂಡೆ.

"ಇಷ್ಟೆಲ್ಲಾ ಅನಾಹುತಕ್ಕೂ ಇವನೇ, ನಿನ್ನ ಮಗನೇ ಕಾರಣ, ನಿಮಗೆ ಮಾತ್ರ ಕಾಣಿಸ್ತಿಲ್ಲ. ಒಪ್ತೀರಾ ನೀವು? ಪುತ್ರ ವ್ಯಾಮೋಹ ಅಂತ ಸುಮ್ಮನೆ ಹೇಳುತ್ತಾರಾ?"

ಜಯವಂತನ ಸ್ವರ ಕೋಪ–ನಿಷ್ಠುರಕ್ಕಿಂತ ಹೆಚ್ಚಾಗಿ ವಿಚಿತ್ರ ಅಸಹಾಯಕತೆಯಿಂದ ತುಂಬಿತ್ತು. ಮತ್ತೆ ಕ್ಷಣ ತಡೆದು ಅವನೇ ಹೇಳಿದ. "ಮಾಲಿ... ಕನಸಲ್ಲಾದರೂ ಊಹಿಸಿದ್ದಾ? ಪೂರ್ಣಿನ ಕಂಡ್ರೆ ನಿನಗೇನು ಅನ್ನಿಸುತ್ತೆ ನೀನೇ ಹೇಳು. ನಾ ಏನು ಮಾಡ್ಲಿ ಈಗ?"

ನಾನು ನಿರುತ್ತರಳಾಗಿದ್ದೆ. ನನ್ನ ಬಾಯಿ ಕಟ್ಟಿ ಹೋಗಿತ್ತು. ಜಯವಂತನ ಸಂಕಟ–ದುಃಖ ಎಷ್ಟು ನೈಜ, ಎಷ್ಟು ಆಳವಿತ್ತೆಂದು

ನನ್ನ ಹೊರತಾಗಿ ಇನ್ಯಾರಿಗೆ ತಿಳಿದೀತು? ಅವನನ್ನು ಸಮಾಧಾನಿಸಬೇಕು ಅಂತ ಮನಸ್ಸು ತುಡಿಯುತ್ತಿತ್ತಾದರೂ ಅದನ್ನು ಹೇಗೆ ಯಾವ ಮಾತಿನಲ್ಲಿ ಹೇಳಲಿ? ಹೊಳೆಯಲಿಲ್ಲ, ಕೋರ್ಟು-ಕೇಸು, ಪೋಲೀಸು ಎನ್ನುವಷ್ಟರ ಮಟ್ಟಿಗೆ ಸಂತೃಪ್ತನಾಗಿರುವವನನ್ನು ಏನು ಹೇಳಿ ಸಮಾಧಾನ ಮಾಡ್ಲಿ? ಹಾಗೆ ಮಾಡುವ ವಿಷಯವೆ ಇದು?

ಆದರೆ..ಆದರೆ

ಇದೇ ಹೊತ್ತಲ್ಲಿ ನನ್ನ ನೋವು-ಸಂಕಟವೂ ಕಡಿಮೆಯೇನಲ್ಲ. ನಿಶೀತ, ನನ್ನ ನಿಶೀತ, ನನ್ನ ಒಬ್ಬನೇ ಮಗ ಉಣ್ಣುತ್ತಿರುವ ನೋವೂ ಆಕಾಶದಷ್ಟು ಆಗಾಧ ಎನ್ನುವುದು ಅಣ್ಣನಿಗೂ ಗೊತ್ತಿದೆ.

ಆದರೂ, ಇನ್ನು ಕೆಲವೇ ದಿನಗಳಲ್ಲಿ ತಲೆಗೆ ಅಕ್ಷತೆ ಹಾಕಿಸಿಕೊಂಡು, ಮಾಂಗಲ್ಯ ಧರಿಸಿ ಗಂಡನ ಜೊತೆ ವಿದೇಶಕ್ಕೆ ಹೊರಟಿದ್ದ ಮಗಳು ಒಂದು ಕಾಲನ್ನೇ ಕಳೆದುಕೊಂಡು, ಮುರಿದು ಹೋದ ಗಿಡದ ಥರ ಹಾಸಿಗೆಯ ಮೇಲಿನ ಹೊದಿಕೆಯಂತೆ ನಿಶ್ಚಲಳಾಗಿ ಮಲಗಿದರೆ ತಂದೆಯಾದವನ ಹೊಟ್ಟೆ ಸಂಕಟದಿಂದ ಹೊತ್ತಿ ಉರಿಯಲಾರದೆ? ಅದರಲ್ಲೂ ನಿಶೀತನ ಬೇಜವಾಬ್ದಾರಿತನದ ಡ್ರೈವಿಂಗೇ ಇದಕ್ಕೆ ಕಾರಣವಾಗಿರುವಾಗ?

ಅಪಘಾತಗಳು ಬರಿಯ ದೈಹಿಕ ಆಘಾತವನ್ನಷ್ಟೇ ತಾರವು, ಮನಸ್ಸುಗಳನ್ನು ಹೊತ್ತಿಸಿ ಕರಟಿಸುವುದನ್ನೂ ಅವು ಮಾಡುತ್ತವೆ. ಜಯವಂತನ ಮಾತುಗಳು ಅವನ ಆಕ್ರೋಶ ಕೇವಲ ತನ್ನ ಸಂಕಟವನ್ನು ಹತ್ತಿಕ್ಕಲಾಗದೆ ಉಳಿದ ಒಂದು ಪ್ರತಿಕ್ರಿಯೆ ಅಲ್ಲದೆ ಇನ್ನೇನೂ ಅಲ್ಲ ಎಂದು ನನ್ನಷ್ಟೇ ಚೆನ್ನಾಗಿ ಅವನಿಗೂ ಗೊತ್ತು.

"ನಿಶೀತ ಹೀಗಾಗಿದ್ದು ಯಾಕೆ?" ಎಂಬ ಯೋಚನೆ ನನ್ನನ್ನು ಕಾಡಿಸುತ್ತಿತ್ತು. 'ವೇಗ' ಅವನ ದೌರ್ಬಲ್ಯ ಆಗಿದ್ದೇಕೆ? ದೊಡ್ಡವರ ಮಾತು ಬರಿಯ ಬಾಯಿ ಮಾತಿನ ಒಣ ಹಿತೋಪದೇಶ ಎಂಬ ವಿಚಿತ್ರ ನಂಬಿಕೆಯನ್ನು ಬೆಳೆಸಿಕೊಂಡಿದ್ದರಿಂದಲೇ ಇಂಥ ಭಯಂಕರ ಪ್ರಸಂಗಕ್ಕೆ ಕಾರಣವಾದನೆ ಅವನು?

*****

ನಿಶೀತ ತನ್ನ ಬ್ರಹ್ಮಾಂಡದಂಥ ಕಾವಾಸಾಕಿ ನಿಂಜಾ ಬೈಕಿನ ಕೀ ಎತ್ತಿಕೊಂಡು ಮೆಟ್ಟಲಿಳಿಯುತ್ತಿದ್ದಂತೆ "ನಿಶೀ" ಎಂದು ಕರೆಯುವುದು ನನ್ನ ಇತ್ತೀಚಿನ ವಾಡಿಕೆಯಾಗಿ ಹೋಗಿತ್ತು. "ನಿಧಾನ ಹೋಗು" ಅಂತ ಪ್ರತೀ

ಬಾರಿಯೂ ಹೇಳುತ್ತಿದ್ದೆ. ಗೊಳ್ಳೆಂದು ನಕ್ಕು ಬಿಡುತ್ತಿದ್ದ.

"ಮಮ್ಮೀ ನಿನ್ನ ಈ ಹದಿನೆಂಟನೆಯ ಶತಮಾನವನ್ನು ಬಿಟ್ಟು ಒಂಚೂರು ಈಚೆಗೆ ಬಾ ನೋಡುವ. ನೀನಿಷ್ಟು ಹೆದರಪುಕ್ಕಲಿ ಯಾವಾಗಾದೆ? ಬಿಡು, ಕಾರಣವೇ ಇಲ್ದೆ ಭಯ ಪಡೋದು ನಿನ್ನ ಅಭ್ಯಾಸ ಆಗಿದೆ ಅಷ್ಟೆ" ಎನ್ನುತ್ತಿದ್ದ.

ಅವನ ನಗೆಯನ್ನು ನಾನು ಪ್ರತಿಭಟಿಸುತ್ತಿದ್ದೆ. "ನಿಶೀ... ಹೀಗೆ ನಕ್ಕು ಬೈಕೇರಿ ಹೊರಟುಬಿಟ್ರೆ ಆಯಿತೇನೋ? ಯಾವ ರೀತಿ ಹೇಳಿದರೆ ನಿಮಗೆ ಅರ್ಥವಾದೀತು? ಎಂಬತ್ತು ಮೈಲಿ ಸ್ಪೀಡಲ್ಲೇ ಬೈಕ್ ಓಡಿಸಬೇಕಾ? ಸ್ವಲ್ಪ ನಿಧಾನ ಹೋಗೋದ್ರಲ್ಲಿ ತಪ್ಪಾದರೂ ಏನು?"

"ಮಮ್ಮಿ ಒಂದು ಮಾತು ಕೇಳಲೆ?" ಕೀಟಲೆಯಿಂದ ನಕ್ಕು ಕೇಳಿದ.

"ಆಹಾ ನೋಡು ನೋಡು ನನ್ನನ್ನೇನಾದರೂ ಕೇಳುವಾಗ ಒಪ್ಪಿಗೆ ಪಡೆಯುವ ಅಭ್ಯಾಸ ಯಾವಾಗ ಶುರುವಾಯ್ತಪ್ಪಾ?" ನಾನೂ ಛೇಡಿಸಿದೆ.

"ಇರ್ಲಿ ಇರ್ಲಿ...ತಾತ ಸತ್ತದ್ದು ಎಲ್ಲಿ?" ಎಂದ.

"ದೊಡ್ಡ ಜಾಣ ನೀನು. ತಾತ, ಮುತ್ತಾತ, ದೊಡ್ಡಪ್ಪ ಎಲ್ಲರೂ ಸತ್ತಿದ್ದು ಹಾಸಿಗೆಯಲ್ಲೇ ಹೌದು. ಅದಕ್ಕೇಂತ ನಾವ್ಯಾರೂ ಹಾಸಿಗೆಯಲ್ಲಿ ಮಲಗೋದನ್ನ ಬಿಟ್ಟೊ ಇಲ್ಲ. ಎಲ್ಲಾ ನಿಜ, ಆದರೂ ಇದೇ ನೆಪ ಹೇಳಿ ಬೈಕು-ಕಾರುಗಳನ್ನ ಹೀಗೆ ನಿನ್ನಿಷ್ಟದಂತೆ ಹುಚ್ಚಾಪಟ್ಟೆ ಓಡಿಸ್ತೀನಿ ಎಂದು ಸಮರ್ಥನೆ ಮಾಡಿಕೊಳ್ಳುವುದು ಬೇಡ. ನಿನ್ನ ಹಿಂದೆ ನಾವಿನ್ನೂ ಇದ್ದೀವಿ ದೊಡ್ಡವರು ಜೀವಂತವಾಗಿ... ನಿನಗೇನಾದರೂ ಹೆಚ್ಚು ಕಡಿಮೆ ಆದಲ್ಲಿ ಅದನ್ನು ಸಹಿಸ್ಲಿಕ್ಕೆ ಅಗುತ್ತಾ ನಮಗೆ?" ಕೊನೆಕೊನೆಗೆ ನನ್ನ ಕಂಠ ಗದ್ಗದವಾದದ್ದು ತಿಳಿದು ಮೆತ್ತಗೆ ನನ್ನ ಹಿಂದೆ ಬಂದ ನಿಶೀತ ತೋಳಿಂದ ನನ್ನ ಭುಜ ಬಳಸಿ "ಅಮ್ಮ. ಅಮ್ಮ ಕೋಪ ಬೇಡವೇ.. ನೀ ಮುನಿದರೆ ನಾ ಉಳಿದೇನೇ ಮಾತೇಶ್ವರೀ.." ಎಂದು ಲಲ್ಲೆಗರೆದು ಕಣ್ಣರಳಿಸಿ ರಾಗ ಎತ್ತಿದರೆ ಕೋಪಕ್ಕೆ ಜಾಗವೆಲ್ಲಿ?

ಆಯ್ತಾಗ, ಕಾರೋ-ಬೈಕೋ ಯಾವುದೋ ಒಂದು ಕೀ ಎತ್ತಿಕೊಂಡು "ಬಾಯ್ ಮಮ್" ಎಂದಂದು ನನ್ನ ತುಟಿಗಳಲ್ಲೂ ನಗೆಯ ಮುಗುಳು ಬಂದು ಕೂರಬೇಕೆನ್ನುವಷ್ಟರಲ್ಲೇ ಬಾಣದಂತೆ ಚಿಮ್ಮಿ ಮಾಯವಾಗಿರುತ್ತಿದ್ದ!

ಮುಂದೆರಡು ನಿಮಿಷಗಳಲ್ಲಿ ಗಾಳಿ ಸೀಳುವ ಅವನ ವಾಹನದ ಹೊಗೆ ಮತ್ತೆ ಮತ್ತೆ ಅಳುಕು ಅನುಮಾನಗಳ ತೆರೆಯನ್ನು ನನ್ನೆದುರು ಹಾಸುತ್ತಿತ್ತು.

ಜಯವಂತ ಸೋದರಮಾವನಾಗಿ ತನ್ನ ಜವಾಬ್ದಾರಿ ಎಂದುಕೊಂಡೇ ನಿಶೀತನನ್ನು ಕೂರಿಸಿಕೊಂಡು ಬುದ್ಧಿ ಹೇಳಿದ್ದ. "ಕೇಳಿಲ್ಲಿ ನಿಶು, ನಮ್ಮ ಆನಂದ,

ಖುಶಿಗಳು ಇನ್ನೊಬ್ಬರಿಗೆ ನೋವು ಕೊಡುವುದಾದರೆ ಅದು ಅರ್ಥಹೀನ. ನಿನ್ನ ಅಪ್ಪ-ಅಮ್ಮ ಇಬ್ಬರನ್ನೂ ಇಷ್ಟೊಂದು ಪ್ರಮಾಣದ ಟೆನ್‌ಶನ್ನಿಗೆ ಗುರಿ ಮಾಡಿ ನೀನು ಕೆಲವು ಮುಟ್ಠಾಳ ಗೆಳೆಯರ ಪ್ರೋವೋಕೇಶನ್ನಿಗೆ ಮರುಳಾಗಿ ಇಂಥ ಸಾಹಸಕ್ಕಿಳೀತೀಯಲ್ಲ. ನಿನ್ನಪ್ಪನ ಒಳ್ಳೆಯತನದ ದುರುಪಯೋಗ ಬೇಡ ಕಣೋ, ನಿಮಿಷಕ್ಕೆ ನೂರಾರು ಗಾಡಿಗಳು ರಸ್ತೆ ಭರ್ತಿ ಓಡುವ ಈ ರಸ್ತೆಗಳಲ್ಲಿ ರೇಸ್ ಥರ ಬೈಕು ಓಡಿಸುವ ಈ ಹುಚ್ಚು ಯಾಕೋ ನಿನಗೆ?"

ಬೆಕ್ಕಿನ ಮರಿಯಂತೆ ತೆಪ್ಪಗೆ ಕೂತು ಅವನ ಮಾತು ಕೇಳಿದ ನಿಶೀತ್ "ಓ.ಕೆ ಮಾಮಾಜೀ ಇನ್ಮೇಲೆ ಆ ರೀತಿ ಮಾಡುವುದಿಲ್ಲ ಎಂದು ಪ್ರಾಮಿಸ್ ಮಾಡುತ್ತೇನೆ. ನಿಮ್ಮೆಲ್ಲರ ಗಲಾಟೆ ನೋಡಿದರೆ ಈಗಾಗಲೇ ನಾನು ಏನೆಲ್ಲ ಅನಾಹುತ - ಅಪಘಾತ ಮಾಡಿಬಿಟ್ಟಿದ್ದೀನೋ ಅನ್ನೋ ಹಾಗಿದೆ. ಏನೇ ಆಗಲಿ ಇನ್ನು ಮುಂದೆ ಸ್ಲೋ ಓಡಿಸ್ತೀನಿ... ಸಂತೋಷನಾ? ಅಂದಹಾಗೆ ನಿಮ್ಮ ರಿಟರ್ನ್ ಟಿಕೆಟ್ಟು ಯಾವೊತ್ತಿಗಿದೆ?" ಎಂದು ಕೇಳಿದ್ದ.

ಜಯವಂತನೂ ನಕ್ಕಿದ್ದ. "ನಿಶೀತನ ಮಾತುಗಳನ್ನು ಎಷ್ಟು ಮಟ್ಟಿಗೆ ನಂಬಬೇಕು?" ಮಾವ ಹೀಗೆಯೇ ಯೋಚಿಸುತ್ತಿದ್ದಾನೆಂದು ನಿಶೀತನಿಗೂ ಗೊತ್ತು! ಇವೇ ಮಾತುಗಳನ್ನು ನಾನು ಹೇಳಿದಾಗ "ನೀವೆಲ್ಲ ಇಷ್ಟು ಫಸ್ ಮಾಡೋದು ಯಾಕೆಂದೇ ನನಗರ್ಥವಾಗ್ತಿಲ್ಲ. ಇಲಿ ಹೋಯ್ತು ಅಂದರೆ ಹುಲಿ ಹೋಯ್ತು" ಅಂತ ಗಲಾಟೆ ಎಬ್ಬಿಸ್ತೀರಿ. ಈ ಪ್ರಪಂಚದಲ್ಲಿ ನಾನೊಬ್ಬನೇ ಬೈಕ್ ಓಡಿಸುವುದಾ? ಇನ್ನಾರೂ ಇಲ್ಲವೆ? ಇಷ್ಟಕ್ಕೂ ಅಪಘಾತವೇನಾದರೂ ಆಯಿತು ಅಂದರೆ ಎದುರು ಬಂದ ಗಾಡಿಯವನದೂ ತಪ್ಪಿರಬಹುದಲ್ಲವೆ? ನನ್ನದೊಬ್ಬನದೇ ತಪ್ಪು ಕಾಣಿಸುತ್ತಾ ನಿಮಗೆ?" ಎಂದ.

"ಇದಕ್ಕೆ ವಿತಂಡವಾದ ಅಲ್ಲದೆ ಇನ್ನೇನೆನ್ನಿ ನಿಶೀ... ಅಪಘಾತದ ಬಗ್ಗೆ ನಾನೆಲ್ಲಿ ಮಾತನಾಡಿದೆ ಈಗ?" ನಾನು ಹೇಳಿದೆ.

"ಹಾಗಲ್ಲ ಮಮ್ಮಿ...ಜೀವನದಲ್ಲಿ ಸ್ಪರ್ಧೆಗಳನ್ನು ಎದುರಿಸಲು ವೇಗ ಅನ್ನೋದು ಬೇಕೇ ಬೇಕು. ನೀವೆಲ್ಲ ಸುಮ್ಮನೆ ಗಾಬರಿಯಾಗ್ತಿರಷ್ಟೆ, ಯಾರಿಗೆ ಪರ್ಫೆಕ್ಟ್ ಡ್ರೈವಿಂಗ್ ಗೊತ್ತೋ ಅವರಿಗೆ ಯಾವ ತೊಂದರೆಯೂ ಆಗಲ್ಲ." ಖಚಿತವಾದ ಅವನ ಸ್ವರದಲ್ಲಿ, ಆ ಮಾತುಗಳಲ್ಲಿದ್ದದ್ದು ಕೇವಲ ಅತಿ ಆತ್ಮವಿಶ್ವಾಸ.

ನಿಶೀತನ ಬಗ್ಗೆ ಹೇಳ್ಬೇಕಲ್ಲ ನಾನು... ಹಾಗೆ ನಿಶೀತ ಅಪರೂಪದ ಹುಡುಗ. ಕೊನೆಯ ವರ್ಷದ ಎಂಜನಿಯರಿಂಗ್‌ನಲ್ಲಿರುವ ನಮ್ಮ ಒಬ್ಬನೇ ಮಗ. ರ್‍ಯಾಂಕ್ ಗಿಟ್ಟಿಸುವುದು ಅವನಿಗೆ ನೀರು ಕುಡಿದಂತೆ. ಅತಿ ಮೇಧಾವಿ ಅಂತವನ ಶಾಲೆ-ಕಾಲೇಜುಗಳಿಗೇ ಹೆಮ್ಮೆ. ಯಾವ ಅಪ್ಪ ಅಮ್ಮನಿಗೂ ಎದೆ ಹಿಗ್ಗುವಂಥ ಮಗ.

ಆದರೆ, ಇದೊಂದು ಹುಚ್ಚು ಅವನಲ್ಲಿ... ಅದೇ ವೇಗ! ಯಾಕೆ? ಯಾಕೆ?

ಸರಿ ಎನ್ನಲೇ ಬೆಸ ಎನ್ನಲೇ ಅದಕ್ಕೆ?

*****

ಪೂರ್ಣಿಮಾಳನ್ನು ಆ ಅವಸ್ಥೆಯಲ್ಲಿ ನೋಡಿದ್ದು ಅಸಹನೀಯ. ಕ್ರೂರ... ಮೊಳಕಾಲಮೇಲೆ ಆರಿಂಚಿನಷ್ಟು ಎತ್ತರದಲ್ಲಿ ಕತ್ತರಿಸಲ್ಪಟ್ಟು, ಮೊಂಡಾಗಿ, ಬ್ಯಾಂಡೇಜಿನಲ್ಲಿ ಅಸ್ತವ್ಯಸ್ತವಾಗಿ ಚೆಲ್ಲಿಕೊಂಡ ತೊಡೆ ಕಾಣಲು ಅತೀವ ಹಿಂಸೆಯಾಯ್ತು.

ಅವಳ ಕಾಲನ್ನು ಕತ್ತರಿಸದೆ ಹೇಗಾದರೂ ಉಳಿಸುವಂತೆ ನಾವೆಲ್ಲ ವೈದ್ಯರಲ್ಲಿ ಮೊರೆಯಿಟ್ವಿ. ಆದರೆ ನಕಾರವೇ ಉತ್ತರವಾಗಿತ್ತು. "ಇಲ್ಲಮ್ಮ, ಸಾಧ್ಯವಿದ್ದರೆ ಅದನ್ನು ಮಾಡಿ ಅಂತ ನೀವು ಕೇಳಬೇಕಾ? ತೊಡೆಯ ಬೋನ್ ಸಂಪೂರ್ಣವಾಗಿ ಚೂರು ಚೂರಾಗಿದೆ. ಬೇರೆ ದಾರಿಯೇ ಇಲ್ಲ. ಸಾರಿ..." ಎಂದರು.

ನಿರೀಶನಿಗೇ ಈ ಆಕ್ಸಿಡೆಂಟ್ ಆಗಿದ್ದರೆ ಹೇಗಾದರೂ ತಾಳಿಕೊಳ್ಳಬಹುದಿತ್ತೇನೋ? ಒಂದೇ ಒಂದು ಕ್ಷಣದ ಅವನ ಮೂರ್ಖತನಕ್ಕೆ, ಬೇಜವಾಬ್ದಾರಿಗೆ ಪ್ರತಿಫಲ ಅನುಭವಿಸುತ್ತಾನೆ ಎಂದುಕೊಳ್ಳಬಹುದಿತ್ತೇನೋ? ಆದರೆ ನಿರಪರಾಧಿ ಪೂರ್ಣಿಮಾ. ಯಾವ ಪಾಪವೂ ಅರಿಯದ ಮುಗ್ಧೆ, ಮದುವೆಯ ಹೊಂಗನಸಿನಲ್ಲಿ, ಆ ದಿನದ ನಿರೀಕ್ಷೆಯಲ್ಲಿದ್ದ ಪೂರ್ಣಿಮಾಗೆ?

ಆ ದಿನ ನೆನಪಾಯಿತು. ಪಾಸ್‌ಪೋರ್ಟ್ ಬಂದ ಸಂತೋಷದಲ್ಲಿ ಓಡಿ ನಮ್ಮನೆಗೆ ಬಂದಿದ್ದಳು ಪೂರ್ಣಿ, ಹೊಳೆಯುವ ಕಣ್ಣುಗಳಲ್ಲಿ ಉಕ್ಕಿ ಚೆಲ್ಲುತ್ತಿದ್ದ ನಸುನಗೆಯೊಂದಿಗೆ ಅದನ್ನು ನನ್ನ ಮುಂದೆ ಚಾಚಿ ಹಿಡಿದಳು. ಆದರೆ ಅದೇ ಕ್ಷಣ ಅವಳಿಗೆ ಗೊತ್ತಾಗದಂತೆ ಹಿಂದೆ- ಅವಳಿಗೂ ಎತ್ತರವಾಗಿ ನಿಂತಿದ್ದ ನಿಶೀತ ಫಕ್ಕನೆ ಕೈ ಚಾಚಿ ಅದನ್ನು ಕ್ಷಣದಲ್ಲಿ ಕಸಿದಿದ್ದ.

"ಹೇಯ್ ಕಾಂಗ್ರಾಟ್ಸ್ ಕಣೇ. ಪಾರ್ಟಿ ಬೇಕು ಪಾರ್ಟಿ. ಆಗಲೇನೇ ಇದನ್ನ ನಿಂಗೆ ಕೊಡ್ತೀನಿ ನಾನು" ಎಂದು ಗಿರಿಗಟ್ಲೆ ಆಡಿಸಿದ್ದ. ಇವರಿಬ್ಬರ ಜೋಡಿ ಅದೆಷ್ಟು ಸುಂದರವಾದೀತು ಎಂದು ನಾನು ಕಲ್ಪಿಸಿ ಖುಶಿಪಟ್ಟಿದ್ದೆ. ಖಂಡಿತವಾಗಿಯೂ ಆಗಬಹುದಿತ್ತು. ಅಪರೂಪದ ಚೆಲುವೆ ಪೂರ್ಣಿಮಾ, ಆದರೆ ನಾವು ಯೋಚಿಸಿದ್ದೆಲ್ಲವೂ ನಡೆಯುವಂತಿದ್ದಿರೆ ಜಗತ್ತಿನ ಕಥೆ ಈಗಿನಂತೆ ಇರ್ತಿರಲಿಲ್ಲ...

ಜಯವಂತನಲ್ಲಿ ನನ್ನ ಮನಸ್ಸಿನ ಇಚ್ಛೆಯನ್ನು ಬಿಡಿಸಿ ಹೇಳಬೇಕು ಅಂದುಕೊಂಡೇ ಇದ್ದೆ ನಾನು. ನಿಶೀತನ ಓದು ಮುಗಿಯಲಿ...

ಅತ್ತಿಗೆಯ ಮಾತಿನಲ್ಲೂ ಈ ಬಗೆಯ ಅನಿಸಿಕೆ ಇತ್ತು. ನಿಶೀತ, ಪೂರ್ಣಿ 'ಹುಂ' ಅಂದುಬಿಟ್ರೆ ಮುಗಿದಂತೆ. ಹಾಗೆ ನಿಶೀತ ಅವನಿಗೇನು ಹೊಸಬನೆ? ತಂಗಿಗೆ ಒಬ್ಬನೇ ಮಗ, ಒಂದು ಭರ್ಜರಿ ಸಂಬಂಧ ಎನ್ನಬಹುದಾದ ಎಲ್ಲ ವಿಶೇಷಣಗಳನ್ನೂ ಹೊಂದಿದ್ದ ಮನೆತನ ನಮ್ಮದು. ನಮ್ಮನ್ನು ಜಯವಂತ ಈ ವಿಷಯ ಪ್ರಸ್ತಾಪ ಮಾಡದೇ ಬಿಡುವನೇ?

ಆದರೆ ವಿಧಿ ಇದೆಯಲ್ಲ ಅದೊಂದು!

ಒಂದು ದಿನ ಅಣ್ಣ ಇದ್ದಕ್ಕಿದ್ದಂತೆ ಕಾರಿಳಿದು ಬಂದವನು "ಮಾಲ್ನೀ ನಾನು ತಂದಿರೋ ವಿಶೇಷ ಸಮಾಚಾರ ಏನಿರಬಹುದು ಹೇಳು ನೋಡೋಣ" ಎಂದು ನಕ್ಕಿದ್ದ.

ಏನೋ ಲೆಕ್ಕ ಹಾಕುತ್ತ "ನಂಗೇನು ಗೊತ್ತು? ಅರೇ... ನೀನೇ ಹೇಳು" ಎಂದೆ.

"ನಮ್ಮ ಪೂರ್ಣಿಗೆ ಗಂಡು ಗೊತ್ತಾಗ್ತಾ ಇದೆ, ಕೆನಡಾಗೆ ಹಾರ್ತಾ ಇದ್ದಾಳೆ.. ಹುಡುಗ ಹೇಗಿದ್ದಾನೆ ಹೇಳು ನೋಡೋಣ?" ಎನ್ನುತ್ತ ಅಣ್ಣ ಸುಂದರ ಹುಡುಗನೊಬ್ಬನ ಫೋಟೋ ನನ್ನೆದುರಲ್ಲಿ ಹಿಡಿದ.

ಆಶ್ಚರ್ಯ ಉಕ್ಕಿ ಬಂತು. ಆದರೆ ಸಂಭಾಳಿಸಿಕೊಂಡೆ. "ಅಲ್ಲಣ್ಣ ಇದೇನು ಇಷ್ಟು ಗಡಿಬಿಡಿ... ನನಗಂತೂ ನಂಬಲಿಕ್ಕೂ ಆಗ್ತಿಲ್ಲ" ಎಂದೆ.

ಎಲ್ಲವೂ ನಡೆದಿದ್ದೇ ಹಾಗೆ. ಹದಿನೈದೇ ದಿನಗಳ ಬೆಳವಣಿಗೆ! ಪೂರ್ಣಿಮಾ ಓದುತ್ತಿದ್ದ ಕಾಲೇಜಿನ ಪ್ರೊಫೆಸರ್ ಚಂದ್ರನಾಥರ ತಮ್ಮ ಶ್ರೀಶ ಕೆನಡಾದಲ್ಲಿ ಎಂಜಿನಿಯರ್. ರಜೆಯಲ್ಲಿ ಊರಿಗೆ ಬಂದು ಆಕಸ್ಮಿಕವಾಗಿ ಕಾಲೇಜಿನ ಲೈಬ್ರರಿಯಲ್ಲಿ ಇವಳನ್ನು ನೋಡಿ ಇಷ್ಟಪಟ್ಟಿದ್ದ. ಅವಳಿಗೂ ಅವನು ಇಷ್ಟವಾದ... ತಾವಾಗಿಯೇ ಪೂರ್ಣಿಯನ್ನು ಅವರು ಕೇಳಿಕೊಂಡು ಬಂದಾಗ ಅಣ್ಣ ಮಗಳ ಇಷ್ಟಕ್ಕೆ ತನ್ನ ಮುದ್ರೆ ಒತ್ತಿದ್ದ. ಎಲ್ಲವೂ ಮಿಂಚಿನ ವೇಗದಲ್ಲಿ ನಡೆದಿದ್ದಕ್ಕೆ ನನಗೆ ತುಂಬ ನಿರಾಸೆಯಾದರೂ,

"ಒಳ್ಳೆಯದಾಯಿತು ಬಿಡು... ಪೂರ್ಣಿ ಸುಖವಾಗಿದ್ದರೆ ಸಾಕು. ಹುಡುಗನ ಸ್ವಭಾವ ಗುಣ–ನಡತೆಯ ಬಗ್ಗೆ ವಿಚಾರಿಸಿಕೊಂಡಿದ್ದೀಯಷ್ಟೆ, ಜನ ಹೇಗಿದ್ದಾರೆ..." ಎಂದೆ.

"ಡೋಂಟ್ ವರಿ. ಚಂದ್ರನಾಥರು ಹದಿನೈದು ವರ್ಷದಿಂದ ಗೆಳೆಯ ಅಲ್ಲವೇನು ನನಗೆ..." ಎಂದ ಅಣ್ಣ.

ಹಾಗೆ ಪೂರ್ಣಿಯ ವಿವಾಹದ ಏರ್ಪಾಟು ಜೋರಾಗಿ ನಡೆದಿತ್ತು.

ಮೋಡವೇರಿದ ಖುಷಿಯಲ್ಲಿದ್ದಳು ಹುಡುಗಿ. ನಿಶೀತ ಪಾರ್ಟಿ ಎಂದಾಕ್ಷಣ "ಸರಿ ನಡಿ ಹೊರಡಿ ಮತ್ತೆ... ಈಗಲೇ ಕೊಟ್ಟು ಬಿಡ್ತೀನಿ... ನಾಳೆ ಮತ್ತೆ ಸಮಯ ಸಿಗುತ್ತೋ ಇಲ್ವೋ" ಎಂದಳು, ಅದಾವ ಗಳಿಗೆಯಲ್ಲಿ ಹೇಳಿದಳೋ?!

"ನೀನೂ ಹೊರಡು ಅತ್ತೇ" ಬಲವಂತ ಮಾಡಿದಳು. ಆದರೆ ಅಂದು ಸಂಜೆ ನಮ್ಮಲ್ಲಿಗೆ ಬರಲಿದ್ದ ನಾಲ್ಕಾರು ಜನ ಅತಿಥಿಗಳಿಗೆ ಔತಣದ ಸಿದ್ಧತೆ ಮಾಡಿಸಬೇಕಿತ್ತು ನನಗೆ. ಇದೆಲ್ಲ ನಮ್ಮಲ್ಲಿ ಮಾಮೂಲು. ಹಾಗಾಗಿ "ಇವತ್ತು ನನಗಾಗಲ್ಲ...ಮತ್ತೊಮ್ಮೆ ಬರ್ತೀನಿ. ನೀವಿಬ್ರೂ ಹೋಗಿ ಬನ್ನಿ" ಎಂದೆ.

ಅದು ನಿಜವೇ ಎಂದು ಗೊತ್ತಿತ್ತಾಗಿ ಅವರಿಬ್ಬರೇ ಹೊರಟರು, ಬೈಕಿನಲ್ಲಿ ನಿಶೀತನ ಹಿಂದೆ ಕುಳಿತ ಅವಳನ್ನು ಕಂಡು ಒಂದು ಕ್ಷಣ ಪಿಚ್ಚೆನಿಸಿತು. ನನ್ನ ಮನೆಗಿವಳು ಸೊಸೆಯಾಗಿ ಬಂದಿದ್ದರೆ...

"ಕಾರೇ ಒಯ್ಯಬಾರದೇನೋ ನಿಶೀ..ಪೂರ್ಣಿಗೆ ಚಳಿಯಾಗಬಹುದು ಮಳೆಯೂ ಬರುವ ಹಾಗಿದೆ..." ಎಂದೆ.

ನಿತೀಶ ನಕ್ಕ. "ಇದರಲ್ಲಿರೋ ಮಜಾ ಕಾರಿನಲ್ಲೆಲ್ಲಿಂದ ಬಂದೀತು ಮಮ್, ಬರ್ಲೇ..." ಎಂದು ಹೊರಟ, ಅಲ್ಲ ಹಾರಿದ... "ನಿಶೀ ಜೋಪಾನ... ನಿಧಾನ" ಎಂಬ ನನ್ನ ಶಬ್ದಗಳು ಗಾಳಿಯಲ್ಲಿ ಕರಗಿಹೋದವು. ಅದ್ಯಾಕೋ ಹೇಳಲಾರೆ, ಇಂದು ಅವರಿಬ್ಬರನ್ನೂ ಹೀಗೆ ಹೋಗಲು ಬಿಡಬಾರದಿತ್ತು ಅಥವಾ ನಾನೂ ಜತೆಯಲ್ಲೋ ಹೋಗಬೇಕಿತ್ತು. ಅಥವಾ ಈ ಪಾರ್ಟಿಯೇ ಬೇಡವಿತ್ತು...." ಎಂಬ ಯಾವುದೋ ಕೆಟ್ಟ ಅನಿಸಿಕೆ ನನ್ನನ್ನು ಕಾಡಿತು. 'ಭಗವಂತಾ ಎಲ್ಲ ಚೆನ್ನಾಗಿರಲಿ...' ಕೈ ಮುಗಿದೆ.

ನಿತೀಶ ಮತ್ತು ಪೂರ್ಣಿಮಾ ಚಿಕ್ಕಂದಿನಿಂದಲೇ ಒಟ್ಟಾಗಿ ಬೆಳೆದವರು. ಅವರು ಹೀಗೆ ಹೊರಗೆ ಬೈಕ್ ಮೇಲೆ ಹೋಗ್ತಾ ಇದ್ದಿದ್ದು ಹೊಸ ವಿಷಯವೂ ಆಗಿದ್ದಿಲ್ಲ.

ಯೋಚನೆಗಳು ಮುತ್ತುತ್ತಿದ್ದರೂ ಮುಂದೆ ಅರ್ಧ ಗಂಟೆಯಲ್ಲಿ ಕೆಲಸದೊತ್ತಡದಲ್ಲಿ ಅದೆಲ್ಲ ಮರೆತುಹೋಯಿತು.

ಎಂಟೂವರೆಯ ಹೊತ್ತಿಗೆ, ನಮ್ಮ ಬಿಸಿನೆಸ್ಸಿಗೆ ಸಂಬಂಧಿಸಿದ ಮಾತುಕತೆಗಳ ಜತೆಯಲ್ಲಿ ಊಟ ಮಾಡ್ತಾ ಇದ್ದಾಗ ಆ ಒಂದು ತುರ್ತು ಫೋನ್ ಬಂದಿತ್ತು.ಅದು ಸಂಜಯಗಾಂಧಿ ಅಪಘಾತ ಚಿಕಿತ್ಸಾ ಆಸ್ಪತ್ರೆಯಿಂದ! ನಿಶೀತನ ಬೈಕು ಎದುರಿನಿಂದ ಬಂದ ಲಾರಿಯನ್ನು ತಪ್ಪಿಸಲು ಹೋಗಿ ರಸ್ತೆ ಬದಿಯ ಅಂಡರ್ ಪಾಸಿನ ಗೋಡೆಗಪ್ಪಳಿಸಿತ್ತು. ಪೂರ್ಣಿಯ ತೊಡೆ ಬೈಕಿನಡಿಗೆ ಸಿಕ್ಕಿಹಾಕಿಕೊಂಡು ಮೂಳೆ ಚೂರು ಚೂರಾಗಿತ್ತು... ನಿಶೀತನಿಗೆ

ಆಗಿದ್ದು ಒಂದಿಷ್ಟು ಹೊರಗಾಯಗಳು ಮಾತ್ರ!

ನಮ್ಮಿಬ್ಬರಿಗೂ ಕಣ್ಣು ಕತ್ತಲಿಟ್ಟುಕೊಂಡು ಬಂದಂತೆ... ಕಾಲ ಕೆಳಗಿನ ನೆಲವೇ ಸರಿದ ಅನುಭವ!

*****

ಪೂರ್ಣಿಯ ಆಘಾತ ದೈಹಿಕವಾದುದಾಗಿದ್ದರೆ ನಿಶೀತನದ್ದು ಮಾನಸಿಕವಾಗಿತ್ತು ಎಂದು ಬಹಳ ಬೇಗ ನನ್ನ ಗಮನಕ್ಕೆ ಬಂತು. ತನ್ನನ್ನವನು ಕ್ಷಮಿಸಲೇ ಇಲ್ಲ, ಅದು ಸಾಧ್ಯವೂ ಇರಲಿಲ್ಲ. ನಾನು, ಮತ್ತವನ ತಂದೆಯಾಗಲಿ, ಅಣ್ಣ-ಅತ್ತಿಗೆಯರಾಗಲಿ ಅವನನ್ನು ಎದುರಾ ಎದುರು ನಿಂದಿಸದೇ ಹೋಗಿದ್ದರೂ ಯಾರ ಕಣ್ಣುಗಳನ್ನೂ ಅವನು ನಿಟ್ಟಿಸಿ ನೋಡಿರಲಿಲ್ಲ.

ಅಣ್ಣ ರೋಷದಿಂದ ಕೂಗಾಡಿದ್ದು ನನ್ನ ಹಾಗೂ ನನ್ನ ಪತಿಯೆದುರಲ್ಲಿ ಮಾತ್ರ.

"ನಿಮ್ಮ ನೋವಿಗೆ ನಾವ್ಯಾರೂ ಪರಿಹಾರ ನೀಡಲಾರೆವು ಜಯವಂತ" ಇವರು ಅವನಿಗೆ ಹೇಳಿದರು. "ಈ ಅನರ್ಥಕ್ಕೆ ಪರಿಹಾರ ಎನ್ನುವ ಶಬ್ದ ಕೂಡ ನೆನೆದರೆ ಜುಗುಪ್ಸೆಯಾಗುತ್ತಿದೆ ನಮಗೆ".

ಅಣ್ಣ ಮೌನವಾಗಿದ್ದ. ಸುಮ್ಮನೆ ಶೂನ್ಯವನ್ನೇ ದಿಟ್ಟಿಸಿದೆ, ಪೂರ್ಣಿಯ ಕಾಲು ಹೋದದ್ದಷ್ಟೇ ಅಲ್ಲ ಮದುವೆ ಮುರಿದು ಬಿದ್ದಿತ್ತು. ಗಾಯದ ಮೇಲೆ ಬರೆ ಎಳೆದಂತೆ. ಚಂದ್ರನಾಥರಿಂದ "ಈ ಮದುವೆ ಬೇಡ, ನಮ್ಮ ತಾಯಿ ಬೇಡ ಅಂದಿದ್ದಾರೆ" ಎಂಬ ಮಾತು ಬಂದದ್ದು- ಯಾರ ತಪ್ಪಿಗೆ ಯಾರಿಗೆ ಶಿಕ್ಷೆ? - ನಾನೇ ಜಯವಂತನ ಸ್ಥಾನದಲ್ಲಿದ್ದಿದ್ದರೆ ಇನ್ನೂ ಹೆಚ್ಚು ಕೆರಳಿರುತ್ತಿದ್ದೆ.

ಪೊಳ್ಳು ಭರವಸೆಯ ಮಾತುಗಳಾಗಲಿ, ಶುಷ್ಕ ವೇದಾಂತವಾಗಲಿ ನೀಡದ ಸ್ವಾಂತನವನ್ನು ಕಾಲ ನೀಡುವುದು ಸೃಷ್ಟಿಯ ಸತ್ಯಗಳಲ್ಲೊಂದು. ಪೂರ್ಣಿಯ ದೈಹಿಕ ವೇದನೆಗಳು ಕಡಿಮೆಯಾಗತೊಡಗಿದಂತೆ ಜಯವಂತನ ಅಕ್ರೋಶವೂ ಇಳಿಮುಖವಾಗಿತ್ತು. ಮಗಳ ಕಣ್ಣೀರಿನ ಹನಿಗಳು ಒಣಗತೊಡಗಿದರೆ ಅಪ್ಪನ ಎದೆಯ ತಲ್ಲಣ ತಗ್ಗದೇ ಇರದೇ. ಆದರೆ, ಮುಂದೇನು? ಎಂಬ ಪ್ರಶ್ನೆ ಪ್ರತಿಯೊಬ್ಬರ ಎದುರೂ ಭೂತಾಕಾರ ತಾಳಿ ನರ್ತಿಸುತ್ತಿದೆ. ಜಯವಂತನ ಜೊತೆಗಾಗಲಿ - ಅತ್ತಿಗೆಯೊಡನಾಗಲಿ ಕಣ್ಣಲ್ಲಿ ಕಣ್ಣಿಟ್ಟು ಮಾತನಾಡಲು ಯಾವುದೋ ಅವ್ಯಕ್ತ ಅಳುಕು ನನ್ನನ್ನು ತಡೆಯುತ್ತಿತ್ತು. ನಡೆದು ಹೋದ ಅನರ್ಥದಲ್ಲಿ ನನ್ನದಾಗಲಿ, ನನ್ನ ಪತಿಯದಾಗಲಿ ತಪ್ಪು ಅಥವಾ ಹೊಣೆಗಾರಿಕೆ ಇಲ್ಲದೇ ಹೋಗಿದ್ದರೂ ಪೂರ್ಣಿಮಾ ಜೀವನಪೂರ್ತಿ ಅಂಗವಿಕಲೆಯಾಗಲು

ಕಾರಣ ಇನ್ನಾರೂ ಅಲ್ಲ. ನಮ್ಮ ಸ್ವಂತ ಮಗನೇ ಎಂಬ ಒಳ ದುಗುಡ ನಿರಂತರ ಹಿಂಸೆ ಕೊಡ್ತಿತ್ತು.

ಗಂಡಸರ ಕಣ್ಣಲ್ಲಿ ನೀರು ಸುಲಭವಾಗಿ ಬಾರದು ಎನ್ನುತ್ತಾರೆ. ಹಾಗೆಂದು ಅವರು ಸಂಕಟಪಡುವುದೇ ಇಲ್ಲ ಎನ್ನಲಿಕ್ಕಾದೀತಾ? ನಮ್ಮಂತೆ ಒಡಲ ತಲ್ಲಣವನ್ನವರು ಕಣ್ಣೀರಿನ ರೂಪದಲ್ಲಿ ಹೊರಹಾಕಲಾರರು ಅಷ್ಟೆ. ನಿಶೀತ ಅಳುತ್ತಿರಲಿಲ್ಲ ಆದರೆ ದುಃಖ, ಸಂಕಟಗಳ ಕೋಟೆಯಲ್ಲಿ ತನ್ನನ್ನೇ ಕೂಡಿಹಾಕಿಕೊಂಡಿದ್ದ. ಹುಡುಗಾಟಕ್ಕೆ ತೆತ್ತ ಬೆಲೆಯ ಅಗಾಧತೆಯ ಅರಿವು, ಅವಳದಲ್ಲದ ತಪ್ಪಿಗೆ ಪೂರ್ಣಿಗೊದಗಿರುವ ಸ್ಥಿತಿ, ಅವಳ ಭವಿಷ್ಯವನ್ನೇ ಕತ್ತಲಿಗೆ ತಳ್ಳಿದ ಅಪರಾಧೀ ಭಾವನೆಗಳಿಂದ ನಿಶೀತ ಕುಗ್ಗಿ ಕಂದಿಹೋಗಿದ್ದ.

ಸ್ಪಷ್ಟವಾಗಿ ನುಡಿಯದೆ ಹೋಗಿದ್ದರೂ ನಾನು, ನನ್ನ ಪತಿ ಒಂದು ಅಲಿಖಿತ ಒಪ್ಪಂದ ಮಾಡಿಕೊಂಡಂತಿತ್ತು. ನಿಶೀತನೆದುರು ಅಪಘಾತದ ವಿಷಯವನ್ನೇ ಎತ್ತದಿರುವುದು! ನಾವಿಬ್ಬರೂ ಅವನೆದುರು ಚಕಾರದಲ್ಲೂ ಈ ಬಗ್ಗೆ ಮಾತನಾಡಿರಲಿಲ್ಲ. ಅವನು ಅನುಭವಿಸುತ್ತಿದ್ದ ನೋವಿನ ಆಳ ನಮಗೆ ಗೊತ್ತು. ಈ ಮೊದಲೇ ಹೇಳಿದಂತೆ ಯಾವ ತಾಯ್ತಂದೆಗಳೂ ಹೆಮ್ಮೆಯಿಂದ ಹೇಳಿಕೊಳ್ಳಬಲ್ಲಂಥ ಜಾಣ, ಚೆಲುವ ಮಗ. ಅದೂ ನಮ್ಮ ಏಕಮಾತ್ರ ಸಂತಾನ... ಅವನ ತಪ್ಪೇ ಅವನನ್ನು ಕಿತ್ತು ತಿನ್ನುತ್ತಿರುವಾಗ ಮೇಲೆ ಅದಕ್ಕೆ ಬರೆಯೆಳೆಯುವುದು ನಮ್ಮಿಂದ ಅಗದ ಮಾತು.

ಆದರೆ ಪೂರ್ಣಿ...? ಮತ್ತದೇ ಪ್ರಶ್ನೆ!

*****

ಅಣ್ಣ-ಅತ್ತಿಗೆ ಪೂರ್ಣಿಯನ್ನು ಆಸ್ಪತ್ರೆಯಿಂದ ಡಿಸ್ಚಾರ್ಜ್ ಮಾಡಿಸಿ ಮನೆಗೆ ಕರೆದುಕೊಂಡು ಹೋಗಿ ಮೂರು ತಿಂಗಳು ಕಳೆದಿತ್ತು. ಅಂದು ಬೆಳಗಿನಿಂದಲೇ ಅವಳ ನೆನಪು ವಿಪರೀತವಾಗಿ ಸುತ್ತಿಕೊಂಡು ನನ್ನನ್ನು ದುಗುಡಕ್ಕೀಡು ಮಾಡಿತ್ತು. ಯಾಕೋ ಅರಿಯೆ, ಊರುಗೋಲುಗಳ ಆಸರೆಯಲ್ಲಿ ನಡೆಯುತ್ತಿರಬಹುದಾದ ಅವಳನ್ನು ಕಲ್ಪಿಸಿಕೊಳ್ಳಲೂ ಭಯವಾಗಿತ್ತು ನನಗೆ. ಆದರೂ ಅವಳನ್ನು ನೋಡಲು ಮನಸ್ಸು ಹಾತೊರೆದಿತ್ತು.

"ಇವೊತ್ತು ಅಣ್ಣನ ಮನೆಗೆ ಹೋಗಿ ಬರಬೇಕನ್ನಿಸಿದೆ." ಊಟ ಮಾಡುವಾಗ ನಿಶೀತ, ಮತ್ತವನ ತಂದೆಗೆ ನಾನು ಹೇಳಿದೆ.

"ಹೋಗಿ ಬಾ...ಅಂದ್ಹಾಗೆ ನೀನು ಹೋಗಿರು. ರಾತ್ರಿ ನಾನೂ ಎಂಟು ಗಂಟೆಗೆ ಅಲ್ಲೇ ಬರ್ತೀನಿ. ಇಬ್ಬರೂ ಒಟ್ಟಿಗೆ ವಾಪಸ್ ಬರೋಣ."

ನಿತೀಶ ತಲೆತಗ್ಗಿಸಿ ಊಟ ಮಾಡುತ್ತಿದ್ದ. ನನ್ನನ್ನೊಮ್ಮೆ ಕಣ್ಣೆತ್ತಿ ನೋಡಿದ ಅಷ್ಟೆ.

ನಾನು ಮಧ್ಯಾಹ್ನ, ಚಪ್ಪಲಿ ಮೆಟ್ಟಿ ಹೊರಡುವ ಸಮಯಕ್ಕೆ ಅವನ ಧ್ವನಿ ನನ್ನ ಕರೆದಿತ್ತು, "ಅಮ್ಮಾ.."

"ಏನು?" ಅಂದೆ.

"ಒಂದು ಮಾತು..." ಕ್ಷಣ ತಡೆದ ನಿಶೀತ. "ಅಮ್ಮ ನೀವು... ನೀನು ಒಪ್ಪಿದಲ್ಲಿ ಪೂರ್ಣಿಮಾನ ನಾನು ಮದುವೆ ಮಾಡಿಕೊಳ್ಳಬೇಕು ಎಂದಿದೀನಿ..." ಎಂದ ಮೆಲ್ಲಗೆ ಆದರೆ ಸ್ಪಷ್ಟವಾಗಿ.

ಫಕ್ಕನೆ ಉತ್ತರ ಹೊರಡಲಿಲ್ಲ

ನನಗೆ, ನನ್ನ ಮಟ್ಟಿಗೆ ನಿಶೀತನ ಮಾತು ಎಲ್ಲ ರೀತಿಯಲ್ಲೂ 'ಸಮರ್ಪಕ' ಆಗಿತ್ತು. ನಡೆದು ಹೋದುದರ ಪರಿಮಾರ್ಜನೆ... ಪೂರ್ಣಿಮಾಗೆ ಹೊಸ ಬದುಕು. ನಿಶೀತನ ಮಾನಸಿಕ ಸ್ಥಿತಿಗೆ ಹೊಸ ಚೇತನ. ಇಷ್ಟಕ್ಕೂ ಪೂರ್ಣಿಯನ್ನು ಈ ಮನೆ ತುಂಬಿಸಿಕೊಳ್ಳುವ ಕನಸು ನಾನೇ ಕಂಡಿರಲಿಲ್ಲವೆ?

ಆದರೆ ಅವರು? ಆದೀತಾ ಇದು?

ಅವನ ತಲೆಯ ಮೇಲೆ ಹಗುರ ಕೈಯಾಡಿಸಿ ಹೇಳಿದೆ. "ನಿನ್ನ ಮಾತು ತಪ್ಪೋ ಸರಿಯೋ ನನಗ್ಗೊತ್ತಿಲ್ಲ ನಿಶೀ... ಆದರೂ ಅಣ್ಣ-ಅತ್ತಿಗೆ ಹತ್ತಿರ ನಾನು ಈ ಬಗ್ಗೆ ಮಾತಾಡಿ ನೋಡ್ತೀನಿ." ಎಂದು ಎದ್ದೆ.

ಜಯವಂತ ಮತ್ತು ಅತ್ತಿಗೆ ನನ್ನನ್ನು ಮೌನವಾಗೇ ಬರಮಾಡಿಕೊಂಡರು. ವಾಸ್ತವವನ್ನು ಅನಿವಾರ್ಯವಾಗಿ ಸ್ವೀಕರಿಸಿ ನುಂಗಿಕೊಂಡವರು. ನನಗೆಯೆ ಅವರನ್ನು ನೋಡಿ ಸಂಕಟ ಉಕ್ಕಿ ಬಂದಿತ್ತು. ಇವರ ಮುಖದಲ್ಲಿ ಆ ಮೊದಲಿನ ಪ್ರಸನ್ನ ನಗುವನ್ನು ಮೂಡಿಸಲಾದೀತೆ ನಮ್ಮಿಂದ? ಎಂಬ ಯೋಚನೆ ನನ್ನಲ್ಲಿ ಸುಳಿಯಿತು.

ಪೂರ್ಣಿಮಾ ನನ್ನನ್ನು ಕಂಡು ಸಪ್ಪಗೆ ನಕ್ಕಳು. "ಕುಂಟಿ ಹೇಗಿದ್ದಾಳೆ ಎಂದು ನೋಡಿ ಹೋಗಲು ಬಂದೆಯಾ ಅತ್ತೆ?" ಎಂದಳು. ಅವಳ ಮಾತಿನಲ್ಲಿ ನಸುವೆ ವ್ಯಂಗ್ಯದ ಛಾಯೆ ಇಣುಕಿದಂತೆನಿಸಿತು.

ಅವಳ ಬಾಯಿಗೆ ಬೆರಳಿರಿಸಿದೆ ನಾನು, "ಇಲ್ಲಮ್ಮ, ಬರಿಯ ನೋಡಿ ಹೋಗಲು ಬಂದಿಲ್ಲವೇ ಪುಟ್ಟಿ... ನೀನು ಕುಂಟಿ ಅಲ್ಲ, ನನಗೀಗ್ಲೂ ನನ್ನ ಆ ಮೊದಲಿನ ಮುದ್ದಿನ ಸೊಸೆ ಪೂರ್ಣಿನೇ ಅಂತ ಸ್ಪಷ್ಟಪಡಿಸಲಿಕ್ಕೆ ಬಂದಿದ್ದೀನಿ"

ಅಣ್ಣನತ್ತ ತಿರುಗಿದೆ. "ಅಣ್ಣ ಬೇಕಿರುವ, ಬೇಡದೇ ಇರುವ ವಿವರಗಳನ್ನು

ಚರ್ಚಿಸದೆ ಒಂದೇ ಒಂದು ಮಾತು ಕೇಳಲೇ?" ಎಂದೆ.

"ನನಗೆ ಅರ್ಥ ಆಗ್ತಾ ಇಲ್ಲ...ಆದರೂ ಅದೇನು ಹೇಳು" ಎಂದ ಜಯವಂತ.

"ಪೂರ್ಣಿಮಾನ ಸೊಸೆಯಾಗಿಸಿ ನನ್ನ ಮನೆಗೆ ಕಳಿಸಿಕೊಡ್ತೀಯಾ ಅಣ್ಣ. ಇದು ನಿಶೀತನ ಇಚ್ಛೆ... ಅವನದೇ ಕೇಳಿಕೆ, ನನಗಂತೂ ಬಹಳ ವರ್ಷಗಳಷ್ಟು ಹಳೆಯ ಆಸೆ..." ಕಿರುನಗೆ ನಕ್ಕೆ.

ಎರಡು-ಮೂರು ಕ್ಷಣ ಯಾರೂ ಮಾತನಾಡಲೇ ಇಲ್ಲ, ಆ ಪರಿಸ್ಥಿತಿಯಲ್ಲಿ ಅದು ಸಹಜವೇ. ಮೊಟ್ಟ ಮೊದಲು ಈ ಮಾತಿಗೆ ಅಂಗೀಕಾರದ ಮುದ್ರೆ ಮೂಡಿಬಂದದ್ದು ಅತ್ತಿಗೆಯ ಮುಖದ ಮೇಲೆ, ಯಾವ ತಾಯಿಗೆ ತನ್ನ ಮಗಳ ಬದುಕು ಮರಳಿ ಚಿಗುರುವುದು ಬೇಡವಿದ್ದೀತು?

ಅಣ್ಣನ ಯೋಚನಾ ಮಗ್ನ ಮುಖ ಅವನ ಮನೋಸ್ಥಿತಿಯ ಚಿತ್ರವತ್ ಬಿಂಬ ಆಗಿತ್ತು.

ಕಣ್ಣುಮುಚ್ಚಿ, ಇದಾವುದೂ ತನಗೆ ಸಂಬಂಧಿಸದಂತೆ ಕುರ್ಚಿಯಲ್ಲಿ ಹಿಂದಕ್ಕೊರಗಿದ್ದ ಪೂರ್ಣಿಯ ಕೈಗಳನ್ನು ನನ್ನ ಎರಡೂ ಹಸ್ತಗಳಲ್ಲಿ ಹಿಡಿದು ಅಲುಗಿಸಿ ನಾನು ಕೇಳಿದೆ. "ಪೂರ್ಣಾ ನಮ್ಮ ಮನಸ್ಸಿನ ಇಚ್ಛೆಯನ್ನು ನಿಮ್ಮೆಲ್ಲರೆದುರು ತೆರೆದಿಟ್ಟಿದ್ದೀನಿ. ನಿನ್ನ ಉತ್ತರ ಬೇಕು ಮಗೂ, ನಿಶೀತನ ಕೈ ಹಿಡಿದು ನಮ್ಮ ಮನೆಗೆ ಬಾ."

ಇದ್ದಕ್ಕಿದ್ದಂತೆ ಬಿದ್ದು ಬಿದ್ದು ನಕ್ಕಳು ಪೂರ್ಣಿ, ನನ್ನ ಮನಸ್ಸು ಚುರಕ್ ಎಂದಂತಾಯಿತು. ನಿಜಕ್ಕೂ ಅವಳ ಆ ನಗುವಿನ ಅರ್ಥವೂ ಆಗಲಿಲ್ಲ. ಅವಳ ಈ ಬಗೆಯ ಪ್ರತಿಕ್ರಿಯೆಯನ್ನು ನಾನು ನಿರೀಕ್ಷಿಸಿರಲಿಲ್ಲ. ಚಕಿತಳಾಗಿ ಅಣ್ಣನತ್ತ ನೋಡಿದೆ. ಬಹುಶಃ ಅವನಿಗೂ ಹೀಗೆಯೇ ಅನಿಸಿತ್ತಾ?

"ಪೂರ್ಣೀ... ಪೂರ್ಣಿಮಾ..." ಎಂದ ಜಯವಂತ.

ಅವಳ ನಗೆ ನಿಂತುಹೋಯಿತು.

"ನಾನು ಕೇಳಿದ್ದು ತಪ್ಪಾ ಪೂರ್ಣಾ?" ನನ್ನ ಸ್ವರದಲ್ಲಿನ ನೋವನ್ನು ಅವಳು ಗಮನಿಸಿ ಗಂಭೀರವಾದಳು.

"ಇಲ್ಲ ಅತ್ತೆ ಆ ಅರ್ಥವಲ್ಲ. ನಿಶೀತನಾಗಲಿ ನೀನಾಗಲಿ ಇಂಥ ಒಂದು ನಿರ್ಧಾರಕ್ಕೆ ಬಂದಿರೋ ಕಾರಣ ಕೇವಲ ಭಾವನಾವೇಶ ಮತ್ತು ನನ್ನ ಬಗೆಗೆ ಸಹಾನುಭೂತಿ ಅಲ್ವಾ? ನನ್ನ ಕಾಲು ಮುರಿದು ಹೋಗಲಿಕ್ಕೆ ತಾನೇ ಕಾರಣ ಅನ್ನೋ ಅಪರಾಧೀ ಭಾವದಿಂದ ಬಿಡುಗಡೆ ಪಡೀಲಿಕ್ಕೆ ನಿಶೀತ ನನ್ನನ್ನು

ಮದುವೆ ಆಗಲಿಕ್ಕೆ ತೀರ್ಮಾನಿಸಿದ್ದಾನೆ ಅನ್ನೋದೇ ನಿಜ. ಆದರೆ ಮದುವೆ ಅಂದರೆ ಕೇವಲ ನಾಲ್ಕೆಂಟು ದಿನಗಳ ಮಾತೇ? ಇಡೀ ಜೀವನ ನನ್ನಂಥ ಕುಂಟಿಯ ಜೊತೆ, ಸ್ವಂತದ ಕೆಲಸಗಳನ್ನೇ ಮಾಡಿಕೊಳ್ಳ ಲಾಗದವಳೊಂದಿಗೆ ಏಗುವುದು ಒಂದಿಲ್ಲೊಂದು ದಿನ ಜುಗುಪ್ಸೆ ತರಿಸುತ್ತೆ, ಆಗ ಏನು? ಐ ಡೋಂಟ್ ನೀಡ್ ಯುವರ್ ಪಿಟಿ. ಸ್ಪಷ್ಟವಾಗಿ ಹೇಳ್ತೀನಿ ಕೇಳಿ... ಪ್ಲೀಸ್ ಈ ಯೋಚನೆ ಬಿಟ್ಬಿಡಿ."

ನಾನು ನಿರುತ್ತರಳಾದೆ. ಅವಳಿಂದ ಇಷ್ಟು ಸ್ಪಷ್ಟ ನಕಾರವನ್ನು ಊಹಿಸದೆ ಇದ್ದ ನನಗೆ ಕೊಂಚ ಆಘಾತವೇ ತಟ್ಟಿದರೂ ಈ ನಕಾರಕ್ಕೆ ಅವಳು ಕೊಟ್ಟಿರುವ ಕಾರಣವನ್ನು ತಳ್ಳಿ ಹಾಕಲಾರದೆ ಹೋದೆ. ಆದರೂ ಅವಳ ಆ ಶಂಕೆಯನ್ನು ತೊಡೆದು ಹಾಕುವ ಪ್ರಯತ್ನ ಮಾಡಬೇಕೆನಿಸಿ ಇನ್ನಷ್ಟು ಮೃದುವಾಗಿ

'ಪೂರ್ಣ' ಎಂದೆ ಅವಳತ್ತ ಬಾಗಿ.

"ಅತ್ತೆ... ಅತ್ತೇ ಪ್ಲೀಸ್ ನನ್ನ ಪಾಡಿಗೆ ನನ್ನನ್ನು ಬಿಟ್ಟುಬಿಡಿ..." ಅವಳ ಕಣ್ಣ ತುಂಬ ನೀರು.

ಒಂದು ಮಾತು ಖಚಿತವಾಯಿತು. ನಾನಿನ್ನು ಏನು ಹೇಳಿದರೂ ಅದು ಈಗ ನನಗೆ ಬೇಕಾದ ಪರಿಣಾಮ ಬೀರಲಿಕ್ಕಿಲ್ಲ!

ಪೂರ್ಣಿಯನ್ನು ವಿದೇಶಕ್ಕೆ ಕರೆದುಕೊಂಡು ಹೋಗಿ ಏನೆಲ್ಲ ಟ್ರೀಟ್ಮೆಂಟ್ ಮಾಡಿ ಅವಳು ಸ್ವಾವಲಂಬಿಯಾಗಿ ಬದುಕುವಂತೆ ಮಾಡಿಕೊಡುವ ಎಲ್ಲ ಆರ್ಥಿಕ ಸಾಮರ್ಥ್ಯ ನಮಗಿತ್ತು. ಹಾಗಾಗಿ ನನ್ನ ಮನದ ಆಸೆಯನ್ನು ತೆರೆದಿಟ್ಟರೆ ಈ ಸ್ವಾಭಿಮಾನಿ ಹುಡುಗಿ ಅದನ್ನು ಸ್ವೀಕರಿಸಬಹುದೆ?

ಅತ್ತಿಗೆ ಎದ್ದು ನನ್ನ ಬಳಿ ಬಂದು ನಿಂತಳು. "ಮಾಲಿನಿಯಕ್ಕಾ ಪೂರ್ಣಿಗೆ ತಿಳಿವಳಿಕೆ ಸಾಲದು... ನಿಧಾನಕ್ಕೆ ನಾನವಳಿಗೆ ತಿಳಿಸಿ ಹೇಳಿ ನೋಡುತ್ತೇನೆ. ಸ್ವಲ್ಪ ಸಮಯ ಕಾಯೋಣ..." ಅಂದಳು.

ಅದು ಆಗಲ್ಲ ಎಂದು ನನಗೆ ಗೊತ್ತಿದೆ. ಆದರೂ ನಾನು, ನನ್ನೊಂದಿಗೆ ನಿಶೀತ ಕಾಯುತ್ತಲೇ ಇದ್ದೇವೆ.

ನಿಮಗೂ ಗೊತ್ತು, ಕಾಯುವಿಕೆ... ಅದಕ್ಕಿಂತ ಘೋರ ಯಾವುದೂ ಇಲ್ಲ!

ವೈಕುಂಠ ಯಾತ್ರೆ

"ಉಗಿಯೋಕೂ ಪುರುಸೊತ್ತು ಕೊಡದೆ ನುಗ್ಗಿ ಬರುತ್ತೆ... ಥತ್" ಗಂಟಲಲ್ಲಿ ಒತ್ತರಿಸಿಕೊಂಡು ಬರುವ ಕಫದುಗುಳಿನ ಹಿಂಸೆ ಅತಿಯಾದಾಗ ಹೊರಡುವ ಸುಬ್ಬಯ್ಯನ ಗೊಣಗು ಬೊಬ್ಬಿರಿಯುವ ವಾಹನಗಳ– ಹಾರ್ನುಗಳ ಸದ್ದಿನಲ್ಲಿ ಎಂದಿನಂತೆ ಅಡಗುತ್ತದೆ.

ಒಂದೇ ಕ್ಷಣದಲ್ಲಿ ಭೂಮಿಯ ಆ ತುದಿಯನ್ನು ಸೇರಲು ಧಾವಿಸುವಂತೆ ಹಾರಿ ತೂರಿ ಬರುವ ಸಾಲುಗಟ್ಟಿದ ಗಾಡಿಗಳು ವೃತ್ತವನ್ನು ಬಳಸುತ್ತ ಎಬ್ಬಿಸುವ ಹೊಗೆ ಸದ್ದುಗಳ ಅಬ್ಬರ ದಿನಕ್ಕಿಂತ ಇಂದು ಹೆಚ್ಚಾದ ಅನುಭವ.

ಸಂಚಾರ ನಿಯಂತ್ರಣ ಪೋಲೀಸರ 'ಕರ್ಮ' ಇದ್ದೀತು. 'ನಮ್ಮದೂ ಒಂದು ಜನ್ಮವೆ... ಬೆಳಿಗ್ಗೆ ಎಂಟಕ್ಕೆ ಬಂದು ನಿಂತರೆ ಡ್ಯೂಟಿ ಮುಗಿಯಲು ಒಂದು ಸಮಯ ಅಂತ ಇಲ್ಲ, ಹೊಗೆ ಕುಡಿದು ಕುಡಿದು ಎದೆಗೂಡೆಲ್ಲ ಒಂದಿಂಚು ದಪ್ಪದ ಕಪ್ಪು ಮೇಣ ಮೆತ್ತಿಕೊಂಡಂತೆ... ಆ ಕಪ್ಪನ್ನು ಕೆಮ್ಮಿನೊಟ್ಟಿಗೆ ಹೊರ ಹಾಕುವಂತೆ ಪುಪ್ಫುಸಗಳು ತಿದಿಯೊತ್ತಿ ನೆಗೆಯುತ್ತವೆ' ಸುಬ್ಬಯ್ಯ ಯೋಚಿಸುತ್ತಿದ್ದ.

ಪೂರ್ವದಿಂದ ಬರುವ ಗಾಡಿಗಳ ಸಂಖ್ಯೆ ಕಡಿಮೆ ಆದಂತೆನಿಸಿ ಒಂದಿಷ್ಟು ನಿರಾಳವಾಗಿ ಕೆಮ್ಮಿ ಮುಗಿಸಿ, ಬಾಟಲಿಯಲ್ಲಿದ್ದ ನೀರನ್ನೆತ್ತಿ ಕುಡಿದ. ಈಶಾನ್ಯ ಮೂಲೆಯಲ್ಲಿರುವ ತನ್ನ ಶೆಲ್ಟರಿನ 'ಗೂಡು' ಬಿಸಿಲಿಗೆ ಕಾದು ನಿಂತು ಬೀಸಿಬರುವ ಗಾಳಿಯಲ್ಲಿನ ತಂಪನ್ನೆಲ್ಲ ಹುಡಿ ಹಾರಿಸಿದೆ. ಎದೆಯೊಳಗೆ ಮತ್ತೆ

ಎದ್ದ ನೋವು 'ನಾಳೆಯಾದರೂ ಆಸ್ಪತ್ರೆಗೊಮ್ಮೆ ಹೋಗಿಬರಬೇಕು.' ಎಂದು ಒತ್ತಾಯಿಸಿತು.

ಹೆಂಡತಿ ದಿನಾ ಹೇಳ್ತಾ ಇರುತ್ತಾಳೆ "ಅದೇನು ಚೆಕಪ್ ಮಾಡಿಸಬೇಕೋ ಮಾಡಿಕೋಬಾರದೆ. ಎದೆ ನೋಡಿದರೆ ಬರಗಾಲದೆತ್ತಿನ ಮೂಳೆಗೂಡಾಗಿದೆ, ಹೀಗಾದ್ರೆ ನಿಮ್ಮ ಆರೋಗ್ಯದ ಗತಿಯೇನು? ಔಷಧಿನೂ ಸರಿಯಾಗಿ ತೊಗೊಳಲ್ಲ"

ಅವಳ ಚಿಂತೆ ತಪ್ಪಲ್ಲ. ಕಳೆದೊಂದು ವರ್ಷದಿಂದ ಹೆಗಲಿಗೆ ಬಿದ್ದಿರುವ ಈ ಟ್ರಾಫಿಕ್ ಡ್ಯೂಟಿಯಿಂದ ಬೇರೆ ಇನ್ನೆಲ್ಲಿಗಾದರೂ ಹಾಕಿಸಿಕೊಳ್ಳಲು ಇನ್ನಿಲ್ಲದ ಪ್ರಯತ್ನ ಮಾಡಿದ್ದ. ಯಾವುದೂ ಪ್ರಯೋಜನವಾಗಿಲ್ಲ. ಹೀಗೆ ರಸ್ತೆ ನಡುವೆ ಕೈ ತೋರಿಸಿಕೊಂಡು ಹೊಗೆ ಕುಡಿದು ಪ್ರಾಣ ಬಿಡುವುದೇ ತಮ್ಮ ಹಣೆಬರಹ ಗಟ್ಟಿ.

ಯಾಂತ್ರಿಕವಾಗಿ ತೋಳು ಮೇಲೆ ಕೆಳಗೆ, ಹಿಂದೆ ಮುಂದೆ ತೂಗಿ ಧಾವಿಸುವ ವಾಹನಗಳಿಗೆ ದಿಕ್ಕಾಗುವಾಗ ಪಶ್ಚಿಮದಿಂದ ವೃತ್ತ ಬಳಸಿ ಬಂದ, ಮೈತುಂಬ ಕಣುವ ಹಾಗೆ ಚಿರಪರಿಚಿತ 'ವೈಕುಂಠಯಾತ್ರೆ' ಹೆಸರು ಬರೆದುಕೊಂಡ ಬಿಳಿ ವಾಹನದಲ್ಲಿ ಸ್ಟಿಯರಿಂಗ್ ಹಿಡಿದಿದ್ದ ಕೃಷ್ಣ ಕಾಣಿಸಿ ಅತ್ತ ತಿರುಗಿ 'ಯಾವ ಕಡೆ?' ಎಂದು ಸನ್ನೆಯಲ್ಲೇ ಕೇಳಿದ್ದ.

ಅವನು ನಕ್ಕಂತೆ ಮಾಡಿ 'ಚೆನ್ನಾಗಿದ್ದೀರಣ್ಣಾ' ಎಂಬಂತೆ ಕೈಯಾಡಿಸಿದಾಗ ಪೀಕ್ ಅವರಿನ ದಟ್ಟಣೆಯಲ್ಲಿ ಮಾತನಾಡಿಸಲು ಸಾಧ್ಯವಿಲ್ಲದ್ದು ಕೊಂಚ ಬೇಸರ ತರಿಸಿ ಅವನಿಗೆ ಮುನ್ನಡೆಯಲು ಸೂಚಿಸಿದ. ವೃತ್ತದಿಂದ ಕೆಲವೇ ಫರ್ಲಾಂಗುಗಳ ಅಂತರದಲ್ಲಿದೆ ಹರಿಶ್ಚಂದ್ರ ಘಾಟ್ ಚಿತಾಗಾರ. ಶವವಾಹಕಗಳು ಎಲ್ಲಿಂದ ಬಂದರೂ ಈ ವೃತ್ತ ದಾಟಿಯೇ ಸಾಗಬೇಕು.

ಕ್ಷಣಾರ್ಧದಲ್ಲಿ ವೇಗವಾಗಿ ಸಾಗಿದ ಶವವಾಹಕದ ಹಿಂದಿನ ಟೈರು ತುಂಬಾ ಸವೆದು ಹೋದಂತೆ ಕಂಡು ಒಂದು ವರ್ಷದ ಹಿಂದೆ ಇದೇ ಜಾಗದಲ್ಲಿ ಟೈರ್ ಒಡೆದು, ಗಾಡಿ ಅಡ್ಡಾದಿಡ್ಡಿ ಓಲಾಡಿ ನಿಂತಿದ್ದರ ನೆನಪನ್ನು ತಂದಿತ್ತು. ಅಂದೂ ಸಂಜೆ ಇರಬೇಕು. ಮಧ್ಯಾಹ್ನ ಇಳಿದು ಹೋಗುವಾಗ ಸಂಜೆ ಮಳೆಯನ್ನು ಕರೆದು ರಪರಪ ರಾಚಿದ ನೀರು ಚಳಿ ಹುಟ್ಟಿಸಿ ನಡುಗಿಸಿದಾಗ ಕಾಫಿ ಕುಡಿಯುವುದಕ್ಕಾಗಿ ಪಕ್ಕದ ದರ್ಶಿನಿಯಲ್ಲಿ ನಿಂತಿದ್ದ. ಆಗ ಟೈರು ಒಡೆದು ನಿಂತು ಹೋದ ವ್ಯಾನಿನಿಂದ ಇಳಿದು ಇತ್ತ ಓಡಿ ಬಂದಿದ್ದ ಆ ಹುಡುಗ.

"ಏನಾಯ್ತೋ?" ಸುಬ್ಬಯ್ಯ ಕೇಳಿದ್ದಕ್ಕೆ

"ಸ್ವಲ್ಪ ಹಳೇ ಟೈರು ಸರ್... ಪಂಕ್ಚರ್ ಆಗಿಬಿಟ್ಟಿದೆ." ಎಂದು ಕೈಗಳನ್ನು ಮಸಮಸ ತಿಕ್ಕಿ ಚಳಿಯನ್ನು ದೂಡಿ ಬಿಸಿ ಹುಟ್ಟಿಸಿಕೊಳ್ಳಲೆತ್ನಿಸುತ್ತಿದ್ದ ತೆಳು ದೇಹದ ತರುಣ ತನ್ನಲ್ಲಿ ಏನೋ ಮರುಕ ಮೂಡಿಸಿ "ನೆಂದುಬಿಟ್ಟಿದ್ದೀಯಲ್ಲಪ್ಪ ಬಿಸಿ ಕಾಫಿ ಕುಡಿ" ಎಂದು ತನ್ನೊಂದಿಗೆ ಅವನಿಗೂ ಒಂದು ಕಾಫಿ ಕೊಡಿಸಿದ್ದ.

ಮಳೆ ಜೋರು ಹೆಚ್ಚಿಸಿಕೊಂಡು ಅರ್ಧಗಂಟೆ ನೆಲಕ್ಕಪ್ಪಳಿಸುತ್ತ ನಿಂತವರೆಲ್ಲ ಅಲ್ಲಲ್ಲೇ ಇರುವಂತೆ ಮಾಡಿತ್ತು. ಹಾಗೆ ನಿಂತು ಮಾತಾಡುವಾಗ ವಿಷಯ ತಿಳಿದಿತ್ತು. ಅವನಪ್ಪ ಮೂವತ್ತು ವರ್ಷ ಚಿತಾಗಾರದ ವ್ಯಾನಿನ ಡ್ರೈವರ್ ಆಗಿ ದುಡಿದವನು. ಕಳೆದ ವರ್ಷ ಇದ್ದಕ್ಕಿದ್ದಂತೆ ತೀರಿದ್ದ.

"ಅದಕ್ಕೆ ಅನುಕಂಪದ ಆಧಾರದಲ್ಲಿ ಈ ಕೆಲಸ ನನಗೆ ಕೊಟ್ರು ಸರ್" ಎಂದ ಕೃಷ್ಣ. "ಬರ್ತೀನಿ ಸಾರ್" ಎಂದು ನಡೆದು ಹೋದಾಗ ಯಾಕೋ ಮನಸ್ಸಿನಲ್ಲಿ ನಿಂತುಬಿಟ್ಟಿದ್ದ. ತಮ್ಮ ಮಗ ಅಶೋಕನಿಗಿಂತ ಒಂದೆರಡು ವರ್ಷ ದೊಡ್ಡವನಿರಬಹುದು. ಮಳೆ ನಿಂತು ಮತ್ತೆ ಈಶಾನ್ಯ ಮೂಲೆಯ ಶೆಲ್ಟರಿಗೆ ಬಂದು ಸೀಟಿ ಬಾಯಿಗಿರಿಸಿಕೊಂಡಾಗ ಆಶೋಕ ಈ ಬರಿ ಮತ್ತೆ ಪಿಯುಸಿ ಫೇಲಾಗಿದ್ದು ನೆನಪಾಗಿ ಎದೆಯಲ್ಲಿ ಮೊದಲೇ ಇದ್ದ ನೋವು ಇಮ್ಮಡಿಸಿತು. 'ಇನ್ನೆಷ್ಟು ಬಾರಿ ಪರೀಕ್ಷೆ ಕಟ್ಟುತ್ತಾನೋ... ಇವನು ಎಂದು ಪಾಸಾಗುತ್ತಾನೋ ಆದಾನೋ ಇಲ್ಲವೋ ಸಾವಿರ ಮುಳ್ಳಿನ ಚೂರಿ ಇರಿದಂತೆ ಚಿಂತೆ ಕಾಡಿಸಿದವು. ಇತ್ತೀಚೆಗೆ ರಾತ್ರಿ ಅವನು ತಡವಾಗಿ ಬರುತ್ತಿರುವುದು ಸಂದೇಹ ಹುಟ್ಟಿಸಿ... ಯಾಕೋ ಎಲ್ಲೂ ಯಾವುದೂ ಸರಿಯಾಗ್ತಾ ಇಲ್ಲ.

ಸುಪ್ರಿಯ – ತನ್ನ ಮಗಳು. ಎಸ್ಸೆಸ್ಸೆಲ್ಸಿ ಪಾಸಾಗಿ ಫ್ಯಾಕ್ಟರಿಗಳಲ್ಲಿ ಕೆಲಸ ಹುಡುಕಿ ತಿರುಗುತ್ತಿದ್ದಾಳೆ. ಎಲ್ಲ ನೆಟ್ಟಗಿದ್ದಿದ್ದರೆ ಇಷ್ಟು ಹೊತ್ತಿಗೆ ಅವಳ ಮದುವೆ ಆಗಿಬಿಡಬೇಕಿತ್ತು. ಚಿಕ್ಕಂದಿನಲ್ಲಿ ಅವಳ ಕಣ್ಣಿಗೆ ಆಗಿದ್ದ 'ಹೂ' ಯಾನೆ ವಿಚಿತ್ರ ಸೋಂಕು ಅವಳ ಒಂದು ಕಣ್ಣಿನ ದೃಷ್ಟಿಯನ್ನೇ ಕಳೆದುಹಾಕಿದೆ. ಪಶ್ಚಿಮದ ರಸ್ತೆ ಭಯಂಕರ ಟ್ರಾಫಿಕ್ ತುಂಬಿ ಬುಸುಗುಡುತ್ತಿತ್ತು.

ಅಲ್ಲಿಂದ ಧಾವಿಸಿ ಬಂದ ದೈತ್ಯಾಕಾರದ ಟ್ರಾನ್ಸ್‌ಪೋರ್ಟ್ ಲಾರಿಗೆ ಪಠ್ರನೆ ಬ್ರೇಕ್ ಬಿತ್ತು. ತನ್ನ ಮುಂದಿದ್ದ ಕಾರನ್ನು ಗುದ್ದಲು ಅದಿನ್ನೇನು ಒಂದೇ ಇಂಚಿನಲ್ಲಿ ನಿಂತಾಗ ಬೆಚ್ಚಿ ಅವನತ್ತ ತೀಕ್ಷ್ಣವಾಗಿ ನೋಡಿ ಎಡದ ವಾಹನಗಳಿಗೆ ಓಕೆ ಸಿಗ್ನಲ್ ಕೊಟ್ಟ.

ಅಂದು ಕಾಫಿ ಕುಡಿದು ಹೋಗಿದ್ದ ಕೃಷ್ಣ ಮತ್ತೆ ಮೂರು ದಿನಗಳಲ್ಲಿ ಸರ್ಕಲ್ ಬಳಸಿ ಎತ್ತಲೋ ಹೊರಟವನು ತನ್ನತ್ತ ನೋಡಿ 'ಚೆನ್ನಾಗಿದ್ದೀರಾ ಸಾರ್...' ಎಂದು ಪರಿಚಯದ ನಗೆ ನಕ್ಕಿದ್ದ. ಅವನ ಧ್ವನಿ ತನಗಿಷ್ಟವಾಗಿತ್ತು. ಮಧ್ಯಾಹ್ನದ ವಿರಾಮದಲ್ಲಿ ದರ್ಶಿನಿಯ ಊಟ ಮಾಡುತ್ತಿದ್ದಾಗ ಕೃಷ್ಣ ಅಲ್ಲಿಗೇ ಬಂದಿದ್ದ.

'ಬಾ ಬಾ ಊಟ ಮಾಡ್ತೀಯಾ' ಎಂದು ಆಹ್ವಾನಿಸಿದರೆ "ಇಲ್ಲ ಸಾರ್... ಅರ್ಜೆಂಟ್ ಹೋಗಬೇಕು. ಈ ಅಡ್ರೆಸ್ ನೆಟ್ಟಗೆ ತಿಳಿತಾ ಇಲ್ಲ. ಎಲ್ಲಿ ಬರುತ್ತೆ ಗೊತ್ತೆ?" ಎಂದು ಚೀಟಿಯೊಂದನ್ನು ತೋರಿಸಿದ್ದ. ಸುತ್ತಮುತ್ತಲ ಜಾಗವೆಲ್ಲ

ಚೆನ್ನಾಗಿ ಪರಿಚಯವಾಗಿದ್ದರಿಂದ ಅವನಿಗೆ ಬೇಕಿದ್ದನ್ನು ಹೇಳಿಕಳಿಸಿದ್ದ. ಮತ್ತೆ ಒಂದು ಗಂಟೆಯಲ್ಲಿ ಕೃಷ್ಣನ ಗಾಡಿ ವೃತ್ತ ದಾಟಿ ಹೋಯಿತು. ಶವವಾಹಕದ ಭರ್ತಿ ಕೂತ ಜನ ಹೂವು, ಹಣ್ಣು, ಹಾರ, ಕಳ್ಳೆ ಪುರಿ ತೂರುತ್ತ ಅತ್ತಿತ್ತ ನೋಡಿ ಮತ್ತಷ್ಟು ತೂರುತ್ತಿದ್ದರು. ಹೋದವರ ಮೆರವಣಿಗೆ ಸಾಗಿತ್ತು. ಬದುಕಿನ ನಶ್ವರತೆಯ ಪಾಠ ಹೇಳುತ್ತಲಿತ್ತು. ಗಜಿಬಿಜಿ– ಸದ್ದು– ಹೊಗೆ. ನಿರಂತರ ಚಲನೆಯ ಆಗರದ ವೃತ್ತದಲ್ಲಿ ಸಾವಿನ ಮನೆಯತ್ತ ನಿಶ್ಶಬ್ದ ದೇಹದ ಪಯಣ. ವೈರುಧ್ಯ ವಿಪರ್ಯಾಸಗಳ ಸಂಗಮ ಬದುಕಿನ ಯಾವ ಘಟ್ಟದಲ್ಲಾದೀತು ಅಂತ ತಿಳಿಯುವ ಶಕ್ತಿಯನ್ನು ಮನುಷ್ಯನಿಗೆ ಬಿಟ್ಟು ಕೊಡದೆ ಇರುವುದೇ ಪ್ರಕೃತಿಯ ರಹಸ್ಯ... ಮಣ್ಣಿನಿಂದಾದ ದೇಹ ಮರಳಿ ಪಂಚಭೂತಗಳ ಒಡಲು ಹೊಕ್ಕುವವರೆಗಿನ ನಿರಂತರ ಚಲನೆಯೇ ಜೀವನ.

ಯೋಚನೆಗಳ ಸರಣಿಯನ್ನು ಸದಾ ಕತ್ತರಿಸುವ ವಾಹನಗಳ ಪೀ... ಪೀ... ಅಭ್ಯಾಸವಾಗಿ ಹೋಗಿದೆ ಸುಬ್ಬಯ್ಯನಿಗೆ. ಹೆಚ್ಚು ಕಡಿಮೆ ದಿನಕ್ಕೆರಡು ಬಾರಿಯಾದರೂ ಕೃಷ್ಣನ ಬಿಳಿ ಗಾಡಿ ವೃತ್ತ ಬಳಸಿ ಪೂರ್ವವೋ, ಪಶ್ಚಿಮ, ದಕ್ಷಿಣವೋ ಸಾಗುತ್ತದೆ. ನಿನ್ನೆ ಇದ್ದು ಇಂದಿಲ್ಲವಾಗಿರುವ ದೇಹವೊಂದನ್ನು ತಂದು ಚಿತಾಗಾರದ ಭಾಂಡಕ್ಕೆ ಇಳಿಸುತ್ತದೆ. ಕೆಲವೊಮ್ಮೆ ಸತ್ತವರ ಮನೆಗಳಲ್ಲಿ ಅಂತಿಮ ವಿಧಿ ವಿಧಾನಗಳು ನಿಧಾನವಾಗಿ ಕಾಯಬೇಕಾದ ಸಂದರ್ಭವಿದ್ದರೆ ಕೃಷ್ಣ ಇಲ್ಲಿಗೆ ಬರುತ್ತಿದ್ದ. ಕೆಲವೊಮ್ಮೆ ಮಧ್ಯಾಹ್ನದ ವಿರಾಮದಲ್ಲಿ ದರ್ಶಿನಿಯಲ್ಲೇ ಸಿಗುತ್ತಿದ್ದ. ಹಾಗೆ ಪರಿಚಯ ಸ್ನೇಹದ ರೂಪಕ್ಕೆ ನಡೆದಿತ್ತು. ಇಲ್ಲಿ ವಯಸ್ಸಿನ ಅಂತರ ನಡುವೆ ತಲೆ ತೂರಿಸಿಲ್ಲ.

"ನಾನು ಮೆಕ್ಯಾನಿಕಲ್ ವರ್ಕ್‌ಶಾಪ್‌ನಲ್ಲಿ ಕೆಲಸ ಮಾಡ್ತಿದ್ದೆ ಸರ್..." ಅವನೊಮ್ಮೆ ಹೇಳಿದ್ದ. "ಫಿಟ್ಟರ್ ಆಗಿದ್ದೆ. ನಮ್ಮಪ್ಪ ಈ ಗಾಡಿ ಓಡಿಸ್ತಿದ್ರು. ನಮ್ಮಮ್ಮ ಸತ್ತಿದ್ದು ಯಾವಾಗ ಅಂತಲೇ ನನಗೆ ನೆನಪಿಲ್ಲ. ಇದ್ದದ್ದು ನಾವಿಬ್ರೆ. ಒಮ್ಮೆ ಮೆಶಿನ್ನಿನ ಕೆಳಗೆ ಸಿಕ್ಕಿ, ನನ್ನ ಎಡಗಾಲು ಮುರಿದು, ಕೊನೆಯ ಎರಡು ಬೆರಳೂ ತುಂಡಾಯ್ತು. ಆಗ ಕೆಲಸ ಬಿಟ್ಬಿಟ್ಟೆ. ಮುಂದೆ ಆರೇ ತಿಂಗಳಲ್ಲಿ ಅಪ್ಪ ರಾತ್ರಿ ಮಲಗಿದ್ದವರು ಬೆಳಿಗ್ಗೆ ಏಳಲೇ ಇಲ್ಲ... ಈಗ ನಾನೊಬ್ನೆ."

ನಿಟ್ಟುಸಿರು ಬಿಟ್ಟ ಸುಬ್ಬಯ್ಯ. ಎಲ್ಲಾ ಕಡೆ ಬೇಸರದ ಘಟನೆಗಳು, ಸಂಗತಿಗಳು ಯಾರ ಮನೆಯಲ್ಲೂ ನೆಮ್ಮದಿ–ಸಮಾಧಾನದ ಬದುಕಿರುವ ಸುಳಿವೇ ಇಲ್ಲ. ತನ್ನ ಮನಸ್ಸಿನ ಚಿಂತೆ ಬೇಗುದಿಗಳನ್ನು ಮಗಳ–ಮಗನ ಸುದ್ದಿಯಾಗಿ ಕೃಷ್ಣನೆದುರು ಹೇಳಿದ. ಓದಿನಲ್ಲಿ ಆಶೋಕನ ನಿರಾಸಕ್ತಿ. ಲಕ್ಷ ಹೊಡೆದು, ಹಾಸಿಗೆಗಂಟಿ ಮೊಮ್ಮಗಳ ಮದುವೆ ಎಂದು ಹಗಲಿರುಳು ಒದ್ದಾಡುವ ಅವ್ವ, ಇದ್ದದ್ದರಲ್ಲಿ ರೇವತಿಯೊಂದೇ ತನಗಿರುವ ಸಮಾಧಾನ!

ಮಾತಿನ ನಡುವೆ ಕೆಮ್ಮು ಒತ್ತರಿಸಿಕೊಂಡು ಬಂತು. ಉಗುಳಿದ್ದಾಗ ಕೃಷ್ಣ ಮರುಕದ ನೋಟ ಬೀರುತ್ತಿದ್ದ. "ಇದರಿಂದ ಬಿಡುಗಡೆಯೇ ಇಲ್ಲ ನೋಡು ಬೆಳಗಿನಿಂದ ಸಂಜೆಯವರೆಗೆ ಹತ್ತು ಲೀಟರಾದ್ರೂ ಹೊಗೆ ಕುಡಿದಿರ್ತೀನಿ. ಎದೆ ಅನ್ನೋದು ಹೊಗೆ ಚಿಮಣಿ ಆಗಿ ಹೋಗಿದೆ." ಎಂದು ಸಣ್ಣಗೆ ನರಳಿದ್ದ. "ಮಾಸ್ಕು ಅನ್ನೋ ವಸ್ತುಗೆ ಅರ್ಥವೇ ಇಲ್ಲ ನೋಡು"

"ಟ್ರಾಫಿಕ್ ಡ್ಯೂಟಿ ಬದಲಿಸಿಕೊಂಡು ಆಫೀಸ್ ಯಾವುದಾದ್ರೂ ಸಿಗುತ್ತಾ ನೋಡಿ" ಕೃಷ್ಣ ಹೇಳಿದ.

"ಅದು ನನ್ನ ಕೈಯಲ್ಲಿದ್ದಿದ್ರೆ ಎಂದೋ ಆ ಕೆಲಸ ಮಾಡ್ತಿದ್ದೆ. ಮಗ ಕಷ್ಟಪಡೋಕೆ ತಯಾರಿಲ್ಲ. ತಯಾರಿರೋ ಮಗಳಿಗೆ ಕೆಲಸ ಸಿಗ್ತಾ ಇಲ್ಲ. ತೊಂದರೆಗಳಿಗೆ, ಸಮಸ್ಯೆಗಳಿಗೆ ನಮ್ಮಂಥವರ ಮೇಲೆ ತುಂಬಾ ಪ್ರೀತಿ. ಅಲ್ಲವೇನು?" ಎಂದು ವಿಷಾದದಲ್ಲಿ ನಕ್ಕಿದ

"ಏನು ಮಾಡೋದು ಸರ್. ಹಣೆಯಲ್ಲಿ ಬರೆದಿದ್ದನ್ನು ಅನುಭವಿಸಲೇಬೇಕಲ್ಲ." ಎಂದ ಕೃಷ್ಣ.

ಅವನ ಮಾತಿಗೆ "ನಿನಗೇನು ಬಿಡು ಒಬ್ಬನೇ ಹಾಯಾಗಿದ್ದೀಯ. ಸಂಬಳ ಬರುತ್ತೆ. ಉಂಡು ತಿಂದು ಓಡಾಡಿಕೊಂಡಿದ್ದೀ" ಎಂದು ಮುಗುಳ್ನಕ್ಕಿದ್ದ.

ಪ್ರತಿಯಾಗಿ ನಗಲಿದ್ದ ಅವನ ತುಟಿಗಳು ತಡೆದು "ನೀವು ತಿಳ್ಕೊಂಡಷ್ಟು ನಾನೇನು ಸುಖವಾಗಿಲ್ಲ ಬಿಡಿ" ಎಂದಿದ್ದವು.

ಮತ್ತೆ ಎರಡು ಮೂರು ದಿನ ಕೃಷ್ಣನ ಭೇಟಿ ಆಗಿರಲಿಲ್ಲ. ವೈಕುಂಠ ಯಾತ್ರೆ ಗಾಡಿ ದರ್ಶನ ಕೊಟ್ಟಿಲ್ಲ. ಬಹುಶ: ಹತ್ತಿರದಲ್ಲಿ ಯಾರಿಗೂ ಪರಲೋಕದ ಕರೆ ಬಂದಿಲ್ಲವೇನೋ ಎನ್ನಿಸಿತ್ತು.

ಯಾಂತ್ರಿಕ ಡ್ಯೂಟಿಯ ಕೊನೆಯಲ್ಲಿ ಮನೆ ತಲುಪಿದರೆ ಎರಡು ಸುದ್ದಿ. ಸುಪ್ರಿಯಗೊಂದು ಕೆಲಸ ಸಿಕ್ಕಿತ್ತು. ಗಾರ್ಮೆಂಟ್ಸ್‌ನಲ್ಲಿ, ಎಂಟೂವರೆ ಸಾವಿರ ಸಂಬಳ – ಹತ್ತು ಗಂಟೆಯ ದುಡಿತ. ನಿಟ್ಟುಸಿರು ಬಿಟ್ಟು ಅವ್ವನ ಹಾಸಿಗೆಯತ್ತ ನಡೆದ. ಯಾಕೋ ಒಂದು ವಾರದಿಂದ ಮಲಗಿದಲ್ಲೇ ಬಿದ್ದುಕೊಂಡು ಹೆಚ್ಚು ಸೋತಿತ್ತು ಮುದುಕಿ. ಇಂದು ಒಂದೆರಡು ಮಾತೂ ಆಡ್ತಿಲ್ಲ. ಪ್ರತಿ ರಾತ್ರಿ ಮಗನ್ನ ಕರೆದು, ಪಿಸುಧ್ವನಿಯಲ್ಲಿ ಒಂದಿಷ್ಟು – ಏನೋ ಹೇಳುತ್ತಿದ್ದಳು. ಶಬ್ದಗಳು ತನಗೂ ಸ್ಪಷ್ಟ ಅರ್ಥವಾಗದಿದ್ದರೂ ತಾತ್ಪರ್ಯ ಗೊತ್ತು. 'ಸುಪ್ರಿಗೆ ಮದುವೆ ಮಾಡು... ಅಶೋಕನಿಗೆ ಬುದ್ಧಿ ಹೇಳಿ ಓದಲು ಕಳಿಸು...'

ಅದೇನು ಬರಿಯ ಅವಳ ಹೊಟ್ಟೆ ಒಳಗುದಿಯಲ್ಲ, ತನ್ನದೂ ಅದೇ. ಪ್ರತಿ ಸಾರಿ ತಾನವಳಿಗೆ ಹೇಳುವ ಉತ್ತರವೂ ಅದೇ.

"ಇರ್ಲಿ ಅವ್ವ ಎಲ್ಲಾ ಆದೀತು ದೇವರಿಲ್ಲವೇನು. ನೀನು ಸುಮ್ಮನೆ ನಿದ್ದೆ ಮಾಡು." ಅಂದವನು ಅವಳ ಕಾಲುಗಳ ಮೇಲೆ ಕೈ ಸವರಾಡಿ ಕೆಮ್ಮಿನ ಆಗಮನದೊಂದಿಗೆ ಕ್ವಾರ್ಟರ್ಸಿನ ಹೊರಗೋಡೆಯ ಚರಂಡಿಗೆ ಉಗಿಯಲು ನಡೆದಾಗ ಆರನೆಯ ಬ್ಲಾಕಿನ ಶಬ್ಬೀರನ ಮನೆಯ ಚೀರಾಟ ಕೇಳಿಸಿತು. ಅದು ಮಾಮೂಲಿ. ಕಂಠಮಟ್ಟ ಕುಡಿದವನು ಹೆಂಡತಿಯ ಬೆನ್ನನ್ನು ಮೃದಂಗವಾಗಿಸಿಕೊಂಡು ಎಲ್ಲೆಲ್ಲಿಯದೋ ಆಕ್ರೋಶವನ್ನು ಅಲ್ಲಿ ಇಕ್ಕರಿಸಿ ತೀರಿಸಿಕೊಳ್ಳುವ ಸುಲಭದ ಹಾದಿ!

ಎಡಬಲಕ್ಕಿರುವ ಹನ್ನೆರಡು ಬ್ಲಾಕಿನ ಕೋಳಿಗೂಡಿನಂತಹ ಪೋಲಿಸ್ ಕ್ವಾರ್ಟರ್ಸುಗಳಲ್ಲಿ ಹತ್ತು ಹನ್ನೆರಡು ಹದಿನಾಲ್ಕು ವರ್ಷಗಳಿಂದ ಅಲ್ಲಿ ಕೋಳಿಗಳ ಹಾಗೇ ತುಂಬಿ ಬದುಕುವ ಪೋಲೀಸರಿಗೂ ಅವರ ಮಕ್ಕಳಿಗೂ ಸುಖ ಎನ್ನುವುದರ ರುಚಿ ನೋಡಲು ಬಿಟ್ಟಿಲ್ಲ ಬದುಕು ಡ್ಯೂಟಿಗೆ ಹೊತ್ತುಗೊತ್ತೆಂದಿಲ್ಲ. ಒದೆ ಕೊಡುವ ಬಾಸುಗಳಿಗೆ ಬರವಿಲ್ಲ. ಎಂಟತ್ತು ವರ್ಷಕ್ಕೆ ಪೋಲಿ ಅಲೆಯಲು ಸುರುಮಾಡಿ ಬಲುಬೇಗ ಅಂತಿಂಥ ಚಟಕ್ಕೆ ಬಾಯಿ ಚಾಚಿ ತಮಗಿಂತ ಹೀನಾತಿಹೀನ ಬೈಗುಳಗಳ ಮಳೆ ಸುರಿಸುತ್ತ ಅಲೆಯುವ ತಮ್ಮ ಮಕ್ಕಳು... ಅಶೋಕನ ಸುಳಿ ಹೀಗೆ ತಿರುಗುತ್ತಿರುವುದಕ್ಕೇ ರೇವತಿ ಕಂಗಾಲಾಗತೊಡಗಿರುವುದೂ ನಿಜ. ಶಬ್ಬೀರನನ್ನು ಬೈದು "ಇನ್ನು ಸಾಕು ನಿಲ್ಲಿಸು" ಎಂದುಬರಬೇಕೆಂದು ಹೆಜ್ಜೆ ಇಡುವಾಗ ರೇವತಿ ಕರೆದಳು. "ಅವ್ವನ್ನ ನೋಡ್ರಿ... ಏನೇನೋ ಆಗ್ತಾ ಇದೆ..."

ಬಂದ ವೇಗದಲ್ಲೇ ಹಿಂದೆ ಧಾವಿಸಿದರೆ ಲಕ್ಷಣ ನೆಟ್ಟಗಿಲ್ಲ. "ಅವ್ವನ ಪಕ್ಕ ಕೂತಿರು. ಡಾಕ್ಟನ್ನ ಕರ್ಕೊಂಡು ಬರ್ತೀನಿ" ಎಂದು ಹೊರಗೆ ನಡೆದ. ಅರ್ಧಗಂಟೆಯಲ್ಲಿ ವೈದ್ಯರ ಪೆಟ್ಟಿಗೆ ಹಿಡಿದು "ಹಿಂಗೆ ಬನ್ರೀ... ಈ ಕಡೆ" ಎಂದು ಕರೆದು ತಂದರೆ ಮುದುಕಿ ಅಷ್ಟು ಹೊತ್ತಿಗೆ ಕಣ್ಣುಗುಡ್ಡೆಗಳನ್ನು ನಿಶ್ಚಲಗೊಳಿಸಿ 'ನಾನು ನಡೆದೆ' ಎಂದುಬಿಟ್ಟಿದ್ದಳು. ಸುಪ್ರಿಯ ಅಜ್ಜಿಯ ಎದೆಗೆ ತಲೆ ಹಚ್ಚಿ ಗೋಳಾಡುವಾಗ ಗಂಡ ಹೆಂಡತಿ ಕಪ್ಪಿಟ್ಟ ಎದೆಯೊಂದಿಗೆ ಗೋಡೆಗೊರಗಿ ಕೂತರು.

"ಅಶೋಕ ಎಲ್ಲಿ?" ಅವನ ಸುಳಿವಿಲ್ಲ. "ಮೂರು ಗಂಟೆಗೆ ಪುಸ್ತಕ ಹಿಡ್ದು ಪಾರ್ಕಿಗೆ ಹೋದ_ ಇಲ್ಲೇನೋದ್ಲಿ ಅಲ್ಲಿ ತಣ್ಣಗಿರುತ್ತೆ ಅಂದು ಹೋದ" ಸಪ್ಪಗೆ ಹೇಳಿದಳು ರೇವತಿ. ಅವಳ ಕೈಯೊಳಗೂ ಇಲ್ಲದ ಸಂಗತಿಗಳು_ ಸಾವಿನ ಸುದ್ದಿ ಸುತ್ತ ಹರಡಿ ಅವರಿವರು ಬಂದು ಸಾಂದರ್ಭಿಕ ಮಾತುಗಳನ್ನಾಡಿ ಬೆಳಕು ಹರಿಯಲು ಕಾದರು. ದೀಪ ಉರಿದಂತೆ ಸುಬ್ಬಯ್ಯನ ಎದೆತುಂಬ ಅವ್ವನ ಚಿತ್ರ. ಕೊನೆಯಲ್ಲಿ ಹೆಚ್ಚು ನರಳದೆ ದಾಟಿಕೊಂಡಳು ಎಂಬ ನೆಮ್ಮದಿಯ ನಿಟ್ಟುಸಿರು.

ಸೂರ್ಯ ಬೆಳಕು ತಂದಾಗ ಮುಂದಿನದು ಆರಂಭ. ಯಾರೋ ಹೋಗಿ ಕ್ರೆಮೆಟೋರಿಯಂಗೆ ಫೋನು ಮಾಡಿ ಬಂದರು. ಹತ್ತು ಗಂಟೆಗೆ ಗಾಡಿಯೊಂದಿಗೆ ಬಂದಿಳಿದ ಕೃಷ್ಣ ಈ ಪರಿವಾರದ ಕಷ್ಟಕ್ಕೆ ಸ್ಪಂದಿಸಿದ. ಅವರಿವರಿಗೆ ಕಾಯದೆ ಮುಂದಿನ ಜವಾಬ್ದಾರಿ ಹೊತ್ತ. ಇಪ್ಪತ್ತಾರನೆ ತಾರೀಖಾದ್ದರಿಂದ ಜೇಬುಗಳು ಬರಿದಾಗಿ ಸಪ್ಪಗೆ ಹಿಂದೆ ಸರಿದಿದ್ದವರೆಲ್ಲ ಕೃಷ್ಣ ಕೆಲಸಕ್ಕೆ ಮುಂದಾದದ್ದು ಕಂಡು ತಾವೆದ್ದರು. ಚಟ್ಟದ ಸಾಮಾನುಗಳು ಬಂದಿಳಿದು, ಪೂಜಾರಿಯ ವ್ಯವಸ್ಥೆಯಾಗಿ, ಬಟ್ಟೆ-ನೀರು-ಹೂವು ಎಂದು ಕೃಷ್ಣ ಚುರುಕಾಗಿ ಓಡಾಡಿ ಸುಬ್ಬಯ್ಯನ ಬೆನ್ನು ಮುಟ್ಟಿ "ಏಳಿ ಸಾರ್ ತಾಯಿ ಋಣ ತೀರಿಸಿ" ಎಂದು ಎಬ್ಬಿಸಿದ. ಒಂದು ಗಂಟೆಯೊಳಗಾಗಿ ಮುದುಕಿ ಶರೀರ ಚಿತಾಗಾರದ ಸಂಸ್ಕಾರದಲ್ಲಿ ಪಂಚಭೂತಗಳಲ್ಲಿ ಸೇರಿತು. ಎಲ್ಲರನ್ನೂ ವಾಹನದಲ್ಲೇ ಮನೆಗೆ ಕರ್ಕೊಂಡು ಬಂದು ಎಲ್ಲರ ಸ್ನಾನ ಆಗುವಷ್ಟರಲ್ಲಿ ದರ್ಶಿನಿಯಿಂದ ಅನ್ನ ಸಾರಿನ ವ್ಯವಸ್ಥೆ ಮಾಡಿದ.

ಸಂಜೆ "ನಾನಿನ್ನು ಬರ್ತೀನಿ ಸರ್... ಸಮಾಧಾನ ಮಾಡ್ಕೊಳ್ಳಿ" ಎಂದು ಹೊರಟು ನಿಂತವನನ್ನು ಕಂಡಾಗಲೇ ಸುಬ್ಬಯ್ಯನ ಮನಸ್ಸಿಗೆ ಆ ಯೋಚನೆ ಹೊಳೆದದ್ದು. ಮೊದಲ ದಿನ ಕಂಡಾಗ 'ಕೃಷ್ಣ ಒಳ್ಳೆಯ ಹುಡುಗ' ಎಂದು ಮಾತ್ರ ಅನಿಸಿದ್ದು ಈಗ ಇನ್ನಷ್ಟು ಗಟ್ಟಿ ಅಭಿಪ್ರಾಯವಾಗಿ 'ಹುಡುಗ ಪರೋಪಕಾರಿ. ತನ್ನನ್ನು ಕಂಡರೆ ವಿಶ್ವಾಸ-ಗೌರವ ಇಟ್ಟುಕೊಂಡಿದ್ದಾನೆ. ಅದಕ್ಕೇ ಇಂದು ಸಹಾಯಕ್ಕೆ ಧಾವಿಸಿ ಬಂದ' ಎನಿಸಿ, ಅಪ್ಪ-ಅಮ್ಮ ಇಲ್ಲದಿದ್ದರೆ ಏನಾಯಿತು? ಹುಡುಗ ಸಭ್ಯ. ಉದ್ಯೋಗವೂ ಇದೆ. ಸುಪ್ರಿಗೆ ಇವನನ್ನು ಜತೆ ಮಾಡಿದರೆ ಹೇಗೆ ಎಂಬ ತರ್ಕ ಮಾಡಿ, ಇದ್ದಕ್ಕಿದ್ದಂತೆ ತಾನು ಹೀಗೆ ತೀರ್ಮಾನಿಸುವುದು ಸರಿಯೋ ತಪ್ಪೋ ಎಂಬ ಜಿಜ್ಞಾಸೆ. ಅದೂ ತನ್ನ ಅವ್ವ ಸತ್ತ ದಿನವೇ- ಸಂದಿಗ್ಧಗಳು ಕಾಡಿದರೂ, ಮರುದಿನ ಮತ್ತದರ ಮರುದಿನ ಮತ್ತೂ ಮುಂದೊಂದಿನ ತರ್ಕಾತರ್ಕದಲ್ಲಿ ತಕ್ಕಡಿ ಏರಿಳಿದು 'ತಪ್ಪೇನಿಲ್ಲ ಇದರಲ್ಲಿ ಸುಪ್ರಿಗೂ ಒಂದು ಕಣ್ಣಿಲ್ಲ. ಯಾರನ್ನು ಹುಡುಕಿಕೊಂಡು ಹೋಗಲಿ' ಎಂಬ ಅನಿಸಿಕೆಗೆ ಹೆಚ್ಚಿಸಿ ಒತ್ತನ್ನು ಕೊಟ್ಟದ್ದು ಇತ್ತೀಚೆಗೆ ತೀವ್ರವಾಗಿ ಹದಗೆಡುತ್ತಿರುವ ತನ್ನ ಆರೋಗ್ಯ. ಒಂದು ನಿಚ್ಚಳ ಸತ್ಯ ಗೋಚರವಾದಂತೆ ಟ್ರಾಫಿಕ್‌ಗಿರಿ ತನಗೆ ಕೊಟ್ಟಿರುವ ಉಡುಗೊರೆಯಾಗಿ ಎರಡು ಪುಪ್ಪುಸಗಳೂ ಮುಕ್ಕಾಲು ಭಾಗ ಸುಟ್ಟುಬಿಟ್ಟಿವೆ! ಇವು ಇನ್ನೆಷ್ಟು ಸಮಯ ಬಾಳಿಕೆ ಬಂದಾವು ಯಾರು ಕಂಡೋರು... ಗೂರಲಿನ ಗೂಡಾಗಿರುವ ಎದೆಯೊಳಗಿನ ಬಡಿತದ ಮುಷ್ಠಿ ಯಾವಾಗ ನಿಂತೀತೋ? ಮುಂದೆ?

ಹತ್ತನೆಯ ದಿನದ ಶಾಸ್ತ್ರಕ್ಕೆ ಬಂದಿದ್ದ ಕೃಷ್ಣ ಊಟ ಮುಗಿಸಿ ಹೊರಡುವಾಗ ಅವನನ್ನು ಕರೆದು ಬದಿಯಲ್ಲಿ ಕೂರಿಸಿಕೊಂಡು 'ಯಾಕೋ ಸಪ್ಪಗಿದ್ದೀಯಲ್ಲ' ಎಂದು ಉಪಚರಿಸಿದ. "ಹಾಗೇನಿಲ್ಲ... ಎರಡು ದಿನ ಕೆಲಸ ಜಾಸ್ತಿ... ಒಟ್ಟು ಒಂಬತ್ತು ಕಡೆ ವ್ಯಾನ್ ತೊಗೊಂಡು ಹೋಗಿದ್ದೆ" ಎಂದನವನು.

ಸುಪ್ರಿಯಾಳನ್ನು ಇವನು ಒಪ್ಪುವುದಾದರೆ ಶವವಾಹನದ ಕೆಲಸ ಬಿಡಿಸಿ ಬೇರೆ ಎಲ್ಲಾದರೂ ಡ್ರೈವರ್‌ಗಿರಿ ಕೊಡಿಸುವಲ್ಲಿ ತಾನೂ ಕೈ ಹಚ್ಚಲು ಸಾಧ್ಯವಾದೀತೇ ಎಂದು ಯೋಚಿಸಿದ. ಡಿ.ಐ.ಜಿ. ಮಸ್ಕಿ ಸಾಹೇಬರ ಹೊಸ ಇನೊವಾ ಗಾಡಿ ಮೊನ್ನೆಯೇ ಬಂದಿದೆ. ಅವರಲ್ಲಿ ಕೇಳಿಕೊಂಡ್ರೆ ಇವನಿಗೆ ಅವಕಾಶ ಕೊಟ್ಟಾರು. ತಾನು ಕ್ವಾರ್ಟರ್ಸಿನಲ್ಲಿ ಇರುತ್ತ ಸಾಲಸೋಲ ಮಾಡಿ ಕಾಮಾಕ್ಷಿಪಾಳ್ಯದಲ್ಲಿ ಒಂದಿಷ್ಟು ಜಾಗ, ಅದರಲ್ಲಿ ಒಂದು ಕೋಣೆ ಕಿಚನ್ನಿನ ಅನುಕೂಲವನ್ನೂ ಇಟ್ಟು ಕಟ್ಟಿಸಿದ್ದಾಗಿದೆ. ಮಗಳು ಅಳಿಯ ಬೇಕಿದ್ದರೆ ಅಲ್ಲಿ ಇರಬಹುದು. ಅವಳಿಗೂ ಸಂಬಳವಿದೆ. ಇವನದಿಷ್ಟು ಸಾಲದೇನು? ಮುಖ್ಯ ಒಂದು ಕಣ್ಣಿನ ಹುಡುಗಿಯನ್ನು ಒಪ್ಪಿಯಾನೇ ಎನ್ನುವುದು ಪ್ರಶ್ನೆ! ಆದರೂ ಭರವಸೆಯಲ್ಲಿ ಅವನನ್ನು ಬೀಳ್ಕೊಟ್ಟ.

ಅಂದುಕೊಂಡಿದ್ದನ್ನು ಆಗಿಸುವುದು ಹೇಗೆ ಎಂದುಕೊಳ್ಳುತ್ತಿರುವಾಗ ಒಂದು ಸಂಜೆ ಪುರುಸೊತ್ತಿಲ್ಲದ ಬೆಂಗಳೂರಿನ ಸರ್ಕಲ್ ಗಳೆಂಬ ಭಯಂಕರ ಕೂಡು ದಾರಿಗಳಲ್ಲಿ ಭೂಮಿಯ ಕೊನೆಯನ್ನೇ ಮುಟ್ಟಬೇಕೆಂಬ ಹುಮ್ಮಸ್ಸಿನಲ್ಲಿ ಹಾರುವ ಲಕ್ಷೋಪಲಕ್ಷ ವಾಹನಗಳಲ್ಲಿ, ಸುಬ್ಬಯ್ಯನ ವೃತ್ತದಲ್ಲೊಂದು ವ್ಯಾನು ಅಂದಿನ ತನ್ನ ದಿನಚರಿಯಲ್ಲಿ ನರಬಲಿಯನ್ನು ಬರೆದುಕೊಂಡಿತ್ತೆಂಬಂತೆ ರಸ್ತೆ ದಾಟುವ ಹತ್ತರ ಹರೆಯದ ಹುಡುಗನೊಬ್ಬನ ಮೇಲೆ ಹರಿದು ಅವನನ್ನು ತನ್ನ ಕಾಲಡಿಗೆ ಸಿಕ್ಕಿಸಿಕೊಂಡಿತು. ಆ ಸದ್ದು ಕಿವಿಗಳ ಪಟಲವನ್ನೊಡೆದು ಕ್ಷಣಾರ್ಧದಲ್ಲಿ ಟ್ರಾಫಿಕ್ ಜಾಮ್, ಜನಜಾತ್ರೆ, ವಾಹನಗಳ ಸಂತೆ, ಕೋಲಾಹಲ... ಗೊಂದಲಗಳ ನಡುವೆ ಕಿರುಚಲೂ, ಅಮ್ಮನನ್ನು ಕರೆಯಲೂ ಸಮಯವಿಲ್ಲದೆ ಹುಡುಗ ಕೊನೆಯುಸಿರೆಳೆದಿತ್ತು.

ತಾನು ನಿಂತಲ್ಲಿಂದ ಹತ್ತದಿನ್ನೈದೇ ಘೂಟು ಅಂತರದಲ್ಲಿ ನಡೆದ ಘೋರಕ್ಕೆ ಸುಬ್ಬಯ್ಯ ತತ್ತರಿಸಿದ. ಪೋಲಿಸರಿಗೆ ಅಪಘಾತ, ಸಾವು, ನೋವು, ರಕ್ತ, ಬೆಂಕಿ, ಆತ್ಮಹತ್ಯೆ, ಸುಟ್ಟ ಶರೀರ... ತುಂಡು ದೇಹಗಳು... ಮುರಿದು ಮುಡಿಯಾದ ವಾಹನ, ನೇತಾಡುವ ಶವ, ನೀಲಿಗಟ್ಟಿದ–ಕೊಳೆತ ಶರೀರಗಳು ಅಪರಿಚಿತ ನೋಟವಲ್ಲ. ಅಂದಿಗಿಂದಿಗೆ ಕಂಡು ಕಂಡು, ಮನ ಜಡ್ಡುಗಟ್ಟಿ ಬಧಿರವಾಗುವುದುಂಟು. ಆದರೆ ಇಂದು ಯಾಕೋ ತಿಳಿಯದು – ವ್ಯಾನ್ ಚಕ್ರಕ್ಕೆ ಸಿಕ್ಕಿದ ಆ ಮಗು ಮತ್ತೆ ಮತ್ತೆ ಕಾಣಿಸಿ ಕಣ್ರೆಪ್ಪೆಗಳನ್ನು ದೂರದೂರವೇ

ಇಟ್ಟು ರಾತ್ರಿಯಿಡೀ ಪೀಡಿಸಿತು. ತಾನೊಂದಿಷ್ಟು ಕಷ್ಟಪಟ್ಟು ಬದಿಗೆ ಹಾರಿ ಓಡಿದ್ದರೆ ಅವನನ್ನು ಈಚೆಗೆ ಎಳೆದುಕೊಳ್ಳಹುದಿತ್ತೆ? ಉಳಿಸಬಹುದಿತ್ತೆ? ಎನಿಸಿ ನರಳಿದ.

ಬೆಳಗಿನ ಜಾವದ ಒಂದು ಹೊತ್ತಿನಲ್ಲಿ ಮೀಸೆ ತಿಮ್ಮಯ್ಯ ಎದುರು ಬಂದು "ನೀನ್ಯಾಕೆ ಹಾರಿ ಮಗೂನ ಎಳೆದ್ಕೊಳ್ಳಲಿಲ್ಲವೋ ಸುಬ್ಬಾ" ಎಂದಂತಾಗಿ ಥರಥರನೆ ಕಂಪಿಸಿ ಬೆಚ್ಚಿದ್ದ!

ಮೀಸೆ ತಿಮ್ಮಯ್ಯ ವಿಧಾನ ಸೌಧದ ಹಿಂದಿನ ರಸ್ತೆಯಲ್ಲಿ ಟ್ರಾಫಿಕ್ಕಿಗಿದ್ದ, ಸೆಂಟ್ರಲ್ ಲೈಬ್ರರಿ ಪಕ್ಕದಿಂದ ಬಂದ ದೆವ್ವದಂಥ ಪ್ರೈವೇಟ್ ಜೀಪ್ ಹತ್ತು ವಯಸ್ಸಿನ ಹುಡುಗಿಯೊಂದನ್ನು ಇನ್ನೇನು ರುಬ್ಬಿ ಹಾಕಬೇಕು... ತಿಮ್ಮಯ್ಯ ಜಿಂಕೆಯ ಸ್ಪೀಡಿನಲ್ಲಿ ಚಿಮ್ಮಿ ಹುಡುಗಿಯನ್ನು ಎಳೆದುಕೊಳ್ಳಲಿಕ್ಕೆ ಕೈ ಚಾಚಿದ. ಜೀಪಿನ ಚಾಲಕ ಮೂವತ್ತರೊಳಗಿನ ಬಿಸಿರಕ್ತದವನು ಜೀಪಿಗೆ ಬ್ರೆಕ್ ಇದೆ ಅಂತ ಗೊತ್ತೇ ಇಲ್ಲದ ರೀತಿ ಅಡ್ಡಾದಿಡ್ಡಿ ಬಂದ. ಹುಡುಗಿಯನ್ನು ರಸ್ತಯಂಚಿಗೆ ಉರುಳಿಸಿ ತಿಮ್ಮಯ್ಯ ಸರಿಯುವ ಮೊದಲು ಅವನ ಎದೆ ಬೆನ್ನು ಜೀಪಿನ ಕಾಲಿನಡಿ ಜಜ್ಜಿಕೊಂಡವು.

ಇಂಥ ನೆನಪುಗಳು ತರುವ ಕಂಪನಕ್ಕಿರುವ ಶಕ್ತಿಯನ್ನು ಅಳೆಯುವವರಿಲ್ಲ...

ಆದರೆ ಐವತ್ತರ ಹತ್ತಿರದ ಈ ತನ್ನ ವಯಸ್ಸಲ್ಲಿ ಅಂಥ ಸಾಹಸ ತನ್ನಿಂದ ಮಾಡೋದಾದರೂ ಸಾಧ್ಯವಿತ್ತಾ? ಎಂದೂ, ಹಾಗೊಂದು ವೇಳೆ ಮಗುವನ್ನುಳಿಸಲು ಹೋಗಿ ತಿಮ್ಮಯ್ಯನಂತೆ ತಾನೂ ವ್ಯಾನಿಗೆ ಸಿಕ್ಕಿಕೊಂಡಿದ್ದರೆ...

'ಸಿಕ್ಕಿಕೊಂಡಿದ್ದರೆ ಸಾಯುತ್ತಿದ್ದೆನಲ್ಲ...' ಎಂಬ ಸತ್ಯ ಗೋಚರಿಸಿ ಹೌದು, ತಾನೇನಾದರೂ ಅವಘಡದಲ್ಲಿ ಸಿಕ್ಕು ಸತ್ತರೆ ರೇವತಿಗೆ ಪ್ರಯೋಜನ ಅನುಕಂಪದ ಆಧಾರದಲ್ಲಿ ತನ್ನ ನೌಕರಿ ಅಶೋಕನಿಗೆ ದೊರಕೀತು! ಇಲಾಖೆ ಇಷ್ಟು ಸಹಾಯಕ್ಕೆ ಮುಂದೆ ಬಂದೇ ಬಂದೀತು ಎನ್ನುವ ಹೊಸ ಬೆಳಕಿನ ಕಿರಣ ಹೊಳೆದಂತಾಗಿ ಇಷ್ಟು ವರ್ಷ ಕಟ್ಟಿದ ಇನ್ಶೂರೆನ್ಸ್ ಕಂತಿನ ಲಕ್ಷಕ್ಕೂ ಮೀರಿದ ಹಣ, ಸುಪ್ರಿಯ ಮದುವೆ ಇತ್ಯಾದಿಗಳೆಲ್ಲ ನಡೆದುಬಿಡುವುದಾದರೆ ನಾಳೆಯೋ ನಾಡಿದ್ದೋ ಕೆಮ್ಮಿ ಕೆಮ್ಮಿ ಸುಸ್ತಾಗಿ ನಿಲ್ಲಲಿರುವ ಈ ಉಸಿರು ಇಂದೇ ನಿಂತರೆ ಏನು? ಎಂಬ ತರ್ಕ ಗಟ್ಟಿಯಾಗಿ ನಿಂತುಬಿಟ್ಟಿತು.

ಆದರೂ ಸರಿ ತಪ್ಪುಗಳ ದ್ವಂದ್ವದಲ್ಲಿ ಮುಳುಗಿದ ಚಿಂತೆ ಪರಿಹಾರದ ದಾರಿಗಳನ್ನು ಶೋಧಿಸುತ್ತ ಭಯವನ್ನು ಅತ್ತ ತಳ್ಳುವಂತೆ ಸಾವಿನ ಬಗ್ಗೆ ಆಂತರಂಗಿಕವಾಗಿ ಇರಬಹುದಾದ ಭಯಾತಂಕಗಳು ಪರಿಹಾರದ ಬಯಕೆಯಲ್ಲಿ ಹಿಂದೆ ಸರಿದು ಯಾರನ್ನಾದರೂ ಉಳಿಸುವ ಸಂದರ್ಭದಲ್ಲಿ ತಾನು ಸತ್ತರೆ ಸರಿ... ಅಕಸ್ಮಾತ್ ಸಾವು ಸಂಪೂರ್ಣ ಬಂದು ಗುದ್ದದೆ ಕೈ

ಕಾಲು ಬೆನ್ನು ಮುರಿದು ಅರೆಜೀವವಿಟ್ಟು ಹಾಸಿಗೆಗೆ ಕೆಡವಿದರೆ? ಎಂದೂ ಅನಿಸಿ, ಹಾಗೇನಾದರೂ ಆದ ತಕ್ಷಣ ನಿದ್ರೆ ಮಾತ್ರೆಯೋ ಇನ್ನೇನಾದರೂ ಮಾಡಿಕೊಂಡೋ ಸಾಯುವುದು ಸಾಧ್ಯವಿಲ್ಲವೇನು? ಎಂಬ ತತ್ ಕ್ಷಣದ ಪರಿಹಾರವೂ ಒಂದರ ಹಿಂದೊಂದರಂತೆ ಕಣ್ಮುಂದೆ ಗೋಚರಿಸಿ ಬೆನ್ನು ಹತ್ತಿ ಬಳಲಿಸಿದವು.

"ನೀನು ಉಳಿಯಬೇಕಾದರೆ ಹೊಗೆ ಕುಡಿಯುವುದು ತಪ್ಪಬೇಕು"ಅಂತ ಕಳೆದ ವಾರದ ಚೆಕಪ್‌ನಲ್ಲಿ ಡಾಕ್ಟರ್ ಹೇಳಿಬಿಟ್ಟಿದ್ದರು. ಹೊಗೆಯನ್ನು ಧೂಳನ್ನು ತಪ್ಪಿಸಿಕೊಳ್ಳುವುದಾಗದು.

ಅಸಹಾಯಕತೆ ಒಡಲತುಂಬ ಕೋಪವನ್ನುಕ್ಕಿಸಿ 'ಹೇಗೂ ಸಾಯುವ ಮಾತೇ ಹೇಳ್ತಾನೆ ವೈದ್ಯ ಸಾಯುವುದೇ ಆದಲ್ಲಿ ನನ್ನಿಷ್ಟದಂತೆ ಯಾಕೆ ಸಾಯಬಾರ್ದು?' ಅನ್ನುವ ರೋಷದ ಕಿಚ್ಚು ಕುದ್ದು-ಮೊದಲು ಕೃಷ್ಣನನ್ನು ಮದುವೆಗೆ ಒಪ್ಪಿಸಿ ಜವಾಬ್ದಾರಿ ಕಳೆದುಕೊಂಡು ಮುಂದಿನ ಹೆಜ್ಜೆ ಎಂಬ ಹಂತಕ್ಕೆ ಚಿಂತೆಗೊಂದಿಷ್ಟು ವಿರಾಮ ತಂದಾಗ ಕೋಳಿ ಕೂಗಿತ್ತು.

ರಾತ್ರಿಯ ಚಿಂತನೆಗಳು ಬೆಳಗಿನಲ್ಲಿ ರೂಪ ಬದಲಿಸುವಂತೆ ತನ್ನ ಯೋಜನೆಗಳ ಸಾಧ್ಯಾಸಾಧ್ಯತೆಗಳು ಹೇಗೆ? ಫಲಿತಾಂಶದ ಪರಿಣಾಮ ಹೇಗೆ? ಅಂದುಕೊಂಡಿದ್ದೆಲ್ಲವೂ ನಡೆದೇ ಬಿಡುವುದೆನ್ನುವ ಖಾತ್ರಿ ಏನು? ತಾನು ಸತ್ತು ಉಳಿದದ್ದೆಲ್ಲ ಅತಂತ್ರವಾಗುವುದಾದಲ್ಲಿ ಹೀಗೆ ಪ್ಲಾನು ಮಾಡಿಕೊಂಡು ಬಿಟ್ಟ ನನ್ನ ಪ್ರಾಣ ಹುಚ್ಚು ಬಲಿ ಮಾತ್ರವೆ ಆಗಿ ಹೋಗಲೇನು? ಯೋಚನೆಗಳು ಸಾವಿನ ಸಂಗತಿಯನ್ನು ತೆಳುಗೊಳಿಸುತ್ತ ಮತ್ತೆ ಕೆಮ್ಮು-ಕಫ-ಹೊಗೆ-ಧೂಳಿನ ಮಂಡಲದಲ್ಲಿ ಯಾಂತ್ರಿಕವಾಗಿ ತುಟಿಗಳು ಸೀಟಿಯೂದಿ ಕೈಗಳು ನಾಲ್ಕು ದಿಕ್ಕುಗಳಿಗೆ ತಿರುಗಿಕೊಳ್ಳುತ್ತ ಕಾಲದ ಗಾಡಿ ಓಡಿತು.

ಇಂದು ಕೇಳುವುದು- ನಾಳೆ ಎಂಬ ತವಕದಲ್ಲಿ ಕೃಷ್ಣನಿಗಾಗಿ ಕಾದು ಬುಧವಾರ ದರ್ಶಿನಿಯಲ್ಲಿ ನಿಂತಾಗ ಅವನು ಬಂದಿದ್ದ. ನಕ್ಕು ಬದಿಗೆ ಕರೆದು ಮಾತನಾಡಿಸಿ "ರಾಣಿ ಗಾರ್ಮೆಂಟ್ಸ್ ಗೊತ್ತೇನು ನಿನಗೆ?" ಎಂದ.

"ಅದೆ ಮಿನರ್ವ ಸರ್ಕಲ್ ದಾಟಿ ಕೆಳಗಿಳಿದರೆ ಉಂಟು ಅಲ್ಲವೆ?" ಅವನೆಂದ.

"ಹೂಂ, ಅವರ ಅಪರೆಲ್ಸಿನಲ್ಲಿ ಸುಪ್ರಿಯಾಗೆ ಕೆಲಸ ಸಿಕ್ತು. ಸಂಬಳ ಎಂಟೂವರೆ ಸಾವಿರ" ಕ್ಷಣ ತಡೆದವನು "ಅಂದ ಹಾಗೆ ಅವಳನ್ನು ನೋಡಿದ್ದೀಯಲ್ಲ ನೀನು? ಇಪ್ಪತ್ತು ನಡೆದಿದೆ ಅಷ್ಟೆ" ಎಂದು ಸಾಂದರ್ಭಿಕವಾಗಿ ಹೇಳಿರುವೆನೆಂಬ ಭಾವನೆಯನ್ನು ಮೂಡಿಸಲು ಯತ್ನಿಸಿ ಅವನ ಪ್ರತಿಕ್ರಿಯೆಗಾಗಿ ಕಾದ. ಕೃಷ್ಣ ಸುಪ್ರಿಯ ಬಗ್ಗೆ ತನ್ನ ಸುಳು-ಸೂಕ್ಷ್ಮವೇನಾದರೂ ಕೊಟ್ಟಲ್ಲಿ ಮುಂದಿನ

ದಾರಿ ಸುಲಭ. ತಾನವನಿಗೆ ಹಿರಿಯನಾಗಿ, ದಾರಿ ತೋರುವ ಬಂಧುವಾಗಿ ಸಹಾಯ ಮಾಡಿಯೇನೆಂಬ ಭರವಸೆ ಕೊಟ್ಟಲ್ಲಿ ಕೃಷ್ಣ ಇತ್ತ ವಾಲಲೂಬಹುದು.

ಎಣಿಸಿದಂತೆ ಅವನು ಮುಖವರಳಿಸಿ ನಕ್ಕು "ಹೌದೆ ಸರ್? ಬಹಳ ಒಳ್ಳೆಯದಾಯ್ತು ಬಿಡ್ರಿ ಹುಡುಗಿ ತುಂಬಾ ಕಷ್ಟಪಟ್ಟಿದ್ರು ಒಳ್ಳೇ ಕೆಲಸ" ಎಂದಾಗ ನಿರಾಳವಾಗಿಬಿಟ್ಟಿತು.

"ಅಂದಹಾಗೆ ನಾಳೆ ಫ್ರೀಯಾಗಿದೀಯೇನಪ್ಪ. ನಿಮ್ಮನೆ ಕಡೆ ಬರೋಣಾಂತ ಇದ್ದೆ"

"ನಾಳೆ? ಬನ್ನಿ ಸಾರ್ ಯಾವಾಗ ಬೇಕಾದ್ರೂ ಬನ್ನಿ" ಅವನು ಹೇಳಿದ. "ರೇವತೀನೂ ಕರ್ಕೊಂಡು ಬರ್ತೀನಿ." ಇವನ ಶಬ್ದ ಕೊನೆ ತಾಕುವಷ್ಟರಲ್ಲಿ ಟ್ರಾಫಿಕ್ ಇನ್ಸ್‌ಪೆಕ್ಟರನ ಪ್ಯಾಟ್ರೋಲ್ ಜೀಪು ರಭಸದಿಂದ ಬಂದಿದ್ದು ಕಂಡು ಅತ್ತ ಓಡಿದ.

'ನಾಳೆ' ಎಂದಿದ್ದ ಕೃಷ್ಣನಿಗೆ. ಆದರೆ ನಾಳೆಯ ಕಥೆ ಬೇರೆಯೇ ಇತ್ತು. ಇವನ ಸರ್ಕಲ್ ಲ್ಲಿ ಎರಡು ಗಾಡಿ ಮುಖಾಮುಖಿ ಗುದ್ದಿಕೊಂಡವು! ಒಬ್ಬ ತಕ್ಷಣ ಸತ್ತ ಸ್ಪಾಟ್ ಡೆತ್. ಇನ್ನಿಬ್ಬರು ತೀವ್ರ ಗಾಯಗೊಂಡು ಘೋರವಾಗಿ ನರಳ್ತಾ ಇವನಿಗೆ ಸಹಾಯ ಬರಲಿಕ್ಕೆ ತಡ ಆಗಿ ತುರ್ತು ಪರಿಸ್ಥಿತಿಯ ನಿಭಾವಣೆ, ಜಜ್ಜಿ ಬಿದ್ದ ವಾಹನಗಳಿಂದಾಗಿ ಟ್ರಾಫಿಕ್ ಜಾಮ್, ಉಳಿದವುಗಳ ನಿಯಂತ್ರಣ, ಮಹಜರು, ಮೇಲಧಿಕಾರಿಗಳು, ಪರಿಹಾರ ತರಹದ ಗಡಿಬಿಡಿಯೆದ್ದು ದಿನ ಸರಿದದ್ದೇ ತಿಳಿಯಲಿಲ್ಲ. ಸಂಜೆ ಆಗುವಾಗ ಜ್ವರ ಏರಿ – ಕೆಮ್ಮು ಮಿತಿಮೀರಿ ಐದು ದಿನ ಹಾಸಿಗೆಗೆ ಕೆಡವಿಬಿಟ್ಟಿತು.

ಚೇತರಿಸಿಕೊಂಡೆದ್ದು ಬಂದು ಡ್ಯೂಟಿಗೆ ನಿಂತ ಕ್ಷಣದಿಂದ ಕೃಷ್ಣನ ಗಾಡಿಗಾಗಿ ಕಾಯ್ದು ನಾಳೆ ರಜೆ ಬರೆದುಕೊಟ್ಟೇ ಹೋಗಬೇಕೆನಿಸಿದಾಗ ದೂರದಿಂದ ಅವನ ಬಿಳಿಗಾಡಿ ಕಂಡು ಖುಷಿ ಆಯಿತು. ಜನ ಇದ್ದ ಹಾಗಿಲ್ಲ ಅದರಲ್ಲಿ ಮತ್ತೆ ಎಲ್ಲಿಗೆ ಹೋಗ್ತಿದಾನೆ?

ಕೆಂಪು ದೀಪ ಹೊತ್ತಿಕೊಂಡದ್ದಕ್ಕೆ ನಿಂತ ಗಾಡಿಯ ಬದಿಗೆ ಓಡಿದ.

ಸ್ಟಿಯರಿಂಗ್ ಹಿಡಿದವನು ಕೃಷ್ಣ ಅಲ್ಲ. ನಿರಾಸೆಯಾಯಿತು. ಇವನ್ಯಾರು ಹೊಸ ಡ್ರೈವರ್? ಕೃಷ್ಣ ಇಂದೇ ರಜ ಹಾಕಬೇಕಾ? ಅಂತನಿಸಿ ಹೊಸಬನಿಗೆ ಪಕ್ಕಕ್ಕೆ ಸರಿಯಲು ಸೂಚಿಸಿ ಕೇಳಿದ.

"ಕೃಷ್ಣ ಅಂತ ಬರ್ತಿದ್ದನಲ್ಲ ಈ ಗಾಡಿ ಓಡಿಸಿಕೊಂಡು ಎಲ್ಲಿ ಅವನು? ರಜೆಯಾ?" ಎಂದ.

"ಇಲ್ಲ ಸಾರ್... ಅವನು ಬರೋದಿಲ್ಲ." ಹೊಸಬ ಹೇಳಿದ. "ಯಾಕೆ? ಏನಾಯ್ತು?" ಅಷ್ಟರಲ್ಲಾಗಲೆ ಡ್ರೈವರ್ ಹಿಂದಕ್ಕೆ ಬೆರಳು ತೋರಿದ. ಅಚ್ಚರಿಯಿಂದ

ಅತ್ತ ದೃಷ್ಟಿಹಾಯಿಸಿದ ಸುಬ್ಬಯ್ಯನ ದೇಹ ನಖಶಿಖಾಂತ ನಡುಗಿಬಿಟ್ಟಿತು. ಕೃಷ್ಣ ಅಲ್ಲಿದ್ದ– ನೀಳವಾಗಿ ಕಾಲು ಚಾಚಿ 'ಶವದ ಹಾಸಿಗೆ'ಯಲ್ಲಿ ಮಲಗಿದ್ದ! ಯಾರು ಹೊದೆಸಿದ್ದರೋ ಬಿಳಿಯ ಬಟ್ಟೆ?!

ಸತ್ತ್ವವುಡುಗಿದ ಕಾಲುಗಳಿಗೆ ನಿಶ್ಶಕ್ತ ದೇಹದ ಆಸರೆ ಸಾಲಲಿಲ್ಲ. ಕಣ್ಣು ಮಂಜಾದವು. "ಯಾ... ಯಾಕಪ್ಪ? ಏನಾಯ್ತು ಅವನಿಗೆ ಇದ್ದಕ್ಕಿದ್ದಂತೆ?" ನಡುಗುತ್ತಲೇ ಕೇಳಿದ. "ಇದ್ದಕ್ಕಿದ್ದಂತೆ ಅಲ್ಲ ಸಾರ್... ಕ್ಯಾನ್ಸರ್ ಇತ್ತಂತೆ ಅವನಿಗೆ. ಒಬ್ಬರಲ್ಲೂ ತನ್ನ ಕಷ್ಟ ಹೇಳ್ಕೊತಾ ಇರಲಿಲ್ಲ ಹುಡುಗ. ಈಗ ಒಂದು ವಾರ ಪಡಬಾರದ ಹಿಂಸೆ ಪಟ್ಟು ನಿನ್ನೆ ರಾತ್ರಿ ಪಾರಾದ... ಪಾಪ ಅನಾಥ ಇದ್ದಂಗಿದ್ದ ಸಾರ್... ಯಾರಿಲ್ಲ ಅವನಿಗೆ. ನಾನೇ ಗಾಡಿಗ್ಹಾಕಿಕೊಂಡು ಒಯ್ತಾ ಇದ್ದೀನಿ"

ವಾಹನವನ್ನು ಪೂರ್ತಿ ಬದಿಗೆ ಸರಿಸಿ ಹಿಂಭಾಗಕ್ಕೆ ಬಂದು ಅದರ ಬಾಗಿಲು ತೆರೆದು ಒಳಗೆ ಏರಿದ ಸುಬ್ಬಯ್ಯ. ಮುಚ್ಚಿದ ಕಣ್ಣುಗಳ– ಪ್ರಶಾಂತ ಮುಖದ ಕೃಷ್ಣ ತನ್ನೆಲ್ಲ ಯಾತನೆಗಳಿಂದ ಮುಕ್ತನಾಗಿ ನಡೆದುಬಿಟ್ಟಿದ್ದ.

ಕಳೆದೊಂದು ವರ್ಷ ಕಣ್ಣುಗಳ ಮುಂದೆ ಚಲಿಸಿತು. ಏನೆಲ್ಲ ಗೋಳನ್ನು ತಾನವನ ಎದುರು ತೋಡಿಕೊಳ್ಳುತ್ತಿದ್ದ. ಅವನು ಮಾತ್ರ ಒಂದು ದಿನವೂ ತನ್ನಲ್ಲಿ ಏನನ್ನೂ ಉಸಿರೊಡೆದಿರಲಿಲ್ಲ. ಅವನ ಮಾತುಗಳ ಹಿಂದೆ ತಾನೇ ತಬ್ಬಲಿತನದ ಛಾಯೆಯನ್ನು ಊಹಿಸಿ ತನ್ನ ಅಭೀಷ್ಟವನ್ನು ಅದಕ್ಕೆ ಜೋಡಿಸಿ ಯೋಜನೆಗಳನ್ನು ಹಾಕಿಕೊಂಡಿದ್ದ. ಇದ್ದಕ್ಕಿದ್ದಂತೆ ತನ್ನದು ಸಮಯ ಸಾಧಕತನ ಎಂಬ ಭಾವನೆ ಬಲಿಯಿತು. ಕೃಷ್ಣ ತನಗೆ ಬೇಕಿದ್ದದ್ದು ತನ್ನ ಸ್ವಾರ್ಥಕ್ಕಾಗಿ "ಛೇ... ನಡಿಯಪ್ಪ" ಎಂದ ಡ್ರೈವರ್‌ಗೆ. "ನೀವು ಬರ್ತೀರಾ ಸಾರ್?" ಅವನು ಕೇಳಿದ. "ಹೌದು ಯಾರೂ ಇಲ್ಲದವನಲ್ಲ ಈ ಹುಡುಗ, ನಾನಿದ್ದೀನಿ ಅವನಿಗೆ ಹೆಗಲು ಕೊಡ್ತೀನಿ" ಪೋಲೀಸಪ್ಪನ ಸ್ವರ ಹೀಗೆ ಭಾರವಾದದ್ದೇಕೆಂದು ಅರ್ಥವಾಗದೆ ಅವನು ವಾಹನವನ್ನು ಚಲಾಯಿಸಿದ. ಚಿತಾಗಾರದ ದಹನ ತಟ್ಟೆಗೆ ಕೃಷ್ಣನನ್ನಿಳಿಸುವಾಗ ಎರಡು ಬಿಸಿಹನಿಗಳು ಇವನ ಕಣ್ಣರೆಪ್ಪೆಯಲ್ಲಿ ಜಾಗ ಮಾಡಿಕೊಂಡು ಕೆಳಗುದುರಿದವು.

*****

ಮೂರ್ತಿ ಸಿಕ್ಕಿದ್ದ ಒಮ್ಮೆ

ಹಣ ಸಂಪಾದಿಸುವಾಗ 'ಇನ್ನು ಸಾಕು' ಎನಿಸುವುದು ಕಡಿಮೆ. ಮೊನ್ನೆ ಮಾತ್ರ ಯಾಕೆಂದು ಗೊತ್ತಿಲ್ಲ, "ಇವೊತ್ತಿಗೆ ಹಣ ಸಾಕು" ಎನಿಸಿತು. ತಕ್ಷಣ ನಾನು ಮೆಜೆಸ್ಟಿಕ್‌ನಿಂದ ಮರಳಿ ಹೊರಟೆ. ಸಾಮಾನ್ಯವಾಗಿ ಮೆಜೆಸ್ಟಿಕ್ಕೇ ನನ್ನ ಕಾರ್ಯಕ್ಷೇತ್ರ. ಹಾಗೆ ಆಗೀಗ ಶಿವಾಜಿನಗರದ ಬಸ್ ನಿಲ್ದಾಣ, ಕೆ.ಆರ್.ಮಾರ್ಕೆಟ್ಟುಗಳಲ್ಲಿ ಸಹ ಒಂದು 'ಕೈ' ನೋಡುತ್ತೇನಾದರೂ ಇಲ್ಲಿನ ರೈಲು-ಬಸ್ಸು ನಿಲ್ದಾಣಗಳು ಮತ್ತು ಆಸುಪಾಸಿನ ಬೀದಿಗಳಲ್ಲಿಯಷ್ಟು ರಶ್, ಜನಜಂಗುಳಿ ಅಲ್ಲಿಲ್ಲ. ಜನ ತುಂಬಿ ತುಳುಕಿದಷ್ಟು ನನ್ನ ಕೆಲಸ ಸುಲಭ.

ಈ ವ್ಯವಹಾರದಲ್ಲಿ ಜೈಲು ನಮಗೆ ಅಪರೂಪ ಏನಲ್ಲ. ನಾನೂ ನಾಲ್ಕು ಬಾರಿ ಅಲ್ಲಿನ ಆತಿಥ್ಯ ಉಂಡು ಬಂದವನು. ಅದಕ್ಕೆಲ್ಲ ಹೆದರುವುದೆ? ಅವೆಲ್ಲ ಮೈನರ್ ವಿಷಯಗಳು. ಸಿಕ್ಕು ಬಿದ್ದರೆ ಮಾವನ ಮನೆ, ಇಲ್ಲ ಅಂದರೆ ಸ್ವಂತ ಮನೆ! ಇವೊತ್ತು ಬೆಳಿಗ್ಗೆ- ನನಗೆ ಬೆಳಗಾಗುವುದೇ ಒಂಬತ್ತೂವರೆಗೆ - ಎದ್ದೊಡನೆ ಬಲ ಅಂಗೈ ವಿಪರೀತ ಕೆರೆಯಿತು. ಹಾ, ಅದಕ್ಕಿಂತ ಸಂತೋಷ ಬೇರೊಂದಿಲ್ಲ. ಪಟಪಟನೆ ರೆಡಿಯಾಗಿ ಶಿಸ್ತಾಗಿ ಬಟ್ಟೆಬರೆ ಧರಿಸಿದೆ. ಅಂದ ಹಾಗೆ ನನ್ನ ವೃತ್ತಿಯಲ್ಲಿರುವವರು ಠಾಕುಠೀಕಾಗಿ ಡ್ರೆಸ್ ಮಾಡಿಕೊಂಡರೆ ಅನುಮಾನದ ಕಣ್ಣುಗಳು ನಮ್ಮ ಬೆನ್ನು ಬೀಳಲಾರವು ತಲೆಗೆ ಜಿಡ್ಡಿಲ್ಲದ ಎಣ್ಣೆ ಸವರಿ ಬಾಚಿ, ನಾಜೂಕಾಗಿ ಸೆಂಟ್ ಕೂಡಾ ಚಿಮುಕಿಸಿಕೊಂಡೆ. ನಾನು ನೋಡಲು ಕಳಪೆ ಏನಲ್ಲ. ಅದರಲ್ಲೂ ಇಷ್ಟು ನೀಟಾಗಿ ಇದ್ದು ಬಿಟ್ಟರೆ ಯಾವುದೇ ಕಂಪನಿಯ ಹೈಯರ್ ಎಕ್ಸಿಕ್ಯುಟಿವ್ ಅನ್ನು ನಾಚಿಸಿಬಿಡಬಹುದು ಎಂದು ನನ್ನ ಗೆಳೆಯ ರಾಕೇಶ್ ಹೇಳ್ತಾನೆ. ಅವನದೂ ನಂದೇ ಉದ್ಯೋಗ ಅರ್ಥ ಆಗಿಲ್ಲ ಅಲ್ವಾ? ಹಾಂ

ಅವನೂ 'ಕೈ ಕಸುಬಿನ' ಆಸಾಮಿ. ನಮ್ಮ ಗುರಿ ಜನರ ಜೇಬು!

ಇವೊತ್ತು ಯಾವ ಕಡೆಗೆ ಹೊರಡಲಿ ಎಂದು ಯೋಚನೆಯಾಯಿತು. ಅಂದರೆ ಬಸ್ ನಿಲ್ದಾಣವೋ-ರೈಲೋ, ಮೆಟ್ರೋ ನೋ ಆಯ್ದುಕೊಳ್ಳಬೇಕಿತ್ತು. ನನ್ನ ಎಂದಿನ ಅಭ್ಯಾಸದಂತೆ ಹಳೆಯ ರೂಪಾಯಿ ನಾಣ್ಯವನ್ನು ಎತ್ತಿ ಟಾಸ್ ಹಾರಿಸಿದೆ. ಹೆಡ್ ಬಿದ್ದರೆ ರೈಲು, ಇಲ್ಲವಾದರೆ ಬಸ್ಸು! ಇಂಥದ್ದರಲ್ಲೆಲ್ಲ ನಾನು ಅದೃಷ್ಟವನ್ನು ಬಲವಾಗಿ ನಂಬುತ್ತೇನೆ. ಕಾರಣ ಹೀಗೆ ಟಾಸ್ ಹಾಕದೆ ಹೊರಟ ದಿನವೇ ನಾನು ಪೋಲಿಸ್ ಕೈಗೆ ಸಿಕ್ಕು ಬಿದ್ದಿದ್ದೆ.

ನಾಣ್ಯ ಮೇಲೆ ಚಿಮ್ಮಿ ಕೆಳಗೆ ಬಿತ್ತು. ಹೆಡ್! ಮತ್ತೆ ಅರ್ಧ ಗಂಟೆಯಲ್ಲಿ ನಾನು ಮೆಜೆಸ್ಟಿಕ್ ರೈಲು ನಿಲ್ದಾಣದಲ್ಲಿದ್ದೆ. ನನ್ನ ಕಾಯಕವನ್ನು ನಾನು ಸ್ವತಂತ್ರವಾಗಿ ಮಾಡುತ್ತೇನೆ. ಯಾರ ಸಹಾಯವನ್ನೂ ತೆಗೆದುಕೊಳ್ಳುವವನಲ್ಲ. ಸೂಕ್ಷ್ಮದೃಷ್ಟಿ. 'ಬೇಟೆ'ಯನ್ನು ಚುರುಕಾಗಿ ಕಂಡುಹಿಡಿಯುವಿಕೆ, ಅದಕ್ಕಿಂತಲೂ ಚುರುಕಾಗಿ ಕೈ ಚಲಾಯಿಸುವಿಕೆ ಇವು ನನ್ನ ವೈಶಿಷ್ಟ್ಯಗಳು. ಇಂದು ಮೂರು ರೈಲುಗಳು ಒಂದೇ ಸಮಯಕ್ಕೆ ಬಂದು ನಿಂತು ನಿಲ್ದಾಣ ಜನಜಾತ್ರೆ ಆಯ್ತು! ನೂರಾರು, ಸಾವಿರಾರುಜನ ಬುಡಬುಡುನೆ ಬೋಗಿಗಳಿಂದ ಹೊರಬಿದ್ದು ಹೊರಗೆ ಧಾವಿಸತೊಡಗಿದರು. ಎಲ್ಲರಿಗೂ ಅವಸರವೇ. ಬೇಗ ಮನೆ ಸೇರುವ, ತಾವಿಳಿಯಬೇಕಿರುವ ಜಾಗ ಸೇರುವ ಆತುರ ಕೈಗಳಲ್ಲಿ ಒಂದೆರಡಾದರೂ ಲಗೇಜು. ಇದಕ್ಕಿಂತ ಸುಸಂದರ್ಭ ಬೇರೆ ಇದ್ದೀತಾ? ನಾನು ಹೊಂಚು ಹಾಕಿ ನುಸುಳಿದೆ.

ಮುಂದಿನ ಐದು ನಿಮಿಷಗಳಲ್ಲಿ ನಾನು ಅ ಜನಸಮುದ್ರವನ್ನು ಹೊಕ್ಕು ತೂಗಿ ಹೊರಬಂದಿದ್ದೆ. ಸರಸರನೆ ಟಾಯಲೆಟ್‌ನೊಳಗೆ ಸೇರಿಕೊಂಡು ಕೈಗೆಟುಕಿದ್ದ ಪರ್ಸನ್ನು ಬಿಡಿಸಿದೆ. ಎರಡು ಸಾವಿರ ರೂಪಾಯಿ ಐನೂರರ ಮೂರು ಗಾಂಧಿ ನೋಟುಗಳು ನಗುತ್ತಿದ್ದುವು. ಮಿಕ್ಕಿದ್ದು ನೂರು ಐವತ್ತರ ಚಿಲ್ಲರೆ. ಸಂತೋಷದಿಂದ ಸಿಳ್ಳೆ ಹಾಕುವಂತಾಗಿ ಹಣ ನನ್ನ ಪಾಕೀಟಿಗೆ ತುಂಬಿಸಿ ಹೊರಬರುವ ಹೊತ್ತಿಗೆ 'ಇವತ್ತಿಗಿಷ್ಟು ಹಣ ಸಾಕು' ಎಂದೆನಿಸಿತ್ತು ನನಗೆ.

ಕಾಲಾಡಿಸುತ್ತ ನಿಲ್ದಾಣ ಬಿಟ್ಟು ಹೊರಬಂದೆ. ಈ ದಿನ ಯಾಕೋ ಮನಸ್ಥಿತಿಯೇ ಏನೋ ಒಂದಿಷ್ಟು ವಿಚಿತ್ರವಾಗಿತ್ತು. ಎಂದೂ ಇಲ್ಲದ ಸುಡುಗಾಡು ಬೇಸರ... ಫಿಲ್ಮ್ ಏನಾದರೂ ನೋಡಿದರೆ ಬೇಸರ ಹೋದೀತಾ ಎಂದು ಯೋಚನೆ ಸುಳಿದು ಹೋಯಿತು. ಮರುಕ್ಷಣವೇ ಅದೂ ಬೇಡವೆನಿಸಿತು. ಯಾರ ಜೊತೆಗಾದ್ರೂ ಒಂದಿಷ್ಟು ಮಾತಾಡಬೇಕು ಜಾಲಿಯಾಗಿ ಹರಟೆ, ಹೊಟ್ಟೆ ಬಿರಿ ತಿಂದುಂಡು ಕಾಲ ಕಳೆಯಬೇಕು. ಆದರೆ ನನಗೆ ಗೆಳೆಯರಿಲ್ಲ.

ಇದ್ದ ಒಬ್ಬ ರಾಕಿ ಅದೇ ರಾಕೇಶ್ ಕಳೆದ ಒಂದು ತಿಂಗಳಿಂದ ಕಣ್ಣಿಗೇ ಬಿದ್ದಿಲ್ಲ! ಅದರರ್ಥ ಖಂಡಿತವಾಗಿಯೂ ಪರಪ್ಪನ ಅಗ್ರಹಾರದಲ್ಲಿ 'ಮಾವನ ಮನೆಯ ಮುದ್ದೆ ಮುರೀತಿರಬೇಕು... ಬೇಸರ ಭಯಂಕರವಾಗಿ ಹೆಚ್ಚುತ್ತ ಹೋಯಿತು. ಇಷ್ಟು ಹೊತ್ತೂ ಮಜಾ ಅನಿಸಿದ್ದ ಜನಜಂಗುಳಿ ಈಗ ಛೇ ಏನಪ್ಪೋ ಈ ಕಿರಿಕಿರಿ ಎನಿಸತೊಡಗಿತು. ಅನ್ಯಮನಸ್ಕತೆಯಲ್ಲಿ ಯಾವುದೋ ತಿಳಿಯದ ರಸ್ತೆ ಹೊಕ್ಕು ಹೆಜ್ಜೆ ಹಾಕಿದೆ.

ಬಿಟಿಎಸ್‌ನತ್ತ ಇಳಿಸಿ ಕರ್ಕೊಂಡು ಒಯ್ಯುವ ಕರೆದೊಯ್ಯುವ ಅಂಡರ್ ಗ್ರೌಂಡ್ ಸುರಂಗದೊಳಗೆ ನಾನು ಯಾವಾಗ ಹೊಕ್ಕೆನೋ ನೆನಪೇ ಇಲ್ಲ. ಅದೇ ಒಳದಾರಿ ದಾರಿ ಸಿಟಿಬಸ್ ಜಾಗಕ್ಕೆ ಮುಟ್ಟಿಸುವ ಬ್ರಿಜ್ಜಿನ ಮೇಲೆ ಕೊಂಡೊಯ್ದಾಗಲೇ ನಾನೆಲ್ಲಿದ್ದೇನೆ ಎಂದು ಅರಿವಿಗೆ ಬಂತು.

ಇದೀಗ ತುರ್ತಾಗಿ ನನಗೊಬ್ಬ ಗೆಳೆಯ ಬೇಕಾಗಿದ್ದ. ಏನು ಮಾಡ್ಲಿ ಛೀ ನನಗೆ ಗೆಳೆಯರೇ ಇಲ್ಲದರಬಗ್ಗೆ ಆ ಗಳಿಗೆಯಲ್ಲಿ ಭಯಂಕರ ದುಃಖವಾಯಿತು. ಅತ್ತಿತ್ತ ವಾರೆಗಣ್ಣು ಚಿಮ್ಮಿಸುತ್ತ ಬ್ರಿಜ್ಜಿನ ಕಟಾಂಜನಕ್ಕೊರಗಿ ಜೇಬಿಂದ ಪ್ಯಾಕ್ ತೆಗೆದು ಒಂದು ಸಿಗರೇಟು ಅಂಟಿಸಿದೆ. ಹೊಗೆಯ ಸುರುಳಿ ಪುಸಪುಸ ಮೇಲೇರುತ್ತಿದ್ದಾಗ ತಲೆಯಲ್ಲೊಂದು ಅಲೋಚನೆ ಫ್ಲಾಶ್ ಆದ ಸೂಚನೆ. ಏನೋ ಪ್ಲಾನ್ ರೂಪಕ್ಕೆ ಬಂತು ಬ್ರಿಜ್ ಜನಗಳಿಂದ ಖಚಾಖಚ್ ತುಂಬಿ ಥೇಟ್ ಒಂಬತ್ತು ತಿಂಗಳ ಗರ್ಭಿಣಿಯಾಗಿಬಿಟ್ಟಿತ್ತು. ನೂರಾರು ಜನ ಸರಸರ ಆ ದಿಕ್ಕು ಈ ದಿಕ್ಕು ಧಾವಿಸುತ್ತ ಈಗ ಮುಟ್ಟದಿದ್ದರೆ ಮತ್ತೆಂದೂ ಮುಟ್ಟಲಾಗಲ್ಲ ಎಂಬಂಥ ಜೋರಿನ ಧಾವಂತದಲ್ಲಿತ್ತು. 'ಇಲ್ಲಿರುವ ಕುಂಭಮೇಳದಂಥ ಈ ಜಂಗುಳಿಯಲ್ಲಿ ಒಬ್ಬ 'ಮೂರ್ತಿ' ಸಿಕ್ಕಿಬಿಡಲಾರನೆ ನನಗೆ? ಬೆಂಗಳೂರಿನಲ್ಲಿ ಎಷ್ಟೊ ಸಾವಿರ ಅಥವಾ ಲಕ್ಷ? ಜನ 'ಮೂರ್ತಿ' ಇರಲಿಕ್ಕಿಲ್ವೇ? ಅರೆ ಈಗ ಈ 'ಮೂರ್ತಿ' ಅನ್ನೋ ಹೆಸರೇ ಯಾಕೆ ಬಂತು ನನ್ನ ಮನಸ್ಸಿಗೆ? ರಾಜನೋ, ಗಿರೀಶ, ರಮೇಶನೋ ಯಾಕೆ ಬರ್ಲಿಲ್ಲ ಅನ್ನಿಸಿ ನಗು ಬಂತಾದರೂ ಅವರಲ್ಲಿ ಹೇಳಿಕೇಳಿ ಬೆಂಗಳೂರು, ನೂರರಲ್ಲಿ ಮೂವತ್ತು ಜನಕ್ಕಾದರೂ ಈ ಹೆಸರು ಇರೋ ಪಾಸಿಬಿಲಿಟಿ ಇದೆ... ನನ್ನದೇ ತರ್ಕಕ್ಕೆ ಮತ್ತೆ ನಗು ಬಂದರೂ ಛೇ ನೂರಕ್ಕೆ ಮೂವತ್ತು ಪರ್ಸೆಂಟ್ ಮೂರ್ತಿಗಳಲ್ಲಿ ಒಬ್ಬನಾದರೂ ಮೂರ್ತಿ ಇಲ್ಲಿ ಇದೇ ಮೆಜೆಸ್ಟಿಕ್ ಬಸ್ ನಿಲ್ದಾಣದ ಬ್ರಿಜ್ಜಿನ ಮೇಲೆ ಹಾದು ಹೋಗ್ತಿರೋ ಸಾಧ್ಯತೆ ಕೂಡ ಇತ್ತಲ್ವಾ! ಏನೋ ಒಂದು ಕತೆ ಹೇಳಿ, ಅಂದಹಾಗೆ ಕತೆ ಕಟ್ಟೋದರಲ್ಲಿ ನಿಸ್ಸೀಮ ನಾನು! ಅವನ ಪರಿಚಯ ಗಿಟ್ಟಿಸಿ, ಒಂದೆರಡು ಗಂಟೆ ಜತೆ ಕೂತು ಬೀರ್ ಹಾಕೋನಾದ್ರೆ ಎರಡು ತರಿಸಿ ಅವನಿಗೂ ಕುಡಿಸಿ, ಲೋಕದ ಉದ್ದಗಲದ್ದೆಲ್ಲಾ ಮಾತಾಡಿ ಮಾತಾಡಿ ಉಂಡು 'ಗುಡ್ ಬೈ' ಹೇಳಿದರೆ ಅದೆಂಥ

ಮಜಾ ಅಲ್ವೆ? ಸಾಧ್ಯವಾದೀತೆ? ಮನಸ್ಸಿನ ಅಲೋಚನೆಗೆ ಕೈ ಕಾಲು ಚಿಗಿತಂತೆ ಅನಿಸಿದಾಕ್ಷಣ ನನ್ನ ಬಾಯಿ ತಾನೇ ಮುಂದಾರಿಯಾಗಿ ನಾಲಿಗೆಯನ್ನ ತನ್ನ ಕಂಟ್ರೋಲಿಗೆ ತೊಗೊಂಡು 'ಮೂರ್ತಿ! ಏ ಮೂರ್ತೀ' ಅಂತ ಜೋರಾಗಿ ಕೂಗಿಯೇ ಬಿಟ್ಟಿತು!

ಎರಡು ನಿಮಿಷ, ಮೂರು, ನಾಲ್ಕು... ನಾನು ಉಸಿರು ಬಿಗಿ ಹಿಡಿದು ಕಾತುರದಿಂದ ಎಲ್ಲಿಂದಾದರೂ ಯಾವುದೋ ಒಂದು ಮುಖ ಇತ್ತ ಹೊರಳುತ್ತಾ ಅಂತ ಉದ್ವಿಗ್ನನಾದೆ. ಊಂ ಹೂಂ... ಜನ ಕಿವುಡರ ಹಾಗೆ ಬುರಬುರನೆ ಓಡುತ್ತಿದ್ದಾರೆ. ಛೇ ಹತ್ಸಾವಿರ ಜನ ತುಂಬ್ಕೊಂಡಿದ್ದೀರಿ ಒಬ್ಬ ಮೂರ್ತಿ ಇಲ್ಲದೆ ಕೆಟ್ಟುಹೋಯ್ತಾ ಈ ಊರು..ದರಿದ್ರ ಅಂತ ಬೈದುಕೊಳ್ಳುತ್ತ ಆದರೂಮನಸ್ಸು ಪಟ್ಟು ಬಿಡಲು ತಯಾರಿಲ್ಲದೆ ಗಂಟಲೆತ್ತರಿಸಿ ಸರಿ ಮಾಡಿಕೊಂಡುಮತ್ತೊಮ್ಮೆ 'ಮೂರ್ತೀ...' ಅನ್ನುವ ನನ್ನ ಪದ ಮುಗಿಯುವ ಹೊತ್ತಿಗೆ ಅಲ್ಲೇ ಅಷ್ಟು ದೂರದಲ್ಲಿ ಬ್ರಿಜ್ಜಿನ ಅಂಚಿನ ಬಳಿ ಆ ದಿಕ್ಕಿಗೆ ನಡೆಯುತ್ತಿದ್ದವನೊಬ್ಬ ತಟಕ್ಕನೆ ನಿಂತು ತಿರುಗಿ ನೋಡಿದ. ನನ್ನ ಯೋಜನೆ ಸಫಲವಾಯಿತು ಹಾಗಾದರೆ... ಎನಿಸಿ ಸರಸರನೆ ಅವನ ಬಳಿಗೆ ನಡೆದೆ. 'ತನ್ನನ್ನು ಕರೆದವರು ಯಾರು?' ಎಂದು ಅವನು ಅತ್ತಿತ್ತ ನೋಡುತ್ತಿದ್ದ. ನಾನು ನಗುನಗುತ್ತ ಮುಖ ಅರಳಿಸಿ ಕೈ ಚಾಚಿ ಪಟ್ಟನೆ ಅವನ ಭುಜದ ಮೇಲೆ ಅಂಗೈಯಿಟ್ಟು ಅಲುಗಿಸಿ "ಏನೋ ಮೂರ್ತಿ ಆಗಿನಿಂದ ಕರೀತಾ ಇದ್ದೀನಿ ನಿನ್ನ, ಕೇಳಿಸಲಿಲ್ವೇನೋ?" ಎಂದು ಭಾರೀ ಸಲುಗೆ ಚೆಲ್ಲುತ್ತ ಗಲಗಲನೆ ಹೇಳಿದೆ, ಕೊಂಚ ಗಲಿಬಿಲಿಗೊಂಡಂತಿದ್ದ ಅವನ ಕಣ್ಣು ಕಿರಿದಾಗಿಸಿ ಏನೋ ನೆನಪಿಸಿಕೊಳ್ಳಲು ಯತ್ನಿಸುತ್ತ "ಆಂ? ಹಾಂ... ಇ... ಇಲ್ಲ... ಕೇಳಿಸಿತು ನನ್ನ ಕರೆದ್ರಾ?" ಎಂದ. ನನ್ನ ಪರಿಚಯ ಇರುವ ಸೂಚನೆಯನ್ನು ಅವನು ಹೇಗೆ ಕೊಟ್ಟಾನು? ನನಗೊಬ್ಬ ಮೂರ್ತಿ ಬೇಕಿದ್ದ... ಸಿಕ್ಕುಬಿಟ್ಟ ಅಷ್ಟೇ. ಅವನು ಯಾರಾದರೇನು?

ನಾನೇ ಬಡಬಡನೆ ಮಾತನಾಡಿದೆ "ಅಲ್ವೋ ಮೂರ್ತಿ ಅದೇನು ಇಷ್ಟು ಬೇಗ ಮರೆತುಬಿಟ್ಟೆಯಾ ಅದೇ ಕಣೋ ನಮ್ಮ ಎಂಜಿ ಕಾಲೇಜು... ಅಬ್ಲೂರ್ ಕಟ್ಟೆ ಕ್ಯಾಂಟೀನು, ಅಲ್ಲಿನ ಮಸಾಲೆ ದೋಸೆ, ಬೋಂಡ ಯಾವ್ದೂ ನೆನಪಿಲ್ಲವಾ?" ನನ್ನ ಮಾತು ನನಗೇ ಮೆಚ್ಚಿಗೆಯಾಯಿತು. ಆಹಾ ಎಷ್ಟು ಪರ್ಫೆಕ್ಟ್ ಆಕ್ಟಿಂಗ್ ನಂದು! ಅವನ ಕಣ್ಣಲ್ಲಿ ತುಸುತುಸುವೇ ನೆನಪಿನ ಬೆಳಕು ಹೊತ್ತಿದಂತೆನಿಸಿತು. ಅರೆಕ್ಷಣ ಹುಬ್ಬುಗಂಟಿಕ್ಕಿ ಕಣ್ಣಿನ ಗುಡ್ಡೆಗಳನ್ನು ಅತ್ತಿತ್ತ ಆಡಿಸಿದವನು ಥಟ್ಟನೆ "ಅರೆರೇ ಲೋ ಅವಿನಾಶ್ ಅವೀ... ಏನೋ ಇದು ಆಶ್ಚರ್ಯ? ನೀನು ಇಲ್ಲಿ, ಬೆಂಗಳೂರಲ್ಲಿ ಎಂಥಾ ಸರಪ್ರಾಯಿಸ್ ಕೊಟ್ಟೆಯಲ್ಲೋ" ಎಂದ ಸಂತೋಷ ಉಕ್ಕಿ ಹರಿದಿತ್ತವನ ದನಿಯಲ್ಲಿ.

ಹಾಗಾದರೆ... ಒಂದು ಮಾತು ಖಚಿತ. ಈ ಮೂರ್ತಿಗೆ ನನ್ನ ಥರನೇ ಇದ್ದ ಅವಿನಾಶ ಎಂಬೊಬ್ಬ ಕಾಲೇಜು ಮೇಟ್ ಇದ್ದ. ಆಹಾ ಭರ್ಜರಿ ಆಯ್ತು. ಲೋ ನೀನ್ಯಾರೇ ಆಗಿರು ನನಗೆ ಎರಡು ಮೂರು ಗಂಟೆ ಕಂಪನಿ ಕೊಟ್ಟುಬಿಡು ಸಾಕು... ಎದೆ ಹಿಗ್ಗಿ ಡುಬ್ ಡುಬ್ ಮಾಡಿತು.

ನಾನು ಅವನ ಎರಡೂ ಕೈಗಳನ್ನು ಒತ್ತಿ ಹಿಡಿದು ಭರಪೂರ ಆತ್ಮೀಯತೆ ಚಿಮ್ಮಿ "ನಿನ್ನನ್ ಕಂಡರೆ ದೊಡ್ಡ ಜಾಬ್‌ನಲ್ಲೇ ಇದ್ದ ಹಾಗೆ ಕಾಣ್ಸುತ್ತೆ ಏನು? ಸರಕಾರಿ ಕೆಲಸಾನಾ?" ಕೇಳಿದೆ.

"ಸರ್ಕಾರೀ ಏನಿಲ್ಲ ಯುನಿವರ್ಸಿಟಿ ಜಾಬು" ಅಂದನವ ಮತ್ತೆ "ನೀನೇನ್ ಮಾಡ್ಕೊಂಡಿದ್ದೀಯೋ... ಎಂಜಿನಿಯರಾ? ಪ್ರಿಯಾ ಜೊತೆ ತಿರುಗ್ತಾ ಇದ್ಯಲ್ಲ ಅವಳನ್ನೇ ಮದುವೆ ಆದೆಯಾ?" ಅಂದ ಕಣ್ಣು ಮಿಂಚಿಸಿ.

"ಇಲ್ಲ ಕಣೋ ಏನೋ ಸ್ವಂತ ಬಿಜಿನೆಸ್ ಅಷ್ಟೇ" ಚುಟುಕಾಗಿ ಹೇಳಿದೆ. ದೇವ್ರೇ ಇವನು ಜಾಸ್ತಿ ವಿವರ ಕೇಳದಿದ್ದರೆ ಸಾಕು.

ಆದರೆ ಅವನು "ಏನು ಬಿಸಿನೆಸ್?" ಕೇಳಿಯೇಬಿಟ್ಟ.

"ಇಂಪೋರ್ಟ್ ಎಕ್ಸ್‌ಪೋರ್ಟ್. ಅಯ್ಯೋ ಇಲ್ಲಿ ಬಿಸಿಲು ಕುದೀತಾ ಇದೆ ಬ್ರಿಜ್ ಮೇಲೆ ನಿಂತೇ ಏನು ಮಾತನಾಡುವುದು? ನಡಿ ಎಲ್ಲಾದರೂ ಹೋಗಿ ಕೂತು ಗಂಟಲು ತಣ್ಣಗೆ ಮಾಡ್ಕೊಂಡು ಮಾತನಾಡೋಣ" ಎಂದೆ.

ನನ್ನ ವ್ಯವಹಾರ ಇಂಪೋರ್ಟ್ ಎಕ್ಸ್‌ಪೋರ್ಟ್ ಎಂದಿದ್ದೆ. ಹೌದು. ಇನ್ನೊಬ್ಬರ ಜೇಬಿನ ಲಕ್ಷ್ಮಿಯನ್ನು ನನ್ನ ಜೇಬಿಗೆ ಇಂಪೋರ್ಟ್ ಮಾಡಿ ಖಾಲಿ ಪಾಕೀಟನ್ನು ಎಕ್ಸ್‌ಪೋರ್ಟ್ ಮಾಡ್ತೇನೆ! ಒಳಗೇ ಕಿಸಿಕಿಸಿ... ನಗು ನನಗೆ. ಇನ್ನು ಇಷ್ಟು ಸಾಕು ಬೇರೆ ದಿಕ್ಕಿಗೆ ಹೊರಳಲಿ ಮಾತು.

"ಅಲ್ಲ ಮೂರ್ತಿ ಇಷ್ಟು ಇಳಿದು ಹೋಗಿದ್ದೀಯಲ್ಲ? ಏನಾಗಿದೆಯೋ? ಹೆಲ್ತು ಸರ ಇಲ್ಲವಾ? ಆಗಂತೂ ಕಾಲೇಜಿನ ಕುಸ್ತಿ ಪಟು ನೀನು ಆಗಿನ ನಿನ್ನ ಬಾಡಿ ನೂರರಲ್ಲೊಂದು ಅಂಶಾನೂ ಇಲ್ಲವಲ್ಲ" ಎಂದು ಕೇಳಿದೆ.

ಅವನು ನಿಜಕ್ಕೂ ತುಂಬಾನೇ ಬಡಕಲಾಗಿದ್ದ, ಮಾಸಲು ಜೀನ್ಸ್, ಎರಡು ದಿನದ ಕುರುಚಲ ಗಡ್ಡ ವಿಚಿತ್ರ ಕುರೂಪವನ್ನು ಅವನಿಗೆ ತಂದಿತ್ತು. ಆದರೂ ಧೈರ್ಯ ಮಾಡಿ ಗುಳಿಗೆಯೊಂದನ್ನು ಉರುಳಿಸಿದ್ದೆ!

"ಯಾಕೆ ಹೀಗಾಗಿದ್ದೀಯ ಮೂರ್ತಿ?" ನನ್ನ ಚಾತುರ್ಯ ನನಗೇ ಇಷ್ಟವಾಗಿ ಮತ್ತೆ ಕೇಳಿದೆ. ಅವನು ನಿಡಿದಾದ ಉಸಿರೆಳೆದುಬಿಟ್ಟ.

"ಅವಿ... ಬದುಕು ನಮ್ಮ ಕೈಯಲ್ಲಿ ತನ್ನನ್ನು ಕೊಟ್ಟುಕೊಳ್ತದಾ? ಅದು ಎಳೆದಲ್ಲಿ ನಾವು ಹೋಗಬೇಕಲ್ವಾ?" ಎಂದ.

ಅಷ್ಟು ಹೊತ್ತಿಗೆ ನಾವು ಫೈನ್ ಡೈನಿಂಗ್ ಹತ್ತಿರ ಬಂದಾಗಿತ್ತು. 'ನಡೀ ಇಲ್ಲಿ ಹೋಗೋಣ' ನಾನು ಹೇಳಿದಾಗ ಮೂರ್ತಿ ಕೊಂಚ ಅನುಮಾನಿಸಿದ. "ಇಲ್ಲ... ಅವಿ..."

"ಯಾಕೋ ಮೂರ್ತಿ ಅನುಮಾನ? ಹದಿನೈದು ವರ್ಷದ ನಂತರದ ಭೇಟಿ ಅಲ್ವೇನೋ ಇದು. ಒಟ್ಟಿಗೆ ಊಟ ಮಾಡುವುದೂ ಬೇಡವೇ?"

"ನಿನ್ನ ಮಾತೇನೋ ಸರಿಯಪ್ಪಾ ಆದರೆ... ಆದರೆ..." ಮೂರ್ತಿಯ ಸ್ವರ ತಗ್ಗಿತು. ತನ್ನ ಜೋಬು ತಡವಿಕೊಂಡು ಅತ್ತಾ ಕಡೆ ನೋಡಿದ.

"ಯೋ ಅಣಾ ನಿನ್ನ ಕೈಯಲ್ಲಿ ಬಿಲ್ ಕೊಡಿಸೋದಾಗಿದ್ರೆ ನಾನು ಬಲವಂತ ಮಾಡಿ ಇಲ್ಲಿಗೆ ನಿನ್ನ ಹೀಗೆ ಎಳ್ಕೊಂಡು ಬರ್ತಿದ್ನೇನೋ? ಏನು ಬೇಕೋ ತೊಗೋ ಲೆಟ್ಸ್ ಹ್ಯಾವ್ ಫನ್ ಬಾರೋ" ಎಂದು ನಕ್ಕೆ.

ಮೂರ್ತಿಯೂ ನಕ್ಕ. ಅದೇನು ಹೊಕ್ಕಿತ್ತೋ ನನ್ನ ತಲೆಯೊಳಗೆ ಏನೋ ಅನಿರ್ವಚನೀಯ ಮಜಾ ಬರತೊಡಗಿತ್ತು. ಎಂದೂ ಇಲ್ಲದ ವಿಚಿತ್ರ ಖುಶಿ. ಅವನೊಬ್ಬ ಗೆಳೆಯ ನಾನು ಅವನ ಅವಿನಾಶ! ಅಷ್ಟು ಸಾಕಲ್ಲ ಇವತ್ತಿನ ಟೈಮ್‌ಗೆ ಎಲ್ಲೆಲ್ಲಿಯದೋ ವಿಷಯ ಹೆಕ್ಕಿ ತೆಗೆದು ಹರಟೆಗೆ ಮೊದಲಿಟ್ಟೆ. ಕ್ರಿಕೆಟ್ಟು, ರಾಜಕೀಯ, ಸಿನಿಮಾ ಸಾಕಲ್ಲ! ಎರಡು ಬೀರ್ ಖಾಲಿಯಾಗಲು ಎಷ್ಟು ಹೊತ್ತು ಬೇಕು?

ಹೆಚ್ಚು ಕಡಿಮೆ ನನ್ನಷ್ಟೇ ವರ್ಷ ಇರಬೇಕವನಿಗೆ ಅಥವಾ ಸ್ವಲ್ಪ ಹೆಚ್ಚೇನೋ? ಮೂರ್ತಿ ಬಲು ಮಾತುಗಾರನೇ ಹೊರಟಿದ್ದು ಇನ್ನಷ್ಟೂ ಕಳೆ ಏರಿಸಿತ್ತು ಊಟಕ್ಕೆ. ಮಾತುಗಾರ. ಸಮಯ ಕಳೆಯಲು ಇರಬೇಕಿಂಥವರು ಜೊತೆಗಾರರು.

"ಅವಿ... ಕಾಲೇಜಿನ ಆ ದಿನಗಳು... ಅ ಸ್ವಚ್ಛಂದ ಕ್ಷಣಗಳು... ಆ ನಿಶ್ಚಿಂತ ಜೀವನ ಎಲ್ಲಿ ಹೇಗೆ ಮಾಯವಾಯಿತೋ ಅನಿಸಲ್ವಾ?" ಮೂರ್ತಿಯ ಕಣ್ಣುಗಳು ಮಿಂಚಿದವು.

"ಹೂಂ ನನಗೂ ಅಷ್ಟೇ" ಎಂದೆ ಚುಟುಕಾಗಿ. ಮೂರ್ತಿ ಕಾಲೇಜಿನ ಇನ್ನಷ್ಟು ವಿವರಗಳನ್ನು ಕೇಳದೆ ಬೇರೆಯೇ ಮಾತನಾಡಲಿ ಎನಿಸಿತು. ಯಾಕೆಂದರೆ ನಾನ್ಯಾವ ಕಾಲೇಜಿನ ಕಟ್ಟೆಯನ್ನೂ ಏರಿದವನಲ್ಲ! ಆದರೀಗ ನಾನು ಶುರು ಮಾಡಿದ ಹುಚ್ಚು ಪ್ರಸಂಗ ಅರ್ಧದಾರಿಗೆ ಬಂದಾಯ್ತು. ಸುಸೂತ್ರವಾಗಿ ಮುಗಿದರೆ ಸಾಕು.

"ಮೂರ್ತಿ ನಿನ್ನ ಆರೋಗ್ಯ ಸರಿ ಇಲ್ಲವಾ? ಏನ್ ಕತೆ" ಎಂದೆ.

ಮೂರ್ತಿ ತಲೆ ತಗ್ಗಿಸಿ ನಿಟ್ಟುಸಿರು ಹಾಕಿದ. "ಅವಿ... ನನ್ನ ಜಾಬ್ ಹೋಯಿತು. ನಿನಗೆ ಗೊತ್ತಿರಲಿಕ್ಕಿಲ್ಲ ನಾನು... ನಾನು"

"ಹೌದೇನೋ? ಸೋ ಸಾರಿ... ಆದರೆ ಜಾಬ್ ಹೋಗಲು ಕಾರಣ?" ತನ್ನಷ್ಟಕ್ಕೇ ಎಂಬಂತೆ ಮೂರ್ತಿ ಮಾತಾಡಿದ. "ಯಾವ ಗಳಿಗೆಯಲ್ಲೋ ಏನೋ... ಅದು ಹೇಗೆ ನನಗೆ ತಗಲ್ತೊ ಜೂಜು, ಲಾಟರಿ ಹುಚ್ಚಿಗೆ ಬಿದ್ದೆ, ಅದರಲ್ಲಿ ನಾನು ಹಾಕಿದ್ದು ಮತ್ತೆ ಕಳೆದದ್ದು ಅಷ್ಟಿಷ್ಟು ದುಡ್ಡಲ್ಲ ಸಾವಿರ ಸಾವಿರಗಟ್ಲೆ ಲಕ್ಷ ಮೀರಿ ಅದೃಷ್ಟ ಕೈ ಕೊಟ್ಟು. ಸಾಲ ಮಾತ್ರ ಕಾಲಿನಿಂದ ತಲೆಯವರೆಗೂ ಮುಳುಗಿಸ್ತು"

ಅಷ್ಟರಲ್ಲಿ ಊಟ ಬಂತು. ಮೂರ್ತಿ ಉಂಡ ರೀತಿಯನ್ನು ನೋಡಿದರೆ ಅವನದು ಭಯಂಕರ ಹಸಿವೇ ಎನ್ನಿಸಿತು. ಪೂರ್ ಫೆಲೋ... ಕೊನೆಯ ಪೆಗ್ ಇಳಿಯುತ್ತಿದ್ದಾಗ ಕುಡಿಯುವಾಗ ಮೂರ್ತಿ ಫಕ್ಕನೆ ಹೇಳಿದ.

"ಅವಿನಾಶ್ ಕಾಲೇಜಿನಲ್ಲಿ ಸೌದಾಮಿನಿ ಎಂಬ ಕ್ಲಾಸ್‌ಮೇಟ್ ಇದ್ದಳು ನೆನಪಿದೆಯಾ?"

"ನನಗೆಲ್ಲಿಂದ ಗೊತ್ತವಳು? ಆದರೂ ನಾಟಕ ಮುಂದುವರಿಸಬೇಕಿತ್ತಲ್ಲ. ಕತ್ತಲಲ್ಲಿ ಅಂದಾಜು ಮಾಡ್ತಾ ಬಾಣ ಬಿಟ್ಟೆ "ಅದೇ ಆ ಉದ್ದ ಕೂದಲಿನ ತೆಳು ಹುಡುಗಿ ಅಲ್ವಾ. ಏನಾಯಿತವಳಿಗೆ?"

ಮೂರ್ತಿ ನಕ್ಕ. "ಹ ಹಾಹಾ ಅವಳಿಗೇನೂ ಆಗ್ಲಿಲ್ಲ. ನಂದು ಅವ್ಳದು ಲವ್ ಮ್ಯಾರೇಜ್ ಆಯ್ತಷ್ಟೆ."

ನಾನೂ "ಯೋ ನೀನ್ ಲಕ್ಕಿ ಬಿಡು ಕಣೋ... ಅಷ್ಟು ಚೆಂದುಳ್ಳಿ ಹುಡುಗಿ ಹೆಂಡತಿ ಸಿಕ್ಕಿದ್ಳಲ್ಲ ಮತ್ತಿನ್ನೇನು?" ಎಂದ.

ಮೂರ್ತಿ ತನ್ನ ಕೈ ಬೆರಳುಗಳ ನೆಟಿಗೆ ಮುರಿದ 'ನನ್ನ ಅದೃಷ್ಟ ಏನಿತ್ತೋ ಯಾರಿಗ್ಗೊತ್ತು ಅವಳದು ಮಾತ್ರ ಖಂಡಿತ ಕೆಟ್ಟದಿತ್ತು ಅವಿ... ನನ್ನಂಥವನನ್ನು ಕಟ್ಟಿಕೊಂಡು ಅವಳು ಸುಖಪಡಲಿಲ್ಲ. ಅವಳನ್ನು ಚೆನ್ನಾಗಿ ನೋಡಿಕೊಳ್ಳೋದು ನಾನು ಮಾಡಲೇ ಇಲ್ಲ. ಆದರೆ ಹಾಗಾಗಲಿಲ್ಲ... ಲಾಟರಿಯ ಹುಚ್ಚು ನನ್ನ ನೆತ್ತಿಗೇರಿ ಎಲ್ಲ ಅಂದರೆ ಎಲ್ಲಾನೂ ಹಾಳ್ ಮಾಡ್ದೆ ನಾನು" ಎಂದ. ಆ ಅವನ ದನಿ ಅಳುಬುರುಕ ಅನಿಸಿತು.

ಅವನ ಹೆಂಡತಿ ಅನ್ನುವ ಸೌದಾಮಿನಿ ಹೇಗಿರುವಳೋ ಏನೋ ಅಂತ ಕುತೂಹಲವಾಯಿತು. ನಿಜಕ್ಕೂ ಅವಳೂ ಒಳ್ಳೆಯ ಹೆಣ್ಣಾಗಿದ್ದರೆ ಇಂವನಂಥವನ ಪಾಲಾಗಬಾರದಿತ್ತು ಎಂಬ ಅನಿಸಿಕೆ ನನ್ನಲ್ಲಿ ಮೂಡಿತು. ಮೂರ್ತಿ ಕಹಿ ಬೇವಿನೆಣ್ಣೆ ಕುಡಿದಂಥ ಮುಖ ಹೊತ್ತು ಕಿಟಕಿಯಾಚೆ ನೋಡುತ್ತ ಕುಳಿತಿದ್ದ.

ಊಟ ಮುಗಿದಿತ್ತು. ನಾವಲ್ಲಿಗೆ ಬಂದು ಒಂದೂಕಾಲು ಗಂಟೆಯ ಮೇಲಾಗಿತ್ತು. ಯಾಕೋ ಬೇಸರ ಬಂದಂತನಿಸಿತು. ನಾನು ಬಯಸಿದ್ದು ಒಂದು ಜಾಲಿ ಕಂಪೆನಿ ನಗು ನಗುತ್ತ ಹರಟೆಗೆ ಜೊತೆ ಕೊಡೊ ಕಂಪೆನಿಯನ್ನು. ಇವನದೋ ಇದೀಗ ಬರೀ ಗೋಳು ಶುರುವಾಯ್ತಲ್ಲ!

ಅದರೊಂದಿಗೆ ಒಂದು ಅನುಮಾನ ಮೂಡಿತು. 'ತನ್ನ ಕಷ್ಟ-ನೋವು ತೋಡಿಕೊಂಡು ಸಾಲ ಕೇಳುವ ಪೀಡೆಯೋ ಇವನು?' ನನ್ನಿಂದ, ಅದೂ ನನ್ನಂಥವನಿಂದ ಇವನು ಹಣ ಗಿಟ್ಟಿಸೋದು ಈ ಜನ್ಮದಲ್ಲೂ ಅಸಾಧ್ಯ. ಇನ್ನು ಎದ್ದು ಹೊರಟುಬಿಡೋದೆ ಸರಿಬಿಡು ಎನಿಸಿ ವೇಟರನನ್ನು ಕರೆದು ಬಿಲ್ ತರಲು ತಿಳಿಸಿದೆ.

"ಅವಿ ನನ್ನ ಮನೆಗೊಮ್ಮೆ ಬಾರೋ ಕರ್ಕೊಂಡು ಹೋಗ್ತೀನಿ?" ಮೂರ್ತಿ ನಯವಾಗಿ ಆತ್ಮೀಯವಾಗಿ ಕರೆದ.

'ಬಾಪ್‌ರೇ... ನಾನೇನೋ ಮೋಜು ಮಜಾ ಎಂದು ಈ ಆಟ ಶುರುಮಾಡಿದರೆ ಇವನು ನನ್ನನ್ನು ಅವಿನಾಶ ಅಂತಲೇ ತಿಳಿದು 'ಮನೆಗೆ ನಡಿ' ಎನ್ನುತ್ತಿದ್ದಾನೆ! ಹೇಗೆ ತಪ್ಪಿಸಿಕೊಳ್ಳಲಿ? ಇದೊಳ್ಳೆ ಪೇಚಿಗೆ ಸಿಕ್ಕಿಕೊಂಡೆನಾ ಏನು ಕತೆ ಈಗೇನು ಮಾಡ್ಲಿ?

"ನೀನು ಹತ್ತೆ ಹತ್ನಿಮಿಷ ಬಾರೋ ಅವೀ. ನೀ ಬಂದ್ರೆ ಮಿನಿಗೂ ತುಂಬ ಖುಷಿಯಾಗುತ್ತೆ. ಹದಿನೈದು ವರ್ಷದ ಅನಂತರ ನಿನ್ನನ್ನು ನೋಡೋದಲ್ವ ಅವ್ಳು?' ಮೂರ್ತಿ ಮತ್ತೆ ಒತ್ತಾಯಿಸಿದ.

ನಾನು ತಕ್ಷಣವೇ ನಿರ್ಧರಿಸಿದೆ. 'ಈ ಸೌದಾಮಿನಿ ಅನ್ನುವವಳು ಹೇಗಿದ್ದಾಳೋ ಒಮ್ಮೆ ನೋಡಿ ಬಂದರೆ ಹೇಗೆ'

"ಆಯ್ತು ಆದರೆ ನನ್ನನ್ನು ಬೇಗ ರಿಲೀವ್ ಮಾಡಬೇಕು ನೀನು. ಕೆಲಸವಿದೆ." ಎಂದೆ.

ಮೂರ್ತಿಯ ಮುಖ ಅರಳಿತು. "ಅವಿ ಒಂದೇ ನಿಮಿಷ... ರೆಸ್ಟ್ ರೂಮಿಗೆ ಹೋಗಿ ಬಂದು ಅವಳಿಗೆ ಫೋನ್ ಮಾಡ್ತೀನಿ ಸೌದಾಮಿನಿಗೆ - ನಿನ್ನನ್ನು ಮನೆಗೆ ಕರ್ಕೊಂಡು ಬರ್ತಾ ಇದ್ದೀನಿ ಎಂದು ಫೋನ್ ಮಾಡ್ತೀನಿ. ಇಲ್ಲ ಅವಳು ಅಕಸ್ಮಾತ್ ಹೊರಗೆಲ್ಲಾದರೂ ಹೋಗಿದ್ದರೆ ಕಷ್ಟ" ಎಂದ.

"ಸರಿ ಹಾಗೇ ಮಾಡು."

ಮೂರ್ತಿ ಹೊಟೇಲಿನ ರೆಸ್ಟ್ ರೂಮಿನ ಕಡೆ ನಡೆದ. ನಾನು ಸಿಗರೇಟು ಅಂಟಿಸಿ, ಇದುವರೆಗೆ ಕಳೆದು ಹೋದ ಸಮಯದ ಬಗ್ಗೆ ಯೋಚಿಸಿದೆ. ನನಗೆ ಆಗಿದ್ದು ಖುಷಿಯೋ ಇನ್ನೇನೋ ಒಂದೂ ಡಿಸೈಡ್ ಆಗಲೇ ಇಲ್ಲ.

"ಸರ್ ಬಿಲ್" ವೇಟರ್ ಟ್ರೇಯಲ್ಲಿ ಬಿಲ್ ಇದ್ದ ಶೀಟ್ ಮಡಚಿಟ್ಟ ಪೌಚ್ ಇಟ್ಟುಕೊಂಡು ನಿಂತಿದ್ದ. ನನ್ನಂಥವನಿಗೆ ಕ್ರೆಡಿಟ್ ಕಾರ್ಡು ಯಾವ ಬ್ಯಾಂಕ್ ಕೊಡುತ್ತೆ? ನಂದೆಲ್ಲ ಕ್ಯಾಶ್ ವ್ಯವಹಾರವೇ.

"ಹೂಂ ತೊಗೊಳ್ಳಪ್ಪ" ಎನ್ನುತ್ತ ಜೋಬಿನಲ್ಲಿದ್ದ ಪರ್ಸ್ ಎತ್ತಿಕೊಳ್ಳಹೋದೆ

ಪರ್ಸಿಲ್ಲ! ಶಾಕ್ ತಟ್ಟದೇ ಇದ್ದೀತೆ?. ಅರೆ ಎಲ್ಲಿ ಬಿತ್ತು? ದಾರಿಯಲ್ಲೆಲ್ಲಾದರೂ ಬೀಳಿಸಿಕೊಂಡೆನೆ? ಅಂಥವನಲ್ಲ ನಾನು! ಅತ್ತಿತ್ತ ನೋಡಿದೆ. ವೇಟರ್ ಬೇರೆ ನನ್ನನ್ನೇ ಕಾಯುತ್ತಿದ್ದ. ಬೇರೆ ಜೇಬುಗಳಲ್ಲಿದ್ದ ದುಡ್ಡು ಒಟ್ಟುಗೂಡಿಸಿ ಬಿಲ್ ತೆತ್ತೆ. ಯಾಕೋ ಭಯಂಕರ ಸಿಟ್ಟು ಆಶ್ಚರ್ಯ ಉಕ್ಕಿ ಬಂದವು. ನಾನೆಂದೂ ಈ ರೀತಿ ಹಣ ಕಳೆದುಕೊಂಡವನೇ ಅಲ್ಲ. ಇವತ್ತೇನಾಯ್ತು? ಈ ಮೂರ್ತಿ ರೆಸ್ಟ್ ರೂಮಿಂದ ಬಂದ್ರೆ ಏನೋ ನೆಪ ಕೊಟ್ಟು ಅವನ ಜೊತೆ ಬರಲ್ಲ ಅಂತ ಹೇಳಿಬಿಡಬೇಕು. ಅವನ ಮನೆಯಿಂದ ವಾಪಸ್ ಹೋಗಲಿಕ್ಕೂ ಆಟೋಗೆ ದುಡ್ಡಿಲ್ಲ ನನ್ನ ಹತ್ರ!

ಎರಡು ನಿಮಿಷ ಕಳೆದು ನಾನೇ ರೆಸ್ಟ್ ರೂಮ್ ಹತ್ತಿರ ಹೋಗಿ ಹೇಳಿದರಾಯ್ತು ಅಂತ ಹೊರಟೆ. ಹಿಂದಿನಿಂದ ಯಾರೋ ಧಾವಿಸಿ ಬಂದರು. ಮೂರ್ತಿ ಬಂದನಾ ಹಾಗಾದರೆ ಎಂದು ಅತ್ತ ನೋಡಿದೆ. ನಮಗೆ ಊಟ ಸರ್ವ್ ಮಾಡಿದ್ದ ವೇಟರ್ ನಿಂತಿದ್ದ. ಅವನ ಕೈಯಲ್ಲಿ ನನ್ನ ಪರ್ಸು!

"ಸಾರ್ ನಿಮ್ಮ ಜೊತೆ ಕೂತು ಊಟ ಮಾಡಿದರಲ್ಲ ಅವರು ನಿಮಗಿದನ್ನು ಕೊಡು ಎಂದು ಹೇಳಿ ಕೊಟ್ಟು ಹೋದ್ರು, ತೊಗೊಳ್ಳಿ" ಎಂದು ಅದನ್ನು ಮುಂಚಾಚಿದ. ತತ್‌ಕ್ಷಣ ಮಿಂಚು ಹೊಳೆದಂತನಿಸಿತು. ಮನಸ್ಸು ಕ್ಷಣದಲ್ಲಿ ಸಾವಿರ ಲೆಕ್ಕಾಚಾರ ಹಾಕಿತು. ವಿಸ್ಮಯವಾಗಲಿಲ್ಲ... ಮೂರ್ತಿಯ ನಿಜಸ್ವರೂಪ ಮೆದುಳಲ್ಲಿ ಹೊಳೆದ ಲಕ್ಷಣ!

ಬಿಡಿಸಿ ನೋಡಿದೆ. ಆಶ್ಚರ್ಯವಾಗಲಿಲ್ಲ... ಒಂದು ಬಿಡಿಗಾಸೂ ಅದರೊಳಗಿಲ್ಲ. ಚೀಟಿಯೊಂದು ಅಚ್ಚುಕಟ್ಟಾಗಿ ಮಡಿಸಿಕೊಂಡು ಕೂತಿತ್ತು, ತೆರೆದು ನೋಡಿದೆ.

ಹಲ್ಲು ಕಿರಿಯುವ ಮಂಗವೊಂದನ್ನು ಸ್ಕೆಚ್ ಪೆನ್ನಿನಲ್ಲಿ ಬಿಡಿಸಿ ಅದರಡಿಯಲ್ಲಿ ಬರೆದಿದ್ದ.

"ಭಾಯಿ ಹೇಗಿತ್ತು ಆಟ?! ಅವಿನಾಶನೋ ಸವಿನಾಶನೋ ಯಾವ ನಾಶನೂ ನಂಗೊತ್ತಿಲ್ಲ. ನಿನ್ನ ನಾಟಕದಲ್ಲಿ ನಾನೂ ಒಂದು ರೋಲ್ ಮಾಡಿದೆ ಅಷ್ಟೆ. ನನಗೆ ಹಣ ಬೇಕೇ ಬೇಕಿತ್ತು ಇವತ್ತು, ನಿನ್ನಿಂದ ದಕ್ಕಿತು! ಇನ್ನಿವತ್ತಿಗೆ ಬೇರೆ ಬೇಟೆ ಬೇಕಿಲ್ಲ. ಅಂದ್ಹಾಗೆ ನನ್ನ ಹೆಸರು ಮೂರ್ತಿ ಅಲ್ಲ, ಕಾಲೇಜು ಮುಖವನ್ನೇ ಕಂಡವನಲ್ಲ ನಾನು ಸೌದಾಮಿನಿ ಯಾವಳೋ ನಂಗೂ ಗೊತ್ತಿಲ್ಲ. ನಾ ಮಾತ್ರ ನಿನ್ನ ವೃತ್ತಿಬಾಂಧವ ಅಂತಿಟ್ಕೋ ಸಾಕು... ಹಹಹಹ... ಬರಲೇ ಭಾಯಿ?"

ಅಡಿಯಲ್ಲಿ 'ಗುಳ್ಳೆ ನರಿ' ಯ ಚಿತ್ರವನ್ನು ಬಿಡಿಸಿದ್ದ. ನಾನು ನೋಡುತ್ತಲೇ ನಿಂತಿದ್ದೆ!

ಭಾವನೆಗಳ ಜಗತ್ತಿನ ಅನೂಹ್ಯ ಅನಾವರಣ

ಶ್ರೀಮತಿ ಜಯಶ್ರೀ ದೇಶಪಾಂಡೆ ಅವರು ಭಾಷೆಯನ್ನು ಮೀರಿ ಅದರಾಚೆಗೂ ಒಂದು ದಿವ್ಯವಾದ ಅನುಭವವನ್ನು ಕಟ್ಟಿಕೊಡುವ ಅದ್ಭುತ ಕಥೆಗಾರರು. ಅವರ ಲೇಖನಿಗೆ ಒಂದು ಪ್ರಾಂಜಲ ಮನಸಿದೆ. ಭಾವವೇ ಆವಿರ್ಭವಿಸಿ ಅಕ್ಷರಗಳ ರೂಪ ಪಡೆದು ಕಥೆಯಾಗಿಸಿ ಕಣ್ಣೆದುರು ತಂದು ನಿಲ್ಲಿಸುವ ಅದಾವುದೋ ಶಕ್ತಿ ಇದೆ. ಅನುಭವಗಳೆಲ್ಲ ಸಮರ್ಥವಾಗಿ ಅಭಿವ್ಯಕ್ತವಾಗಬಹುದು ಅನ್ನುವ ಮಾತಿದೆ. ಆದರೆ ಅನುಭವಕ್ಕೂ ನಿಲುಕದ ಅದೆಷ್ಟೋ ಸಂಗತಿಗಳಿಗೂ ಅಭಿವ್ಯಕ್ತವಾಗಿಸುವ ಅನನ್ಯ ಕಟ್ಟುವಿಕೆ ಅವರ ಲೇಖನಿಗಿದೆ. ಇದು ಕಾರಣ ನಮಗೆ ಜಯಶ್ರೀ ದೇಶಪಾಂಡೆಯವರ ಕಥೆಗಳಲ್ಲಾಗುವುದು ವಿಶ್ವದರ್ಶನ !! ಈ ಜಗತ್ತಿನ, ಮಾನವ ಜಗತ್ತಿನ ಅಥವಾ ಭಾವನೆಗಳ ಜಗತ್ತಿನ ಅನೂಹ್ಯ ಅನಾವರಣ. ಸಂಬಂಧಗಳ ಸೂಕ್ಷ್ಮತೆಗಳನ್ನು ಪದಗಾಣಿಸುವ ಅವರ ಕುಸುರಿ ಕೆಲಸ ಅಪರೂಪದ್ದು. ಇವತ್ತಿಗೆ ಅದು ಅನಿವಾರ್ಯವೂ ಹೌದು. ಭಾವನೆಯೇ ಅಭಾವವಾಗುತ್ತಿರುವ ಈ ಹೊತ್ತಿನಲ್ಲಿ ಅವುಗಳನ್ನು ಪಕ್ಕದಲ್ಲಿ ಕುಳಿತು ಹೇಳಬೇಕಾದ ಅವಶ್ಯಕತೆ ಇದೆ. ಅಲ್ಲೆಲ್ಲೋ ಕಾಣುತ್ತಿರುವ ಮರೀಚಿಕೆಯ ಹಿಂದೆ ಓಡುತ್ತಿರುವ ಮನುಷ್ಯನ ಬದುಕಿಗೆ ಇದು ದಿಕ್ಸೂಚಿ ಆಗಬೇಕಿದೆ. ಅವೆಲ್ಲವನ್ನೂ ಸಾಧ್ಯವಾಗಿಸುವ ಶಕ್ತಿ ಇವರ ಲೇಖನಿಗಿದೆ.

"ಬಿಂಬ" ಪ್ರತಿಬಿಂಬವಾಗಿ ನಮ್ಮೆದೆಯೊಳಗೆ ಕುಳಿತುಬಿಡುವ ಅನೇಕ ಕಥೆಗಳನ್ನು ಒಳಗೊಂಡಿದೆ. ಒಂದೊಂದು ಕಥೆಯಲ್ಲೂ ವಿನೂತನ ಪ್ರಯೋಗ... ವಿಶೇಷ ಪ್ರಯಾಣ. ಈ ಭಾವಲೋಕದೊಳಗೆ ವಿಹರಿಸಿ ಬಂದಾಗಲಷ್ಟೇ ನಮಗೆ ಅಸೀಮ ಅನುಭವದ ಅಪರಿಮಿತ ಆನಂದ ದಕ್ಕುವುದು. ಅದಲ್ಲದೆ ಅವರ ಲೇಖನಿಯಿಂದ ಮೂಡಿಬಂದ ಎಲ್ಲ ಪ್ರಕಾರಗಳಿಗೂ ಹೊಸತನವಿದೆ. ಮಾದರಿಗಳಿವೆ. ಅನುಸರಿಸುವ ಅನುಭವಿಸುವ ಈ ತಲೆಮಾರಿನ ಅನುರಣನವಿದೆ.

ಅವರು ಪ್ರಪಂಚ ಪರ್ಯಟನೆ ಮಾಡುತ್ತಲೇ ಇರಲಿ. ಬರೆವ ಕೈಗಳಿಗೆ ಕಸುವು ತುಂಬಲಿ.

ಶ್ರೀಮತಿ ಜಯಶ್ರೀ ದೇಶಪಾಂಡೆ ಅವರು ನನ್ನ ಪ್ರೀತಿಯ ಜಯಕ್ಕ ಆಗಿದ್ದು ಅವರ ಸರಳ ವಿರಳ ಹಾಗೂ ಸಜ್ಜನಿಕೆಯ ವ್ಯಕ್ತಿತ್ವದಿಂದಾಗಿ. ಅವರ ಕಥೆಗಳಿಗೆ ದನಿಯಾಗುವ ಭಾಗ್ಯ ನನ್ನದಾಗಲಿ.

ನಮಸ್ಕಾರ

– ಬಾನಿ

(ಭವಾನಿ ಲೋಕೇಶ್ ಮಂಡ್ಯ)

ಪಂಚಮಿ

ಪಂಚಮಿ ಮೀಡಿಯಾ ಪಬ್ಲಿಕೇಷನ್ಸ್
ಬೆಂಗಳೂರು

ನಮ್ಮ ಪ್ರಕಟಣೆಗಳು

---

1. ಕಲಾವಿದರ ಕಥಾನಕ (ಜೀವನ ಕಥನ) ಲೇ: ಕಗ್ಗೆರೆ ಪ್ರಕಾಶ್ – 350/–
2. ಅಮ್ಮನ ಆಟೋಗ್ರಾಫ್ (ಕಥೆಗಳು) ಲೇ: ಶ್ರೀಧರ ಬನವಾಸಿ – 125/–
3. ಭುವಿಬಾಲೆ (ಕವಿತೆಗಳು) ಲೇ: ಕಗ್ಗೆರೆ ಪ್ರಕಾಶ್ – 130/–
4. ಮಂಕುಮಡೆಯನ ಕೊಂಕು ನುಡಿಗಳು (ಕವಿತೆಗಳು) ಲೇ:ವೀರಭದ್ರ –60/–
5. ಮಾಧ್ಯಮ ಶೋಧ (ಅಂಕಣ ಬರಹಗಳು) ಲೇ: ಸಿಬಂತಿ ಪದ್ಮನಾಭ ಕೆವಿ –130/–
6. ವೈಶಾಲಿ ಕಾಸರವಳ್ಳಿ ಸಂಕಥನ (ಆತ್ಮಕತೆ) ಲೇ : ನಿಖಿತಾ ಅಡವೀಶಯ್ಯ – 110/–
7. ಬಲಿಹಾರ (ಕಾದಂಬರಿ) ಲೇ: ಚೀಮನಹಳ್ಳಿ ರಮೇಶಬಾಬು – 125/–
8. ದೇವರ ಜೋಳಿಗೆ (ಕಥಾಸಂಕಲನ) ಲೇ: ಶ್ರೀಧರ ಬನವಾಸಿ – 150/–
9. ನೆರೆಯವರ ಕಥೆಗಳು (ತೆಲುಗಿನ ಶ್ರೇಷ್ಠ ಕತೆಗಳ ಅನುವಾದ) ಲೇ:ವೀರಭದ್ರ – 60/–
10. ತಿಗರಿಯ ಹೂಗಳು (ಕವಿತೆಗಳು) ಲೇ: ಶ್ರೀಧರ ಬನವಾಸಿ – 100/–
11. ವಿಶ್ವ ಕ್ರಿಕೆಟ್‌ನಲ್ಲಿ ಕರ್ನಾಟಕದ ಆಟಗಾರರು (ಜೀವನಕತೆ) ಲೇ: ಚನ್ನಗಿರಿ ಕೇಶವಮೂರ್ತಿ – 400/–
12. ಬ್ರಿಟಿಷ್ ಬಂಗ್ಲೆ (ಕತೆಗಳು) ಲೇ: ಶ್ರೀಧರ ಬನವಾಸಿ – 180/–
13. ಓ ಹೆನ್ರಿ ಕತೆಗಳು (ಅನುವಾದ) ಲೇ. ಪ್ರೊ.ಎನ್ ಎಸ್ ಶಂಕರ್ – 180/–
14. ಬೇರು (ಕಾದಂಬರಿ) ಲೇ: ಶ್ರೀಧರ ಬನವಾಸಿ – 400/–
15. ಹೇಳೇ ಸಖಿ ಕೇಳೋ ಸಖ (ಪತ್ರಸಾಹಿತ್ಯ) ಲೇ: ಕಗ್ಗೆರೆ ಪ್ರಕಾಶ್ – 180/–
16. ವೃಕ್ಷಮಾತೆ ತಿಮ್ಮಕ್ಕ (ಜೀವನ ಕಥನ ನಾಟಕ) ಲೇ: ಶ್ರೀಧರ ಬನವಾಸಿ – 100/–
17. ಭಾರತ ರತ್ನ ಸಚಿನ್ ತೆಂಡೂಲ್ಕರ್ (ಜೀವನ ಕಥನ) ಲೇ: ಚನ್ನಗಿರಿ ಕೇಶವಮೂರ್ತಿ – 400/–
18. ಭಾವಕ್ಕೆ ತಕ್ಕಂತೆ (ಕವಿತೆಗಳು) ಲೇ: ಅನಿತಾ ನಾಡಿಗ್ – 100/–
19. ತೆರೆದ ಕಿಟಕಿ (ಕವಿತೆಗಳು) ಲೇ. ಕೆ ಎಸ್ ಮರಿಯಯ್ಯಸ್ವಾಮಿ – 100/–
20. ಬಿತ್ತಿದ ಬೆಂಕಿ (ಕವಿತೆಗಳು) ಲೇ: ಶ್ರೀಧರ ಬನವಾಸಿ – 150/–
21. ಡಜನ್ನಿಗೆ ಹದಿಮೂರು (ವಿಶ್ವ ಜನಪದ ಕಥೆಗಳು) ಲೇ: ಡಾ.ಎಮ್‌ಎಸ್‌ಎಸ್ ಮೂರ್ತಿ – 240/–
22. ಹಾಲಕ್ಕಿ ಕೋಗಿಲೆ (ಸುಕ್ರಜ್ಜಿಯ ಜೀವನ ಚಿತ್ರಣ) ಲೇ: ಅಕ್ಷತಾ ಕೃಷ್ಣಮೂರ್ತಿ – 140/–
23. ನಾನು ದೀಪ ಹಚ್ಚಬೇಕೆಂದಿದ್ದೆ (ಕವಿತೆಗಳು) ಲೇ: ಅಕ್ಷತಾ ಕೃಷ್ಣಮೂರ್ತಿ – 110/–
24. ವೈಷ್ಣವ ಸಂತರು (ಶ್ರೀ ಚೈತನ್ಯ ಮಹಾಪ್ರಭುಗಳ ಭಕ್ತಪರಂಪರೆ) ಲೇ: ಶ್ರೀಧರ ಬನವಾಸಿ – 300/–
25. ಸಾಂವಿ (ಕುಂದರನಾಡಿನ ಕಥೆಗಳು) ಲೇ. ಸುರೇಶ ಮುದ್ದಾರ – 120/–
26. ಅಜ್ಜ ನೆಟ್ಟ ಹಲಸಿನ ಮರ (ಕಥೆಗಳು) ಲೇ. ಸತೀಶ್ ಶೆಟ್ಟಿ ವಕ್ವಾಡಿ – 120/–
27. ವೈದ್ಯ ಅರಿತ ಬದುಕಿನ ಸತ್ಯಗಳು (ಜೀವನಾನುಭವದ ಚಿಂತನೆಗಳು) ಲೇ: ಡಾ.ಟಿವಿ ಚಂದ್ರಶೇಖರ್ – 130/–
28. ಅಂಧರ ಜ್ಞಾನಜ್ಯೋತಿ (ಲೂಯಿಬ್ರೈಲ್ ಜೀವನ ಕಥನ) ಲೇ: ಡಾ.ಎಮ್‌ಎಸ್‌ಎಸ್ ಮೂರ್ತಿ – 100/–
29. ಪುಷ್ಪಗಂಧಿ (ಎಮ್ ಎನ್ ವ್ಯಾಸರಾವ್ ಅವರ ಸಮಗ್ರ ಕತೆಗಳು) ಸಂ: ಕಗ್ಗೆರೆ ಪ್ರಕಾಶ್ –ಶ್ರೀಧರ ಬನವಾಸಿ – 500/–
30. ಅಗ್ನಿಶಿಖೆ (ಎಮ್ ಎನ್ ವ್ಯಾಸರಾವ್ ಅವರ ಸಮಗ್ರ ಕವಿತೆಗಳು) ಸಂ: ಕಗ್ಗೆರೆ ಪ್ರಕಾಶ್ –ಶ್ರೀಧರ ಬನವಾಸಿ – 600/–
31. ಕಾಲದ ಹಾದಿ (ಕವಿತೆಗಳು) ಲೇ: ನಂದೀಶ್ ಕುಮಾರ್ – 100/–
32. ಬಣ್ಣಗಳು ಮಾತಾಡಲಿ (ಪಿಚ್ಚೆನಿಕಾಡು ಇಳಂಗೊ ಕವಿತೆಗಳು) ಅನು: ಡಾ.ಮಲರ್ ವಿಳಿ ಮತ್ತು ದಿವ್ಯದರ್ಶಿನಿ – 160/–
33. ಶ್ರೀ ಆದಿನಾಥ ವೈಭವ (ಜಿನಸಹಸ್ರನಾಮ ಸ್ತುತಿ) ಲೇ. ವೀಣಾ ರಘುಚಂದ್ರ ಶೆಟ್ಟಿ – 300/–
34. ಪೂರ್ಣಚಂದ್ರನಿಗೆ ಮುಖವಾಡವಿಲ್ಲ (ಕವಿತೆಗಳು) ಲೇ: ಶ್ರೀಧರ ಬನವಾಸಿ – 120/–

35. ಅತ್ತರ್ (ಕತೆಗಳು) ಲೇ: ಕೆ.ನಲ್ಲತಂಬಿ – 140/–
36. ಲೋಟಸ್ ಪಾಂಡ್ (ಕಾದಂಬರಿ) ಲೇ: ತಾರಾ ಭಟ್ – 140/–
37. ಆರದಿರಲಿ ಬೆಳಕು (ವ್ಯಕ್ತಿತ್ವ ವಿಕಸನದ ಚಿಂತನೆಗಳು) ಲೇ. ಮಹಾದೇವ ಬಸರಕೋಡ – 150/–
38. ಬದುಕಿರುವುದೇ ಓದಿ ಬರೆಯಲಿಕ್ಕೆ (ವಿಮರ್ಶೆ) ಲೇ: ಪ್ರೊ.ಶಿವರಾಮಯ್ಯ– 350/–
39. ಅನ್ವೇಷಣೆ (ವ್ಯಕ್ತಿತ್ವ ವಿಕಸನ ಲೇಖನಗಳು) ಲೇ.ಕೆ. ಶ್ರೀನಿವಾಸ ರೆಡ್ಡಿ –170/–
40. ದೇವದತ್ತನ ರಾಜಾವಳಿ ಕಥಾಸಾರ (ಪರಾಮರ್ಶೆ) ಲೇ. ಪ್ರೊ.ಶಿವರಾಮಯ್ಯ – 100/–
41. ಅರಮನೆಯಿಂದ ಅರವಿನರಮನೆಗೆ (ಕವಿತೆಗಳು) ಲೇ. ಸುರೇಶ ಮುದ್ದಾರ – 110/–
42. ಮನೋವತಿ (ನಾಟಕ) ಲೇ: ಶ್ರೀಧರ ಬನವಾಸಿ – 100/–
43. ಮಣಿಹಾರ (ಯಕ್ಷಗಾನ ಪ್ರಕಾರಗಳ ಲೇಖನಗಳು) ಸಂ: ಎಸ್‌ಎನ್ ಪಂಜಾಜೆ – 170/–
44. ಲಾಜಿಕ್ ಬಾಕ್ಸ್ (ವಿದ್ಯುನ್ಮಾನ ಹಾಗೂ ಮನರಂಜನಾ ಕ್ಷೇತ್ರದ ಬರೆಹಗಳು) ಲೇ: ಶ್ರೀಧರ ಬನವಾಸಿ –230/–
45. ಶ್ರೀಮದ್ ಭಗವದ್ಗೀತಾ (ಸಮೃದ್ಧ ಜೀವನದ ಮೌಲ್ಯಗಳ ಗೀತೋಪದೇಶ) ಲೇ: ಸುರೇಶ ಭಾಗವತ– 660/–
46. ಒಂಟಿ ನಾನಲ್ಲ (ಕವಿತೆಗಳು) ಲೇ: ವಿಜಯಲಕ್ಷ್ಮೀ ನಾಗೇಶ್ – 160/–
47. ಕೊಟ್ಟು ಹುಟ್ಟಿದವರ ಬದುಕು (ಕತೆಗಳು) ಲೇ: ಜಂಗಮಕೋಟೆ ಪುರುಷೋತ್ತಮ್ –240/–
48. ನಿಚ್ಚಂ ಪೊಸತು (ಪಂಪ ಕವಿಯ ಕಾವ್ಯಾವಲೋಕನ) ಲೇ: ಪ್ರೊ.ಶಿವರಾಮಯ್ಯ –200/–
49. ಸರಸವಾಣಿಯ ಗಿಣಿಗಳು (ವಿವಿಧ ತಮಿಳು ಲೇಖಕರ ಕತೆಗಳು) ಅನುವಾದ: ಕೆ.ನಲ್ಲತಂಬಿ–160/–
50. ಇರುವ ಭಾಗ್ಯವ ನೆನೆದು (ನಿತ್ಯದ ಬದುಕಿಗೆ ಕಗ್ಗದ ಬೆಳಕು) ಲೇ: ಮಹಾದೇವ ಬಸರಕೋಡ –150/–
51. ಆಹಾರ ಚರಿತೆ (ಅನುವಾದ) ತಮಿಳು ಮೂಲ: ಮುಗಿಲ್, ಅನುವಾದ: ಕೆ.ನಲ್ಲತಂಬಿ– 350/–
52. ಸಹಿ ಹಾಕಲು ನೀ ಬೇಕಿದೆ (ಕಾವ್ಯ), ಲೇ: ಶುಭ ಕೀರ್ತನ ಆಚಾರ್ಯ – 150/–
53. ಬಿಂಬ (ಕಥೆಗಳು) ಲೇ: ಜಯಶ್ರೀ ದೇಶಪಾಂಡೆ– 160/–
54. ಹೆಚ್‌ವಿಎಸ್ ಮೂರ್ತಿ (ಬದುಕು ಹೋರಾಟದ ಅವಲೋಕನ) ನಿ: ವೆಂಕಟೇಶ್ ಮಾನು –275/–
55. ಗರಿ ಬಿಚ್ಚಿದ ಉಸಿರು (ಅನುವಾದಿತ ಕವಿತೆಗಳು) ತೆಲುಗು ಮೂಲ: ಡಾ.ಎನ್ ಗೋಪಿ – 150/–
ಅನುವಾದ: ರಂಗನಾಥ ರಾಮಚಂದ್ರರಾವು
56. ಸುರಧೇನು: ಬದುಕು ಸರ್ವಹಿತವೂ (ಚಿಂತನ ಬರಹಗಳು) : ಮಹಾದೇವ ಬಸರಕೋಡ –140/–
57. ಐದನೇ ಗೋಡೆ ಮತ್ತು ಇತರ ಕತೆಗಳು (ಅನುವಾದ) ತೆಲುಗು ಮೂಲ: ಕಲ್ಪನಾ ರೆಂಟಾಲ
ಅನುವಾದ: ರಂಗನಾಥ ರಾಮಚಂದ್ರರಾವು –240/–
58. ಈವರೆಗಿನ ಕಥೆಗಳು : ಶ್ರೀಧರ ಬನವಾಸಿ – 600/–
59. ಪ್ಲಾಸ್ಟಿಕ್ ಪುರಾಣ: ಡಾ.ಎಂಎಸ್‌ಎಸ್ ಮೂರ್ತಿ– ಬಿ.ತೇಜ್‌ಕುಮಾರ್ –230/–
60. ಜಯಂತಿಪುರದ ಕಥೆಗಳು: ಶ್ರೀಧರ ಬನವಾಸಿ –300/–
61. ಮಳೆ ಕುಡಿವ ನಗರ (ಸೀನು ರಾಮಸ್ವಾಮಿ ಕವಿತೆಗಳು) : ಅನುವಾದ: ಡಾ.ಮಲರ್ ವಿಳಿ– ಮಧುಮಿತ–400/–
62. ನೆನೆ ಮನವೇ (ನೆನಪಿನ ಚಿತ್ರ ಲೇಖನಗಳು): ಎಂ.ನರಸಿಂಹಮೂರ್ತಿ– 400/–
63. ಜೀವನಾಡಿ ಮತ್ತು ಇತರ ಕಥೆಗಳು (ಮೂಲ: ಇಮಯಮ್) ಅನುವಾದ: ಡಾ.ಸೆಲ್ವಕುಮಾರಿ (ಅಚ್ಚಿನಲ್ಲಿ)

ಕೃತಿಗಳಿಗಾಗಿ ಸಂಪರ್ಕಿಸಿ
ಮೊ: 9739561334

www.ingramcontent.com/pod-product-compliance
Lightning Source LLC
LaVergne TN
LVHW090408051026
849518LV00006B/2287
* 9 7 8 8 1 9 6 7 0 5 6 1 9 *